JAPANESE PEONY : THE PRINCESS & THE SPY

या इंग्रजी पुस्तकाचा अनुवाद

वादळफूल

लेखक

रेई किमुरा

अनुवाद

वासंती घोसपूरकर

मेहता पब्लिशिंग हाऊस

◆ *या पुस्तकातील लेखकाची मते, घटना, वर्णने ही त्या लेखकाची असून, त्याच्याशी प्रकाशक सहमत असतीलच असे नाही.*

JAPANESE PEONY : THE PRINCESS & THE SPY : REI KIMURA

Copyright © Rei Kimura

Email :– reikimura48@yahoo.com
Translated into Marathi Language by Vasanti Ghosapurkar

वादळफूल / अनुवादित कादंबरी

अनुवाद : वासंती घोसपूरकर
फ्लॅट नं. ३४ए, शांतानिकेतन सोसायटी, पुणे आयटी पार्कजवळ, भाऊ पाटील रोड, बोपोडी, पुणे – ४४०२०.
मोबाइल : ८३०८९००८७२/८८०५८३६९००

मराठी अनुवादाचे व प्रकाशनाचे हक्क मेहता पब्लिशिंग हाऊस, पुणे.

प्रकाशक : सुनील अनिल मेहता, मेहता पब्लिशिंग हाऊस,
१९४१, सदाशिव पेठ, माडीवाले कॉलनी, पुणे – ४११०३०.

मुखपृष्ठ : सतीश भावसार

प्रथमावृत्ती : ऑगस्ट, २०१७

P Book ISBN 9789386745101
E Book ISBN 9789386745118
E Books available on : play.google.com/store/books
m.dailyhunt.in/Ebooks/marathi
www.amazon.in

एक

माझे नाव 'योशिको कावाशिमा.' कोणी मला मंचुरियाची 'आयसिन गिओरो त्स्यिनयु' म्हणतात. त्यापेक्षाही बरेच जण मला 'जपानी पिओनी' या माझ्या ऐन उमेदीच्या दिवसांतील नावाने ओळखतात.

मी तशीच होते आणि आजही तशीच आहे. जपानी पिओनीच्या फुलासारखी! हे फूल फार प्रिय आहे. त्यासाठीच मला त्या नावाने लोक ओळखत असावेत. या फुलासारखेच रंगीत आणि त्याच्या दुहेरी गच्च पाकळ्यांप्रमाणेच साहसी आणि संकटांनी भरलेले दुहेरी आयुष्य मी आतापर्यंत जगलेय. कारस्थाने, लबाडी, खोटेपणा यांवरच माझे जीवन होते. त्याचा परिणाम म्हणून तर या १९४८ पर्यंत माझे आयुष्य कदाचित संपलेलेसुद्धा असेल. मला मृत्युदंडाची शिक्षा देण्यात येणार आहे. अर्थातच माझी या सगळ्यांविषयी अजिबातच तक्रार नाही आणि माझी हाडे म्हातारी होईपर्यंत मी जगू शकणार नाही, याचाही मला विषाद नाही. पण दिवसेंदिवस माझे थकत जाणारे शरीर मला नकळतपणे जाणीव करून देत आहे की, माझ्या आयुष्यातील प्राणपणाने जपलेली रहस्ये माझ्याबरोबरच अचानकपणे मरून जातील. या गोष्टीचे ओझे मला जास्त वाटते . माझी जीवनकथा सांगण्याची आता गरज आहे. कदाचित त्यामुळे माझ्याविषयीचा इतिहास सत्यावर आधारित राहील .

१५ मार्च, १९४८ रोजी मला निर्जन आणि एकाकी अशा पेकिंगच्या क्रमांक १ च्या तुरुंगातील कैद्यांच्या कोठडीत डांबण्याची शिक्षा फर्मावली गेली. गेली ३ वर्षे मी ज्या तुरुंगात कैद होते, त्या तुरुंगातील भिंतींना अगदी कडाक्याच्या थंडीतही उबदार ठेवण्याची सोय नव्हती. इथले सारेच कैदी म्हणजे मृत्युमार्गावरचे प्रवासी होते. आज ना उद्या त्या साऱ्यांना मरायचेच होते. अशा निरुपयोगी जीवांसाठी

'उबदारपणाची' सोय करणे म्हणजे फक्त आर्थिक नुकसानच होते. त्या भयंकर जीवघेण्या थंडीत माझे पाय मरणाचे थंड पडायचे आणि दातांवर दात आपटून मी कुडकुडत असे. अगदी झोपेतसुद्धा हे दातांचे वाजणे थांबत नसे. तशीही मी मरणारच होते. मग जीवघेण्या थंडीने मरो किंवा बंदुकीच्या गोळीने वा शिरच्छेद- कसेही! पण 'मृत्यू' हाच माझा अंतिम पर्याय होता; त्यामुळे कोणी माझी पर्वा करावी, असे त्यात काहीच नव्हते.

मी कधीच धार्मिक किंवा आध्यात्मिकतेला मानणारी नव्हते. याउलट मी नेहमीच विषयलोलुपतेला आणि सुखांनाच माझ्या आयुष्यात जास्त प्राधान्य दिले होते. त्याचीच मनोभावे पूजा केली. जमिनीवरच्या भोगता येणाऱ्या यच्चयावत सर्व सुखांना मी माझ्या आयुष्यातील प्राथमिक आणि मूळ गरजा मानल्या आणि तेच माझे शेवटचे ध्येय होते. पण जेव्हा तुम्ही सकाळी झोपेतून उठता आणि तोच तुमच्या आयुष्यातील शेवटचा दिवस असू शकतो हे जेव्हा तुमच्या लक्षात येते, तेव्हा तुम्ही काय करता? ज्या गोष्टी तुम्हाला धरून ठेवता येतील त्यांना पकडीत घेण्याचा प्रयत्न करता; अगदी काहीही... म्हणजे धर्मसुद्धा! का? तर एक दिवस आणखी जास्त जगायला मिळावे या अपेक्षेने! सगळ्याच जीव असणाऱ्या गोष्टींना जगण्याची नैसर्गिक ऊर्मी असते. मीसुद्धा याला अपवाद नव्हते. म्हणूनच गेल्या दोन दिवसांपासून दिवसा आणि रात्रीही मी अक्षरशः गुडघ्यांवर बसून प्रार्थना करतेय. जमिनीच्या सततच्या थंडगार स्पर्शाने माझ्या दुखणाऱ्या गुडघ्यांची दुखरी जाणीव मरून गेली आहे. गुडघे बधिर झाल्यामुळे मला सतत होणाऱ्या गुडघेदुखीच्या वेदना जाणवेनाशा झाल्या आहेत. त्यांचा त्रास वाटेनासा झाला आहे.

आज त्यांनी माझ्या कुटुंबातील कुणा एकाला मला भेटण्याची परवानगी दिली होती. हा माझ्या मंचुरियन कुटुंबातील तिसरा सख्खा भाऊ होता. मला आठवते, माझ्या मंचुरियन वडिलांनी माझ्या दुःखात भर घालणारे, मनाला चटका देणारे वक्तव्य केले होते की, "आमच्या मोठ्या कुटुंबात तूच एकटी सतत आक्रस्ताळेपणा आणि उद्धटपणा करून कुटुंबप्रमुखाचा, कुटुंबाच्या नियम आणि कायदेकानूंचा सतत अपमान करतेस. कुटुंबात नकोस म्हणून आम्ही तुला जपानमधील कावाशिमा कुटुंबाला दत्तक देणार आहोत." तेव्हापासून हा माझा भाऊ आणि मी आमच्या अधिकाराविषयी भांडत असू. म्हणूनच जेव्हा हा माझा भाऊ मला तुरुंगात भेटायला येणार आहे असे समजले, तेव्हा मला खूप बरे वाटले होते. आतातर मी मला भेटायला येणाऱ्या प्रत्येकाचेच स्वागत करणार होते. पण गोरोची- माझ्या भावाची- आणि माझी या क्षणीची भेट खूपच खास आणि महत्त्वाची होती. गोरोने माझ्या सुटकेसाठी खूपच प्रयत्न केले होते. अगदी राजघराण्यातील संबंधांपासून त्याने

प्रत्येक गोष्ट वापरली होती. पण कशाचाही फायदा झाला नव्हता. याउलट गोरोने वापरलेल्या राजघराण्यातील संबंधांमुळे माझ्या सुटकेचे काम आणखी बिघडलेले होते. कारण चँग-कै-शेक, ज्याने मला पकडून मारून टाकण्याची शिक्षा फर्मावली होती, तो सम्राट पु-यी आणि राजपरिवारातील सगळ्याच व्यक्तींचा आणि त्यांच्याशी संबंधित असलेल्या प्रत्येकच व्यक्तीचा अतिशय द्वेष करीत होता. यामुळेच माझ्या सुटकेसंबंधीच्या कामात मदत होऊ शकली नव्हती. शिवाय राजपरिवारातील लोकांना त्या क्षणी या गोष्टीचा विसर पडला होता की, मी सगळ्यात शेवटच्या सम्राटाची अगदी जवळची नातेवाईक होते. चँक-कै-शेकचा सम्राटद्वेष आणि माझे सम्राटाशी असलेले जवळचे नाते या दोन्ही गोष्टी अगदी परस्परविरोधी ठरल्या होत्या. "आयसिन!" कुजबुजत्या स्वरात माझ्या मंचुरियन नावाचा उच्चार करीत, आमच्यावर घारीसारखे लक्ष ठेवणाऱ्या पहारेकऱ्यांना लक्षात घेऊन गोरो म्हणाला, "तू काळजी करू नकोस! आम्ही लोक तुला असे वाऱ्यावर सोडणार नाही. तुझी मैत्रीण किमी-यी तुझ्या सुटकेच्या योजनेत आमच्याबरोबरच आहे. तुला वाचवता येणार आहे; पण तुला खूपच काळजी घ्यावी लागणार आहे."

"मग लवकर तरी कर! कारण कोणत्याही दिवशी हे लोक आपल्याला पूर्वसूचना न देता माझी गठडी वळून या कोठडीबाहेर काढतील आणि मला बंदुकीच्या फैरीसमोर उभे करतील. मला माहीत नसलेल्या कोणत्या गुन्ह्याची ही शिक्षा ते देताहेत तेसुद्धा सांगायची गरज त्यांना भासणार नाही, गोरो!" एकाएकी माझ्या डोळ्यांतून अश्रूंचा ओघ सुरू झाला होता. मला त्या क्षणी मृत्यूची इतकी भीती वाटली की, मी घामाने चिंब ओली झाले. "हे परमेश्वरा! गोरो, खरंच मला आत्ता मरायचे नाही आणि असे तर मुळीच मरायचे नाही!" माझे धैर्य पूर्णच खच्ची झाले होते. माझ्या खांद्यावरील गोरोच्या हातांचा दाब वाढला. जणू तो मला सुटकेची खात्री देत होता. त्याकरिताच आखलेल्या योजनेवरचा त्याचा पक्का विश्वास मला त्याच्या स्पर्शातून जाणवला. सुरक्षारक्षकाने जाण्याचा इशारा करण्याआधीच माझा भाऊ जाण्याकरिता उठला. मृत्यूचे फर्मान जारी झालेल्या लोकांच्या साध्या हालचालीसुद्धा गर्वोन्मत्त सत्ताधीशांना संशयास्पद वाटायला लागतात. म्हणूनच आमच्या भेटीतून त्यांच्या अहंकाराला खटकणाऱ्या गोष्टी जाणवू देण्याची ही वेळ नव्हती. मला प्रोत्साहित करणाऱ्या गोरोच्या वागणुकीतून मला माझ्या आईच्या सौम्य आणि मधुर अशा स्वभावाची आठवण झाली. ती म्हणाली होती, "आयसिन, नेहमीच चांगल्या गोष्टी करण्याचा प्रयत्न करीत राहा. आयुष्यात पुढे काही चांगल्या उपयोगाचे पडेल असेच वाग. तुझ्या आयुष्याचा चांगला उपयोग कर." ज्या दिवशी मी जपानला जाण्यासाठी मंचुरिया सोडले होते, त्या वेळेस मी माझ्या डोळ्यांतील पाणी रागाने निपटून काढले होते आणि ओठातून रक्त येईपर्यंत ओठ चावत राहिले होते. माझ्या

कुटुंबाव्यतिरिक्त माझा तिरस्कार करणाऱ्या, विशेषतः मला पकडणाऱ्या सत्ताधीशांनी माझे ते दुःखाचे अश्रू वा माझ्या चेहऱ्यावर किंवा देहबोलीत भित्रेपणाची खूण किंवा कुठलाही कमजोरपणा बघू नये, असे मला वाटत होते. नाहीतर जपानी पिओनी ही एक अत्यंत धाडसी आणि शूर गुप्तहेर होती; पण मृत्यूला सामोरी जाताना मात्र ती एखाद्या भित्र्या माणसासारखी आक्रोश करीत होती, असे नमूद झाले असते. म्हणूनच मी एका धाडसी गुप्तहेराप्रमाणे वागायचे ठरवले होते. त्याचे कारण म्हणजे माझ्या आईला आवडेल अशी चांगली मुलगी होण्याची जी वचने मी दिली होती, त्यांपैकी मी एकही वचन आयुष्यात पाळू शकले नव्हते. पण 'तिची मुलगी एक भित्री आणि पळपुटी स्त्री आहे', असा तिचा अनादर करणारी प्रतिमा मला जनमानसात रेखाटायची नव्हती.

लोखंडाची दारे जोरात आपटून बंद केल्याच्या आवाजानेच गोरो- माझा खंबीर आणि धीर देणारा भाऊ- बाहेर गेल्याचे जाणवले. ठणऽऽणऽऽऽ! त्या दरवाजाच्या कर्कश आवाजाने माझी कानठळी बसली होती. माझ्या कोठडीत निर्जन आणि भयाण अशी उदास शांतता पसरली. माझ्या मनात मृत्यूपर्यंत नेणाऱ्या उतरत्या एकाकीपणाच्या जाणिवेने घर केले. जणू एक जाड घोंगडे माझ्यावर टाकून माझ्या सर्व जाणिवा बधिर केल्यासारखे वाटले. जसे काही ते घोंगडे म्हणजे जाणिवांना थांबवणारे अभेद्य कवच होते! भिंतीला असलेल्या बारीक फटीतून येणाऱ्या पातळसर कवडशाने मला फक्त एवढेच समजले की, अजून रात्र झालेली नाही. कोठडीच्या कोपऱ्यात निष्काळजीपणे भिरकावलेल्या पातळ अंथरुणावर झोपायचा प्रयत्न करताना मी विचार बदलला. या पातळशा अंथरुणावर झोपण्यापेक्षा थंडगार फरशीवर झोपणे केव्हाही चांगले! शरीराच्या साऱ्या जाणिवाच या थंडीने बधिर होतील. कदाचित मी थंडीनेच गारठून रात्री मरून गेले तर बंदुकीच्या फैरींना तोंड देण्यासारख्या भयानक गोष्टीपासून तरी सुटका होईल! तसाही आयुष्यात मी खूप मोठा धोका पत्करला होताच की! पण जेव्हा तो धोका त्रासदायक होतो, तेव्हा मात्र मी किंवा माझ्यासारखी कुणीही व्यक्ती मृत्यूची दहशत घेतेच. हे तर अगदी नैसर्गिकच असते ना?

जेव्हा कधी माझ्या कोठडीच्या बाहेर टॉक टॉक असा जड बुटांच्या पावलांचा आवाज येई, तेव्हा माझ्या उरात धडकी भरे; काळीज गोठून जात असे आणि वाटत असे की, मृत्यूचे दूत मला मृत्युवेदीकडे फरफटत नेण्याकरिता येत आहेत आणि मला मृत्यूची शिक्षा दिल्यानंतरच ते शांत होतील.

खोलीमध्ये सूर्यकिरणांच्या प्रकाशाचे तेजस्वी पट्टे आपल्या उबदारपणासकट पसरायला लागले होते. नकळतपणे हात पुढे करून मी त्या पट्ट्यांना धरायचा प्रयत्न करीत होते. सोन्यासारखे चकचकीत पिवळ्या रंगाचे पट्टे माझ्यासमोर नाचत मला

भुलवीत होते. मी जणू त्यांच्यावर मोहित झाले.

कुणीतरी फट्कन माझ्या हातावर मारले आणि माझा हात बाजूला ओढला. गोरोचा- माझ्या तिसऱ्या भावाचा- त्रासदायक आणि कटकट्या आवाज स्पष्टपणे माझ्या कानात घुमला. माझ्या सुस्त मनातला आळशी विचारांचा धागाच तुटला. खरेतर गोरोला दिखाऊपणा करण्याचे कारणच नव्हते. पण संधीचा फायदा घेतला नाही तर गोरो कसला?

"आयसिन, तू खरोखरच एक मूर्ख मुलगी आहेस. तुला हे कसे माहीत नाही की, आपण कधीच सूर्यकिरणांना पकडू शकत नाही." गोरोच्या या दांभिक बोलण्याचा मला खूपच राग येई. विशेषतः त्याचा तो समजूतदारपणाचा आव आणलेला नम्र सूर मला फारच त्रासदायक होई. तो या दांभिक आवाजात मला अगदी वाटेल तसे टोलवत असे. गोरो हाच माझा एकुलता एक आणि सख्खा रक्ताचा भाऊ होता. माझ्यापेक्षा थोडाच मोठा होता. पण मला त्याची दादागिरी अजिबात सहन होत नसे. माझ्याकरिता त्याचा हा 'मोठेपणा' म्हणजे एक दुखणेच होते. विशेषत: तो मुलगा म्हणून आणि माझ्या वडिलांच्या लक्षात असलेला वंशाचा वारस म्हणूनही मला लहानपणी खुपत असे!

मला त्याचा राग येण्याचे आणखी एक कारण होते. त्याच्याजवळ असे काही होते, ज्यामुळे तो वडिलांच्या नजरेत चांगला होता. आणि मी मात्र या चांगुलपणापासून बरीच लांब होते. ती पात्रता मी कधीच मिळवू शकणार नव्हते. मग या विचारांनी माझ्या रागाचा ड्रॅगन हिंस्रपणे आपली मान उंच करी आणि काही कळण्याच्या आधीच मी त्याच्यावर चाल करून जात असे. गोरोला माझ्या राक्षसी मिठीत गुदमरवून टाकीत असे. अतिशय वेदनेने गोरो जोरात किंचाळत असे. नोकरमाणसे धावत येऊन त्याला माझ्यापासून दूर करीत. गोरोच्या किंकाळ्या ऐकून आई धावून येत असे. गोरो एक कपटी आणि विजयी हास्य करी. मग मी मोठी आरोपी ठरत असे आणि मला दणकून शिक्षा होई.

माझे वडील 'राजकुमार स्यू' मला नेहमीच 'एक निरुपयोगी मुलगी' अशी हाक मारत. त्यांचा तो समज चुकीचा ठरविण्यासाठी मी खूप मेहनत करीत असे. त्याकरिता कुठलेही साधन वापरण्याची किंवा आरोप लावण्याची गरज नव्हती. माझ्या स्वतःच्या मदतीसाठी मी बंडाचा जालीम उपाय शोधला होता. निदान त्यामुळे तरी माझे वडील माझ्याकडे लक्ष देणार होते. त्यांनी माझ्याकडे बघावे म्हणून मी वाटेल ती किंमत मोजायला तयार होते. तासतासभर छडीचा मार खाऊनसुद्धा मी सुधारत नव्हते. माझ्या स्वच्छंदी खोड्या थांबतच नव्हत्या; उलट त्या वाढतच होत्या. आणि दिवसागणीक माझ्या वडिलांचे लक्ष माझ्याकडे वेधून घेण्याच्या

माझ्या निश्चयाला बळकटी मिळत होती. चांगल्या मार्गाने हे काम होत नसेल तर त्याकरिता वाईट मार्गाचासुद्धा वापर मला चालणार होता.

माझ्या सतत मुलांसारख्या वागण्याच्या चढाओढीच्या वृत्तीने आणि रगेलपणाने केलेल्या मस्करीमुळे माझ्या आईला अक्षरशः नरकासारखी वागणूक मिळे. एकतर ती माझ्या वडिलांच्या जनानखान्यातील सगळ्यांत जुनी जनानी होती; त्यामुळे माझ्या वडिलांच्या नावडत्या राण्यांच्या यादीत तिचे स्थान प्रथम क्रमांकावर होते. तिच्या आयुष्याचे ध्येय फक्त माझ्या वडिलांना खूश ठेवणे. त्याचबरोबर तिने पैदा केलेल्या मुला-मुलींच्या बाबतीत ही खात्री वारंवारपणे माझ्या वडिलांना देणे की, तिची मुले कधीही त्यांच्या नाखुशीचे कारण होणार नाहीत; त्यांना कुठलाही त्रास होऊ देणार नाहीत. सुखासीनतेचे आयुष्य जगण्यासाठी आणि सर्व मुलांनाही त्या सुख-सुविधांचा पुरवठा आयुष्यभर मिळवून देण्यासाठी तिच्याजवळ एवढा एकच मार्ग शिल्लक होता. श्रीमंती आणि अधिकार या दोन्ही गोष्टींची विपुलता राजकुमार स्यूजवळ होती. आणि माझी आई म्हणजे त्याची एक ठेवलेली जनानी होती.

हे कळण्याचे माझे वय नव्हते. पण एक दिवस हेही माझ्या लक्षात आलेच. ''आयसिन,'' माझ्या आईचा विनंतीवजा आवाज मला थोडे हलवून गेला. ''बाळा, तुझी अशी इच्छा आहे का, की मी आणि तुझी इतर भावंडे तुझ्या वडिलांच्या कृपेला पारखी व्हावीत? त्यांनी आपल्याला या महालामधून कायमचे हद्दपार करावे आणि खूप दूर पण माहीत नसलेल्या ठिकाणी पाठवून द्यावे? असे जर झाले तर आपण सगळे जण इतर कुटुंबीयांच्या हास्याला पात्र ठरू!''

बिच्चारी माझी आई! मला मनापासून तिच्या वेदना कळत होत्या. तिची वडिलांच्या मर्जीत राहण्याची काळजी आणि धडपड मला समजत होती. तरीही माझ्यामध्ये एक विचित्र असा जोश होता, जो माझ्या वडिलांच्या विरोधात सतत शड्डू ठोकून उभा राही. माझ्या मनातला रागाच्या डोंबाचा तापट ड्रॅगन जेव्हा संतापाने फूत्कार टाकी आणि त्यांच्याविरुद्ध लढायला प्रवृत्त करीत राही, तेव्हा मात्र मी स्वतःवर ताबा ठेवू शकत नसे. आणि मग दीर्घ काळ अन्याय सहन करणाऱ्या माउलीला चांगले वागण्याचे दिलेले वचन मी ताबडतोब तोडून टाकी. 'निरुपयोगी मुलगी' अशी जी एक रेषा माझ्या वडिलांनी माझ्यासमोर ओढली होती, ती पुसून टाकण्यासाठी माझ्यातला ड्रॅगन मला लढण्याची प्रेरणा देई. मी पुन्हा त्यांना त्रास देण्यासाठी एक नवीन पण विक्षिप्त साहस करीत असे. माझ्या वडिलांचा राग वाढला का, ही पण खात्री करून घेत असे; त्यामुळे अर्थातच त्यांच्या दिवसाचा शेवट वाईट होई आणि मला जे हवे ते मला हटकून मिळे.

त्या काळात प्रतिष्ठित चिनी कुटुंबांतील स्त्रियांचे पाय बांधून छोट्या लाकडी बुटांत घालायची पद्धत होती. ही प्रथा फक्त स्त्रियांच्या बाबतीतच होती. अशा

बायका उच्च खानदानी कुलातील आहेत हे सर्वांना आपोआपच समजत असे. या बायकांना योग्य तो मान मिळत असे. अन्यथा त्या काळातील स्त्री फक्त उपभोग्य आणि आर्थिक वा राजकीय व्यापाराचे साधन समजली जात होती. मंचुरियन उच्चकुलीन स्त्रियांसाठी हे लाकडी बुटांचे बंधन नव्हते. माझ्यासाठी हे मोठे वरदानच ठरले होते. मी माझ्या पायांना 'संपूर्ण मुक्त पायांची' संज्ञा देते; कारण हेच माझे पाय मला आमच्या प्रचंड मोठ्या राजवाड्यातून हिंडवून आणत. बगिच्यातील मोठ्या झाडांवरच्या उड्या, घोड्यांच्या पाठीवरच्या रिकिबीविना माझ्या भावांबरोबर केलेली सैर, उंच भिंतींवर आणि त्यांच्या कडांवर उड्या मारून, लपूनछपून माझ्या सावत्र आयांची आणि इतर बहिण-भावंडांची केलेली हेरगिरी. कधी-कधी तर माझ्या वडिलांवरही मी हा प्रयोग करीत असे. आणि दुर्दैवाने जर कोणी माझ्या शत्रूच्या यादीत सामील झाला, तर त्याच्यावरही हे प्रयोग करण्यापासून मला कोणी रोखू शकत नव्हते. या सगळ्या कामांमध्ये माझे हे 'मुक्त स्वतंत्र पाय' मला खूपच मदत करीत. चीनसारख्या या भयानक आणि विचित्र पण माणुसकीविहीन रूढी पाळणाऱ्या देशातील 'स्त्री'लाच पायाच्या स्वातंत्र्याची किंमत चांगली कळू शकते.

एक दिवस अतिशय निराशेतून माझी आई म्हणाली, "आयसिन, तू इतकी त्रास देतेस की, त्यांनी तुझे पाय बांधून टाकावेत असे मला वाटायला लागलेय. निदान त्यामुळे तरी तू एका जागी राहशील आणि तुझ्या खोड्यासुद्धा बंद होतील. एखाद्या लबाड मांजरीसारखा साऱ्या घरभर चाललेला तुझा दंगा तरी बंद होईल!"

पण मला हे माहीत होते की, या बाबतीत जर कुणी तसा प्रयत्नही केला तर मी जिवाच्या कराराने त्याविरुद्ध उभी राहीन, आवाज करीन आणि लढेन. एवढेच नव्हे, तर माझ्या पायाच्या स्वातंत्र्यावर गदा आणणारा सम्राट असला तरी त्याच्याविरुद्धसुद्धा मी अर्ज दाखल करीन. मी कशाचीच तमा बाळगणार नव्हते, हे पक्के होते!

ही गोष्ट जेव्हा मी माझ्या आईसमोर बोलून दाखवली, तेव्हा ती एखाद्या जखमी जनावराप्रमाणे विव्हळली आणि माझ्या खोलीबाहेर वेगाने निघून गेली. जाताना एवढेच म्हणाली, "देव करो आणि या सर्व गोष्टी कधीच न घडोत!" माझ्या बाबतीत कुणीच खात्री देऊ शकत नव्हते. मी माझ्या स्वातंत्र्यासाठी सम्राटाची भेट घेण्याचा प्रयत्न करण्याइतकी समर्थ नक्कीच होते. मी काहीही करू शकेन, याचा माझ्या आईला पूर्णपणे विश्वास आणि खात्री होती.

"मी लटपटत चालणाऱ्या मूर्ख बाहुल्यांसारखे जोडे घालण्यापेक्षा मरण पत्करीन. कळलं का आई तुला? कळलं का?" मी आईच्या मागे तिला ऐकू जाईल अशा मोठ्या आवाजात ओरडले. माझा त्या बाबतीतला आक्षेपार्ह निषेध

आणि निश्चय मी त्या दिवशी जाहीर करून टाकला. माझ्या त्या बाबतीतल्या रागाचे कारण म्हणजे बहुतेक माझ्या एका बहिणीने मला दिलेली विचित्र माहिती होती. तिने मला सांगितले होते की, "उच्चकुलीन व प्रतिष्ठित कुटुंबांतील मुली आपल्या पावलांची वाढ त्याभोवती घट्ट कापड बांधून रोखतात. असे केल्यामुळे त्यांच्या पायाची नाजूक हाडे तुटतात. आणि त्या लटपटत चालतात. त्यांचे तसे छोट्या लाकडी बुटात लटपटणे पुरुषांना आनंद देणारे असते. शिवाय आयुष्यभरासाठी त्यांच्या स्वातंत्र्यावर निर्बंध लादले जातात. आयसिन, तुला खरे सांगू का? मला तर त्या उच्चकुलीन बायकांना दिलेला हा शापच वाटतो गं! कसले पावलांचे सौंदर्य न् काय!"

पेकिंगच्या राजघराण्यातील आमची एक बहीण नुकतीच आमच्या कुटुंबाला भेटून गेली होती. रोज रात्री तिची आया त्या पावलांभोवती बांधलेल्या घट्ट पट्ट्या सोडून तिच्या त्या कुरूप पायांना स्वच्छ करीत असे. तिचे ते विकृत आकाराचे पाय बघून मला किळस येई. नंतर कितीतरी महिने माझ्या डोक्यातून ती किळसवाणी वेडीविद्री पावले जातच नव्हती! शी! त्या सगळ्या आठवणी मनात दाटून आल्याने मी परत माझ्या आईवर जोरात ओरडले होते, "जो कोणी माझ्या पायांना हात लावायचे धाडस करील, त्याला मी मारून टाकीन!" ते ऐकून माझी आई थरारली होती. जणू काही असे खरोखरच घडेल!

अगदी मनाच्या तळापासून मला माहीत होते की, आईचे माझ्यावर इतर मुला-मुलींपेक्षा जास्त प्रेम होते. जितक्या वेळा तिला त्रासदायक आणि आक्षेपार्ह आणि अश्रू वाहणारे प्रसंग आमच्या दोघींच्या आयुष्यात एकत्रितपणे घडले, त्या प्रत्येक वेळी तिच्या डोळ्यांत माझ्याविषयीचा प्रेमाचा आणि सौहार्द्रतेचा उमाळा मी पाहिला होता. जणू कासविणीच्या नजरेने ती मला सुरक्षित करण्याचा प्रयत्न करीत होती. मी माझ्या सर्वच सख्ख्या आणि सावत्र असणाऱ्या मोठ्या भावांबद्दल अजिबात आदर दाखवत नसे. त्यांना जाण्यासाठी आधी रस्ता देण्याची प्रथा होती. ती प्रथा तर मी मुळीच पाळत नसे. घरातील मी एकमेव उद्धट आणि बंडखोर मुलगी होते. रोजच अशा कितीतरी छोट्या छोट्या गोष्टी घडायच्या आणि हे सारे कुटुंबाच्या नियमांविरुद्ध होते. या सर्व गोष्टी माझ्या वडिलांच्या कानावर जायच्या. मग ती मला वडिलांच्या रागापासून वाचवत असे. वडिलांची तिच्यावरची मर्जी आणखी कमी व्हायची. त्यांची तिच्याविषयीची नाराजी वाढे. मात्र ती हे का करते, ते मुळीच समजत नसे. पण हे जे काही ती करत होती, ते तिने फक्त माझ्यासाठीच केले होते.

नंतरच्या वर्षात मला माझ्या घरापासून जबरदस्तीने वेगळे केले गेले होते. आणि त्यानंतर जेव्हा जेव्हा आईचा विचार माझ्या मनात यायचा, तेव्हा फक्त हीच

आणि हीच एक गोष्ट मला तीव्रतेने जाणवली की, तीच एक अशी व्यक्ती होती की, जिच्या प्रेमात कधीही अटी आणि मागण्यांचा मागमूसही नव्हता. तिचे प्रेम शुद्ध आणि खरे होते. माझे डोळे मग पाण्याने नकळत भरून यायचे.

माझ्या सर्व भावांना ते पुरुष असल्याने वेगळी वागणूक मिळे. ही 'सर्वोत्तम असण्याची वागणूक' मला आकर्षित करीत होती. इतकी की, कधी-कधी मी त्यांचे कपडे घालून त्यांच्यासारखी होण्याचा प्रयत्न करीत असे. मला फक्त हे जाणून घ्यायचे होते की, पुरुष झाल्यानंतर नक्की काय वाटते? आणि पुरुषीपणात अशी कोणती सर्वोत्तमत्तेची गोष्ट दडली होती? अर्थात ही गोष्ट माझ्या वडिलांच्या कानावर गेल्यावर मला माराचा भरपूर प्रसाद तर मिळत होताच; शिवाय मी कशी वाईट मार्गाला लागले आहे, हे आरोपही माझ्यावर लादण्यात येत. नेमकी हीच गोष्ट का वाईट आहे, हे मला कळत नसे. यामुळेच पुढील आयुष्यात मी स्त्री असूनही पुरुषी कपडे वापरण्याचे माझे आकर्षण कायम राहिले. हा कल पुन्हा कधीच बदलला नाही.

मी जेव्हा फक्त आठ वर्षांची होते, तेव्हा मला घोटाळ्यात पाडणाऱ्या या जीवनातील वेगळ्याच आनंदाचा शोध लागला. ज्या विषयावर बोलण्याचीसुद्धा मनाई होती, तो मनाईचा विषय म्हणजे व्यक्तीचे लिंग आणि लैंगिकता! कदाचित या विषयावर मला इतक्या लहान वयात पूर्ण माहिती मिळणे ही काही फार आश्चर्याची गोष्ट नव्हती. त्याउलट मला लवकर कळण्याचे कारण म्हणजे माझ्या वडिलांचे मुक्त लैंगिक जीवन बघतच मी मोठी झाले होते. माझे वडील आणि दर वर्षी वाढणारा जनानखाना मला नवीन नव्हता. उलट मला या गोष्टीचे अतिआश्चर्य वाटत होते की, लैंगिकता उपभोगणे गैर नव्हते. पण इतक्या स्वैर लैंगिक वातावरणात त्यावर बोलणे किंवा त्याविषयी माहिती घेण्यावर मात्र पूर्णपणे बंदी होती. माझे कुतूहल मग जास्तच चाळवले जाई.

माझ्या सर्व भावांचा फक्त मुलांचाच म्हणून एक विशिष्ट खेळ होता. हा त्या सर्वांच्या आवडीचा आणि मनोरंजक खेळ होता. माझे सर्व भाऊ भिंतीकडे तोंड करून 'सू' करायला उभे राहत. कुणाची 'सू' खूप लांब उडते, यामध्ये त्यांची स्पर्धा चाले. या त्यांच्या खेळाची मी साक्षीदार असे. मी तेथे फक्त त्यांच्या त्या अवयवाचे निरीक्षण करण्याकरिता उभी असे. तो त्यांचा अवयव कसा आहे, हेही मी पाहत असे. आणि त्यांच्याजवळ हे जे काही होते, त्यातच मला जास्त रस होता. माझ्या सख्ख्या भावांपैकी कुणीतरी किंवा बहुतकरून अतिशहाणा गोरोच माझ्यावर ओरडत असे. मला तेथून जायला सांगत असे. कधी मला माझ्यावर प्राणघातक शस्त्राने हल्ला करण्याची धमकीसुद्धा मिळत असे. माझी 'त्या' गोष्टीबाबत तीव्रपणे शोध घेण्याची आणि कुतूहलाची वृत्ती गोरोच्या लक्षात आली होती. पण गोरोला हे माहीत

नव्हते की, माझे काही सावत्र भाऊ मला या गोष्टीची परवानगी देत आणि प्रसंगी त्याला अगदी जवळून पाहण्याची व हात लावण्याची मुभाही देत.

माझ्या आईला माझ्या या लैंगिकतेविषयीच्या उघड कुतूहलाची जाणीव होती की नाही, हे मला माहीत नाही; पण तिला जर ते माहीत असते आणि ती त्याकडे डोळेझाक करून त्याचा स्वीकार न करता टाळत असेल तर? या सगळ्या गोष्टी एका प्रसंगाने झटक्यातच उघड झाल्या.

माझ्या वडिलांच्या नोकरांच्या ताफ्यात 'पाओ' नावाचा एक नोकरमुलगा होता. त्याच्याविषयी माझ्या सर्व भावांमध्ये अशी चर्चा होती की, त्याचा 'तो' अवयव मंचुरियाच्या त्या भागात सगळ्यांत मोठा होता. त्याची तो मोठी बढाई मारत असे; त्यामुळे अर्थातच माझे कुतूहल खूपच वाढले. मला हे कळेना की, नोकर वर्गातला असूनही त्याला या बाबतीत माझ्या उच्चवर्णीय व राजकुलातील भावांपेक्षा हे वरदान कसे मिळाले? ते खरे असेल का? आणि ते जाणून घेण्यासाठी एकदा त्याला मी घराच्या एका कोपऱ्यात घेऊन गेले व त्याला ज्या 'गोष्टी'चा फार गर्व होता, ती सप्रमाण सिद्ध करायला सांगितली.

भीतीने थरथर कापणाऱ्या 'पाओला'– त्या नोकराला– आपल्या मालकाच्या मुलीची अवज्ञा करण्याचे धाडस नव्हते; त्यामुळे त्याने तेच केले, जे त्याला करायला मी सांगितले होते. हे माझे दुर्भाग्यच होते की, माझ्या दुष्ट सावत्र बहिणींपैकी एकीने तो प्रसंग पाहिला आणि भात्यातून निघालेल्या बाणाप्रमाणे ती सरळ माझ्या वडिलांचा खासगी सचिव आणि त्यांचा हेर असणाऱ्या मुख्य माणसाकडे गेली. त्याच्यासमोर तिने माझ्या गैरवर्तणुकीचे वर्णन अगदी साग्रसंगीतपणे केले. ही माझी सावत्र बहीण माझ्या चुका पकडण्यासाठी नेहमीच तत्पर असे. माझा पाणउतारा करण्याची एकही संधी ती सोडत नसे.

मोठ्या प्रतिष्ठित घरातील नोकरांच्या भवितव्याप्रमाणेच पाओलाही घडलेल्या त्या गैरघटनेचे दायित्व स्वीकारावे लागले; नव्हे, त्या काळातील तो नियमच होता. पण पाओला मिळालेली शिक्षा म्हणजे वरवरचा ढलपा काढण्यासारखेच होते. त्याला जरा जास्त कठीण काम देण्यात आले आणि त्याच्याकडील सुविधांचे काम काढून घेण्यात आले. मला त्याची दया आली होती. पण फक्त त्या दिवसापुरतीच. नंतर ताबडतोब मी माझ्या आयुष्यात पुन्हा पूर्वीइतक्याच वेगाने रममाण झाले. पाओ आणि त्याच्या दुर्दैवाला मी तत्परतेने विसरून गेले. ती घटना माझ्या डोळ्यांतून मी पार पुसून टाकली. जणू काही मी आणि पाओ कधी भेटलोच नव्हतो!

पण माझ्या वडिलांच्या रागापासून मी पळू शकले नाही. अर्थातच हा राग त्यांनी माझ्या गरीब बिचाऱ्या आईवर पूर्णपणे काढला. माझे वडील माझ्या आईला ही गोष्ट कधीच विसरू देत नव्हते की, तिने किती भयंकर वाईट मुलीला जन्म दिला आहे.

जी फक्त तिच्या शरमेचे आणि प्रतिष्ठेचे ओझे होती. निदान तोपर्यंत तरी एका आठ वर्षांच्या मुलीला लैंगिकतेमध्ये इतक्या अनुचितपणे रस असल्याचे ऐकिवात नव्हते. माझ्या वडिलांनी आईच्या डोक्यावर सगळ्याच वाईट गोष्टींचे खापर फोडायचे ठरवले होते. तिने जास्त मुलींना आणि त्या प्रमाणात कमी मुलांना जन्म दिला होता. आई लाजेने आणि शरमेने अर्धमेली होऊन वडिलांच्या पायावर पूर्ण वाकली होती. अपमानाने पूर्ण खचलेली माझी आई वारंवार वडिलांकडे क्षमायाचना करीत होती. आईला वाटेल तसे ताड्ताड् बोलून माझे वडील वादळाप्रमाणे तेथून नाहीसे झाले. आईला आणि तिच्या अस्तित्वाला त्यांनी पूर्णच विसरून टाकले होते. या प्रसंगानंतर माझे वडील तिच्याकडे पूर्ण दुर्लक्ष करीत. त्यांनी तिला बराच काळ स्वतःच्या शय्यासोबतीला आमंत्रित केले नव्हते.

"आयसिन, तू जंगली मांजरीप्रमाणे वाडाभर सगळीकडे फिरत जाऊ नकोस गं!" माझी आई मला अपरिचित असणाऱ्या कण्हणाऱ्या दुःखी आवाजात बोलली, "तू तुझ्या वडिलांच्या धीराचा, सहनशीलतेचा अंत पाहते आहेस. जर ही गोष्ट पुन्हा घडली आणि त्यांचा संयम संपला, तर मग मला माहीत नाही की, तुझ्यासोबत काय घडेल ते!"

आता तिचा आवाज थोडा तिखट झाला होता. मला थोडे आश्चर्य वाटले. रागाचे कारण माझ्या वडिलांनी तिच्याशी केलेला अतिशय दुष्टपणाचा व्यवहार होता. मुलीच्या गैरवर्तनामुळे तिला वडिलांच्या शयनकक्षातून हद्दपारीची शिक्षा मिळाली होती; त्यामुळे ती सर्वस्वी अपमानित होऊन नाकारली गेली होती. एक गोष्ट मात्र खात्रीने झाली होती; ती म्हणजे जनानखान्यातील इतर बायकांमध्ये तिची जागा एकदम खाली आली होती. माझ्या वडिलांची तिच्यावरची मर्जी पूर्णपणे खप्पा झाल्याची बातमी सर्वांनाच कळली. पण नेहमीप्रमाणेच मी या गोष्टीचीही जबाबदारी माझ्यावर घ्यायला पूर्णपणे नकार दिला. आणि पुन्हा स्वच्छंद आयुष्य जगायला मोकळी झाले.

मी उलट निर्लज्जपणे प्रत्युत्तर दिले की, "हे सगळे घडायला माझी तेरावी सावत्र बहीणच कारणीभूत आहे. मला तिचा खूपच राग येतो आई! ती नेहमीच माझी हेरगिरी करते आणि माझी प्रत्येकच गोष्ट ती वडिलांसमोर अशी काही नेते की, जणू तिच्याशिवाय त्यांना माझ्याबद्दल काही कळणारच नाही. तुला माहीत आहे का आई? मी मोठी झाले ना की, मी जगातली एक उत्तम गुप्तहेर बनेन!"

लवकरच मी जे बोलले ते मला पुढे कळले. पण त्या क्षणी तरी, माझे ते बोल म्हणजे निराश झालेल्या एका लहान मुलीचे बोल होते. हे शब्द माझ्या भविष्याचा आकार घेतील आणि मला वेगळ्याच प्रकाराने अमर करतील, अशी मला तेव्हा सुतरामही कल्पना आली नव्हती. कदाचित मीच माझ्या तोंडून माझे भविष्य सांगत

होते, ज्याविषयी मी कधी अजिबातच बेत केलेले नव्हते. तरीही अजाणतेपणाने तेच माझ्या वाट्याला येणार होते.

"तुला हे नक्कीच माहीत आहे की, तुझ्या वडिलांच्या जनानखान्यात आपले बरेच शत्रू आहेत. तुझ्या सर्व सावत्र बहीण-भावांची इच्छा हीच आहे की, आपण तुझ्या वडिलांच्या नजरेतून उतरलो पाहिजे. म्हणजे ते आपल्या सर्वांना राजवाड्यातून कायमचे हद्दपार करतील." माझी आई पुन्हा म्हणाली, "कृपा करून तुझे वडील नाखूश होतील असे काहीएक करू नकोस; कारण आपल्या सर्वांचे आयुष्य आणि नशीब त्यांच्याच हातात आहे. तू जर स्वतःला त्यांच्या नजरेत आणण्याचा प्रयत्न करीत असशील, तर तो ताबडतोब थांबव. हे कायमच लक्षात ठेव, ते कधीच मुलींची काळजी करत नाहीत. ते मुलींना तेवढेच महत्त्व देतात आणि तेव्हाच महत्त्व देतात, जेव्हा मुली त्यांना त्रासदायक ठरतात किंवा विवाहयोग्य होतात. कारण मुली म्हणजे फक्त राजकीय आणि आर्थिक संबंधांसाठी वापरायचे एक साधन आहे, असा त्यांचा समज आहे. आणि तेही त्यांची गरज असेल तेव्हाच!"

तिने मोठा दीर्घ श्वास घेतला. तिच्या लक्षात आले की, माझ्या चंचल मनाने पुन्हा उचल घेतली. आतापर्यंत ते ज्या विषयात गुंतले होते आणि त्यावर उद्धटपणे वाद घालत होते, ते तेथून निघून केव्हाच दुसऱ्या ग्रहावर पोचले होते. जिथे ते इतर सर्व सावत्र बहीण-भावंडांशी भांडत होते. त्यांना धमकावत होते. नवीन साहस करीत होते. माझ्या दुष्ट पण दुबळ्या सावत्र बहिणींना धडा शिकवताना स्वतःचे ज्ञान वाढवत होते. तरीसुद्धा लैंगिकतेविषयीचे ज्ञान मला जास्तच आकर्षित करीत होते. थोडक्यात, तिच्या बोलण्याकडे माझे लक्ष नव्हते. मी पुन्हा माझ्याच कल्पनाविश्वात दंग झाले होते.

लैंगिकतेची खिळवून ठेवणारी, विनाशात्मक, आसक्त करणारी आणि त्याचबरोबर सौदेबाजी करण्याची क्षमता ठेवणारी शक्ती ओळखण्याच्या खूप वर्षे आधीच मी या गोष्टीकडे खेचले गेले होते. माझ्या गरीब आईला हे कळतच नव्हते की, माझ्या वडिलांनाही मला वठणीवर आणण्यासाठी प्रयास पडावे असे तीव्र आसक्तीचे गुण तिनेच पैदा केलेल्या मुलीमध्ये कसे काय आले?

आमच्या कुटुंबाच्या त्या प्रचंड मालमत्तेच्या जागेत मी खुशाल लावालाव्या करीत हिंडत असे. जर नोकरमाणसे किंवा इतर सभासद मला कोपऱ्यात गेलेले किंवा अंधारात एकमेकांना मिठ्या मारताना किंवा चुंबन घेताना सापडले, तर त्यांना कुठे पकडायचे ते मला बरोबर कळत असे. खरेतर हीच गोष्ट मला लहान वयात लैंगिकतेकडे आकर्षित करण्यासाठी कारणीभूत ठरली; त्यामुळेच मी बिघडले, असा माझ्या आईचा अंदाज होता. पण याच गोष्टीने माझे आयुष्य कायमचे बदलवले होते.

१९१५ सालच्या वसंत ऋतूत पुन्हा एकदा माझ्या आईत आणि इतर सावत्र

आयांमध्ये कुजबुज सुरू झाली. माझ्या वडिलांनी पुन्हा अतिशय कोवळ्या वयातील जेमतेम १४ वर्षांची मुलगी त्यांच्या जनानखान्यात आणली होती. तिच्या सौंदर्याने ते वेडे झाले होते. त्यांना तिची इतकी धुंदी चढली होती की, या नव्या मानवी खेळण्याकडे जाताना ते चुकून माझ्या केसांना कुरवाळत असत. एरवी त्यांचा तो स्पर्श मला सुखद वाटला असता. त्यांनी माझ्यावर बापाचे प्रेम करावे म्हणून तर मी मरमर करीत होते ना! पण आज तो स्पर्श मला किळसवाणा आणि त्रासदायक वाटला.

"हे अतिशय वाईट आणि घाणेरडे आहे!'' मी गोरोला म्हटले. बायकांच्या खोलीला कान लावून, चोरून ऐकलेली गोष्ट मी त्याला सांगितली. "आपल्या बाबांनी पुन्हा एक नवीन सावत्र आई आणली आहे. गंमत म्हणजे तुझ्यापेक्षा जेमतेम चारच वर्षांनी ती मोठी आहे. आता मला सांग, हिलाही आपण 'आई' असे आदराने बोलवायचे का?''

"हे काहीही घाणेरडे वगैरे नाहीये!'' माझ्या भावाने त्याच्या खास शैलीत प्रत्युत्तर करीत म्हटले, "हेच तर खरे पुरुषीपणाचे लक्षण आहे. म्हणूनच आम्ही पुरुष तुम्हा बायकांपेक्षा श्रेष्ठ असतो. मी जेव्हा मोठा होईन, तेव्हा मी पण १०० तरी बायका माझ्या जनानखान्यात ठेवणारच आणि प्रत्येक बाई ही पहिल्या बाईपेक्षा तरुण असेल!''

मी गोरोला रागाने एक धक्का दिला आणि तेथून निघून आले. त्याच्याशी वाद घालून राग वाढवण्याशिवाय दुसरे काहीच होणार नव्हते. कारण माझा भाऊ खरोखरच या गोष्टीवर पूर्ण विश्वास ठेवत होता. बायकांवर अधिकार गाजवणे हा त्याचा जन्मसिद्ध अधिकारच होता. आणि त्याला कोणी आव्हानही देणार नव्हते. १९१५ चा तो काळच असा होता की, कुटुंबाचा प्रमुख कितीही बायका ठेवू शकत असे. कित्येक कुटुंबांत अशा स्त्रिया असत. मग गोरो तरी त्याला अपवाद कसा ठरणार होता? ही तर त्या काळची प्रथाच होती.

त्या दिवशी माझे कुतूहल पुन्हा जागृत झाले. आणि माझे वडील जेव्हा त्या नवीन आईबरोबर एकांतात असतात तेव्हा काय करतात, ते बघण्याची अनावर ऊर्मी मनात दाटून आली. अविचारीपणे मी सरळ घराच्या त्या भागात येऊन पोचले, ज्याला मी गुप्तपणे माझ्या वडिलांचे 'प्रेमघरटे' म्हणत असे. माझ्या वडिलांचा प्रत्येक शब्द तत्परतेने झेलणारा इमानी नोकर नेहमीच त्यांच्या खोलीबाहेर कुत्र्यासारखा त्यांची वाट बघत उभा असे. आज तो तेथून गायब होता. मला या गोष्टीचे आश्चर्यच वाटले. एरवी त्याला चुकवूनच आमची 'हेरगिरी' चालत असे. मग मी बिनधास्तपणे वडिलांच्या खोलीत घुसले. आतमध्ये एक पडद्याप्रमाणे लांब व रुंद आणि सजवलेली अशी लाकडी फळी वडिलांच्या पलंगासमोर लावली होती; त्यामुळे अर्थातच ते

एकांतात असताना त्यांना कोणी पाहू शकत नसे.

माझे हृदय अतिशय जोराने धडधड करीत होते, जेव्हा मी तो चित्ताकर्षक प्रसंग चोरून पाहत होते. माझ्या वडिलांनी त्या नवीन आईचे कपडे संपूर्ण काढले. आणि ते तिच्याशी प्रेम करीत होते. मी त्यांना आजपर्यंत स्त्रियांशी इतके सौम्यपणे वागलेले कधीच पाहिले नव्हते. त्यांचे ते नग्नावस्थेतील शरीर आणि त्यांचा हा भुरळ घालणारा प्रणय मी अगदी जवळून प्रथमच अभ्यासत होते. त्यात मी पूर्ण लीन झाले होते. माझ्या गालांवरसुद्धा गुलाबी तकाकी आली होती. कुणीतरी माझ्या लांब वेण्या खस्सदिशी ओढल्यावर मी भानावर आले होते. तोपर्यंत ती व्यक्ती जोरात ओरडली, ''आयसिन, तुझी हिंमत कशी झाली बाबांवर या वेळी हेरगिरी करण्याची? तू तर निर्लज्ज वेश्या आहेस अगदी!''

ही माझी तेराव्या क्रमांकाची सावत्र बहीण होती. तिने मला अगदी प्रत्यक्ष गुन्हा करताना पकडले होते. आता नक्कीच यातून माझी सुटका होऊ शकत नव्हती. नव्हे, ती माझी सुटका होऊ देणारच नव्हती. तिच्या मोठ्या आवाजाने माझी भीती आणखी वाढली. पुढच्याच क्षणी तिने मदतीकरिता इतर नोकरांना मोठ्या आवाजात बोलवायला सुरुवात केली होती. माझ्या वडिलांची पुढची प्रतिक्रिया अगदी चपळ आणि प्रतिक्षिप्त क्रियेसारखी होती; कारण त्यांना जिवाच्या धोक्याची जाणीव सतत जागृत ठेवावी लागत असे; त्यामुळेच त्यांनी उजव्या हाताने खंजीर उपसला आणि डाव्या हाताने घाईघाईने त्यांचा अंगरखा शरीराभोवती गुंडाळला होता.

त्यांनी मला पाहिले आणि माझ्या तेराव्या सावत्र बहिणीने मी काय करत होते हे त्यांना सांगितले, तेव्हा त्यांचा चेहरा रागाने निळाजांभळा झाला. माझ्या आईच्या नावाने त्यांनी गर्जना करायला सुरुवात केली आणि ताबडतोब तिच्या नावाचे फर्मान काढले. माझ्या मानेला पकडून त्यांनी मला तेथून उचलले. नंतर मला फरफटत बाजूच्या खोलीत घेऊन गेले. ते माझ्या आईची वाट पाहत तेथे उभे होते. मला तर हे फार अपमानास्पद वाटत होते की, ज्या माणसाकडून मी ममतेची अपेक्षा करीत होते, तोच माणूस मला मानेला पकडून फरफटवत होता. पण या वेळेस मी लाथा झाडणे, किंचाळणे असा आक्रस्ताळेपणा केला नाही. माझा कुठलाही विरोध मी दाखवला नाही. काही का असेना, पण या वेळेस मी माझ्या वडिलांच्या धैर्याचा अंत पाहिला होता. म्हणूनच मी केलेल्या कृत्याची शिक्षा भोगायला तयार होते. मी केलेल्या घाणेरड्या गुन्ह्याला नक्कीच भयंकरातील भयंकर शिक्षा होती. शेवटी माझ्या वडिलांच्या खासगी क्षणांचे निरीक्षण, तेही चोरून; हा तर खरेच मोठा गुन्हा होता. अगदी दया न दाखविणे हीच एक मोठी शिक्षा त्याकरिता होती.

मी कोणत्या अज्ञात प्रेरणेने हे कृत्य केले होते कोण जाणे! पण जे काही मी केले होते, ते अविचारीपणाचे आणि तिरस्करणीयच कृत्य होते. मला त्याबद्दल

खरोखरच दुःख होत होते. मी खूप वेळा त्याकरिता मनातल्या मनात क्षमायाचना करीत होते. जगातील कोणतीही ८ वर्षांची मुलगी अशा कुतूहलाने स्वतःच्या वडिलांच्या बाबतीत असा गुन्हा करू शकते का?

माझी आई येतानाच मनाचा निश्चय करून आली होती की, जे काही मी केले आहे त्याबद्दल अपमान आणि मानहानीला ती तोंड देईल. ती अक्षरशः थरथरत्या पायांनी आणि मुंगीच्या गतीने येत होती. माझ्या वडिलांच्या रागाला तोंड देण्यासाठी जणू ती बळ गोळा करण्याचा प्रयत्न करत होती. आता काय होईल, या काळजीव्यतिरिक्त माझ्या मनात रागाचा ज्वालामुखी उसळला होता. या वेळेस मला खरोखरच दोन मोठ्या गोष्टींमुळे स्वतःचाच भयंकर राग येत होता. पहिले कारण म्हणजे मी माझ्या आईचा दर्जा आणि प्रतिष्ठा एकदमच कमी केली होती. तिला अगदी खालच्या पातळीवर आणून बसविले होते. दुसरे म्हणजे ही घडलेली गोष्ट एखाद्या व्यंगोक्तीसारखीच होती. माझ्या आईला माझ्या वडिलांची माफी एवढ्याकरिता मागावी लागत होती की, तिच्या नवऱ्याचे दुसऱ्या बाईबरोबरचे खासगी क्षण तिच्या मुलीने खराब केले होते. आणि हे सर्व तिला त्या दुसऱ्या बाईसमोर अजिजीने करावे लागणार होते. जर याच्या विरुद्ध घडले असते, तर माझ्या वडिलांनी माझ्या आईची माफी मागितली नसती. तिच्यासमोर ते वाकले नसते. त्याऐवजी त्यांनी तिचा शिरच्छेद केला असता किंवा मृत्यूची वेगळी भयंकर अशी शिक्षा तिला दिली असती. वयाच्या आठव्या वर्षी, अगदी कोवळ्या वयातच माझ्या मनात स्त्री आणि पुरुषातील या भयंकर भेदाची अशी रुजवात झाली. समाजात हा भेद त्या काळात एखाद्या रूढी किंवा प्रथेप्रमाणे पाळला जात होता. माझ्या वडिलांनी मला दिलेल्या 'निरुपयोगी मुलगी' या ब्रीदाचा अर्थ मला नव्याने उमजला होता. वडील माझ्याकडे का दुर्लक्ष करीत, ते मला समजले होते; माझ्या लक्षात आले होते.

वडिलांच्या वागणुकीच्या त्या बदलत्या अर्थाने माझ्या नंतरच्या आयुष्यात असमाधानाचे, रागाचे आणि सूडाचे बीज पेरले गेले. माझ्यातील 'स्त्रीत्वा'विरुद्ध मी बंड करून उठले होते. माझे स्त्रीत्व मीच नाकारत आले होते. कारण स्त्री फक्त उपभोग्य आणि व्यापाराची वस्तू आहे, जीवन पूर्णपणे जगण्याचा हक्क फक्त पुरुषाला आहे; हे त्या वेळी अजाणतेपणी माझ्या मनात घर करून गेले. नंतरच्या आयुष्यात मी पुरुषासारखे बारीक केस कापणे, पुरुषी कपडे वापरणे, पुरुषांप्रमाणेच कुणालाही माफ न करणे, शिक्षा फर्मावणे या सगळ्या गोष्टी केल्या. तत्कालीन समाजात एका स्त्रीच्या बाबतीतल्या या गोष्टी नापसंतीत बसत होत्या, विक्षिप्त वाटत होत्या. नेमक्या त्याच गोष्टी वारंवारपणे माझ्या आयुष्यातील अग्रगण्य पसंतीत जाऊन बसल्या.

आता मात्र अकाली प्रौढ झालेल्या निर्भय आयसिनचे- म्हणजे माझे- गुडघे

आणि पाय जोरात थरथरायला लागले. मला वाटायला लागले की, आता माझ्या कंबरेत कुलूप घातले जाईल. कारण तशाच दहशतपूर्ण आणि धमकीभरल्या नजरेने माझे वडील माझ्याकडे बघत होते. कदाचित त्यांच्या त्या सुंदर व तरुण रखेलीने त्यांना शांत केले असावे. नेहमीप्रमाणे त्यांनी माझ्या थोबाडीत मारली नाही. त्या क्षणी तरी मला ते अपेक्षित होते. पण या वेळेस त्यांचा राग काही भयंकरच होता. अक्षरशः माझ्यावर आणि आईवर जणू टनावारी ज्वालामुखीचे रसरसते दगड तीव्रतेने ओतण्यात आले आहेत, असे वाटायला लागले.

नेहमीप्रमाणेच त्यांनी प्रथम माझ्या आईला अतिशय आक्षेपार्ह आणि जंगली मुलीला जन्म दिल्याबद्दल व वाईट पद्धतीने वाढवल्याबद्दल आणि 'स्यू' घराण्याला शाप ठरेल अशा मुलीला वेळीच सरळ न केल्याबद्दल दांभिकपणे ऐकवले होते. मी अक्षरशः माझे कान झाकून घेतले होते. कारण माझ्या 'आदर्श' वडिलांचे ते क्रूर शब्द माझ्या काळजाला घरे पाडत होते. अगदी मी माझ्या कानांवर झाकलेल्या बोटांतूनही ते शब्द झिरपत, माझ्या काळजापर्यंत रुतून त्याला छिन्नविच्छिन्न करीत तुकड्यातुकड्यांत विभागत होते. नंतरचा माझ्या आयुष्यातला तऱ्हेवाईकपणा हा त्या वेळच्या माझ्या वडिलांनी दिलेल्या विकृत, क्रूर आणि खोट्या भाषणाचा प्रसाद होता, जे वेळोवेळी माझे वडील मला अगत्याने देत असत.

जेव्हा माझ्या वडिलांचे ते खोटे भाषण संपले, तेव्हा त्यांचा आवाज अगदी सौम्य आणि मऊ झाला. तेव्हाच एका भयंकर संकटाची जाणीव माझ्या मणक्यांतून सरसरत गेली. अशी जाणीव ते आमच्यावर खोटे आरोप करून ओरडत होते तेव्हाही झाली नव्हती.

''मी आता माझा निश्चय केला आहे.'' ते सौम्य आवाजात पुढे म्हणाले, ''हा सगळा तमाशा आता बास झाला. आता आयसिनला मी कायमचे माझ्या दत्तक भावाकडे- नानीवा कावाशिमाकडे- जपानला पाठवणार आहे. त्याने मला बऱ्याच वेळा आयसिनला दत्तक देण्यासंबंधी विचारणा केली. कदाचित आयसिन तेथेच स्त्रियांसारखी वागायला, राहायला शिकेल. कारण आयसिनची आई हे एक छोटे कामही धडपणे करू शकलेली नाही.''

त्याच क्षणाला आकाशात जोरात वीज कडाडली आणि प्रकाशाचे सारे कण आमच्या खोलीत विखुरले गेले. जणू तो क्षण म्हणजे माझे जीवन ज्याप्रमाणे वडिलांच्या निर्णयाने एका क्षणात विखरून जाणार होते, त्याचे प्रतीक होते.

आता मात्र विचार न करता वडिलांच्या पायावर मी माझे शरीर लोटून दिले आणि त्यांची आर्जवे करू लागले. ''कृपा करून मला जपानला नका ना पाठवू बाबा! मी तुम्हाला वचन देते की, मी यापुढे चांगल्या मुलीसारखी वागेन. भविष्यात तुम्हाला माझ्याविषयी काहीही तक्रार राहणार नाही.''

मी त्यांचा पाय पकडून त्यांच्यासोबत फरफटले, तितक्याच तत्परतेने त्यांनी मला लाथेने शक्य तितक्या लांब ढकलले. म्हणाले, ''आता खूप उशीर झाला आहे आयसिन! आणि तसेही मी तुला जपानला पाठवायचे ठरवले होतेच. तू आता या महिन्याच्या शेवटीच जपानला जायची तयारी कर. ही माझी आज्ञा आहे! समजले का तुला?'' त्यांच्या बोलण्यातून त्यांचा मला जपानला पाठवायचा निर्णय पक्का होता, हे मात्र मला चांगलेच कळले. माझ्या आईचा हात मला माझ्या दंडावर जाणवला. ती मला मागे ओढत होती. लांब नेत होती. कदाचित तिला असे वाटत असावे की, मी माझ्या वडिलांशी आतातरी वाद घालू नये. त्यांना शांत होण्याकरिता थोडा वेळ द्यावा. निदान त्यामुळे तरी मला पुन्हा एखादी संधी मिळू शकेल; मग ती कितीही का छोटी असेना! पण निदान त्यांना माझी दया तरी येऊ शकेल. काहीही झाले तरी हा महिना संपायला अजून दोन आठवडे बाकी होते. आणि या दोन आठवड्यांत खूप काही घडू शकत होते.

दोन

जसजसे दिवस जाऊ लागले, तसतसे माझ्या लक्षात आले की, माझे वडील माझ्या बाबतीत थोडाही वेगळा विचार करणार नाहीत. आई जवळपास रोजच त्यांची विनवणी करत होती- मी केलेला गुन्हा हा 'लहान मुलाची चूक समजून पदरात घ्या आणि मला एक संधी द्या; मंचुरियातच कुटुंबासमवेत राहू द्या.' पण त्याचा काहीच उपयोग झाला नाही.

मीसुद्धा फार प्रयत्न केले. जिथे कुठे माझे वडील असतील तिथे त्यांची वाट पाहत मी बसून राही. कित्येकदा त्यांच्या पायांवर मी लोटांगण घालत असे. रोजच त्यांच्याबद्दल अशी स्वप्ने पाहत असे की, ते अगदी सौम्य आणि धार्मिक झाले असून, माझ्या बाबतीत त्यांच्या हृदयात ओलावा निर्माण झाला आहे; माझ्या दुःखाची त्यांना जाणीव झाली आणि त्यांनी माझा जपानच्या हद्दपारीचा हुकूम मागे घेतला आहे. पण माझ्या बालपणात आणि नंतर संपूर्ण आयुष्यातही मी एक गोष्ट फार चांगल्या पद्धतीने शिकले; ती म्हणजे स्वप्ने ही फक्त स्वप्नेच असतात, ती वास्तवात कधीच उतरत नाहीत.

माझ्या वडिलांना मी काय करत आहे, ते चांगलेच कळत होते. म्हणूनच ते मला जाणीवपूर्वक टाळत होते. माझी त्यांना गाठण्याची जिद्द आणि चिकाटी त्यांना जास्तच कंटाळवाणी आणि खिजवणारी वाटत होती; त्यामुळेच माझे कुठलेही स्पष्टीकरण ऐकून घेण्याचा त्रास ते घेणारच नव्हते. त्यांच्या इतक्या सर्व मुलांमध्ये

मीच अशी होते की, त्यांच्याशी समोरासमोर बोलण्याचे धाडस करीत असे. आता मला असे वाटते की, माझ्या त्या स्पष्टवक्त्या आणि धाडसी स्वभावामुळेच ते मला त्यांच्या आयुष्यातून काढून दूर लोटत होते. मी केव्हा काय बोलेन, याचा अंदाज त्यांना येत नव्हता. जे उघड होते, विशेषतः त्यांच्या कामजीवनाबाबत मी डोळेझाक करीत नसे. उलट माझे लक्ष अनाहूतपणे तेथेच टिकत असे. या गोष्टीमुळे त्यांना अस्वस्थ वाटे. विशेषतः जेव्हा जेव्हा ते पूर्वीपेक्षा नवीन आणि वयाने लहान असलेली रखेली आपल्या जनानखान्यात दाखल करीत, तेव्हा माझे नाक खुपसणे त्यांना असह्य होई.

शेवटच्या आठवड्यात मी माझ्या वडिलांची विनवणी करणे सोडून दिले. तसे प्रयत्नच सोडले. त्यांच्या निर्दयी आणि कडक स्वभावानुसार ते त्यांचा निर्णय बदलणार नाहीत हे माझ्या लक्षात आले. मग चांगले होण्याची वाट बघण्यापेक्षा असलेल्या वाईट परिस्थितीला धैर्याने तोंड देणे, हाच शहाणपणा होता. तसेही मी काही फारसे गमावत नव्हतेच. मी जेमतेम ८ वर्षांची होते. माझे मन असंख्य भावनांनी भरलेले होते. मी स्वतःवरच रागावले होते. याच रागाच्या भरात मी जो काही बंडखोरपणा केला होता; त्यामुळेच तर परिस्थिती आता आटोक्याबाहेर गेली होती. स्वतःवर ताबा न ठेवल्यामुळे मला माझे घर गमवावे लागत होते. माझ्या कुटुंबापासून दूर आणि माहीत नसलेल्या अनिश्चित अशा भविष्याला, भलत्याच देशात तोंड द्यावे लागणार होते. क्रूर स्वभावाच्या आणि विषयाच्या आहारी गेलेल्या माझ्या वडिलांनी स्वतःच्या ८ वर्षांच्या मुलीचे बालपण हिसकावून घेतले होते. ज्या वयात मला माझ्या आईच्या उबदार प्रेमाची आणि तिच्या सहवासाची नितांत गरज होती, ते सारेच त्यांनी ओरबाडून फेकले. जराही विचार न करता त्यांनी माझ्या नितांत सुंदर अशा बालपणाचा लांडग्याच्या क्रूरतेने लचका घेतला. ८ वर्षांच्या आयुष्याच्या पहिल्यांदाच मला जन्म देणाऱ्या त्या व्यक्तीचा भयंकर द्वेष वाटू लागला. त्यानीच मला असे द्वेषाने भरलेले आयुष्य दिले. त्याचे मुख्य कारण म्हणजे मी 'मुलगी' म्हणून जन्म घेतला होता!

रागाच्या त्या तिरमिरीत मी कात्री घेऊन माझ्या लांबसडक, चमकदार वेण्या कापून टाकल्या; त्यामुळे कदाचित संताप येऊन पुन्हा माझे वडील माझ्यासमोर येतील, मी त्यांचे लक्ष वेधून घेऊ शकेन, असे मला वाटले. पण माझी ही कृती एक प्रकारे गंभीर गुन्हा केल्यावर आत्महत्या करण्यासारखीच ठरली. माझ्या या अवसानघातकी कृत्यामुळे घाबरलेल्या माझ्या आईने वडिलांकडे माझ्याविषयी विनंती करण्याचे थांबवले.

माझ्या वडिलांना जेव्हा हे कळले, तेव्हा त्यांनी त्याविषयी काहीही न बोलता माझ्या आईला फक्त मला तातडीने जपानला पाठविण्याची तयारी पूर्ण करायचा

हुकूम दिला. त्यांच्या दृष्टीने मी आता पूर्णच वाया गेले होते आणि यापुढे कोणत्याही गोष्टीकरिता विश्वसनीय नव्हते. त्यांचा तो शांतपणा मला जास्तच भीतिदायक वाटला. मला त्यांच्या नेहमीच्या ओरड्याची सवय होती. त्यांच्या या शांत भावनेमागचा मथितार्थ मला हादरवून गेला. आणि एक गोष्ट पक्की झाली की, मला मंचुरिया सोडावे लागणारच होते.

ही गोष्ट आता पक्कीच झाली होती. माझ्या प्रियजनांपासून दूर हद्दपारीची जी शिक्षा मला फर्मावली गेली होती, ती मला कसेही करून भोगायचीच होती. म्हणूनच त्यापासून होणाऱ्या दुःख आणि मानसिक वेदनांना मी दूर सारले. मी माझ्या मनाला, लवकरच लांबवरच्या देशात- जपानला जाण्याच्या तयारीत गुंतवले. त्या नवीन जागेबाबत आणि माझ्या नवीन कुटुंबीयांच्या संदर्भात वेगवेगळ्या कल्पना माझ्या मनात पिंगा घालू लागल्या. खरोखर त्याकरिता माझ्या सतत नवीन साहस करण्याच्या आणि शोधण्याच्या आंतरिक वृत्तीलाच धन्यवाद द्यायला हवेत. माझी ही वृत्तीच मला नवीन आव्हानांना यशस्वीरीत्या पेलण्याची शक्ती देत असे. माझे वडील मला ज्या अनोळखी देशात आणि कुटुंबात पाठवणार होते, त्यांच्याविषयी मी माझ्या उत्सुक अपेक्षेप्रमाणे मनात काही बेत आखले होते. या वेळीही माझे वय फक्त ८ वर्षांचे होते. आणि या सगळ्या प्रकाराला मी ज्या साहसाने तोंड देत होते, त्याचे सारे श्रेय माझ्या तेराव्या सावत्र बहिणीलाच जात होते; जिने मला या खालच्या स्थितीत आणि अगदी भीतिदायक पातळीवर आणून ठेवले होते.

त्या काळात स्त्रिया आणि मुली किती सामान्य दर्जाचे आयुष्य जगत होत्या, ते आज मला कळते आहे. जोपर्यंत त्यांचा उपयोग उपभोग आणि व्यापारासाठी होतो, तोपर्यंतच त्यांना महत्त्व होते. पण ज्या क्षणाला त्या त्यांच्या आयुष्याचा ताबा असणाऱ्या 'माणसाची जबाबदारी' बनत, त्या क्षणीच- मग ती स्त्री त्या माणसाची आवडती असो किंवा नावडती- त्या स्त्रीला त्याच्या जीवनातून कायमचे 'हाकलले जायचे' किंवा 'हद्दपार' करायचे. आजसुद्धा मला आठवते की, अशा माणसांना मी 'मरेपर्यंत मारण्याची' शिक्षा फर्मावत असे.

माझी आई मात्र समाधानी नव्हती. इतकी वर्षे ती घरच्या कर्त्या पुरुषाने केलेल्या सर्वच कठोर नियमांचे कसोशीने आणि एकनिष्ठेने पालन करत आली होती; पण मला गमावण्याच्या कल्पनेने तिने ते सारेच नियम भावनेच्या भरात मोडून टाकले होते. खरेतर आमच्या त्या मोठ्या घराला अशा नियमभंगाची गरज होतीच. ती रोज रात्री मला जवळ घेऊन झोपत असे. माझ्या केसांवर प्रेमाने हात फिरवत असे. मला कुरवाळत असे. रोजच मला नीट वागायला सांगत असे. मी धीटपणाने नवीन जागेला तोंड द्यावे म्हणून ती मला उपदेशही करत होती. कदाचित नवीन कुटुंब माझ्यावर प्रेम करील आणि इथल्यापेक्षा माझे आयुष्य तेथे बरे जाईल, अशी तिला

आशा वाटत असावी.

"आयसिन, मला वचन दे की, तू द्वाडपणाने वागणार नाहीस. तू कावाशिमा कुटुंबाच्या कोणत्याही त्रासाचे कारण ठरणार नाहीस!" रडता रडता तिचे अश्रू माझ्या त्या कापलेल्या केसांना ओलसर करीत असत.

"हो आई, मी तुला वचन देते!" कुठलीही खात्री न बाळगता मी तिला वचन देऊन टाकी. कारण मला हे नक्कीच माहीत होते की, मी तिला दिलेले वचन पाळीनच याची शाश्वती नव्हती. हे काही फार चांगले नव्हते; पण मी करू तरी काय? त्या परिस्थितीत तिला वचन देण्याशिवाय माझ्याकडे कुठलाही अन्य पर्याय शिल्लक होता का? तिच्या त्या दुःखावेगाच्या अवस्थेमुळेच मी तिला वचन देण्याकरिता अगतिक होत असे. काही का असेना; माझ्या या वरवरच्या वचनांमुळे माझ्या आईला समाधान तर वाटत होते. तिने माझ्या लांबच्या प्रवासासाठी २० मोठ्या लाकडी पेट्यांत सामान भरण्यात स्वतःला गुंतवून घेतले होते. या सर्वच पेट्या जपानला माझ्यासोबत येणार होत्या. त्यांत सुंदरसुंदर कपडे होते. थोडे वाढत्या मापाचे कपडेही तिने माझ्या वाढीच्या हिशेबाने शिवले होते. हाताने बनवलेले पायातील सुंदर कापडी बूट मला निर्धास्तपणे धावण्यापासून रोखणार होते. पण त्याचबरोबर माझ्या मुक्त पायांसाठी मजबूत आणि मर्दानी असा बुटांचा एक वेगळा जोडही त्यात होता.

खाण्याच्या वस्तू असणाऱ्या पेट्या तर ठासून भरलेल्या होत्या. माझ्या आवडत्या पेस्ट्रीज आणि कुकीजबरोबर त्यात कावाशिमा कुटुंबाकरिता बऱ्याच भेटवस्तूही होत्या. माझी आई जणू त्या कुटुंबाशी माझे- आपल्या लाडक्या मुलीचे- जिला ती आता कधीच पाहू शकणार नव्हती, जन्मांतरीचे प्रेमाचे धागे विणण्याचा प्रयत्न करीत होती. आणि त्या २० पेट्यांमधून शिगोशीग प्रेम भरण्याचा मनापासून प्रयत्न करीत होती. माझ्या आवडीच्या साखरपाकातील लिची ती जेव्हा पुष्कळशा पेट्यांमध्ये भरत होती, तेव्हा अश्रूंचा बांध फुटून तिच्या गालावरून ओघळत होता. तिला अशी खात्री होती की, मला त्या जपानला मिळणार नाहीत आणि मी त्यासाठी कदाचित झुरेनसुद्धा!

"आयसिन!" ती कुजबुजली. "जेव्हा जेव्हा तू या लिची खाशील, तेव्हा तुला माझी आठवण येईल. तू माझा विचार करशील. या लिची संपल्या की, समज माझ्याबद्दल कायमचं विसरून जाण्याची वेळ आली आहे!"

माझ्या घशात आवंढा दाटून आला. मी आईला सांगितले की, मी त्या लिची अगदी हळूहळू खाईन; त्यामुळे तिला विसरण्याची वेळ माझ्यावर लवकर येणार नाही. मग आम्हा दोघींनाही हुंदक्याची एक लाट स्वतःबरोबर वाहत घेऊन गेली होती. मी माझे हात तिच्या खांद्यावर फारच संकोचाने ठेवले. मला माझ्या आईचे

लाड करायचे होते. तिच्यावर प्रेम करायचे होते; पण ते कसे करायचे हे मात्र मला समजत नव्हते! माझे हृदय एकदम भरून आले. त्या क्षणी मला माझ्या वडिलांचा मनस्वी द्वेष वाटू लागला. किती भयंकर दुष्ट राक्षस होता माझा बाप! आम्हा दोघी माय-लेकींना निर्दयपणे वेगळे करून दोघींनाही त्याने कायमचे वेदनेच्या खाईत लोटले होते. निदान देवासाठी तरी त्याला याबद्दल थोडी जाणीव व्हावी, असे मला वाटत होते. पहिल्यापेक्षाही जास्त तीव्रतेने माझ्या वडिलांविषयी माझ्या मनात द्वेषाची भावना दाटून आली. नंतर काही दिवसांनीच माझ्या लक्षात आले की, त्यांच्यातले काही दुष्ट गुण वंशपरंपरेने माझ्यातही उतरले होते. पण देवाचे आभार एवढ्यासाठीच की, माझे हे दुष्ट गुण जरा सौम्य होते. आणि जेव्हा ते उसळी मारून वर येत, तेव्हा थोडी उदारता आणि करुणेनेही भरलेले असत.

माझ्या वडिलांची कामासक्ती आणि लैंगिक भूक त्यांच्या वयाच्या क्षमतेपेक्षाही जास्त होती. माझीही लैंगिकविषयक अनावर उत्सुकता कदाचित त्यांच्यामधूनच माझ्यामध्ये बऱ्यापैकी उतरली होती. पण मला त्या काळातील बायकांप्रमाणे किंवा माझी आई व इतर बायकांप्रमाणेच लैंगिक भुकेची गरज आणि उत्सुकता दाबण्याची रीत पूर्णपणे अमान्य होती. त्याकरिता मला मृत्यूची शिक्षा झाली तरी किंवा मला निर्लज्ज, तऱ्हेवाईक किंवा कुमार्गी म्हटले तरी चालणार होते. लैंगिक भूक ही माझ्या लेखी इतर नैसर्गिक, शारीरिक गोष्टींप्रमाणेच होती; जसे श्वास घेणे, झोपणे किंवा खाणे! त्यामुळेच मी त्या बाबतीत उघडपणे सर्वच मान्य करीत असे. हे तर देवाचे आभारच आहेत की, नंतरच्या आयुष्यात माझी आई माझ्याबरोबर नव्हती; त्यामुळे माझ्या लैंगिक शोषणाबद्दल तिला काहीच कळले नाही.

माझ्या जाण्याच्या एक दिवस अगोदरपर्यंत मला गुप्तपणे मनात अशी आशा होती की, फाशीच्या शिक्षेच्या स्थगितीप्रमाणेच माझे वडीलसुद्धा माझ्या जपानला जाण्याच्या हुकमाला स्थगिती देतील. मी माझे कान आईकडून ही गोड बातमी ऐकण्यासाठी उघडेच ठेवले होते. ही सर्व तयारी फक्त मला धडा शिकवण्यासाठीच होती; त्यामुळे मी आयुष्यभर आता कुणाचीही हेरगिरी करणार नव्हते, हे तर खरेच होते. कुणाही मुलीचा पिता, तो तिच्याशी भावनात्मकरीत्या कितीही जुळलेला नसला तरीही तिला परस्थ देशात आणि परक्या माणसांमध्ये इतक्या लांब कधीच एकटे सोडणार नाही; पण माझ्या वडिलांनी मात्र ही गोष्ट केली. त्यांनी मला एकटीलाच लांब पाठवले. त्यांच्याकडून माझ्यासाठी एकही शब्द माझ्या जाण्याच्या २ दिवस आधी, १ दिवस आधी किंवा जायच्या, निघायच्या दिवशीसुद्धा आला नाही. मला खरेच कळले की, 'स्थगिती' हे फक्त माझे एक स्वप्न होते. वाईट किंवा चांगले, माझे दैव आता जपान आणि कावाशिमा कुटुंबाशी बांधल्याचे शिक्कामोर्तब झाले होते.

माझ्या डोळ्यांतून बाहेर पडणारे गरम अश्रू आता मला टोचू लागले. मी माझे ओठ रक्त येईपर्यंत चावत राहिले होते. जेव्हा मला काही मिळायचे नाही, तेव्हा मी जोरजोरात किंचाळत सुटे; त्या माझ्या किंकाळ्या एखाद्या वेड्याप्रमाणे असत. आजही मी तशीच किंचाळत होते. पण या वेळेस मला शांत ठेवण्यासाठी माझी आई तेथे नव्हती.

"माझी आई कुठे आहे?" मी जोरात ओरडले. अचानकपणे दुःखाचा डोंगरच जणू माझ्यावर कोसळत होता. माझी आई मला निरोप द्यायला आली नव्हती. माझ्या उद्धट आणि वाईट कृत्यानंतरही मला तिच्या प्रेमाची आणि सहानुभूतीची गरज होती. मी तिच्यापासून आजपर्यंत कधीही दूर राहिले नव्हते. अगदी थोड्या काळासाठीसुद्धा! आणि आताची तिची अनुपस्थिती माझा जीव घाबरा करण्यासाठी पुरेशी होती.

"राजकन्या आयसिन, तुमची माननीय आई तुम्हाला निरोप देण्यासाठी येऊ शकत नाही. तिने दुःखाच्या अतिरेकाने स्वतःलाच स्वतःच्या खोलीत कोंडून घेतले आहे." एका नोकराने मला दुर्मुखलेल्या चेहऱ्याने उत्तर दिले. इतर तीन नोकरांप्रमाणे यालादेखील माझी सोबत करण्यासाठी जपानला यायचे होते; त्यामुळे ते सगळे रागावलेले होते. कारण माझ्या वडिलांच्या राजवाड्यात ते अतिशय सुखाने राहत होते, जेथे नोकरही मांसाहारी जेवणाची चैन करू शकत होता. शिवाय त्यांच्या कामानंतर त्यांना गप्पांसाठी आणि मौज करण्यासाठी भरपूर वेळ मिळत होता. आतातर ते सर्वच सुटणार होते.

माझी आया 'जेड'ने मला घाईघाईने, जवळजवळ ढकलतच त्या 'सेडान' गाडीत घुसवले. ही साधी गाडीच माझ्या लांबच्या प्रवासाचा पहिला टप्पा ठरणार होती. माझ्या वडिलांच्या अतिभव्य अशा राजवाड्याचे लोखंडी दार बंद झाले तरी मी मान वळवून आई मला कुठे दिसते आहे का, हे बघत होते. मला वाटत होते, ती एखाद्या खिडकीत तरी दिसेल! तिचे ते शेवटचेच दर्शन असणार होते; पण ती दिसलीच नाही. शेवटी मी तिला शेवटचा निरोपही देऊ शकले नव्हते. मला तिला निरोपाची घट्ट मिठीही मारता आली नाही. जोरजोराने शेवटचा हात हलवूनसुद्धा निरोप नाही. या सर्वच गोष्टी मला अपेक्षित होत्या. मला माहीत होते, माझी आई माझा निरोप घ्यायला का आली नाही ते. कारण तिचा या गोष्टीवर अद्यापही विश्वास बसला नव्हता की, 'सेडान' तिच्या लाडक्या विक्षिप्त मुलीला तिच्यापासून वेगाने पण कायमचे दूर न्यायला आली आहे. आणि ती ते थांबवू शकली नाही, हा दुर्दैवाचा भाग होता. मी जेडच्या खांद्यावर डोके ठेवून मनसोक्त रडून घेतले. जेड माझ्यासोबत कायमचीच कावाशिमा कुटुंबाकडे, जपानला माझी आया म्हणून माझ्या सर्वच कामांसाठी येणार होती. आजपासून, नव्हे, या क्षणापासूनच ती माझी मैत्रीण, सखी, विश्वासू आणि आईच्या ऐवजी असणारी दुसरी आई झाली होती; जिच्यावर मी

पूर्णपणे विश्वास ठेवू शकेन अशी!

पण लवकरच माझ्या बालसुलभ वृत्तीमुळे मी सावरली गेले. माझे रडणे थांबले आणि माझ्या आशावादी स्वभावामुळे पुढे काय, ही उत्सुकता मला जाणवू लागली. जेव्हा जेडने मला ''आता आपण शांघाय ते जपान या मार्गाने जाणाऱ्या जहाजात बसणार आहोत,'' हे सांगितले, त्या क्षणी मी माझ्या दुःखाचा राजीनामाच देऊन टाकला. त्याला पूर्णपणे विसरूनच गेले.

मी याआधी कधीच जहाजामध्ये बसले नव्हते. आणि आता त्यात बसण्याच्या उत्सुकतेने, या एका नव्या गोष्टीने; घर कायमचे दूर होण्याचे माझ्या मनातले दुःख आणि आईच्या वियोगाचा जडपणा, उदासपणा दूर निघून गेला. अगदी एका दिवसात हे सारे घडले!

मी जेडच्या खनपटीला बसून तिच्यावर प्रश्नांचा भडिमार करू लागले. जेव्हा ती मला उत्तर देऊ शकली नाही, तेव्हा तिच्यावर चिडखोरपणे, रागाने आणखी प्रश्नांच्या फैरी झाडू लागले. ''आयसिन कुमारी, आपण हे विसरला आहात की, मी कधीच तुमच्या वडिलांच्या हद्दीतून बाहेर गेलेली नाही. जहाजाबद्दलच्या तुमच्या सर्व प्रश्नांची उत्तरे मी कशी काय देऊ शकेन?'' माझ्या प्रश्नांच्या फैरीने खिजलेल्या माझ्या पाठराखिणीने शेवटी मलाच एका प्रश्नाने निरुत्तर केले. पण नंतर तिचा चेहरा एकदम पांढराफटक पडला. तिच्या लक्षात आले की, तिने तिच्या मालकाच्या– राजकुमार 'स्यू'च्या- मुलीला उत्तर देण्याकरिता टाळाटाळ केली होती. तिच्या प्रश्नांना उत्तर न देता उलट तिची कानउघडणी केली होती. तिच्याकडून नक्कीच तिच्या मालकाला कधीच या गोष्टीची अपेक्षा नसणार. निःसंशय तिच्याकडून असा गुन्हा घडला होता, ज्याकरिता तिला मंचुरियाला परत गेल्यावर अत्यंत भयंकर शिक्षा होऊ शकते.

पण तिला आश्चर्य वाटेल असेच घडले होते. तिच्या शाब्दिक माराचा माझ्यावर उलटा असाच परिणाम झाला. मी माझ्या चिडखोरपणाला आवर घालत, अतिशय सौम्य शब्दांत तिला म्हणाले, ''खरे आहे तुझे म्हणणे. मी खरोखर अयोग्य रीतीनेच वागले. चला, आता आपण जहाज म्हणजे काय ते बघू या!''

माझ्यात अचानक झालेला हा समजूतदार बदल माझ्या आयाला आश्चर्याचा धक्का देऊन गेला. तिला एक गोष्ट जाणवली; कदाचित माझ्यातील हा बदल यासाठी झाला होता की, माझ्या पाठीमागे असणारी समतोल शक्ती थोड्या वेगळ्या ठिकाणी, नवीन परकीय देशात, अनोळखी लोकांच्या हातांत इतस्ततः जाणार होती. आणि त्याच क्षणी माझी मंचुरिया येथील घराशी असलेली नाळ पूर्णपणे तुटणार होती. मी तिच्यावरच पूर्णपणे भावनिक आधारासाठी आणि सल्ल्यासाठी अवलंबून होते. निदान या सुरुवातीच्या दिवसांत तरी! आता कोणत्याही प्रसंगात केव्हाही

जेडने मला असे प्रत्युत्तर दिले, तर तिला रोखणारे आणि शिक्षा करणारे तेथे कोण होते?

नंतर आलेल्या दिवसांत मला या गोष्टीचा शोध लागला की, मी जरी पहिल्यांदा जहाजावर जात असले तरी मी बहुधा उपजतच दर्यावर्दी असले पाहिजे. आणि तो ७ दिवसांचा जपानपर्यंतचा प्रवास मी प्रत्येक क्षणी आनंदाने उपभोगला. जहाज जेव्हा खवळलेल्या समुद्रातून प्रवास करी, मला ते जास्तच आवडत असे. माझे कापलेले केस वाऱ्याने विखुरले जात. मी डेकवर धावत जाई. सुसाट वाहणारा वारा माझ्या कपड्यांना असा काही फडफडवीत असे की, जणू कोणीतरी हवेत चाबूक मारत आहे. कपड्यांचा तो आवाज मला खूप आवडत असे. या सगळ्यामुळेच स्वतंत्र आणि बेडीमुक्त झाल्यासारखे वाटे. तो उन्मुक्ततेचा आनंद ही जहाजप्रवासाची मोठीच पर्वणी होती.

पाण्याच्या लाटांवर सतत खालीवर होणारे जहाज माझ्यात एक सळसळते पण अस्वस्थ चैतन्य फुलवीत होते. मग डेकवर मी सर्व शक्तिनिशी ओरडत असे आणि डेकवरचा वारा माझा आवाज लांबपर्यंत वाहून नेई. डेकवर माझे ओरडणे ऐकायला कोणीही नसे. या जहाजावर मी वाऱ्याप्रमाणे स्वतंत्र होते.

मंचुरियातील कित्येक स्त्रिया पायांत बेडी घातल्याप्रमाणे कितीतरी कठोर मर्यादांचे पालन भीतीने आणि मनाविरुद्ध करीत होत्या. जपानमध्ये माझ्यासाठी काय वाढून ठेवलेय, याची चिंता करण्यापेक्षा मी फक्त 'आयसिन गिओरो' निसर्गाच्या मुक्त बाळाप्रमाणे जगत होते. मोठ्या जहाजावर मी अक्षरशः कानांत वारे घुसलेल्या वासराप्रमाणे धावत असे. जेडला मी मुळीच सापडत नसे. मला या जहाजावर लहरी आणि सतत अनुनासिक स्वरात त्रासिक आवाजात बोलणाऱ्या राजकुमार 'स्यू'ची मुलगी, राजकुमारी आयसिन म्हणून कुणीच ओळखत नव्हते. माझ्या डोक्यावर चाबकासारखी लागणारी छडी घेऊन, मला वठणीवर आणण्यासाठी आता कुणी रागीट वडील उभे राहणार नव्हते. माझ्या चुकांसाठी शिक्षेची यादीसुद्धा आता कुणी वाचणार नव्हते. या सगळ्या गोष्टी माझ्यातल्या चैतन्यापेक्षा कमीच होत्या. मी जहाजावर काहीही बिनविरोध करू शकत होते, हीच गोष्ट मला खूप आवडणारी होती. मी या जहाजाच्या प्रेमात पडले होते.

माझी आया जेडला मात्र माझ्या उत्साहात भाग घेता येत नव्हता. पण मला सुरक्षित ठेवायचे या कर्तव्यभावनेने ती डेकवर लटपटत मला शोधण्यासाठी येत असे. तिचा चेहरा सागरी हवेने हिरवा-निळा झाला होता. तिचा आवाज चिरस्थायी घोगरा आणि कुंथल्यासारखा निघत असे. जेडचा हा आजारी चेहरा मला त्रासदायक वाटत होता. माझ्या बेलगाम स्वातंत्र्याला अडथळा आणणाऱ्या जेडला मी मोठ्या आनंदाने झुकांडी देऊन पळून जाई. बिचारी जेड माझ्या नावाने "मिस आयसिन! मिस

आयसिन, तुम्ही कुठे आहात? आयसिन! आयसिन!'' असा रडका टाहो फोडत जहाजावर हिंडत असे.

माझ्या आईने जेडकडून असे वचन घेतले होते की, ती मला राजकुमारीऐवजी 'मिस' म्हणेल. तिच्या विचाराप्रमाणे हे बिरुद मला माझ्या नवीन आयुष्याकरिता योग्य होते. माझ्याकरिता जेड मला 'मिस राजकुमारी' किंवा नुसते 'आयसिन' म्हणणार असली, तरी चालणार होते. मला काहीच फरक पडणार नव्हता.

माझ्या आयुष्यात मी प्रथमच परदेशी लोकांना पाहिले होते. त्यांची फिकट त्वचा मला दुधातील सायीमध्ये गुलाबी रंग मिसळल्यासारखी वाटे. त्यांचे निळे डोळे आणि सोनेरी केस माझी मती गुंग करून टाकत. मला मोहून टाकत.

'देव अगदी वाईट आहे!' मी जेडजवळ कुरकुर करत असे. जेड मला बरोबर जेवण्याच्या वेळेस पकडत असे. त्याचे कारण साधे होते. दिवसभर जहाजावर हुंदडल्यावर मला भूक लागे. आणि जेवण वाढण्यासाठी मला जेडची गरज होती. जेवण बेचव असले तरी भुकेपुढे तेही चालवून घेतले जाई. "जेड, बघितलेस का या परदेशी लोकांना देवाने किती सुंदर मोठे डोळे, धारदार नाक आणि सुंदर रंगाचे केस दिले आहेत! डोळ्यांचा सुंदर निळा रंग किती छान! नाहीतर आपण! सगळ्यांचा एकसारखा रंग, डोळे आणि केसांचा एकच रंग – फक्त काळा! ठरावीक आकाराचे छोटे नाक आणि एकसारखे चपटे गोल चेहरे! आपल्या रंगात बदल फक्त तेव्हाच, जेव्हा आपण म्हातारे होतो. फक्त काळे केस पांढरे होतात! सांग, हे तुला तरी योग्य वाटते का जेड?"

जेडने मला ताबडतोब कुठलेच उत्तर दिले नाही. खरेतर मी अजूनही नोकरांकडून ताबडतोब उत्तराची अपेक्षा करत होते.

"नाही, मिस आयसिन! बऱ्याच गोष्टी योग्य नाहीत. जसे की, मी नोकर म्हणून का जन्मले? आणि तुम्ही राजकन्या म्हणून का जन्माला आलात? आपल्या प्रत्येकाचे एक दैव असते आणि आपण त्यापासून कधीच सुटू शकत नाही." जेडने मला उत्तर दिले. आणि आयुष्यात प्रथमच मी जेडला, मंचुरिया सोडल्यापासून, माझ्या डोळ्यांत डोळे घालून बोलताना पाहिले. आधी जेव्हा ती बोलत असे, तेव्हा डोके खाली करून आणि डोळे इकडून तिकडे आदराने फिरवत बोलत असे. मंचुरियातील नोकरांनी असेच बोलण्याची पद्धत होती. पण मी मात्र याविरुद्ध होते. असे बोलताना बऱ्याचदा मला भिंतीशी संभाषण केल्यासारखे वाटे. मी कधीच या प्रथेचा आदर केला नाही. मी जर कुणाशी बोलत असेन, तर त्या व्यक्तीच्या डोळ्यांत डोळे घालून बोलायला मला आवडे.

मी या पद्धतीला विरोध केला, तेव्हा आई म्हणाली होती, "आयसिन! पुन्हा असे करू नकोस. तुला त्यांना शिक्षा द्यायची असेल तरच असे कर. त्यांना अशी

आज्ञा दे!'' माझी आई माझ्या विरोधाला या धमकीने घाबरवीत असे. मी सगळ्यात खालच्या नोकरालाही माझ्याकडे बघून बोलायला भाग पाडी. ''पण मीच जर त्यांना तसे करायला सांगत आहे, तर त्यांना शिक्षा होण्याचा प्रश्नच नाही!''

''कोणी कोणाला सांगितले वगैरे काहीच महत्त्वाचे नाही. जर घराचे काम नियमानुसार चालत नसेल, तर प्रत्येक गोष्टीसाठी नोकरमाणसांनाच शिक्षा ठरलेली आहे. तुमच्या प्रत्येक लहरी विक्षिप्तपणाचे खापर त्या गरिबांच्या डोक्यावरच फुटते. तू जेव्हा त्यांना असे करायला सांगतेस, तेव्हा तू सामाजिक नियमांचे, घराच्या नियमांचे उल्लंघन करत असतेस. आणि याकरिता त्या गरीब बिचाऱ्याला शिक्षा होईल, तुला नाही. आयसिन, कळले का!''

मी क्वचितच तिचा सल्ला मानत असे. मी कधीच माझ्या चांगल्या किंवा वाईट कृत्यामुळे नोकरांना होणाऱ्या शिक्षेची पर्वा करीत नसे. कारण मी कायमच त्या सर्व सामाजिक रूढींच्या विरोधात होते.

ज्या दिवसापासून मी त्या परदेशी लोकांना जहाजाच्या डेकवर पाहिले होते, तो संपूर्ण दिवस मी त्यांचे बारकाईने निरीक्षण करण्यात घालवला. त्यांच्या घशांतून निघणाऱ्या विचित्र भाषेतील आवाज ऐकण्यासाठी मी माझे कान टवकारत असे. त्यांचा अर्थ लावण्याचा प्रयत्न करी. त्यांच्यापैकी दोन बायका माझ्या विशेष आवडीच्या होत्या. त्यांना ज्या आदरणीय पद्धतीने वागवले जाई, त्यामुळे मी त्यांच्याकडे जास्तच आकर्षित झाले. त्या आल्यानंतर त्यांच्या बरोबरचा माणूस उभा राहून त्यांचे स्वागत करी. त्या पुढे आल्यावर त्यांच्यासाठी बसायला खुर्ची ओढत असे. त्या बायका नेहमीच पुढे चालत. मंचुरियात माझ्या वडिलांच्या मागे माझी आई आणि इतर बायका आदरापोटी थोडे अंतर ठेवून चालत असत. ती तेथील 'पद्धत' होती.

त्यातल्या त्यात जास्त करून त्यांच्यातील तरुण जोडपी आणि त्यांचे वागणे मला मोहून टाकी. कारण मला हे सगळे नवीन होते. या तरुण जोडप्यांचे एकमेकांत अखंड बुडून जाणे, डेकवर उघडपणे एकमेकांना मिठ्या मारून चुंबन घेणे, सतत एकमेकांविषयीचे आकर्षण आणि इच्छा उघडपणे दाखवून त्यांच्या केबिनमध्ये गायब होणे, या सगळ्या गोष्टींमुळे केबिनमध्ये ते काय करीत असतील, याविषयीची कल्पना मला येई. माझे वडील त्यांनी ठेवलेल्या बायकांबरोबर जे करीत, त्याचीच आठवण जागृत होत असे.

मी एकदा माझ्या आईला गुलाबपाण्याने न्हाताना आणि केस धुताना बघितले होते. नंतर तिने तिच्याजवळचा सगळ्यात उत्तम असा सिल्कचा गाउन घातला. त्याचे कारण माझ्या वडिलांनी तिला ते रात्री भेट देण्यासाठी येणार असल्याचे कळवले होते. तिच्या डोळ्यांत चांदणे फुलले होते आणि गालांवर गुलाब! एक

गोष्ट माझ्या लक्षात आली की, माझे वडील जे काही त्यांच्या बायकांबरोबर करीत; त्यामुळे त्या बायकांना खूप सुख आणि भरपूर आनंद मिळत होता.

जहाजावर मी खूप आनंद उपभोगत होते. दिवसेंदिवस जेडचे आजारपण वाढत होते. त्याचा फायदा घेऊन मी संपूर्ण जहाजावर, मला पाहिजे तेथे, रानवारा पिऊन उधळतात तशी उधळत होते. माझा या गोष्टीवर अगदी ठाम विश्वास होता की, ही जहाजाची सफर संपल्यानंतर आम्ही परत आमच्या घरी मंचुरियाला, आमच्या कुटुंबात आणि माझी वाट पाहणाऱ्या त्या वास्तूत तेथे असणाऱ्या वस्तूंकडे परत जाणार होतो.

पण माझी आनंदाची सफर माझ्या स्वप्नांबरोबरच भंगून गेली. मी जपानचा अनोळखी समुद्रकिनारा पाहिला आणि नाराजीने जहाजावरचे आश्रयस्थान सोडले. आता 'जपान' आणि 'कावाशिमा' कुटुंबाचे स्वप्न सत्यात उतरले. डेकवर आम्हाला दोन निर्विकार व गंभीर चेहऱ्याचे नोकर घ्यायला आले. मग आमचे सर्व जड सामान गाड्यांमध्ये भरेपर्यंतचे काम एकही शब्द न बोलता पार पडले.

असे कसे होते हे लोक? काय झाले होते? निदान एखादा स्वागताचा शब्द किंवा ओळखीचा हाय-हॅलो शब्द तरी नको का? मी जेडच्या कानात कुजबुजले.

माझ्या मनातले ओठावर येणारे स्वागताचे स्मित तेथेच मेले. मी दीर्घ श्वास घेतला. सगळे जण असे कसे काय परक्या भावनेने वागू शकतात? आता जपानमध्ये मी कदाचित कधीतरी कुणाच्या चेहऱ्यावर स्मित पाहू शकणार होते का? कुठेतरी काहीतरी चुकत होते. मला अशी अंतःप्रेरणा होत होती की, असे थंड आणि शत्रुभावाचे स्वागत करणे या लोकांना कसे जमते? माझ्या वाट्याला कधीच प्रेम आणि सौहार्द येणार नाही का? कदाचित मी खरोखरच वाईट व्यक्ती होते; त्यामुळेच माझ्यावर कुणी प्रेम करत नव्हते किवा मी कोणालाच आवडत नव्हते.

जसे आमच्या सामान भरलेल्या गाड्यांनी गजबजलेले याकोहामा बंदर सोडले, तसेच सवयीप्रमाणे मी जहाजाला विसरून गेले. बंदरावरचा जिवंत वास, आवाज आणि गडबड हे सर्व माझ्या डोक्यातून पुसून गेले. मी शहारले. माझ्या मनातून जहाजाबद्दलची तात्पुरती भावनात्मक स्मृती पार गेली. नेहमीप्रमाणे माझी बालसुलभ उत्सुकता जागृत झाली. मी गाडीतून आजूबाजूच्या वातावरणात चौकस वृत्तीने बघू लागले. वाईट किंवा चांगले काहीही असो; पण माझ्या आजूबाजूचे सगळे काही नवीन होते, जे माझ्या साहसी वृत्तीला चाळवीत होते.

सततच्या प्रवासाचा शीण, जडपणा माझ्यावर अंमल गाजवायला लागला. माझ्या पापण्या मिटायला लागल्या आणि त्या उन्मादाच्या संधिप्रकाशात आणि गाढ झोपेच्या मधल्या वेळेत माझी आई मला कुरवाळतेय, झुलवतेय असे भास होऊ

लागले. तिचा तो सौम्य आवाज मला पुनःपुन्हा चांगले वागण्यासाठी बजावत होता. मी तिला उद्धटपणे म्हणत होते, "नाही आई, मला चांगले वागण्यापेक्षा वाईट वागण्यात फार मजा वाटते. ज्या बायका खूपच चांगल्या वागतात, त्यांच्या आयुष्यात काहीच नसते. त्यांचे आयुष्य अगदी कंटाळवाणे असते आणि अशी आयुष्ये त्या कंटाळवाणेपणातच संपतात. जसे तुझे आणि इतर बायकांचे संपून जाणार आहे."

नंतर मी केव्हा झोपेच्या अधीन झाले, ते कळलेच नाही. पूर्ण प्रवासात, कावाशिमांच्या घरापर्यंत पोचेपर्यंत मी झोपलेलीच होते. फक्त जेड मला हलवतेय, असा भास झाला होता. सुरुवातीला हळूहळू नंतर जोरजोराने मला उठवायचा तिचा प्रयत्न चालू होता.

"मिस आयसिन, उठा! आपण पोचलो आहोत." ती पुढे म्हणाली, "उठा लवकर! जेव्हा श्री. आणि सौ. कावाशिमा आपल्या स्वागतासाठी येतील, तेव्हा हा अर्धवट झोपेतील चेहरा उद्धटपणा ठरू शकेल. आपण अगदी प्रथमच चुकीचे पाऊल उचलणे बरे नव्हे! कारण पहिली 'ओळख' फारच महत्त्वाची असते!"

"ते लोक आपल्या स्वागताला तरी यायला हवेत ना जेड?" मी तिला प्रत्युत्तर दिले. कशीबशी डोळे चोळत झोपेला पळवून लावत, रागाने मी उठून बसले. कारण माझे सुंदर स्वप्न आकस्मिकरीत्या हरवून गेले होते.

अगदी मी म्हणाले तसेच झाले. जेडला काळजी करण्याची गरज उरली नव्हती. कारण कावाशिमा कुटुंबापैकी कुणीच आमच्या स्वागताला आले नव्हते. त्याऐवजी एक काठीसारखी सडपातळ, विचित्रशी करारी दिसणारी बाई आमच्यापुढे आली. आमच्यासमोर जपानी पद्धतीने वाकून तिने तिच्यामागे घरात येण्यासाठी खुणावले. पण ती आमच्याशी एकही शब्द बोलली नाही.

"जेड! या लोकांना असे काय झाले आहे?" मी तिच्या कानात कुजबुजत्या स्वरात बोलले, "हे लोक बहिरे आणि मुके आहेत का? की त्यांनी एकही शब्द न बोलण्याची शपथ घेतली आहे? अरे देवा! जेव्हापासून आम्ही जपानमध्ये आलो आहोत, तेव्हापासून एक जणही आमच्याशी एक शब्दही बोललेला नाही!"

"मिस आयसिन! जरा हळू बोला." जेडने मला कुजबुजत उत्तर दिले. आमचे ते कुजबुजत बोलणेसुद्धा हास्यास्पद होते. कारण आमची ती 'सरळकाठी' गाइड आम्हाला कशाचेही उत्तर देत नव्हती किंवा साध्या आवाजात बोलण्यासाठीसुद्धा प्रोत्साहित करीत नव्हती.

मी पहिल्यांदाच घराच्या मुख्य दरवाजाच्या बाहेर मोठमोठे पांढरे कंदील लटकवलेले पाहिले. घरातील खिन्न वातावरणाने त्यामध्ये आणखी भर घातली. जणू आम्ही घरात आल्यानंतर घर काळ्या दुःखाच्या ढगाने भरले. माझ्या घरी

मंचुरियात चमकदार आणि प्रसन्न उन्हाची मला सवय होती. पण कावाशिमांच्या घरातील हे साधे, रंगहीन, लाकडाच्या नैसर्गिक पांढऱ्या रंगाचे वातावरण मला भावले नाही. मला त्याची कधीच सवय नव्हती. आनंदाच्या आरोळ्या, गप्पा, गमतीशीर किंवा गंभीर भांडणे यांचा अभाव मला त्या स्मशानशांतता असणाऱ्या घरात जरा जास्तच जाणवला.

''मला तर कुणाच्या तरी अंत्यसंस्काराला आल्यासारखे वाटत आहे, जेड!'' मी पुन्हा एकदा जेडच्या कानात कुजबुजले.

''होय. हे एका दृष्टीने खरेच आहे. कारण 'तेरिमा' सौ. कावाशिमांच्या आईचे नुकतेच निधन झाले आणि सर्व घर सुतकामध्ये आहे.'' आमची 'सरळकाठी' गाइड एकदाची बोलली. तिचे नावसुद्धा अगदी विचित्र होते. 'अईको.' त्याचा अर्थ होतो 'प्रेमाचे बाळ.' (खरेतर यापैकी तिच्यात काहीही नव्हते.) ''म्हणूनच कावाशिमा कुटुंबातील एकही व्यक्ती तुमच्या स्वागताला येऊ शकली नाही. आणि त्याकरिता त्यांनी आपली माफी मागितली आहे.''

'अईको'चे बोलणे ऐकून आमची चिनी भाषेतील कुजबूज तिला समजल्याचे आम्ही ओळखले. पण तिला आमची चिनी भाषा येते हे मला जरा असंभवनीय वाटले. काहीही असो! घरी येणाऱ्या पाहुण्यांचे स्वागत करण्यासाठी घरातील शोकाकुल वातावरण तुम्हाला रोखू शकते का? तेही तुम्ही स्वतःहून बोलावलेले पाहुणे असाल, तर तुम्ही असे वागाल का? मी तर असे कधी पाहिले नव्हते.

कावाशिमांच्या घरातील कर्ता पुरुष नानीवा कावाशिमा होता. नाटुस्को त्याची बायको होती. तिची अत्यंत कुरूप बहीण 'शिमाको.' त्याशिवाय त्याच्या सहा मुली आणि 'नोबू' आणि 'हिदेऊ' ही दोन मुले होती. त्याचे वडील 'तेशिमा' तेथेच होते. जवळपास दोन-तीन आठवडे कावाशिमांच्या घरातील कुणीही माझ्याशी ओळख करून घेतली नाही. मी जेडला कावाशिमांच्या नोकरांच्या राहण्याच्या जागेत पाठवून कावाशिमा कुटुंबाची सारी माहिती आणि रोजचे व्यवहार जाणून घेतले.

''फक्त एवढेच जण? एकही ठेवलेली बाई नाही?'' जेड जेव्हा माझ्यासाठी त्यांच्या कुटुंबीयांची माहिती घेऊन आली, तेव्हा मी हा प्रश्न विचारला होता. ''नाही! अगदी एकही नाही!'' जेडने डोके हलवत उत्तर दिले. ''तरीही हे सर्वश्रुत आहे की, नानीवा कावाशिमा त्याच्या त्या सुखासाठी नेहमीच इथल्या चहाघरांत किंवा वेश्यांच्या वस्तीत जातात. त्याच्याबद्दल अशी अफवा आहे की, तो आणि नाटुस्को आता कधीही एकत्र येणार नाहीत. तो तिचा खूप आदर करतो. तो तिच्या थंडपणाला फार भितो. तिच्याशी तो कधीच खोटे बोलत नाही.''

जसजसे दिवस जाऊ लागले तसे मला कळले की, नानीवाला माझ्यात

अजिबातच रस नाही. माझी दत्तक आई 'नाटुस्को' ही अगदी कायमच थंड स्वभावाची बाई होती. अगदी उन्हाळ्यातसुद्धा ती घरात थंडपणा आणू शकेल इतकी थंड होती. शिमाको माझा भयंकर द्वेष करी. माझ्या चहात उंदीर मारण्याचे विष घालता आले असते, तर ते तिने आनंदाने केले असते. पुढल्या काही वर्षांमध्ये मला असे आठवते की, माझ्या आईप्रमाणेच नाटुस्कोने माझ्यावर प्रेम करावे म्हणून मी खूप प्रयत्न केले; पण तिने मला तिच्या खिजगणतीतही घेतले नाही.

पहिल्या काही रात्री कावाशिमांच्या घरात मला एकदम मी नकोशी आणि उपरी वाटू लागले. एकतर त्यांच्या घरात स्मशानशांतता नांदत होती. मला दिवसभर नोकरांची बडबड, बायकांची भांडणे आणि माझ्या सावत्र आया व बहिणींची कपटकारस्थाने ऐकायची सवय होती. त्यांच्याविषयी हेरगिरी- हेवेदावे यांची सवय होती. मंचुरियाचे ते घर गच्च भरलेले आणि विविधरंगी भावनांनी विणलेले एक सुंदर वस्त्र होते. त्यातही या सगळ्या भावना एकाच पुरुषाशी निगडित होत्या. तेथे निदान भावनांची आणि मानवी आयुष्यातील विविध रंगांची उधळण होती, जी माझ्याकरिता माझ्या श्वासाइतकीच गरजेची होती. आणि इथं तर पाळलेले कुत्रेसुद्धा फारच मोजूनमापून आणि चांगले वागत असे. हे मंचुरियातील शिकारी कुत्र्यांसारखे उच्छृंखल नव्हते.

जेडचा माझ्याबाबतचा भक्तिभाव आणि तिचा सहवास हीच माझी एक जुन्या जीवनाशी जुळलेली नाळ होती. पण ही 'नाळ' मला माझ्या खोल निराशेच्या गर्तेतून बाहेर काढू शकली नाही. माझ्यासारख्या फक्त ८ वर्षांच्या, घरापासून दूर लोटल्या गेलेल्या मुलीचे निष्प्रेम आणि असुरक्षित वातावरणात दुसरे काय होणार होते? मी एकटेपणाच्या भोवऱ्यात सापडले होते. यावर फक्त दोनच उपाय काम करू शकणार होते. माझी निराशा मला चैतन्यपूर्ण आयुष्यातून उठवणार होती; त्यामुळे माझ्या काळातल्या इतर बायकांसारखे अस्तित्वहीन आयुष्य माझ्या वाट्याला आले असते. दुसरा उपाय म्हणजे मी या माझ्या परिस्थितीशी त्याच विशिष्ट अशा 'आयसिन गिओरो' वृत्तीने लढायला पाहिजे होते. माझ्या रस्त्यात जे अडथळे होते, त्यांना झाडून काढायचे. फक्त त्याकरिता वाट्टेल ते सहन करण्याची ताकद ठेवायला हवी होती. कितीही रट्टे चेहऱ्यावर बसले, तरी त्यांना झेलायला हवे होते. जमिनीवर पाय रोवून उभे राहायलाच हवे होते.

या क्षणी मी काय निवडणार होते, त्यावरच माझे जीवन अवलंबून असणार होते. मला जगाच्या इतिहासात वाईट किंवा चांगली म्हणून जागा मिळणार होती. किंवा इतर जपानी बायकांसारखे अस्तित्वहीन आयुष्य मी जगणार होते. माझ्या आयुष्याचा मी निवडलेला मार्गच मला जपान किंवा चीनच्या इतिहासामध्ये चिरस्थायी बनवणार होता. आणि हे उघडच होते की, मी शेवटी साहसाने भरलेला मार्गच

निवडला होता. त्या काळातील बायकांच्या नेहमीच्या मार्गापेक्षा हा मार्ग खचितच वेगळा होता. शेवटी मी 'राजकन्या आयसिन गिओरो' होते, हेच जास्त महत्त्वाचे होते!

तीन

पळून न जाता पाय ठामपणे रोवून उभे राहण्याचा निश्चय मी केला. त्यासाठी मला कावाशिमांच्या घरात निष्ठूरपणे जागा करून घ्यावी लागणार होती. मी काहीही करायला तयार होते. मंचुरियात माझे वडील माझ्यावर खूप बंधने घालत. ती बंधने बंड करून मोडताना, माझ्यात एक धारदार आणि स्वतःला वाटेल त्या परिस्थितीत जगवण्याची वृत्ती तयार झाली होती. तीच विजिगीषू वृत्ती आजही माझ्यात खदखदत, धुमसत होती. इथे मात्र कुणीही तशी दक्षता घेतली नाही. माझ्यावर कुठलेच बंधन नव्हते. मी अक्षरशः सगळीकडे धुमाकूळ घालत हिंडत असे. माझ्या विचारांप्रमाणे जपानमध्येच माझ्यात एक अनियंत्रित असा उद्धटपणा आणि हेकेखोर कडकपणा आला होता. नंतरच्या आयुष्यात त्याची झलक मला, माझ्या जाणीवपूर्वक निवडलेल्या कारकिर्दीत अनेक वेळा बघायला मिळाली.

कावाशिमांच्या मुलींप्रमाणे मला बुरख्यातल्या किंवा मठात असल्यासारख्या बंद पण अतिसुरक्षित आयुष्याचा तिरस्कार होता; त्यामुळे लवकरच मी घरातून चुपचाप, टोकिओच्या चमकदार रंगीत रस्त्यांवर साहसाच्या शोधात फिरत असे. मंचुरियातील जीवनापेक्षा हे सर्वच नवीन आणि उत्कंठा वाढवणारे होते. येथे टोकिओत शहरी माणसांची, त्यांच्या जीवनाची मला ओळख होऊ लागली. शहरातील जागा, त्यांचे आवाज मला इतके भुरळ घालत की, मी संध्याकाळपर्यंत तेथे वेड्यासारखी एकटीच हिंडत असे. एखाद्या तरुण मुलीला शहरात किती धोका असू शकतो, याचा विचारसुद्धा माझ्या मनात येत नसे. मला अडवण्यासाठी जेडने केलेल्या सर्वच विनवण्यांकडे मी दुर्लक्ष करीत असे. मला ज्यात आनंद मिळत असे, तेच मी करीत होते. हा एक चमत्कारच म्हणावा लागेल की, मी कधीच वाईट गोष्टींची शिकार झाले नाही. माझ्यावर कुणी बलात्कार केला नाही किंवा मला कुणी तोंडावर मारले नाही.

माझ्या साहसाची भूक अधाशी माणसाप्रमाणे होती. ती कधीच तृप्त होत नव्हती. संमोहित झालेल्या माणसाप्रमाणेच मला ती शहराच्या त्या झाकोळलेल्या भागात घेऊन जाई. या लालबत्ती भागातल्या मोठ्या कुंटणखान्यांचा आणि चहाघरांचा शेवट छोट्या छोट्या अरुंद गल्ल्यांमध्ये होई. येथे अशा स्त्रियांची वस्ती होती,

ज्यांना सभ्य म्हणवणाऱ्या समाजात जागा नव्हती. या वेश्या वस्तीत कावाशिमा आणि त्याचे मित्र नेहमीच येत. मी जपानमध्ये कोणत्या प्रकारचे आयुष्य जगत आहे हे जर माझ्या आईला कळले असते, तर तिच्या हृदयाचे तुकडे तुकडे झाले असते. या गुन्ह्याच्या कल्पनेनेच माझ्या मनाचा लचका कुणीतरी तोडत आहे असे वाटे. मी माझ्या आईला दिलेल्या 'चांगल्या वागणुकीच्या' वचनाची आठवण मनात दाटून येई. पण माझा यावरही विश्वास होता की, ती वचने मी कधीच पाळू शकणार नाही. मग मी त्या वचनांचे गाठोडे कल्पनेनेच दूर भिरकावून देई. स्वतःच्या मनाला पुनःपुन्हा समजावत राही.

त्यातूनही मी कावाशिमा कुटुंबात 'चांगली वागून' सामावण्याचा प्रयत्न करी. 'नाटुस्को'- माझी दत्तक आई– कधीतरी माझ्यावर प्रेम करील, मला माझ्या चांगल्या आणि वाईटासह स्वीकारेल, या भाबड्या आशेने मी सर्व काही करत असे. माझ्या मूर्ख आशेने मला चुकीचे ठरवले. ती नेहमीच माझा अपमान करीत असे. मला खूप टोमणे मारी. जेड नेहमीच माझ्या विनवण्या करून मला नाटुस्कोची बाजू समजावण्याचा प्रयत्न करीत असे. तिच्या मते नाटुस्कोला तिच्या नवऱ्याकडून तिरस्कार आणि दुःख यांशिवाय काहीच मिळाले नाही. तिने कमी मुलांना आणि जास्त मुलींना जन्म दिला म्हणून त्याचा तिच्यावर ठपका होता. नाटुस्कोने आपले वचन मोडले होते. पण मला तिच्या या गोष्टीशी काहीच कर्तव्य नव्हते. मी जेडने दिलेली सारी स्पष्टीकरणे नाकारत असे. नाटुस्कोच्या तिरस्कारपूर्ण वागणुकीविरुद्ध मी बंड करीत होते. माझे केस मुलांसारखे कापून त्यांच्यासारखेच कपडे घाली; त्यामुळे तिला खूप लाज वाटे आणि तिचा माझ्याविषयीचा द्वेष आणखी वर येई. घरातील इतर व्यक्तींनी हे पाहिले, तरी त्या दुर्लक्ष करीत. ती सर्वच माणसे माझ्याशी शत्रुत्व करीत. मला कुणीच अडवीत नसे. कदाचित त्यांच्या दृष्टीने मी मंचुरियाची राजकन्या होते किंवा त्यांना माझ्याशी काहीही कर्तव्य नव्हते. कारण त्यांच्या लेखी मी कुणीच नव्हते.

घरातल्या सगळ्याच बायका- अगदी नानीवाच्या सहा मुलींसह- मला पूर्णपणे टाळायचा प्रयत्न करीत. मग मी त्यांच्या हिदेऊ आणि नोबू या दोन मुलांकडे मैत्रीकरिता वळले. स्वतःला मुलासारखे समजून मी त्यांच्याशी वागत असे. कोणत्याही कारणामुळे का असेना, पण माझे दत्तक वडील मला त्यांच्या मुलांसोबत अभ्यास करू देत. कदाचित मी मुलगी असल्याचे ते विसरले असतील, असे मला वाटले. त्यांच्या स्वतःच्या मुलींना मात्र ते शिवणकाम, पुष्परचना आणि चहाच्या समारंभाकरिता तयार होण्याचे धडे देत होते. तत्कालीन स्त्रीच्या जीवनाला आवश्यक असणारा सारा अभ्यास, त्यांच्या मुलींना भविष्यात लग्नाकरिता, उत्तम जोडीदार मिळवण्याकरिता आणि उत्तम गृहिणी होण्याकरिता शिकवला जाई. पण मला त्यात कुणीच गृहीत

धरले नव्हते. मुख्य म्हणजे हे सारे माझ्या पथ्यावरच पडले होते. मला हा सारा अभ्यास मरणप्राय कंटाळवाणा वाटे; त्यामुळेच मला स्वतःला त्यांच्यापासून वेगळे केल्यासारखे वाटत असे.

हिदेऊ आणि नोबूबरोबर शिकलेले इतिहास, भूगोल आणि साहित्याचे धडे मला आकर्षित करत. एखाद्या स्पंजप्रमाणे त्यातील सर्व ज्ञान मी शोषून घेत असे. माझ्या दोन्ही दत्तक भावांना अभ्यासाकरिता धमक्या देऊन, रागावून ओढत किंवा फरफटत वर्गात आणले जाई. मी मात्र नेहमीच अतिशय वेळेवर जात असे. मी जास्तीत जास्त अभ्यास करण्याचा प्रयत्न करी. माझी जगाविषयी जाणून घेण्याची इच्छा माझ्या अभ्यासाचा वेग वाढवीत असे. आम्हाला शिकवण्याकरिता ठेवलेल्या शिक्षकांना मी प्रश्न विचारून त्यांचे डोके पिकवत असे; परंतु वर्षभराच्या आतच दोन शिक्षकांनी विद्यार्थी निरुत्साही असल्यामुळे राजीनामा दिला होता.

याचा परिणाम असा झाला की, आम्हाला जास्त जागरूक आणि कडक शिक्षक मिळाले. त्यांच्या वर्गात माझ्या दोन्ही भावांना झोपता येत नसे. पूर्वीच्या शिक्षकांनी दिलेला राजीनामा, माझ्या दोन्ही भावांनी वर्गात दाखवलेल्या 'झोपेच्या प्रतापाचा' परिणाम होता. ते उघडकीस येऊ नये म्हणून त्यांनी मला पक्की शपथ घातली होती. मला अभ्यासाविषयी जास्त गोडी असल्याने मीसुद्धा, हे तिसरे शिक्षक बदलू नयेत म्हणून ती शपथ पाळत होते. तरीही माझ्याविषयी दोन्ही भावांना भरवसा नसल्याने हे दोघेही मला धमकी देत. ते दोघेही त्यांच्या वडिलांना आमच्याबरोबर अभ्यासाला मुलगी नको म्हणून सांगणार होते. मला जर शिकायचे असेल, तर मी दोघांनाही माझ्या शरीराच्या 'अज्ञात प्रदेशाचा' भाग दाखवायला हवा होता. मगच त्यांना माझा कळवळा येई. मला पण त्यात भरपूर आनंद मिळत असल्याने मीसुद्धा या गोष्टींना उत्तेजन देई आणि बाकीच्या गोष्टी मनावर घेत नसे. अगदी त्या वयातही मी पक्की स्वार्थी होते. मला आवडणाऱ्या गोष्टी करायला मिळत असतील, तरच मी 'त्याग' करायला तयार होत असे.

जेड ही एकच व्यक्ती अशी होती की, जी माझी काळजी घेत असे. माझ्या विरुद्ध दिशेला वाहवत जाणाऱ्या आयुष्याच्या बाबतीत ती मला सतत सावध करीत असे. त्यामध्ये माझे मुलांसारखे बारीक केस कापणे आणि पुरुषी पोशाख घालणे हेही आले होते.

ती माझी विनवणी करी – ''कृपा करून हे मुलांसारखे वागणे आणि कपडे घालणे थांबवा मिस आयसिन! हे तुमच्यासारख्या उच्चभ्रू आणि प्रतिष्ठित मुलीला न शोभण्यासारखेच आहे. त्याशिवाय तुम्ही सतत स्वतःला पुरुष समजाल तर स्वतःच्याच अस्तित्वाविषयी गोंधळून जाल!''

''मुलांना मुलींपेक्षा जास्त स्वातंत्र्य आणि सवलतींबरोबर अधिकारही मिळतात!''

मी जेडला प्रत्युत्तर देई. "तू हे का बघत नाहीस की, मुलगा म्हणून मला जास्त संधी आणि मजा करायला मिळत आहे. शिवाय मंचुरियाबाहेर मला काय प्रतिष्ठा आहे? या जपानमध्ये मी फक्त कावाशिमांची दत्तक मुलगी आहे! समजले?"

"ते सर्व बाजूला ठेवा मिस आयसिन! आपण वागणुकीबद्दल बोलत होतो. आणखी एक गोष्ट लक्षात ठेवा. हिदेऊ आणि नोबू तुमचे भाऊ आहेत; जरी ते दत्तक असले तरीही! म्हणूनच तुमच्या शरीराला त्यांना हात लावू देण्यास तुम्ही मनाई करायला हवी मिस आयसिन!"

"ते माझे रक्ताचे भाऊ नाहीत." मी पुन्हा प्रत्युत्तर करी. "हे तेव्हाच चूक होते जर ते दोघे माझ्या रक्ताचे भाऊ असते." मी पुन्हा खोटे बोलले, "शिवाय आम्ही काहीच चुकीच्या गोष्टी करत नाही. कुणीतरी तुला चुकीची, खोटी माहिती दिली आहे!" मी माझ्या भाग्याच्या ताऱ्याला तेव्हा धन्यवाद देत असे की, निदान जेडला माझ्या त्या 'उत्सुक' खेळाबद्दल माहिती नव्हती, जो मी मंचुरियात माझ्या इतर सावत्र भावांबरोबर खेळत असे. सरतेशेवटी सगळे बोलून झाल्यावर मी राजकन्येच्या अधिकाराने जेडला नोकर समजून एका विशिष्ट मुद्द्यापर्यंत विरोध करण्याची हिंमत करी. जेड पण मला पुनःपुन्हा तेच समजावत राही. पण आम्ही दोघी जेव्हा न थांबण्याच्या मुद्द्यापर्यंत पोचत असू, तेव्हा जेड आपले डोके हलवीत "हे काही चांगले नाही! या असल्या वागण्यातून काहीच चांगले निष्पन्न होणार नाही!" असे पुटपुटत माझ्या खोलीबाहेर जात असे.

सत्य हे होते की, कावाशिमा स्त्रियांनी मला अलगद त्यांच्यातून बाहेर काढले होते; नव्हे, फेकलेच होते. मला त्याचे खूपच वाईट वाटे. आणि मग हे सगळे लपविण्याकरिता मी त्यांच्यापेक्षा वेगळी आहे हे दाखवण्याचे नाटक करीत असे. माझी ती वागणूक म्हणजे त्यांच्या नकाराला प्रतिबंध करण्यासाठी आणलेले उसने अवसान होते. जसे मी मंचुरियात माझ्या वडिलांना दाखविण्यासाठी केस कापले होते, तसे या कावाशिमा कुटुंबाला मिठी मारण्यासाठी, त्यांच्यात सामावण्यासाठी 'पुरुषी पोशाख' हाही एक साहसी प्रकार होता. पण माझे सारे प्रयत्न व्यर्थ गेले. कुणालाच माझी पर्वा नव्हती आणि कुणीही मला त्यांच्यात बोलावत नव्हते.

माझ्या आईने पाठवलेली लिचीची फळे जाणाऱ्या प्रत्येक वर्षाबरोबर संपत होती. पण मी ती कोणालाच खाण्यास दिली नाहीत. मी जेव्हा खूपच उदास आणि निराश होत असे, तेव्हा ती फळे मी फेकून देई. कारण माझ्या आयुष्यात फक्त तोच एक निर्व्याज प्रेमाचा ठेवा होता. माझ्यावर आता काहीच बंधने नव्हती. तसेच माझ्या आयुष्यात प्रेमाचा ओलावाही नव्हता. मीच माझे मनोरंजन करीत असे. माझ्या मनातल्या दुःखाला आवरण्यासाठी वेगवेगळी साहसे शोधत असे. त्यांतून कधीतरी मला स्वतःलाच मारायची किंवा शिक्षा करायची इच्छा होत होती.

जपानमध्येच मला लहानाची मोठी होताना स्वतःची बौद्धिक वाढ करण्याची संधी मिळाली. माझ्या स्त्रीलिंगी व्यक्तित्वाला, सामाजिक बंधनांना तोडता आले. विरोध न होता मला शिक्षण तर मिळालेच; शिवाय टोकिओच्या रस्त्यांवर अनिर्बंधपणे फिरताना जीवनाविषयीच्या अनुभवांनी मला जास्त समृद्ध केले. अगदी लहान वयातल्या त्या आयुष्याशी दोन हात करण्याच्या विजिगीषू वृत्तीने मला शहाणे केले. तथापि कावाशिमा स्त्रियांनी मात्र माझ्याकडे पूर्ण दुर्लक्ष केले. आणि त्यात माझ्याकडे वाकड्या नजरेने बघणाऱ्या माझ्या दत्तक बापानेही तेच केले. पण जपान देशाने मला स्वीकारले. मला 'जपानी' म्हणून मान्यता दिली. ज्या क्षणी मला कावाशिमाने सांगितले की, त्याने त्याचा प्रभाव वापरून माझ्यासाठी जपानी नागरिकत्व मिळवले आहे, त्या क्षणी मी परम आनंदाच्या शिखरावर होते. आता माझ्यावरचा बाहेरची, परकी, 'मंचुरियन' हा कलंक कायद्यानेच पुसला गेला.

मी जेव्हा १४ वर्षांची होते, तेव्हा कावाशिमा आणि त्याचे सर्व मित्र आणि परिचित जे लष्करातील सेवेत होते, ते माझ्याभोवती घिरट्या घालू लागले. जेव्हा ते लोक जपानची लष्करी शक्ती वाढविण्याविषयी चर्चा करीत किंवा एखाद्या राजकीय मुद्द्यावर बोलत, तेव्हा मी मोठ्या आवडीने त्यांचे बोलणे चोरून ऐकत असे. जेडची माझ्याविषयीची कुरकुर वाढली. ती मला सतत सांगे की, हे पुरुषी वागणे, त्यांची सोबत, लैंगिकतेविषयीच्या उन्मुक्त चर्चा चांगल्या नाहीत; मी स्त्री होते आणि स्त्रीसारखेच वागायला हवे होते.

''पुरुषांना त्यांच्या सोबत, त्यांच्याचसारखी राहणारी स्त्री पत्नी म्हणून चालत नाही!'' तिची ही कुरकुर जितक्या सातत्याने चाले, तितकीच ती माझ्याकडून पूर्ण दुर्लक्षित केली जाई. मी माझा कान तिच्या कुरकुरीसाठी बंद केला होता.

जपानमध्ये त्या काळात फक्त जेडच अशी व्यक्ती होती, जी सतत मला स्त्रीत्वाच्या मर्यादा सांगे. पण तिचे सारेच प्रयत्न पूर्णपणे व्यर्थ जात. ती मला चिमटीत पकडून समाजाच्या नियमबद्ध चौकटीच्या मुख्य प्रवाहात आणण्याचा प्रयत्न करी. मी मुलगी असल्याची जाणीव करून देई. पण अगदी प्रत्येक वेळेस मी तिचा तो प्रयत्न हाणून पाडी. तिच्या त्या प्रयत्नांना गडबडवण्यासाठी मी तिला एक घट्ट मिठी मारत असे. माझी घट्ट मिठी तिला माघार घ्यायला लावायची. कारण तिला खूपच लाज वाटे. तिचा चेहरा लालबुंद होई. एक राजकन्या आपल्या मोलकरणीला इतक्या उघडपणे मिठी मारते, हा प्रकार त्या काळात अनपेक्षित होता. नोकर आणि मालकांचे ते आकर्षण अपेक्षित नव्हते. पण मला मनातून हे माहीत होते की, तिला ते आवडत होते. मग ती मनापासून माझ्या सर्व चुकांना क्षमा करी.

एक दिवस 'युद्ध' या विषयावर चर्चा चालू होती. चर्चासत्रात नोबू नेहमीच

नाजूक मुद्द्यांवर मला हाणून पाडायचा प्रयत्न करीत असे. वेळ घालवण्याचा नोबूचा हा आवडता प्रकार होता. नोबूने मला विचारले, ''जर जपान आणि चीनमध्ये युद्ध सुरू झाले, तर तू कोणाच्या बाजूने असशील?'' ''अर्थातच जपानच्या बाजूने, मूर्खा!'' मी ताबडतोब न लाजता आणि न अडखळता उत्तरले. ''लक्षात ठेव. मी आता जपानीच आहे!'' ''छे! तू तर मंचुरियन आहेस. रक्ताने तू जपानी नाहीस; चिनी आहेस; त्यामुळे तुला काय वाटते ते तर अजिबातच महत्त्वाचे नाही.''

नोबूने पुन्हा माझ्यावर बाजी उलटवण्याचा प्रयत्न केला. कारण त्याला या गोष्टीचा खूप राग आला होता की, तो मला त्याच्या वडिलांच्या लष्करातील मित्रांच्या समारंभात वाईट सिद्ध करू शकला नव्हता.

नोबू हा ध्येयहीन आणि राजकारणात अजिबात रस व डोके नसलेला माणूस होता. त्याला कोणत्याही विषयात बुद्धी नव्हती. त्याने तसे काही मिळवायचा प्रयत्नही कधी केला नाही. तो फक्त एक कुरकुऱ्या माणूस होता. आणि मी त्याच्यापेक्षाही जास्त चतुर आणि शहाणी होते. त्याने केलेल्या शारीरिक मागणीला मी केव्हाच धुडकावून लावले होते. त्याचा अपमान केला होता.

''काय होणार आहे या कावाशिमा माणसांचे कोण जाणे? अक्षरशः बापापासून पोरांपर्यंत फक्त एकच गोष्ट जाणतात. ती म्हणजे कोणतीही स्त्री दिसली की, तिला चाचपून पाहणे. आणि स्वतःची लैंगिक भूक भागवणे. मग ती दत्तक घेतलेली आठ वर्षांची मुलगी का असेना!'' मी जेडकडे तक्रार केली. ''त्यांची ही लैंगिक भूक भागवणाऱ्या स्त्रियांचा दुष्काळ पडलेला नाही. त्या वेश्या वस्तीत आणि चहाघरांमध्ये अगदी सुंदर आणि यौवनाने मुसमुसलेल्या स्त्रियांची जणू रांगच लागलेली असते. हे बाप-बेटे नेहमीच त्यांच्या आश्रयाला असतात. आणि सतत स्वतःच्या शारीरिक भुकेला उत्तेजन देत असतात.''

''तुला काय सांगू जेड! तू बघायलाच हवे ही माणसे चहाघरांत कशी वागतात ते! अगदी शपथ घेऊन सांगते, माझे दत्तक वडील त्यांच्यापैकीच एकीच्या गळ्यात पडून अडखळत, अर्धनग्न; अगदी तर्रऽऽ प्यायलेल्या अवस्थेत मी पाहिलेत.''

''तुला अशी वागणूक मिळता कामा नये मिस आयसिन!'' जेड दुःखाने म्हणाली, ''शेवटी तू एक मंचुरियन राजकन्या आहेस! राजकुमार स्यूची मुलगी.''

''हो! तू म्हणतेस ते खरे आहे. राजकुमाराची मुलगी! त्याच्या अनेक ठेवलेल्या बायकांपैकी एकीच्या पोटी जन्मलेली. म्हणूनच आणि केवळ म्हणूनच हे कावाशिमा मला केव्हाही चाचपून बघू शकतात! कारण त्यांना कोणत्याच शिक्षेची भीती वाटत नाही.'' मी शक्य तेवढ्या कटू आवाजात बोलले; जेणेकरून रागावलेल्या जेडला निदान थोडेतरी समाधान मिळेल. मला तसे वाटले. ''ही कावाशिमा मंडळी कल्पनेत तरी त्यांच्या पवित्र सहा मुलींसोबत कुणाला असे अश्लील चाळे करण्यासाठी

परवानगी देतील का? निदान उदाहरणादाखल तरी करू शकतील का?''

एक गोष्ट मी जेडला आजपर्यंत सांगितली नव्हती. माझ्या मनाला त्या गोष्टीने खूप आनंद होत असे. माझे हे सावत्र वडील आणि भाऊ माझ्या मागे अभिलाषा धरून उत्कंठेने फिरत असत. त्यांना मी सरळ नकार देत असे. त्यांना असे दूर ठेवण्यात मला आनंद वाटे. कदाचित असेसुद्धा असू शकते की, मी आजही मंचुरियाची राजकन्या होते आणि माझ्या प्रतिष्ठित आणि उच्चकुलीन स्थितीमुळे माझ्या विरोधाला ते बाजूला सारू शकत नव्हते. काहीही असो; पण जसे ते चहाघर किंवा वेश्यालयातील स्त्रियांचा विरोध डावलून आपली इच्छा पुरी करत असत, तसे काही माझ्याशी करण्याची त्यांची हिंमत नव्हती.

मी शपथ घेऊन सांगते की, कुठल्याही माणसात माझा विरोध मोडून काढण्याची शक्ती किंवा क्षमता नव्हती. माझ्या मनाविरुद्ध माझ्या अंगाला हात लावणे तर दूरच राहिले! पण माझ्या आईच्या संदर्भातील एक गोष्ट आवर्जून सांगावीशी वाटते. ती म्हणजे मंचुरिया सोडायच्या आदल्या रात्री मला माझी आई माझ्याजवळ घेऊन झोपली होती, तेव्हा अश्रुभरल्या नयनांनी ती म्हणाली होती, ''आयसिन, माझ्यासारखी कमकुवत होऊ नकोस. अगदी कणखर बन. आणि तू फक्त तुझ्यासाठीच जग! लक्षात ठेव, पुरुष हाच बाईचा सगळ्यात मोठा आणि वाईट शत्रू आहे!''

पण मला पुढे माझा विरोध टिकवता येणे शक्य झाले नाही. कारण कावाशिमा आता तरुण आणि आकर्षक लष्करी अधिकाऱ्यांना लष्करासंदर्भातील बरीच चर्चा करण्यासाठी आमंत्रित करू लागला. त्यांचे ते सुदृढ आणि पिळदार शरीर माझ्या मणक्यांतून झिणझिण्या आणायचे. आता तसे मी सहजच सांगू शकते की, जेव्हा असे होत असे, तेव्हा माझी नजर त्या अधिकाऱ्यांवर खिळे आणि कावाशिमा माझ्याकडे क्रूर नजरेने पाही. त्याचे डोळे बारीक होत आणि तो त्याच्या सिगारमधून जोरजोरात धुरांची वलये काढत असे. कावाशिमा या गोष्टी मुद्दामच करत होता. माझ्या मनात त्या अधिकाऱ्यांविषयी इच्छा जागृत व्हावी, म्हणून त्याला नाकारल्याची शिक्षा तो मला देत होता.

मी एका लष्करी अधिकाऱ्याकडे आकर्षित झाले होते. कावाशिमाला ही गोष्ट फारच आवडली. कारण एकतर तो या गोष्टीची वाटच पाहत होता की, त्यांच्यापैकी एका अधिकाऱ्याने तरी मला माझ्या गुडघ्यांवर रांगायला लावावे, ज्याच्याविषयी माझ्या मनात इच्छा आणि वासना जागृत होईल आणि खरोखरच तसे घडले. एकाविषयी माझ्या मनात तीव्र भावना जागृत झाल्या.

माझ्या दत्तक वडिलांना मग जास्त वाट पाहावी लागली नाही. त्यांनी माझ्या वर्मावरच आघात केला होता. माझ्या शरीर आणि हृदयाच्या साऱ्या चेतना जागृत केल्या होत्या. त्या पाणीदार, हिंमतवान लष्करी अधिकाऱ्याचे नाव होते यमागा. तो

२५ वर्षांचा कमांडर ऑफिसर (अधिकारी) होता. आपल्या वखवखलेल्या डोळ्यांनीच तो माझ्या शरीरावर बलात्कार करू पाही. ही गोष्ट त्याने फार लवकर केली. त्याला आमच्याकडे चर्चेला येऊन फार काही दिवस झाले नव्हते.

मी आणि वासना यांच्यात जवळचे नाते होते. मला काही हे नवीन नव्हते; त्यामुळे माझ्या शरीरात चालणाऱ्या गरम स्पंदनांचीही मला जाणीव झाली. पण या वेळी नुसती वासना नव्हती. थोडासा फरक होता. यमागाने माझा व्यक्ती म्हणून स्वीकार करावा, अशी मला अपेक्षा होती. माझ्यातली बौद्धिक क्षमता त्याने ओळखावी, असे मला वाटे. माझ्या सर्व भावना त्याच्या बाबतीत वासनेच्या पलीकडल्या होत्या. त्याने माझ्या शरीराबरोबरच माझ्या मनावरही मनापासून प्रेम करावे, असे मला वाटत होते.

त्या नवीन लष्करी अधिकाऱ्याला ही गोष्ट चांगली कळली होती की, त्याने योग्य बटणे दाबली आहेत. त्यासाठी चोरट्या कटाक्षाने तो मला घायाळ करी. ज्या जागेवर आम्ही चर्चेसाठी बसत असू, त्या जागी एकमेकांकडे उघडपणे मोठ्या डोळ्यांनी बघण्यापर्यंतची मजल आम्ही मारली होती. माझ्या आता लक्षात आले की, थोड्या अवधीतच तो मला कावाशिमांच्या मोठ्या बगिच्यात एकांतस्थळी घेऊन जाईल आणि माझे चुंबन घेईल. मी तेव्हा फक्त १७ वर्षांची होते. पण मला या शारीरिक खेळाची पूर्ण माहिती होती. आणि पुरुषांच्या शरीराला सुखावण्याचा रस्ता मला माहीत होता, जे त्या काळातील आणि माझ्या वयातील कुणीही उच्चकुलीन मुलगी करू शकली नसती.

माझ्या अपकीर्तीनेच मला पुढे आणले होते. यमागा त्याचा बराच फायदा घेत होता. कावाशिमाच्या सहा मुलींपैकी तो कुणाशीही असे वागू शकत नव्हता. मी त्याला प्रोत्साहित करत असे, तेसुद्धा कुणाच्याही प्रतिबंधाशिवाय. मला तो हवा होता. त्याकरिता वेळ घालवायची किंवा उगीचच खेळ खेळायची माझी तयारी नव्हती. एका आठवड्याच्या आतच मी त्याला भेटण्याच्या जागी घेऊन गेले. जेव्हा त्याला मला भेटण्याची इच्छा होत असे, तेव्हा ही खोली आम्ही वापरत असू. आमचे प्रेम क्वचितच नाजूकपणे रंगे. नाहीतर आमच्या प्रेमाचा खेळ फारच रानटीपणाने चालत असे. आमच्या या रानटी आणि नैसर्गिक प्रेमाचा मी आनंदाने उपभोग घेई. माझा असा ठाम विश्वास होता की, अत्यंत आनंदाचे क्षण आणि अत्युत्तम आनंद किंवा सुख या दोन्ही गोष्टी खरेतर माणसाच्या मनातील खोलवर दुःखाचे मूळ घटक आहेत.

मला नेहमीच नाजूकपणाची भीती वाटत होती. कारण हाच नाजूकपणा मला स्त्रीत्वाच्या मूळ तत्त्वावर आणून बसवेल, असे मला वाटे; जेथे मला कधीच जायचे नव्हते. प्रेमात पडून मग जन्मभर दुःखच भोगणाऱ्या माझ्या आईची आणि वडिलांनी

ठेवलेल्या इतर बायकांची कहाणी मी स्वतःच बघितली होती. म्हणूनच यमागाशी माझे संबंध फक्त शारीरिक पातळीवरच राहावेत असे मला वाटे. कदाचित त्यामुळे माझे मन दुखावले गेले नसते आणि शारीरिक सुखालाही मी पारखी झाले नसते. मला या मन आणि शरीराच्या वेगळेपणात सुरक्षित वाटे.

पण नियतीच्या मनात माझ्यासाठी वेगळेच बेत होते. माझा कोणाच्याही प्रेमात न पडण्याचा चांगला हेतू बाजूलाच राहिला; उलट मी हृदय पिळवटून टाकणाऱ्या त्या पहिल्या प्रेमाच्या लहरीत पूर्णपणे सापडले. त्याला वशीभूत झाले. पहिले प्रेम कोणत्याही स्त्रीला नेहमीच दुःखदायक ठरले आहे. मग ते आयुष्याच्या सुरुवातीला असो किंवा आयुष्यात पुढे असो. ही अगदी जगजाहीर गोष्ट आहे. कधी-कधी तर ते पचवणे फार कठीण आणि जगाच्या उपहासाला पात्र ठरणारे असते. पण माझ्याही बाबतीत तेच घडले. मीच माझ्याकडून प्रेमाच्या नाजूक भावनेला जन्म दिला. यमागा आता मला फक्त त्याची शय्यासोबती म्हणून वागवत नसे. तो प्रेमाने मला माझी काळजी घेणारा जबाबदार प्रेमिक म्हणून वागवू लागला होता. मीसुद्धा तसेच वागायला सुरुवात केली होती. माझ्या प्रेमाचा प्रवास सुरू झाला होता.

माझ्या दत्तक वडिलांना हे सर्व ठाऊक होते. मी जेव्हा यमागाकडे प्रेमाने पाहत असे, तेव्हा ते माझ्याकडे एक विजयी हास्य फेकत. जणू त्यांना जे हवे ते त्यांनी मिळवले होते. पण मी माझे शरीर यमागाला दिले होते. त्याच्या प्रेमात मी आकंठ बुडाले होते; त्यामुळे कावाशिमाच्या त्या कुत्सित विजयी हास्याचा माझ्यावर काहीच परिणाम होत नसे. मी त्याकडे सरळ दुर्लक्ष करी. त्या क्षणी मला माझ्या आणि यमागाच्या मध्ये कुठलीच नकारात्मक भावना येऊ देणे योग्य वाटत नव्हते. माझे प्रेमाचे जग मला तसेच सुंदर, देखणे आणि कायमस्वरूपी ठेवायचे होते.

माझ्या आणि यमागाच्या भेटीचे ठिकाण जेडला माहीत होते. ती मात्र माझ्या या वागण्याने काळजी करून खंगू लागली होती. तिने जेव्हा माझा यमागासोबतचा शुद्ध शारीरिक जवळिकीतून हक्काच्या मानसिक, भावनिक गुंतवणुकीकडे जाणारा प्रवास पाहिला, तेव्हा ती मला वारंवार आगाऊ इशारा देत राहिली होती. आणि तिला काही पूर्वकल्पनाही आली होती.

"मी लवकरच एक चांगला दिवस बघून यमागाला लग्नाचे विचारणार आहे.'' ही गोष्ट मी माझी खूपच काळजी करून खंगणाऱ्या लाडक्या जेडसमोर उघड केली. ''मिस आयसिन, मुली मुलांना कधीच लग्नाचे विचारत नसतात; त्यामुळे अशा हेतूने कोणतेही कृत्य तुम्ही करता कामा नये! माझ्यासारख्या म्हाताऱ्या बाईची काळजी तुम्ही वाढवू नये,'' जेड अक्षरशः रडतच म्हणाली. माझा धीटपणा आणि स्त्रीविषयीच्या रूढीसंदर्भातील अज्ञानाची तिला दहशत वाटली.

''होय! मीच यमागाला लग्नाचे विचारणार आहे. तो होच म्हणेल. कारण मला

माहीत आहे की, तो माझ्यावर खूप प्रेम करतो.'' मी आत्मविश्वासाने जेडला उत्तर दिले. तिचा विरोध होण्याच्या आतच मी पुन्हा म्हणाले, ''मला हे सांग की, यात वाईट काय आहे? जर एक तरुण स्त्री आणि पुरुष एकमेकांना पूर्ण ओळखत असतील; त्यांना काय हवे आहे हे त्यांना पूर्णपणे ठाऊक असेल तर? मला या वाट पाहण्याच्या खेळाचा फारच तिटकारा आहे, हे तुला माहीत आहे ना जेड?''

''कधीतरी स्त्रीने स्त्रीसारखेच वागले पाहिजे आणि नम्रतेनेच राहिले पाहिजे. कुठलाही पुरुष अशा स्त्रीशी कधीच लग्न करणार नाही, जी पुरुषाच्या फार पुढे गेली आहे आणि फारच धीट आहे. मग ती राजकन्या असली तरी! कारण इथे तिच्या नैतिकतेच्या व सद्विचारांच्या बाबतीत शंका निर्माण होऊ शकतात.'' जेड म्हणाली. ''मला भीती वाटतेय. खूपच भीती वाटतेय. जर तुम्ही असे केले तर तुमच्या पदरी दुःखच येईल. आणि तसे झाले तर तुम्ही खूपच रागवाल. कारण तुमचे मन मोडले म्हणजे तुमचा राग भयंकर असतो. त्याला आवरणे कठीण आहे.''

जेडच्या या आगाऊ संकटाची सूचना देणाऱ्या शब्दांनीच माझी झोप उडवली. मी रात्रभर तळमळत जागी होते. दुसऱ्या दिवशी सकाळी मी उन्हाळी कीटकाच्या आवाजानेच उठले. माझ्या आता लक्षात आले की, यमागाला लग्नाविषयी विचारण्याची वेळ आली आहे. वाट पाहणे संपले आहे. मी आणि यमागा आज २ आठवड्यांनंतर भेटणार होतो. तो त्याच्या घरी त्याच्या कुटुंबाला भेटायला उत्तरेकडे गेला होता. मला त्याचा वियोग अजिबातच सहन होत नव्हता. जेड रोजच रात्री होणारी माझी तगमग बघत होती. माझे शरीर माझ्या प्रियकराच्या वियोगात जळत होते. हा तर एक भयंकरच त्रास होता. यापूर्वी कुठल्याच व्यक्तीबद्दल, पुरुषाबद्दल मला असे काही कधीच जाणवले नव्हते.

शेवटी एकदाचा यमागा आला. म्हणजे आम्ही रात्री भेटणार होतो, हे नक्की. मग आम्ही दोघेही प्रेमिक अतिशय निकडीने आपली दोन आठवड्यांनंतरची प्रेमाची भूक जोरदारपणे भागवणार होतो. मग मी त्याला लग्नाचे विचारणार होते. मला माझेच खूप आश्चर्य वाटत होते. तो पूर्ण दिवस मी दिवास्वप्ने बघण्यातच घालवला. आमचे लग्नानंतरचे जीवन आणि आम्हाला होणारी मुले इत्यादी. या सगळ्या दिवास्वप्नांमध्ये 'योशिको कावाशिमा'च्या बाबतीत ठरलेल्या भविष्यातील योजना लाथाडल्या गेल्या होत्या. कुठे होत्या त्या मोठ्या योजना आणि कुठे होती 'योशिको कावाशिमा'? मी अगदी माझे केससुद्धा वाढवायला आणि स्त्रियांप्रमाणे पोशाख करायला मनातच सुरुवात केली होती. हे काय होऊन बसले होते? माझ्यासारखी बाई केव्हापासून हृदयाला महत्त्व देऊ लागली होती? माझे डोके पार कामातूनच गेले होते. माझे शरीरसुद्धा माझ्या ताब्यात नव्हते. कदाचित मी 'पहिल्या प्रेमाच्या' जाळ्यात अडकले होते, ज्याविषयी मी अशी शपथ घेतली होती की, मी कधीच

प्रेमात पडणार नाही. पण आताची माझ्या मनाची अवस्था फारच वेगळी होती. मी आता कशाचीच काळजी किंवा पर्वाही करत नव्हते!

माझ्या अपेक्षेप्रमाणेच माझे आणि यमागाचे त्या रात्रीचे मिलन उत्कटतेने झाले. अतिशय आवेगाने आम्ही दोघांनी प्रेम केले. रात्रभर आम्ही प्रेम करत राहिलो. सकाळपर्यंत आम्ही थांबलो नव्हतो. आमच्या प्रेमात खंडच पडला नव्हता. सकाळच्या पहिल्या किरणानंतर आम्ही झोपलो. जेव्हा मी जागी झाले, तेव्हा सूर्य बराच वर आला होता. मी यमागाला झोपेत पाहत होते. विश्रांती घेताना त्याचा देखणा देह माझे हृदय पुलकित करीत होता. माझे हृदय पुन्हा भावनांनी भरून आले. कारण मी निःसंकोचपणे प्रेम करू लागले. जेव्हा हा उठेल तेव्हा मी त्याला लग्नाबद्दल विचारेन आणि आजच संध्याकाळी आम्ही आमच्या डोक्यावर येऊन ठेपलेल्या लग्नाबद्दल चर्चा करत असू. मी जेव्हा त्याला हलताना आणि माझ्याकडे वळताना पाहिले, तेव्हा हे सारे विचार माझ्या मनात आनंदाने नाचत होते.

आम्ही पुन्हा एकमेकांवर प्रेम केले. नंतर जेव्हा आम्ही एकमेकांच्या घट्ट मिठीत होतो, तेव्हा मी त्याचा चेहरा माझ्या हाताच्या ओंजळीत पकडला. आणि कुठलीही पूर्वसूचना न देता त्याला विचारले, ''यमागा सॅन, तुम्ही माझ्याशी लग्न करणार आहात ना?''

मी आता त्याच्या अति आनंदाने निघणाऱ्या 'होय! होय!' या शब्दांची वाट पाहू लागले. पण असे काहीच घडले नाही. त्याऐवजी त्याचे शरीर माझ्या मिठीतून, बाहूंतून सरकले होते. त्याने मला हळूच दूर केले. आता माझे हृदय, जे इतका वेळ आनंदाने गाणे गात होते, ते थंड पडले. आत मनात काहीतरी व्हायला लागले. ते मला ओरडून एकच गोष्ट सांगत होते. 'काही समजत नाहीये! पण असे व्हायला नको होते! हे काही बरोबर नाही!'

यमागाचा आवाज खूपच दुरून येतो आहे असे मला वाटले, ''मी तुझ्याशी लग्न करू शकत नाही; कारण मी तुझ्यावर प्रेम करीत नाही. मला वाटले की, आपण दोघेही एकच गोष्ट बघतो आहोत- ती म्हणजे 'शारीरिक सुख.' हाच संदेश तर तुझ्याकडून सुरुवातीपासून मला मिळत होता. आता असे काय बदलले आहे योशिको की, तू मला लग्नाचे विचारत आहेस?''

'कारण मी आयुष्यात प्रथमच प्रेमात पडले आहे!' हे शब्द माझ्या डोक्यात गरागरा फिरायला लागले. आता जर मी त्याचा उच्चार केला असता, तर माझी अपकीर्ती झाली असती. माझ्याच शब्दांनी मी उघडी पडले असते आणि कावाशिमाला तेच तर हवे होते; हे माझ्या आता लक्षात आले आणि तसेच घडले असते. त्याच्या त्या लबाड विजयी हास्याचा अर्थ मला लागला होता. माझ्यातली राजकन्या जागी झाली आणि असे शब्द माझ्या तोंडून बाहेर पडायच्या आतच तिने माझ्या खाडकन

मुस्काटात मारली. माझ्या भावनांचा चोळामोळा झाला. मी फक्त स्वतःलाच यमागाला थंडपणे प्रश्न विचारत असल्याचे ऐकू आले, "यमागा सॅन, खरेच सांगा तुम्ही माझ्याशी लग्न का करू शकत नाही? घाबरू नका; जे मनात आहे ते सारे ओकून टाका!"

"तू त्या लायकीची स्त्री नाहीस की, माझे कुटुंब तुझा माझी पत्नी म्हणून स्वीकार करील! तुझ्या बाबतीत लोक तू चारित्र्यहीन आहे असे म्हणतात; तुलाही ती गोष्ट पूर्णपणे माहीत आहे योशिको. तू प्रत्येक माणसाच्या वासना चाळवतेस. योशिको, अगदी तुझ्या सावत्र वडिलांना आणि भावांनाही तू सोडले नाहीस. मी तुझ्यासारख्या बाईशी कधीच लग्न करू शकणार नाही योशिको!" त्याचा प्रत्येक कठोर शब्द माझ्या काळजात खोलवर सुरीसारखा रुतत होता. पण मी त्याची प्रत्येक गोष्ट शांतपणे उभे राहून ऐकली होती. माझ्यातली उद्धट मुलगी, कठीण आणि कडक स्वभावाची मंचुरियन राजकन्या जागी झाली होती.

"असे असेल तर माझे लग्नाच्या बाबतीतील विचार मी मागे घेते, यमागा सॅन. आता या विषयावर आपण बोलू या नको." मी अतिशय शांतपणे त्याला उत्तर दिले. एक अपमानास्पद स्थिती मी कुशलतेने हाताळली होती. माझी प्रशंसा करावी असेच काम मी केले होते. कारण ती मीच होते, जिने यमागाला लग्नाचे विचारले होते आणि नंतर ते रद्दही मीच केले होते.

"कदाचित ही चांगली वेळ असेल की, मी तुला काही सांगू इच्छितो. कावाशिमाने तुझे लग्न मंगोलियन राजकुमार कंजरजॅबशी ठरवले आहे." यमागाचे बोलणे चालूच होते. आणि बोलता बोलता तो आम्हा दोघांतले अंतर कमी करीत होता. "तुम्ही दोघेही एकमेकांना योग्य आहात. राजकुमार आणि राजकुमारी."

ते ऐकून माझ्या हृदयाला खूपच जोरदार धक्का बसला. कपडे घालतानाही यमागाने नुकतीच सांगितलेली गोष्ट माझ्यापर्यंत पोचतच नव्हती, इतका तो धक्का तीव्र होता. माझ्या सुंदर शरीराचा उपयोग करून यमागाने पुन्हा एकदा आपली इच्छा पूर्ण केली. मीच त्याला ती शेवटची परवानगी दिली होती. मी त्याला सोडण्याचे ठरवले. तो एकदमच शोकमग्न आणि अनिश्चित स्थितीत आला. "तू हे जे काही करते आहेस त्याचा अर्थ असा आहे ना की, आपण एकमेकांना भेटत राहू शकतो? योशिको, तुला माहीत आहे ना, माझ्याबरोबरच तूसुद्धा बरोबरीने त्या सुखाचा आनंद घेतला आहेस!" मी अजिबात उत्तर न देता दरवाजाकडे वळल्यावर तो म्हणाला, "तू एक स्त्री आहेस. काहीही झाले तरी तुझे स्त्रीत्व तू बदलू शकत नाहीस. तू काहीच बदलू शकत नाही. तुझे दैव तुला स्वीकारावेच लागेल."

काही न बोलताच त्याच्या तोंडावर हलते दार आपटून मी माझ्या जागेकडे परतले. माझ्या हृदयात बर्फाच्या तुकड्यासारखी थंड शिरशिरी उठली. एका तासापूर्वी

हे हृदय किती आनंदाने आणि प्रेमाच्या उबेने नाचत होते. मी यमागाशी अजिबातच सहमत नव्हते- विशेषतः 'स्त्री' म्हणून मी माझे दुर्बल दैव स्वीकारायला हवे. कारण मला हे नक्कीच माहीत होते की, मी भविष्यात मुक्त राहण्यासाठी कोणतीही भयंकर जोखीम घेऊ शकत होते. पण आता हे यमागाला पटवून देण्यासाठी माझ्याजवळ अजिबातच वेळ नव्हता. आणि तेवढ्या शक्तीचाही अभाव होता. त्याच्याशी वितंड वाद घालण्यापेक्षा मी त्याला माझ्याविषयीच्या कल्पना करण्यासाठी सोडून आले होते. त्याची केवढी हिंमत की, त्याने मला अगदी गृहीत धरले होते. त्याने मी कशी आहे हे जाणण्याचेही कष्ट घेतले नव्हते. आणि माझ्या बाबतीत तो सहजपणे मत देत होता.

मी जेव्हा माझ्या घरात पोचले, तेव्हा जेड तेथे घिरट्या घालत होती. माझ्या काळजीने विलाप करीत ती म्हणाली, ''तुम्ही खूपच निराश झाला आहात मिस आयसिन! तुम्ही सकाळची न्याहारी केलीत का?''

''मला जरा श्वास घेऊ देतेस का जेड?'' मी तिला उद्धटपणे विचारले. पुन्हा एकदा नोकर आणि मालकाच्या नात्याचा पडदा मला माझी स्थिती लपविण्याच्या कामी आला. नेहमीच्या अंगवळणी पडलेल्या सवयीने जेड चार पावले मागे जात मला वाकून आदर देत तेथून नाहीशी झाली.

पण मग मला त्यामुळे आणखी वाईट वाटले. मी पुन्हा परतले आणि माझ्या झोपण्याच्या खोलीत जाण्यापूर्वी जेडजवळ जाऊन तिला एक हलकीशी मिठी मारली. या मिठीमुळे माझ्या मनातील अपमानाचे जड ओझे काही प्रमाणात उतरले. मी खरोखरच खूप मूर्ख होते. कावाशिमांच्या घरात मला एक नकोशी तऱ्हेवाईक व्यक्ती म्हणून वागणूक मिळत होती. मी काय करते, कुठे जाते, कशी वागते, कोणाबरोबर राहते, याच्याशी त्यांना काहीच कर्तव्य नव्हते. मी कोणाबरोबर पळून गेले किंवा तत्कालीन बायकांप्रमाणे घरातील काम न शिकता शिक्षणात रस घेतला असता अथवा राजकारणात रस घेऊन मोठाली भाषणे ठोकली असती किंवा लष्करी चर्चांमध्ये भाग घेतला असता, तरीही त्यांना काहीच फरक पडणार नव्हता. म्हणूनच मला कोणीही कशासाठीही रोखत नव्हते. सगळ्याच प्रतिबंधांपासून मी पूर्णपणे मुक्त होते. माझ्यावर कोणतीही बंधने न लादण्याचे कारण कदाचित माझा मंचुरियन राजकुमारीचा दर्जा असावा. काहीही असो; सत्य हेच होते की, जेडशिवाय जपानमध्ये माझ्यावर कुणीच प्रेम करणारे नव्हते.

कदाचित जन्मतानासुद्धा मी भयंकर पद्धतीने जन्मले होते, म्हणूनच माझ्यावर फक्त माझी आई आणि माझी आया जेड प्रेम करीत होती. अजूनही माझ्या जन्माची कहाणी आठवली की, माझ्या अंगावर शहारा येतो. माझी आई मला सांगत असे की, मी तिच्या मायांगातून बाहेर येताना त्याला बोचकारत, फाडत बाहेर आले होते.

मी जोरजोरात रडत होते आणि अतिशय संतापलेली होते. जगातील पहिला श्वाससुद्धा मी संतापानेच घेतला होता.

"मुलगीच ना?" माझे वडील गुरगुरत म्हणाले. माझ्याकडे न बघताच ते तेथून निघून गेले. अशा प्रकारे मी रागात आणि संतापात मोठी झाले होते. मोठी होतानाच ही शपथ घेऊन मोठी झाले की, 'मी वेगळी होईन. लोकांना स्वतःकडे जबरदस्तीने बघायला लावेन. माझी दखल घ्यायलाच लावेन.' त्याकरिता कोणतीही कठीण जबाबदारी पेलायची माझी तयारी होती; एखाद्या सैनिकासारखी. माझा हात कलम झाला तरीसुद्धा जिंकण्याची जिद्द माझ्या मनात होती.

खरेतर हेच माझ्या आईच्या प्रश्नाला मी दिलेले उत्तर होते; पण जे माझ्या आईला कधी मिळालेच नाही. ती मला नेहमीच एक त्रासदायक प्रश्न विचारी. हा प्रश्न मला खिजवत असे. "आयसिन, तू एक दिवससुद्धा मुलीसारखी, सर्वसाधारण मुलीसारखी का वागू शकत नाहीस?" माझ्या वडिलांनी लागू केलेल्या कायद्यांना, हुकमांना, कडक आदेशांना, लहरींना आणि वेड्या छंदांना विरोध करताना होणाऱ्या प्रत्येक झटापटीनंतर तिचा हा मनाला वेदना देणारा प्रश्न ठरलेला असे.

मी माझ्या स्वतःच्या प्रेम न करण्याच्या नियमाचा भंग करून यमागावर प्रेम केले होते. त्याबद्दल मला जराही पश्चात्ताप होत नव्हता. मला आता कुणाचीच पर्वा नव्हती; कारण कुणालाच माझ्याविषयी प्रेम नव्हते. एक क्षण का होईना, मी प्रेमात पडले होते. त्यातील वेडेपणा अगदी लग्न करून मुलांच्या जन्मापर्यंतच्या कल्पना करून अनुभवला होता. एका क्षणापुरती का होईना, मी त्या माणसासाठी माझ्या आशा-आकांक्षांचाही त्याग करायला तयार झाले होते. पण यानंतरच्या आयुष्यामध्ये मी पुन्हा या नाजूक क्षणांच्या पाशात अडकणार नव्हते. तशी मी प्रतिज्ञाच केली होती.

चार

यमागाच्या नकाराने मला झालेल्या दुःख, वेदना आणि अपमानाचा नाटुस्को आणि कावाशिमा दोघांनी खूप आनंद घेतला. त्यांनी माझा पराभव केला, मला चांगलेच ठेचले अशी भावना त्यांच्या चेहऱ्यावर उतू जात होती. आणि मला अचानक जाणवले की, त्यांना आधीपासूनच ही गोष्ट माहीत होती की, मी राजकुमार कंजरजॅबकडे लग्नासाठी आधीपासूनच अधिकृतरीत्या गहाण होते. फक्त वेळ यायची होती. आणि आता त्याच्याशी लग्नाची वेळ आली होती.

काही आठवड्यांनंतर नाटुस्कोने मला अतिशय आनंदाने ही बातमी दिली की,

यमागाचे प्रख्यात कारखानदाराच्या मुलीशी लग्न ठरले होते. ती मुलगी दिसायला अतिशय सुंदर होती. तिची कीर्तीसुद्धा निष्कलंक होती. तिच्या चारित्र्यसंपन्नतेने यमागा आणि त्याचे कुटुंब तिच्यावर फिदा होते. तशी माझी दत्तक आईसुद्धा सुंदर होती. पण तिचे डोळे मात्र निस्तेज, मृत डोळ्यांसारखे होते. पण आज मात्र ते आनंदाने चमकत होते. ती माझ्या तीव्र प्रतिसादाची वाट पाहत होती. मुख्य म्हणजे मला तिने दिलेल्या त्या अपुऱ्या माहितीचा माझ्यावर काय परिमाण होतो, हे तिला पाहायचे होते. मी माझे खांदे उडवून एवढेच शांतपणे म्हणाले, ''परमेश्वर तिचे भले करो! हे बाईलपणाचे क्षुद्र आणि महत्त्वहीन आयुष्य मला नकोच होते. लग्न म्हणजे बायकांच्या पायातील बेडीच आहे. आणि सतत मुले जन्माला घालणे म्हणजे तर भयंकर दिव्यच आहे. हे सगळे माझ्यासाठी नाही! मला साहस आणि संकटाने भरलेले आयुष्यच आवडते. तुला माहीत आहे का? मी अजून खूप तरुण आहे. आणि माझ्याजवळ आणखी बराच वेळ आहे. मी हे माझ्या आयुष्यात सातत्याने शोधू शकते, खरे ना?''

मला हे बघून खूप समाधान वाटले की, माझ्या या मार्मिक पण कठोर उत्तराने नाटुस्कोचा चेहरा उतरला. तिचे वय आणि तिच्या सौंदर्याची रयाच या गोष्टीमुळे गेली होती. पण तिने माझ्या जखमी हृदयात जो चाकू खुपसला होता, त्याची चांगलीच परतफेड झाली होती. यमागाच्या तोंडावर येऊन ठेपलेल्या लग्नाची बातमी मला उत्साहाने देणाऱ्या नाटुस्कोचा चेहरा अगदी केविलवाणा झाला होता.

''माणूस किती विश्वासघातकी प्राणी आहे!'' मी स्वतःशीच फुत्कारले. त्या क्षणी मला यमागाचा तीव्र द्वेष वाटू लागला. तो माझ्या भावनांशी खेळला होता आणि त्याने माझा अपमानही केला होता. तसेच नाटुस्कोलासुद्धा त्याने माझ्या दुःखदायक आणि अपमानास्पद स्थितीचा आनंद घेण्याची संधी दिली होती. पण यातूनही मी शहाणपणा शिकले नव्हते. माझ्या मनात अजूनही त्याच्या प्रेमाची आणि सौहार्दाची अपेक्षा होती.

नाटुस्कोने माझे उद्धट उत्तर जसेच्या तसे कावाशिमाकडे पोचवले होते. तेवढे मात्र तिने तत्परतेने केले होते. ताबडतोब दुसऱ्या दिवशी त्याने माझ्याविरुद्ध फर्मान काढले की, कोणत्याही परिस्थितीत निर्विवादपणे माझे लग्न कंजरजॅबशीच होणार आहे; मी माझ्या नवऱ्याबरोबर मंगोलियाला नवीन जीवन सुरू करण्यासाठी लवकरच रवाना होणार आहे. ना मला माझे मत विचारण्यात आले, ना मला माझे लग्न नाकारण्याचा हक्क देण्यात आला.

''आम्हा सगळ्यांना आशा आहे की, नवीन लग्नाची जबाबदारी तुला नक्कीच वठणीवर आणेल आणि तुला एक चांगली व्यक्ती बनवेल.'' कावाशिमा म्हणाला.

''मला न विचारता माझे लग्न ठरवणारे तुम्ही कोण?'' संतापाने मी माझ्या

डोळ्यांत पाणी आणण्याचे नाटक केले. तेवढ्यापुरतेच मी गप्प बसण्याचे, दुर्लक्ष करण्याचे ठरवले होते. कारण माझ्या दैवात पुढे काय होणार, ते मला माहीत होते.

सत्य तर हे होते की, कंजरजॅबशी मला लग्न करायचेच नव्हते. पण हेही सत्य होते की, माझ्या स्थिर आयुष्यात नव्या साहसाने प्रवेश केला होता. आणि हे कुठेच जाणार नव्हते. माझ्यासाठी पुन्हा नवीन अनुभवांचे दालन उघडणार होते. हे सारे अनुभव मी मंगोलियातून पळून जाण्यापूर्वीच गोळा करणार होते आणि हीच तर माझी योजना होती.

माझ्या मंगोलियात जाण्याने लवकरच विवाहबद्ध होणाऱ्या यमागात आणि माझ्यात खूपच अंतर पडणार होते. आणि जर मी या लग्नाला कंटाळले, तर मी माझे सारे सामान गुंडाळून मंगोलियातून पळ काढणार होते. पण मला कावाशिमाला हे जाणवू द्यायचे नव्हते की, या विचित्र लग्नाबद्दल मला काहीच आक्षेप नव्हता. उलट माझा हा योजनाबद्ध हेतू होता की, त्याला असा काही त्रास द्यायचा की, माझ्या त्या कडक आणि दुःखपूर्ण विरोधाचा त्याला धसका बसेल. मला मंगोलियाला पाठविण्यापूर्वीच माझ्या वागणुकीने मला त्याला एक सणसणीत टोला द्यायचा होता.

मी पुन्हा माझ्या मूळ पदावर आले. जेव्हा मला हे जाणवले की, माझ्या दत्तक आईच्या आयुष्याचा प्रत्येक पुढचा दिवस मला टोमणे न मारण्याने आणि प्रत्येक दुर्दैवी घटनेला मला जबाबदार न धरल्यामुळे किती रिकामा आणि ओकाबोका होऊन जाईल!

"मंगोलिया?" जेड जोरात शहारली. "ही तर तीच जागा आहे ना, जेथे लोक तंबूत राहतात. त्या तंबूला गेर म्हणतात. हे लोक जनावरांच्या कातड्यांचे कपडे घालतात आणि त्यांच्या कातड्यावर झोपतात. बकरीचे दूध पितात! शहरात राहणारी तू कशी काय त्या खेड्यात राहशील आयसिन?"

"तू अजिबात काळजी करू नकोस! सगळे काही व्यवस्थित होईल; कारण माझ्याजवळ एक योजना आहे!" मी तिला खात्री देत म्हणाले, "मी स्वतःलाच एक वर्ष देणार आहे. मी मंगोलियात एक वर्ष राहीन; नंतर मात्र माझा हेतू चीन किंवा जपानला पळून येण्याचा आहे." मंगोलियातून पळून जाण्याचा माझा बेत कंजरजॅबची बायको होऊन मंगोलियात राहण्याच्या अनुभवापेक्षाही उत्साहवर्धक आणि आकर्षक होता. माझे लग्न ही टिकविण्याकरिता करण्याची गोष्ट नसून फक्त एक साहस होते. असे साहस, ज्याचा मला कंटाळा येईपर्यंत मी उपभोग घेणार होते. "मिस आयसिन, तू काय म्हणायचा प्रयत्न करते आहेस? अरे देवा! मी आजपर्यंत असा बेत कोणत्याही बाईच्या तोंडून ऐकला नाही की, तिचे लग्न फक्त ती एका वर्षातच संपवणार आहे. आणि तेही सुरू होण्यापूर्वीच!" जेड मनापासून कळवळली.

हळूहळू माझ्या मंगोलियन प्रस्थानाचे दिवस जवळ येऊ लागले. त्यानुसार तयारी सुरू होती. जेव्हा मला हे कळले की, कावाशिमा कंपू आणि कंजरजॅबचे राजघराणे यांचे एकमेकांशी असलेले नाते फक्त उभयतांच्या फायद्यासाठी आहे, तेव्हा मी माझ्या धमक्यांचे प्रमाण आणखी वाढवले; त्यामुळेच माझा दत्तकपिता कावाशिमा ते नाते टिकविण्यासाठी आणि हे लग्न त्या नात्यावर पार पाडण्याची धडपड करीत होता. माझ्या वागण्याने कदाचित त्यांच्या त्या सौहार्दपूर्ण मैत्रीला धक्का बसला होता. मी तेच करण्याचा प्रयत्न पूर्णपणे करीत होते.

''जर मला तेथील जीवन भावले नाही तर आणि कंजरजॅब मला माझ्या लायकीचा वाटला नाही तर कदाचित मी पळून जाईन!'' मी शपथच घेतली. माझ्या धमकीत भर घालत मी म्हणाले, ''मी एक कर्तव्यदक्ष पत्नी होईन अशी अपेक्षा माझ्याकडून करू नका! आणि तो काही माझा गुन्हा नाही. कारण मला जवळजवळ मुलासारखेच वागवण्यात आले आहे, हे तुम्हाला चांगलेच माहीत आहे. मला घरात मुलींसारखी कुठलीही शिकवण मिळालेली नाही. त्याऐवजी मला मुलांसारखे- नोबू आणि हिदेऊसारखेच- वाढवले गेले आहे; त्यामुळे मी कंजरजॅबबरोबर बायको म्हणून कशी राहणार? हे तुम्हाला माहीत नाही का? असे म्हणतात ना की, तुम्ही जे पेराल तेच उगवते? मग आता का रडता?''

''लक्षात ठेव. मंगोलियात तू कावाशिमाच्या घराण्याची प्रतिनिधी म्हणून जाते आहेस. म्हणूनच तू या कावाशिमा घराण्याला साजेल असेच तेथे वागले पाहिजेस!'' माझ्या बोलण्याकडे पूर्ण दुर्लक्ष करीत, मी काही बोललेच नाही असे दाखवत कावाशिमा म्हणाला, ''एवढे तरी या कुटुंबाकरिता तू करायला पाहिजेस! त्यांनी, तुझ्या वडिलांनी तुला लाथ मारून घराबाहेर काढल्यावर याच घराने येथे तुला अन्न, वस्त्र, निवारा दिला आहे; इतकी वर्षे पोसले आहे हे विसरू नकोस!''

''होय! हे जरी सत्य असले, तरी या घरात मला कावाशिमा म्हणून कधीच वागवण्यात आले नाही.'' मी माझ्या ओरडण्यावर ताबा न ठेवता म्हणाले, ''म्हणून मी असेच वागेन, जे मला येथे शिकवण्यात आले आहे. आणि जे मला रुचेल, माझ्या बुद्धीला पटेल तसेच मी करीन! मला कावाशिमांबद्दल फारशी माहिती नाही. आणि म्हणून मी जशी आहे तशीच वागेन! समजले?''

माझे दत्तक वडील हतबल होऊन दुखावल्या अवस्थेत तेथून निघून गेले. पण त्यांच्या मनातील भीतीची छाया आठ्यांच्या रूपाने त्यांच्या कपाळावर उमटली होती. त्यांना हे स्पष्टपणे माहीत होते की, मी त्यांना दिलेल्या धमक्यांना प्रत्यक्षात आणण्याइतकी सक्षम होते. आणि तसेच वादळ आणि त्याच्या लाटा माझ्या नव्या नवऱ्याच्या मोठ्या घरात उठवू शकत होते. कावाशिमाला काळजीत बघून मला अगदी मनापासून खूप आनंद झाला होता. मी त्याला कधीच क्षमा केली नाही. बाप

म्हणून त्याने कधीच स्वतःचे कर्तव्य पार पाडले नाही. उलट माझा निष्पापपणा आणि माझे कोवळे बालपण त्याने माझ्याकडे वासनेने भरलेल्या डोळ्यांनी पाहून पिण्याचा प्रयत्न केला. मला नेहमीच त्याची घृणा वाटत आली होती.

नाटुस्कोला मात्र मला घराबाहेर काढल्याचा आनंद होत होता. माझ्या सगळ्या कावाशिमा बहिणींनी सामूहिकरीत्या सुटकेचा निःश्वास टाकला. कारण यापुढे त्यांच्या सभ्य, सुरक्षित जीवनात त्यांना चिडवण्यासाठी आणि त्यांच्या जीवनात भिरभिरे आणण्यासाठी मी तिथे नसणार होते. माझ्या दत्तक भावांना काहीच फरक पडणार नव्हता. आता त्यांच्या सुखासाठी चहाघर आणि वेश्यालयांचे दरवाजे उघडले गेले होते. त्यांना माझी काहीही गरज नव्हती. माझ्या दत्तक वडिलांनी त्यांच्या प्रबळ मित्राला- 'राजकुमार स्यू'ला- माझ्या लग्नाची बातमी कळवली. मंगोलियन राजकुमाराशी लग्न करून सुरक्षितपणे माझी रवानगी मंगोलियात होणार हे कळताच त्यांनी कावाशिमाला चांगली शाबासकी दिली आणि माझ्या जबाबदारीतून स्वतःचे हात झटकून ते मोकळे झाले. माझे लग्न म्हणजे सगळ्यांकरिताच 'जिंकलो' अशी स्थिती होती; फक्त मी सोडून!

जेडच फक्त असमाधानी होती. सतत रडत होती. आमची दोघींची वेगळे होण्याची घटिका जवळ येऊन ठेपली होती. जेड आता म्हातारी आणि आजारी झाली होती. आता मला आधार देण्यासाठी ती मंगोलियात येऊ शकत नव्हती. मला तिच्या आधाराविना परक्या माणसांमध्ये राहण्यासाठी जायचे आहे, ही कल्पना तिच्या मनाला खात होती. तिची माझ्याविषयीची काळजी कायमच राहणार होती. मी तिच्याशिवाय कशी राहणार होते? जेडला हे पूर्ण माहीत होते की, तीच माझ्या जीवनाचा खरा आधार होती. तीच मला वाईट गोष्टींपासून परावृत्त करीत होती आणि कोणत्याही परिस्थितीत ती मला आधार देऊन उभे करू शकत होती. यासाठी ती फक्त सत्याचीच मदत घेई. मला तिने खोटेपणाच्या मायाजालात कधीच अडकवले नव्हते. तिच्याशिवाय माझे आयुष्य कदाचित वाईट स्थितीत भरडले जाईल आणि मी जीवनातून उठेन, असे तिला वाटत असावे. नवीन साहसात पडण्याच्या माझ्या उत्साहाबरोबर मलाही मनात थोडी भीती वाटत होती. कारण या वेळेस मी एकटीच पुढे जाणार होते. जेड मला सहानुभूती देण्यासाठी माझ्याजवळ नसणार, हे मला चांगलेच माहीत होते. पण मी भीती आणि काळजी काहीच दाखवत नव्हते. एवढ्याकरिताच, की जेडचे आणि माझे मन मला घट्ट ठेवायचे होते.

इतिहासाची पुनरावृत्ती होत होती. माझ्या जैविक पित्याने मला वयाच्या आठव्या वर्षी मंचुरियाच्या घरातून जपानला पाठवले. त्यानंतर दहाच वर्षांनी माझ्या दत्तक पित्याने मला पुन्हा माहीत नसलेल्या दुसऱ्या 'मंगोलिया' नावाच्या देशात वाटेला

लावले होते. हे खरोखरच निराशाजनक होते की, माझे आयुष्य येथून तेथे फक्त पिसे लावलेल्या चेंडूसारखे सतत भिरकावले जात होते. मला याची पूर्ण खात्री होती की, अशी घटना कावाशिमाच्या सहा मुलींपैकी कोणत्याही मुलीसोबत कधीच घडणार नव्हती. माझे आयुष्य मात्र वेगळेच होते. आणि चेंडूप्रमाणे टोलवले, फेकले जात होते; तेसुद्धा एका देशातून दुसऱ्या देशात. त्यांना हे दाखवायचे होते की, जे घडत होते ते बरोबरच होते आणि त्याला मीच कारणीभूत होते.

माझी सतत नवीन साहस करण्याची वृत्तीच मला पुढे ढकलत होती. खरेतर खूप आधीच, लहानपणीच माझ्या स्वतंत्र विचारांनी आणि स्पष्टवक्तेपणाच्या या स्वभावरेषेने माझे भविष्य सांगितले होते. मलाही हे माहीत होते की, सर्वसामान्य आणि शांतीपूर्ण जीवन माझ्यासाठी नव्हतेच. मी हेसुद्धा बघत होते की, कंजरजॅबशी माझे लग्न हा माझ्या जीवनप्रवासातील तात्पुरता थांबा होता; जेथे माझे पूर्वायुष्य बदलून जाणार होते आणि नवीन वेगळे आयुष्य सुरू होणार होते. हे तर एक अचानकपणे समोर आलेले वळण होते, जे माझे आयुष्य पुन्हा बदलणार होते. पण मी जेडला हे सांगूनही पटणार नव्हते. तिचा या सर्व गोष्टींवर अजिबातच विश्वास नव्हता. आजपर्यंत ज्या अंधविश्वासात ती जगली, तो सगळा तिने तिच्या झिजलेल्या हाताने पिंजून काढला; पण तिला त्यात जी सुरक्षितता वाटत होती, ती माझ्या विचारात वाटली नाही. ती मला म्हणाली, ''आयसिन, जगातल्या कोणत्या बाईला आपले लग्न टिकणार नाही असे वाटत असेल? तुला झालेय तरी काय? तू आपले आयुष्य असे का पाहतेस? त्याला असे उधळायला का निघाली आहेस?''

मी आणि जेड मनाने इतके जवळ आलो होतो की, पुढेपुढे तिने मला 'मिस' म्हणणे सोडून दिले होते. मी फक्त तिची लाडकी 'आयसिन' होते. मला हे माहीत होते की, तिचा वियोग मला सतत जाणवणार होता. आता माझ्या दुःखी मनावर कुणी पट्ट्या बांधणार नव्हते. जेव्हा जेव्हा माझ्या पुढील आयुष्यात मी विक्षिप्त वागणुकीमुळे दुखावले जाणार होते, तेव्हा माझ्यासाठी, मला दुःखावेगाने रडण्यासाठी आपला खांदा पुढे करणारे आणि निःस्वार्थी असे जेडव्यतिरिक्त कुणीच नव्हते. माझे रडू मोकळे करायला आता एकही खांदा पुढे येणार नव्हता.

परमेश्वराचे आभारच मानायला हवेत की, माझ्या पुढील आयुष्यात मी निवडलेला आयुष्य गर्तेकडे नेणारा मार्ग बघण्यासाठी जेड जिवंत राहिली नाही. तिला हे कधीच कळले नाही की, माझे पुढे काय झाले. पण माझा राजकारणातला आणि लष्करातल्या गुप्त योजनांमधला वाढता रस मला गप्प बसू देत नव्हता. मी भिंतीला कान लावून कावाशिमाच्या घरातील खोलीच्या बंद दारामागे लपून, लष्करातील योजनांविषयीची चर्चा चोरून ऐकत असे. जेडला मात्र या गोष्टीचा त्रास होई. माझी

काळजी वाटे.

लग्नाच्या ठरलेल्या बेतानुसार कावाशिमाने कंजरजॅबला त्याच्या लवाजम्यासहित जेथे हे भव्यदिव्य लग्न होणार होते त्या जानोशापर्यंत, टोकिओपर्यंतचा प्रवासखर्च देऊन सन्मानाने बोलावले होते. नंतर अर्थातच मी माझ्या नव्या नवऱ्याबरोबर मंगोलियाला जाणार होते. कंजरजॅबचा टोकिओपर्यंत लग्नासाठी येण्याचा आविर्भाव मला सुखावून गेला. कमीत कमी मी माझ्या नवऱ्याच्या घरी एखाद्या भरलेल्या तांदळाच्या पोत्यासारखी पोचवली जाणार नव्हते. कारण माझ्या वडिलांकडे दर वर्षी त्यांच्या नव्या नवऱ्या अशाच येत असत.

काही दिवसांनंतर कंजरजॅब त्याच्या मोठ्या कुटुंबासमवेत आपल्या दुःखी चेहऱ्याच्या आईलाही घेऊन आला होता. असे म्हणतात की, ती कंजरजॅबच्या वडिलांशी लग्न होण्यापूर्वी शांघायमधील एक आनंदी स्त्री होती. लग्नानंतर मंगोलियात अक्षरशः जिवंत गाडल्यासारख्या स्थितीने तिला हे तसे लांब चेहऱ्याचे व्यक्तिमत्त्व आपोआपच मिळाले होते. कंजरजॅबबरोबर त्याचे पुष्कळसे बहीण-भाऊ आपापले नवरे आणि बायकांबरोबर तेथे आले होते. आणखी एक म्हणजे लालसर चेहऱ्याची जाडसर 'मायी' नावाची बाईही त्याच्यासोबत होती. तिच्या वागण्यावरून ताबडतोब लक्षात आले की, ही कंजरजॅबची ठेवलेली बाई होती. कंजरजॅबच्या व्यक्तिमत्त्वात मला जाणवली ती त्याची उंची! त्याचे डोके सगळ्याच मंगोलियन आणि जपानी माणसांच्या वर होते. त्याचा चेहरा अतिशय गुळगुळीत आणि भावनारहित होता. त्याच्यामध्ये मला आवडणारी मर्दानीपणाची चमक आणि धमक काहीच नव्हती, जी माझ्या वडिलांमध्ये व इतर भावंडांमध्ये होती. तो काही कठोर आणि कडक पौरुषत्वाचा अधिकारी वाटला नाही.

दहशतीने भरलेल्या जेडच्या कानात मी कुजबुजले, ''कंजरजॅब अगदी मऊ आणि चटकन वळण्याजोगा आहे; त्यामुळे मंगोलियातून मला लवकरच पळून जाता येईल जेड!''

माझ्या लग्नाच्या दिवशी माझी लग्नगाठ बांधायच्या आधीसुद्धा मी ठरवले की, कदाचित मी कंजरजॅबची चांगली मैत्रीण होऊ शकेन; पण त्याच्यावर प्रेम कधीच करू शकणार नाही. थोडक्यात असे की, माझ्या वाढीबरोबरच एक गोष्ट माझ्या मनात आपोआपच रुजत गेली होती. माझ्या वडिलांच्या जनानखान्यामुळे आणि कावाशिमाच्या 'चहाघर' आणि वेश्यालयांच्या पायऱ्या चढण्याच्या कृतीमुळेच मी 'मायी'ला सहजपणे स्वीकारले. मला तिच्या रखेलीपणाचा बाऊ वाटला नाही.

'मायी' एकदमच आनंदी स्त्री होती. ती लहान मुलासारखी प्रसन्न आणि निष्पाप स्वभावाची होती; त्यामुळेच तिच्यावर पूर्ण विश्वास टाकता येत होता. मी तिच्यावरच प्रेम करू लागले. मला मायी खूपच आवडली. जेडऐवजी मायी आता माझ्या

आयुष्यात येणार होती, आयुष्याचा एक भाग होणार होती. माझी एक उत्तम मैत्रीण म्हणून मंगोलियातही ती माझ्या उपयोगी पडणार होती. मी कंजरजॅबवर प्रेम करूच शकणार नव्हते आणि ही काळ्या दगडावरची पांढरी रेघ होती. तो फक्त माझे जीवन जगण्याचे एक साधन म्हणून मंगोलियात उपयोगी पडणार होता किंवा राहणार होता; त्यामुळेच माझी उत्तम मैत्रीण माझ्या नवऱ्याची रखेली असली, तरी मला काहीही फरक पडणार नव्हता. माझे शरीर कधी-कधी त्याची मागणी करणार होते; पण माझे हृदय मात्र त्याला कधीच आपल्यात थारा देणार नव्हते.

माझ्या लग्नाच्या पहिल्या रात्री मी एकटीच झोपले. तथापि मायीला माझी क्षमा मागण्यासाठी आणि त्याच्या न येण्याचे कारण सांगण्यासाठी पाठविण्यात आले होते. लाजत आणि तोंडातल्या तोंडात पुटपुटत मायीने मला सांगितले की, फार दूरच्या प्रवासाने थकल्यामुळे कंजरजॅब माझ्यासोबत लग्नाची रात्र साजरी करू शकत नाही. खरेतर त्या पहिल्या शृंगारिक रात्रीची मी पूर्णच हक्कदार होते, अधिकारी होते. माझ्या लक्षात आले की, माझा नवरा त्याच्या नव्या नवरीबरोबर झोपण्यापेक्षा आईसारख्या 'मायी'बरोबर झोपणे पसंत करत होता. या गोष्टीचा माझ्यावर काहीच परिणाम झाला नाही. पण मी हा विचार करू शकले की, सहआयुष्याची ही सुरुवात छान होती. त्याच्याकडून माझ्या हक्काची पायमल्ली केली गेल्याची जाणीव ठेवून त्याने माझी माफी मागितली होती. या गोष्टी माझे वडील किंवा कावाशिमाने कधीच सोडून दिल्या होत्या. स्वतःच्या बायकांकडून हवे ते ओरबाडण्याचे काम ते अचूक करीत. त्यांच्या बायकांना किंवा त्यांनी ठेवलेल्या बायकांना मन आणि भावना आहेत, या गोष्टीची जाणीवही त्यांना नव्हती; मग माफी मागणे तर दूरच होते. माफी मागणे आणि माफ करणे या दोन्ही गोष्टी त्यांच्याकडे नव्हत्याच. त्यांच्या जगातही त्या अस्तित्वात नव्हत्या. जर माझ्या वडिलांनी त्यांच्याच कुकर्माची माफी माझ्या आईकडे मागितली असती, तर आईचा चेहरा किती भयंकर दहशतीने भरला असता, एवढीच कल्पना मी त्या वेळेस करू शकले होते.

माझे नवीन घर म्हणजे मंगोलियातील एक खेडेवजा शहर 'त्सुईयुआन' होते. हे शहर मोठे असले तरीही एकदम धुळीने भरलेले आणि विस्तारित खेडेगावच होते. हे टोकिओसारखे सुसंस्कृत आणि चकचकीत असे शहर नव्हते. माझ्या मनात या खेड्यात येथेच जिवंत गाडले गेले तर काय, या गोष्टीची भीती आणि काळजी दाटू लागली. मात्र मी ठरवले होते की, मंगोलिया हे काही माझे कायमचे घर नव्हते आणि कंजरजॅब हा काही माझा शेवटचा जीवनसहचर नव्हता; त्यामुळे त्या भयंकर भीतीचा त्रास आणि भास थोडातरी क्षीण झाल्यासारखा वाटला. माझ्यासारख्या त्या काळातील बाईचा हा अत्यंत धाडसी निर्णय ठरणार होता. कारण त्या काळात बायकांना स्वतंत्रपणे काहीच करण्याची मुभा नव्हती. पण मला कसेही करून हे

कळले होते की, या प्रथेचा अंत कदाचित मीच करणार होते. तोपर्यंत कंजरजॅब, त्याचे ते विचित्र आणि तऱ्हेवाईक कुटुंब, त्याची ती लालसर गालांची रखेली 'मायी' या सर्व गोष्टी मी कंटाळेपर्यंत माझे मनोरंजन करीत राहणार होत्या.

माझ्या अंदाजाप्रमाणे एक मायी सोडली तर नवीन घरातील इतर स्त्रियांनी मला त्यांच्यात घेतले नाही. माझ्या स्वतःच्या नवऱ्यानेच मला एक हात दूर ठेवले होते. लग्न होऊन आता दोन महिने झाले होते. तो आणि मी अजून एकदासुद्धा एकत्र आलो नव्हतो. अगदी सुरुवातीला मी निराशेच्या गर्तेतच सापडले होते. मी गेरमध्ये झोपण्यात माझा वेळ घालवण्याचा प्रयत्न करी. पण गेरमधली माझी गादी म्हणजे अगदी कडक अशी जनावरांच्या कातड्याची बनवलेली होती; त्याखाली लांबसर ताज्या टाटामी गवताचा सुगंध देणारी चटई होती आणि जपानी पद्धतीने हाताने विणलेल्या दुलया आणि गोधड्या होत्या. त्यांना जपानमधील माझ्या घरातील सिडार आणि सायप्रसच्या झाडांसारखा गंध येत असे. रात्री मात्र कोल्हेकुई, लांडगे व कुत्र्यांचे भुंकणे आणि गुरगुरणे या आवाजांनी मला जपानमधील माझ्या घराच्या बगिच्यातील झाडांवर परतणाऱ्या पक्ष्यांचा सुरेल आवाज आणि मंजूळ आवाजात गुणगुणाऱ्या सिसॉडस किड्यांच्या आवाजाची आठवण येत असे. त्या मंजूळ आवाजाचा आनंद मी किती वेळा घेतला होता. पण त्याची किंमत आणि त्यातील सुसंस्कृतपणा मला तेव्हा कळला नव्हता. मी त्यांच्या त्या आवाजाला नेहमीच गृहीत धरले होते. आता मात्र या जनावरांच्या गुरगुरण्याने आणि विव्हळण्याने माझी रात्रीची जबरदस्तीची झोपसुद्धा उडवून लावली होती.

तिथे ओल्या मातीचा आणि शेणाचा उग्र वास वातावरणात भरून राहायचा. त्यातच जनावरांच्या लेंड्या, माणसांच्या शरीराचे घामट वास मला रात्रभर जागवीत. माझ्या गेरमध्ये मी वातावरण सुगंधी करणारे खूप सारे फवारे मारत असे. जपानवरून आणलेल्या सुगंधी फवाऱ्याच्या बाटल्या हवेला सुगंधी बनवीत; पण माझ्या गेरमध्ये त्यांचा कितीही वापर केला, तरी मला या 'नैसर्गिक सुगंधा'वर कधीच मात करता आली नाही. शेवटी मला रात्र जागून काढावी लागे.

जेडचा वियोग मला खूप असह्य होत होता. मी देवाजवळ सतत प्रार्थना करीत असे की, त्याने आपल्या चमत्काराने आणि पूर्णपणे माझ्या जबाबदारीवर जेडला इथे आणावे. मी तिची खूपच काळजी घेतली असती. आणि यापुढे आयुष्यात तिला दुःख होईल असे स्वच्छंदपणे काहीही वागले नसते.

पण आता खूप उशीर झाला होता. देवाने माझ्याकरिता त्याच्या बाजूने काहीच केले नाही. माझ्या प्रार्थनेला उत्तरसुद्धा दिले नाही. जेड जपानमध्येच राहिली. हळूहळू रोज ती अशक्त होत गेली. खरेतर तिला माझ्या उज्ज्वल भविष्याकरिताच जपानमध्ये कितीतरी वर्षे तिच्या लाडक्या मंचुरियापासून दूर राहावे लागले होते आणि झुरावे

लागले होते.

मंगोलियातील काही गोष्टी मला खूपच आवडत होत्या. मी मनसोक्तपणे जेवण करू शकत होते. माझे अन्नावरील प्रेम मी जगजाहीर करू शकत होते. त्याविषयी मला कुणी टोमणे मारत नव्हते किंवा माझ्यावर कुठलीही टीका वा आरोप करत नव्हते. जपानमधील सुसंस्कृत शहरामध्ये स्त्रीने अतिशय सभ्यपणे जेवण घ्यायची पद्धत होती. तिने दातकोरणीसारख्या चमच्याने जेवढा घास टोचल्यासारखा टोचता येईल तेवढाच अन्नाचा घास एका वेळेस घेणे अपेक्षित असायचे. अतिशय निवडक आणि मोजकेच जेवण करणे अपेक्षित असायचे. पण मला खाण्याची मोठी आवड असल्याने हात राखून जेवणे मला कधीच जमले नाही. अन्न समोर बघितल्यावर मी त्यावर घाईघाईने तुटून पडत असे. आणि सामाजिक टापटिपीचे नियमही धाब्यावर बसवीत असे.

"खेड्यातील खालच्या स्तरातील गावंढळ माणसासारखी खात जाऊ नकोस!'' नाटुस्को अतिशय नाराजीने माझी कानउघडणी करत असे. तिने सांगितलेले मी जेमतेम पाच मिनिटेच पाळत असे. नंतर पुन्हा मी अन्नावर अधाशीपणे तुटून पडत असे आणि मजेने आस्वाद घेऊन जेवत असे.

"मला हे काही कळतच नाही की, अन्नाचा मनसोक्त आस्वाद घेणे ही काय फक्त पुरुषांची मक्तेदारी आहे? बायकांनी असे केल्यास त्यांना अन्नाची किंमत नाही आणि खाण्याच्या सामाजिक चालीरीती कळत नाहीत, असे का म्हटले जाते?'' मी जेडकडे तक्रार करीत असे.

"हे असे एवढ्यासाठीच आहे की, बायकांनी पुरुषांना नेहमीच खूश ठेवण्याचे प्रयत्न करायला पाहिजेत. पण पुरुषांनी मात्र तसे प्रयत्न नाही केले तरी चालते. तू तराजू नेहमीच बघत आली आहेस ना? त्याचा तोल कसा साधला जातो? तसेच मानवी जीवनाचेही आहे मिस आयसिन!''

नाटुस्कोचे अपमानास्पद, काटेरी वाग्बाण आणि कठोर सूचना मी नेहमीच माझ्या नकाराने धुडकावून लावत होते. एवढेच नव्हे, तर माझ्या भुकेवर नियंत्रण ठेवण्याचे तिचे सारे प्रयत्न मी मनापासून हाणून पाडत असे. अगदी माझ्या लग्नाच्या दिवशीसुद्धा मी माझ्या पुरुष पाहुण्यांबरोबर भरपूर खाल्ले-प्यायले. नाटुस्कोच्या चेहऱ्यावरचा संताप आणि असमाधान मला पूर्ण आनंद देऊन गेले. कारण तिने मला दिलेल्या उच्च कोटीच्या 'लाजऱ्या-बुजऱ्या' वधूच्या सभ्य वागणुकीचा मी मस्तपैकी खुर्दा केला होता. माझ्या लग्नाच्या दिवशीच्या सोहळ्यातला तो जेवणाचा भाग अगदी लक्षवेधक दृश्याप्रमाणे सगळ्यांच्याच लक्षात राहणार होता. अर्थात मला काहीच फरक पडत नव्हता. कारण हे माझे आणि यमागाचे लग्न नव्हते. हे माझे स्वप्न नव्हतेच. मी जे काही केले ते माझ्या दृष्टीने चांगल्याच कारणासाठी केले होते.

शेवटी नाटुस्कोला जे हवे होते, ते कधीच मिळू दिले नाही.

जपानमध्ये तयार जेवण फार सुंदर रीतीने सजवून भाज्या, कोशिंबिरी आणि थोडेफार सागरी अन्न शिजवून जेवणाच्या टेबलावर ठेवले जाई. त्या आकर्षक सजावटीने माणसाची भूक चाळवली जाई. मात्र मंगोलियात जेवणाची पद्धत वेगळी होती. मांसाचा खूप मोठा तुकडा वाफवलेला किंवा मीठ लावून भाजलेला असे. त्यांची पदार्थ वाफवण्याची पद्धतसुद्धा अगदीच साध्या स्वरूपाची होती, ज्याची आपण कल्पनाही करू शकत नाही. साधे पाणी किंवा ऋतूप्रमाणे ज्या भाज्या येत, त्यांत तो तुकडा टाकला जाई. भाज्यांच्या रसाबरोबर किंवा पाण्याबरोबर मीठ लावून शिजवलेला मांसाचा तुकडा बेचव लागे. अशा पद्धतीने ते अन्न शिजवत. सुरुवातीला मला तो कमी शिजवलेला व बिनामसाल्याचा मांसाचा तुकडा चावायला आणि पचवायला खूप त्रास पडला. माझी अनावर भूक ते बेचव जेवण बघून कमी होत होती. दूध घट्टसर आणि बकरीच्या वासाचे होते. शेवटी ते दूध होते. जसे होते तसे मला प्यावे लागणार होते. सुरुवातीला मी माझे नाक दाबून मांसाचे तुकडे कसेतरी गिळत असे व दूधही पीत असे. हळूहळू माझी पचनयंत्रणा आणि पोट त्या गोष्टीला सरावले. शेवटी परिस्थिती आणि जगण्याची आंतरिक ऊर्मी केव्हाही तुमच्या आवडी-निवडीपेक्षा मोठी असते.

मी जेडला रोज पत्र लिहीत होते; अशी पत्रे जी ती कधीच वाचू शकणार नव्हती. तिच्यापर्यंत ती पत्रे पोचवण्याचा मार्गही माझ्याकडे नव्हता. पण मला असे वाटायचे की, केव्हातरी आयुष्यात भेटू किंवा ही पत्रे पोचवण्याचा एखादा जादूई मार्ग मला सापडेल आणि तिला लिहिलेली ही पत्रे मी तिच्यापर्यंत पोचवीन. याच एका सुखद आशेवर मी जेडला पत्र लिहीत राहिले.

"हे सारे खरोखरच उपरोधिक आहे जेड!" एकदा मी जेडला पत्र लिहिताना माझ्या उपाशीपोटी रात्रींबाबत उल्लेख केला. "त्या रात्री मी घाईघाईने मांसाचा मोठा तुकडा आणि भातासोबत ते बकरीचे दूधही घाईनेच पोट भरण्यासाठी घेतले होते. कारण मला उपोषण करायचे नव्हते. आणि मला लगेच मरायचे नव्हते. इथे मंगोलियातील पुरुषांना भरपूर जेवणाऱ्या स्त्रीला तिचे मनसोक्त जेवण घेताना पाहायला खूपच आवडते. त्यांच्या मते ही उत्तम तब्येतीची आणि मजबूत शरीराची खूण असते. ती पुष्कळशा मुलांना जन्म देऊ शकते. असे शरीर म्हणे खूप मुलांना (मुलींना नव्हे!) जन्म देण्याची क्षमता ठेवू शकते. तू यावर विश्वास ठेवू शकशील का? ही अशी मोकळी जागा आहे, जिथे माझे जेवण मी मनसोक्तपणे आणि अधाशीपणे करू शकते; अगदी मला पाहिजे तसे. कुठल्याही आक्षेपाचा फणा त्यावर उगारला जात नाही. पण इथे मी जपानी स्त्रियांसारखे मोजकेच खाते. कारण हे अन्न अत्यंत बेचव आहे. बकरीचे दूध पिताना अक्षरशः नाक दाबून मी ते पिते.

किती परस्परविरोधी आणि विसंगत परिस्थिती आहे जेड! जिथे खायला भरपूर आणि रुचकर होते, तेथे खाऊ देत नव्हते आणि जिथे मी खूप खावे अशी इच्छा आहे, तेथे अन्नच इतके बेचव आहे की, मी ते तोंडातही धरू शकत नाही. आयुष्य अशाच विरोधी घटनांनी ठासून भरलेले असते ना जेड?''

''परिस्थिती अधिकच बिकट झाली, जेव्हा मी 'नैसर्गिक' समजल्या जाणाऱ्या वासांपुढे उभी राहू शकले नाही. माणसांच्या, जनावरांच्या हगण्या-मुतण्याचे आणि अंगाचे नैसर्गिक वास असह्य होत होते. माझ्या गेरमध्ये तर माणसाच्या अंगाचे मातीने, घामाने भरलेले वास; त्यात पुन्हा कुत्र्यांचेही वास होतेच. कारण हे कुत्रेच रात्री माझ्या सोबतीला गेरभोवती रात्रभर फिरत असत. पण हे सारे गावठी कुत्रे होते. जपानमधले कावाशिमांच्या घरातले व्यवस्थित वाढलेले स्वच्छ आणि हुशार कुत्रे नव्हते. या कुत्र्यांसोबत राहण्याबाबत माझा काही आक्षेप नव्हता. पण त्यांच्या अंगाच्या नैसर्गिक वासाचे काय? मंगोलियात सगळेच काही साधे आणि नैसर्गिक होते. माणसांचे वास, सुगंध, भावना सारेच नैसर्गिक! त्यांचे वागणेसुद्धा! ढोंगी आणि सुसंस्कृतपणाच्या नावाखाली माणसाच्या माणुसकीला चिरडण्यासारखे इथे काहीही नव्हते. जे आहे, जसे आहे तसेच ते सगळ्यांनी मोकळ्या मनाने स्वीकारले होते. जपानमध्ये रोजच रात्री गरम, सुगंधी पाण्याची अंघोळ, शरीराला लावण्याची अत्तरे आणि सुगंधी फवाऱ्याची आणि झोपताना मुलायम रेशमी कपड्यांची मला सवय होती. या सगळ्या सहन न होणाऱ्या नैसर्गिक वासांची मला शिसारी बसली आणि अगदी मंगोलिया सोडून पळून जाईपर्यंतसुद्धा मला ते सवयीचे झाले नव्हते. मी किती भयंकर कठीण दिवस काढले आणि हे सारे सोसताना मी तनाने आणि मनाने किती थकत होते, ते माझे मलाच माहीत आहे जेड!''

माझ्या गेरच्या बाहेर जनावरांच्या लेंड्यांच्या ढिगाचा वास भरलेला असे. या लेंड्या फावड्याने गोळा करून त्याच्या गोवऱ्या थापून वाळवीत असत. या वाळवलेल्या गोवऱ्या पेटवून त्यावरच आमचा रोजचा स्वयंपाक होत असे. गोवऱ्यांवर शिजवलेले अन्न हा विचारच माझ्यासाठी किळसवाणा होता. मला आता हीसुद्धा खात्री वाटेना की, मी हे खेडे या वर्षाच्या शेवटपर्यंत तरी सोडू शकेन की नाही!

''इथे सगळीकडे खूप थंडी आणि धुळीने भरलेले वातावरण आहे जेड!'' मी जेडला लिहिले होते. पण खरेतर या पत्रानंतरच भयंकर थंडीचे दिवस सुरू झाले होते. ती अक्षरशः माझ्या शरीराच्या रंध्रारंध्रांत घुसत होती. ही थंडी इतकी भयंकर होती की, तुमच्या हाडाच्या आतही पोचत होती आणि त्या हाडांच्या नळीतले रक्तही गोठवत होती. मायी मला रोजच्या रोज वेगवेगळ्या औषधी वनस्पतींचे काढे

करून पाजत होती. मला आतून गरम वाटावे, म्हणून ती हे मला देत असे; त्यामुळे तात्पुरते बरे वाटे. थंडी पुन्हा मला हैराण करीतच राही.

"जेड, कावाशिमाने मला त्या उच्च, सुसंस्कृत, सुंदर जीवनाने परिपूर्ण असलेल्या जपानी नागरी जीवनातून येथे मंगोलियात का पाठवले गं? मी लवकरात लवकर येथून पळून जाण्याचा मार्ग शोधणार आहे हे मात्र १०० टक्के खरे! नाहीतर मी वेडीच होईन.''

दोनच महिन्यांमध्ये माझी सगळी उत्सुकता आणि साहसाची भूक मेली. कुठच्या कुठे दूर पळून गेली. आता मात्र मी कंटाळले आणि अस्वस्थही झाले. त्सुईयुआन हे शहर टोकिओप्रमाणे व्यवस्थित वसलेले नव्हते. हे शहर म्हणजे खूप प्रचंड लांब-रुंद पसरलेली उजाड आणि भरपूर धुळीने भरलेली जागा होती. येथे मला फक्त अज्ञात प्रदेशाचा शोध घेण्याव्यतिरिक्त आणि फारच थोड्या लोकांचा जीवनक्रम बारकाईने पाहण्याव्यतिरिक्त काही काम नव्हते. जर मला मायीसारखी मैत्रीण मिळाली नसती आणि मी जेडला सतत पत्रे लिहिली नसती, तर अक्षरशः मला वेड लागायची पाळी आली असती. माझ्या भावना भडभडून वर आल्या असत्या. आत्यंतिक क्रोध आणि संताप बाहेर उफाळून आला असता. कदाचित मी महिनाभरसुद्धा जगले नसते.

मुळातच मी नागरी जीवनात जन्म घेतलेला होता. शहरीकरणाची चमकधमक, त्याची घाईगर्दी आणि त्याच्याच संस्कारात मी वाढलेली होते; त्यामुळे मैलोगणती क्षितिजसुद्धा न दाखवणारी ही लांब-रुंद उजाड जमीन माझी निराशा वाढवीत होती. आज मी गांभीर्याने पळून जाण्याच्या विचारात येरझारा घालत माझा वेळ काढू लागले. खरेतर मैलोगणती उजाड जमिनीवर एकुलत्या एका घराची अपेक्षा मी केलीच नव्हती. हे माळरानसुद्धा असे होते की, नवोदित माणसाला त्यातून फिरणे दुरापास्त होते. कारण दिशा आणि जागा चुकण्याची भीती कायमच होती. मी तर साधा सरळ पळून जाण्याचा हिशेब केला होता. जर कंटाळा आला तर सरळ माझ्या सर्व वस्तू गोळा करून मी तिथून निघून येणार होते. पण हे इतके सोपे नव्हते तर! म्हणूनच कावाशिमाने केलेला कायमचा बेत माझ्या अंगाशी आला होता. मी खरोखरच इथे अडकले गेले होते तर. तेही निसर्गाने घातलेल्या बेड्यांनी! माणसांची तर बातच नव्हती! मी कोणाला फसवणार होते? इथे तर निसर्गच फसवा होता! एका राजकन्येला त्याने आपल्या बेड्यांमध्ये पार जखडून ठेवले होते.

मायी सतत मला खूश ठेवण्याचा प्रयत्न करी. पण ही खूपच व्यापात अडकलेली बाई होती. तिला खूपच काम होते. मुलांना सांभाळणे, नव्याने मुलांना जन्म देणे, माझ्याही नवऱ्याची काळजी घेणे आणि पुन्हा तिला सुटी म्हणजे ती

बाळंतपणात अडकून पडणार होती. नवीन मुलांना जन्म देणार होती! मला माझ्या सुंदर पण वांझ शरीरावरून टोमणे बसले होते. टोमणे कडक आणि बोचरे होते. मी आणि माझ्या नवऱ्याने, आम्ही दोघांनी मायीला जणू मुलांना जन्म देण्यासाठीच ठेवले आहे, असेही माझ्या कुटुंबातील लोक वारंवार बोलत होते.

तथापि मी कंजरजॅबवर कधीच प्रेम करू शकणार नव्हते आणि तशी माझी इच्छाही नव्हती. मला यमागासारख्या पुरुषाच्या शरीराची अपेक्षा होती. कारण माझे शरीरही तसेच निकोप आणि मजबूत होते. येथे कितीतरी दिवस मी एखाद्या अविवाहितेप्रमाणे काढले होते. मी माझ्या त्या साऱ्या अंतहीन रात्री माझ्या नवऱ्याला त्याच्या आईसारख्या बाईच्या कुशीतून बाहेर कसे काढावे, या विचारात स्वतःला रमवीत काढल्या होत्या. तो केव्हा माझ्याजवळ येईल आणि माझ्या शारीरिक इच्छांची तृप्तता करील, याची मी वाट बघत होते. प्रत्येक वेळेस गरीब बिचारी मायी अतिशय दुःखी होऊन माझी क्षमायाचना करी आणि केविलवाणेपणाने कंजरजॅब माझ्यासोबत रात्र का काढू शकत नाही, याचे स्पष्टीकरण देई.

जेव्हा मी माझ्या मंगोलियातील जुलमाच्या त्या अविवाहितपणाला शरण गेले, तेव्हाच अगदी त्याच दिवशी दुपारी मायी माझ्याकडे आली. तिच्या लालसर आणि रुंद चेहऱ्यावरची लाली गडद झाली होती. तिच्या चेहऱ्यावर त्याची झाक दिसत होती.

"आज रात्री कंजरजॅब तुझ्यासोबत झोपणार आहे!" हे मला सांगितल्यावर तिला सुटकेचे असीम समाधान वाटले. शेवटी माझ्या चांगुलपणानेच माझा अधिकाराचा, हक्काचा भाग त्या रात्री मला मिळणार होता तर! मी काहीच बोलले नाही. शिवाय त्यात उत्तर देण्यासारखे किंवा बोलण्यासारखे काय होते? माझ्या लग्नानंतर गेले दोन महिने माझ्या नवऱ्याने- कंजरजॅबन- मला सतत नाकारून, अपमानापेक्षाही मोठी शिक्षा दिलीच होती की! ती योशिको कावाशिमा, जिने जपानमध्ये तिच्याभोवती वासनेने लाळ घोटत हिंडणाऱ्या तिच्या दत्तक बापाला आणि भावांना माश्यांसारखे उडवून लावले होते. यमागासारख्या मनापासून आवडलेल्या पुरुषाव्यतिरिक्त तिने आजपर्यंत कुणाला स्वतःजवळसुद्धा येऊ दिले नव्हते. त्यानंतर आजपर्यंत ती कडकडीत ब्रह्मचर्य पाळतच होती. तेही लग्न झाल्यावर!

मायी मला काळजीने निरखीत म्हणाली, "तू खूश आहेस की नाही योशिको?"

"होय मायी, मी खरेच खूश आहे!" मी उत्तरले. तिला बरे वाटण्यासाठी त्यात भर घालत म्हणाले, "बोलूनचालून माझा नवरा अगदी रोज रात्री तर माझ्या गेरमध्ये येणार नाही, हे तर निश्चितच आहे ना!"

ही अगदीच विचित्र परिस्थिती होती. अगदी माझ्यासाठीसुद्धा! जिने आपल्या आयुष्याची काही वर्षे सतत आपल्या बापाच्या ठेवलेल्या बायकांना एकच माणूस

वाटून घेताना पाहिले होते. इथे माझ्या नवऱ्याची आवडती रखेली मोठ्या अभिमानाने आणि आनंदाने त्याला माझ्याकडे घेऊन आली होती. तिला खूप आनंद झाला होता. आणि तो तिच्या डोळ्यांत लुकलुकत होता. माझ्या वडिलांच्या घरी मंचुरियाला त्यांच्या साऱ्या रखेल्या फक्त आपल्यालाच त्यांचा सहवास मिळावा म्हणून आपापसात तंटाभांडणे करीत होत्या. एक-दुसरीला त्यांच्या प्रियकराला वाटून घेताना मी त्यांच्यात मायीइतके प्रेम आणि मनापासून वाटण्याची इच्छा कधीच पाहिली नव्हती, जी आता मायीमध्ये मला प्रकर्षाने जाणवत होती.

त्या रात्री कंजरजॅब जेव्हा माझ्या गेरमध्ये आला, तेव्हा माझ्या डोळ्यांत न बघताच त्याने मला चहा देण्याची आज्ञा फर्मावली. पहिल्या रात्रीचा तो प्रघात होता. मी त्या रीतीबद्दल तेव्हा फार वाद घालत असे आणि या दुष्ट प्रथेबद्दल बंड करून उठत असे. माझे वडील नेहमीच त्यांच्याबद्दल उमेद धरून येणाऱ्या नव्या बायकोला असाच चहा देण्याचा हुकूम फर्मावीत. जर ती त्यांना आवडली तरच ते चहा पीत. नाहीतर चहा आणि तिला परत पाठवीत.

मला जेव्हा ही जाणीव झाली की, कंजरजॅब त्याच्या कंबरपट्ट्याशी खेळतो आहे, तेव्हा तो खरोखर एकदमच घाबरल्यासारखा दिसत होता. तेव्हा मात्र मला त्याची दया आली. खरे म्हणजे म्हणूनच तो माझ्याकडे बघतसुद्धा नव्हता. तो जेव्हा जेव्हा माझ्याकडे पाहायचा, तेव्हा त्याच्या नजरेतच मला कळले होते की, त्याने माझी दहशत घेतली होती. कदाचित मी त्याच्यापेक्षाही जास्त सुसंस्कृत आणि नागरी संस्कृतीत वाढले होते; त्यामुळे माझ्यामध्ये एक विशिष्ट डौल आणि प्रतिष्ठा होती. मी एका राजकुमाराची मुलगी, एक खरोखरची राजकुमारी होते. काहीही कारण असू दे; पण माझ्या नवऱ्याचे हात चहा पिताना खूपच थरथरत होते. तो परिस्थिती नियंत्रणात आणण्यासाठी आणि मरगळ घालवण्यासाठी थोडे फार संभाषण करण्याचा प्रयत्न करत होता. मला मात्र माझे हसू आवरणे फार कठीण जात होते. खरोखरच ही हास्यास्पद स्थिती होती. पण मी कसाबसा माझ्या हसण्यावर ताबा मिळवला होता.

त्याला भीतीने आणखी घेरण्याआधीच मी एकदम मोठे आणि धीट पाऊल उचलले. मी स्वत:हून पुढे होऊन त्याचे कपडे काढले. त्याचे शरीर मृदू आणि अगदी यमागासारखे सोळा-सतरा वर्षांच्या मुलासारखे होते. त्याच्या शरीरात कणखरपणा अजिबातच नव्हता. यमागासारखे त्याचे स्नायू बळकट आणि सडसडीत नव्हते, ज्यावर मी खूप प्रेम करीत होते. पण म्हणतात ना, तुम्ही खरोखरच उपाशी असाल तर काहीही खाऊ शकता. आणि त्या रात्री मी कंजरजॅबला अक्षरशः अधाशीपणाने गिळंकृत केले होते.

यमागा अतिशय कुशल आणि सतत प्रेमाची मागणी करणारा प्रियकर होता.

त्यानेच मला स्त्री आणि पुरुषांमधील शरीरसुखाच्या खेळातील सुखद क्षणांची ओळख करून दिली होती. मला सुख देताना तो नेहमीच अशी बटणे दाबत असे की, मी पुन्हा माझ्या इच्छेच्या, वासनेच्या भोवऱ्यात गरगरत असे. आणि आम्ही पुन्हा एकमेकांच्या पूर्णानंदात डुंबून जात असू. मी त्या सगळ्याचा प्रयोग कंजरजॅबवर अतिशय निर्दयतेने केला. त्याला अगदी नको वाटेपर्यंत खूश करत राहिले. मला नक्कीच खात्री होती की, मायी अतिशय शांत आणि तृप्त करणारी प्रेयसी होती. माझा नवरा सगळे झाल्यावर माझ्याकडे वळला आणि माझ्या डोळ्यांत पाहत म्हणाला, ''योशिको, हे अशा पद्धतीने प्रेम करणे तू कुठे शिकलीस?''

''तू हे लक्षात घे की, मी जपानी आणि चायनीज अशा दोन्ही राष्ट्रांची आहे. दोन्ही राष्ट्रांची कामशक्ती माझ्यात सामावलेली आहे.'' मी अतिशय उडवाउडवीचे उत्तर दिले. नंतर मात्र मी त्याच्या कोणत्याही प्रश्नांना उत्तर दिले नाही. त्याऐवजी पुन्हा त्याला चेतवण्याचा प्रयत्न करत राहिले. पण त्याने परत तसे काहीच केले नाही आणि त्याची अर्थात मला पूर्ण कल्पना होती. तो माझ्याबद्दल कसली तरी दहशत बाळगून होता. कदाचित ती माझ्या आगाऊपणाबद्दल आणि स्वच्छंदीपणाबद्दल असावी. माझा नवरा तसा शांत आणि आळशी माणूस होता. म्हणूनच मला पुन्हा साऱ्या चेतना जागृत करून कुंभारमाशीच्या घरट्यात वादळ आणायचे नव्हते आणि ते घरटे पूर्ववतही करायचे नव्हते.

जरी कंजरजॅब माझ्याबरोबर असताना खूप खूश झाला आणि माझ्या कुशलतेने प्रभावितही झाला होता, तरी त्याला माझ्याबरोबर सुखावह आणि सुरक्षित वाटत नव्हते. त्याला अगदी शांत आणि नैसर्गिक पद्धतीची साधी, सरळ सोबत हवी होती. मायीमध्ये तो ओलावा आणि प्रेम होते. हे खरेच होते की, त्याचे खरे प्रेम फक्त 'मायी'च होते. जरी ती माझ्यापेक्षा, माझ्या उच्च कुलापेक्षा अगदी खालच्या कुळातली होती तरीसुद्धा. मी जरी त्याला खूप सुख आणि खुशीची जाणीव भरभरून देत असले, तरीही केवळ कर्तव्यभावनेनेच तो माझ्याजवळ येत होता, असे मला आजही वाटते आणि तेव्हाही तसेच वाटत होते. जास्त मुलांना जन्म देऊन जीवनाचे, त्याच्या कुळाचे सातत्य राखण्यासाठीही त्याला माझी गरज होतीच की! त्या काळामध्ये बालमृत्यूचे प्रमाण भयंकर होते; त्यामुळेच 'जास्त मुलगे' ही त्या काळाजी गरज होती.

मला कंजरजॅबच्या मायी प्रकरणातील प्रेम आणि भक्तीबद्दल जराही आक्षेप नव्हता. आणि तसेही तो जास्तीत जास्त वेळ 'मायी'बरोबरच घालवण्यात सुख मानत असे. तसे पाहिले तर माझ्याकरिता तो फक्त सोयीपुरता आणि प्रसंगापुरताच नवरा होता. तो कधी-कधीच नवऱ्याचे कर्तव्य बजावण्याकरिता माझ्या गेरमध्ये भेट

देण्यासाठी येई. हे सगळेच सहन होण्याइतपत चांगले होते. कारण काहीही झाले तरी तो म्हणजे एक पुरुषत्व असलेले शरीर होते. हे शरीर आणखी कोणाची शारीरिक भूक भागवण्याची क्षमता ठेवत होते. माझ्या बाबतीत समाधानाचा भाग नसला, तरीही मला आजसुद्धा त्याच्या बाबतीत दुःख होते आणि त्याची क्षमा मागावीशी वाटते. आमच्या नवरा-बायकोच्या संबंधात तो नवरा असला तरी आमचे नाते दिखाऊ होते. त्याला बायकोची दहशत वाटत होती. त्यावरही ताण म्हणजे त्याला हे माहीत नव्हते की, त्याची बायको त्याच्यासाठी मुलगाच काय, मुलगीसुद्धा जन्माला घालू शकत नव्हती. नवऱ्याचे कर्तव्य बजावण्याकरिता त्याने माझ्या गेरला अनेकदा भेट दिल्यानंतरही मी गरोदर का राहिले नाही, याची शहानिशा करण्याची त्याला गरज वाटत नव्हती. कदाचित त्याला त्याचे आश्चर्यसुद्धा वाटत असावे. पण त्याने तसे कधीच बोलून दाखवले नाही.

मी जेडला पुढे लिहिले होते, ''तुलनात्मकदृष्ट्या ती धट्टीकट्टी, सुदृढ मायी वीर्याच्या एका थेंबानेही गरोदर राहत होती. ती खरोखर आमच्यासाठी मुले जन्माला घालण्याचे काम करत होती. माझी त्याबद्दल अजिबातच तक्रार नव्हती. हे सगळे घडल्यानंतरही तू माझ्याबाबत अवघडलेल्या गरोदर बाईची आणि पर्यायाने होणाऱ्या आईची कल्पना करू शकतेस का? मला काय म्हणायचे आहे ते तुझ्या लक्षात आले ना जेड? मलाच ते नको होते.''

सत्य असे होते की, माझा आणि कंजरजॅबचा संबंध आल्यानंतर मी माझ्या शरीराचा तो भाग अतिशय स्वच्छ धुऊन काढत असे. आणि देवाकडे सतत प्रार्थना करत असे की, देवाने या वेळेस तरी माझ्या मनाप्रमाणे होऊ द्यावे. गरोदरपणा आणि मुलाची जबाबदारी गळ्यात टाकून माझे जीवन आणखी गुंतागुंतीचे करू नये. मला तसेच वाटत होते; त्यामुळे माझे पुढचे मंगोलिया सोडून जाण्याचे आणि हे लग्न न निभावण्याचे बेत रहित होऊ नयेत, असे सारखे मनात येत होते.

माझ्या सासूने याविषयी बोलायला सुरुवात केल्यावर मी तिच्याकडे डोळे वटारून पाहिले आणि तिला अक्षरशः खाली पाहायला लावले होते. माझ्याप्रमाणेच तीसुद्धा मंचुरियातील प्रतिष्ठित घराण्यातील एक उच्चकुलीन स्त्री होती. कंजरजॅबच्या वडिलांशी लग्न करून जेव्हा ती मंगोलियात आली, तेव्हाच ती इथल्या कठीण जीवनाला शरण गेली होती. 'माझी सासू' हेसुद्धा मी मंगोलियामध्ये न राहण्याचे कारण होते. माझ्या सासूने स्वतःचे आयुष्य हे लग्न करून पूर्ण नुकसानीत घातले होते आणि त्यामुळे ती परिस्थितिवश कैदी होऊन मंगोलियातच कायम राहिली होती. मला स्वतःचे तसे होऊ द्यायचे नव्हते. जितके दिवस मी मंगोलियात कंजरजॅबची बायको म्हणून राहिले होते, त्या दिवसांत मी तिला कधीच हसताना पाहिले नाही. ती फक्त कधीतरी स्मित करीत असे.

एका सोसाट्याच्या वादळी बर्फाच्या रात्री थंडीमुळे अगदी झोप येत नव्हती. मी कशीबशी अडखळतच मायीच्या गेरकडे गेले. रक्तात उष्णता निर्माण करणाऱ्या एखाद्या औषधी वनस्पतीचा-झाडपाल्याचा काढा मला मायीकडून हवा होता, जेणेकरून ती वादळी बर्फाळ थंडी मला थोडीतरी सुसह्य झाली असती. मी पाहिले की, मायीच्या गेरमध्ये माझा नवरा तिच्याबरोबर प्रेम करीत होता. मी तिथे खिळल्यासारखी उभी राहून त्यांचे प्रेम बघू लागले; त्यामुळेच माझ्या लक्षात आले की, साधा, सरळ, गावंढळ कंजरजॅब मायीला का पसंत करतो? यमागासोबत मी अतिशय उत्साहाने आणि विविध चेतनादायक पद्धतींनी शृंगार केला होता. त्याचा प्रयोग मी माझ्या या नवऱ्यावरही केला होता. पण त्या क्षणी त्यांचा शृंगार पाहताना माझ्या नवऱ्याची खरी मानसिक आणि शारीरिक गरज माझ्या लक्षात आली. आणि त्याचीच मला दहशत वाटू लागली. त्यांची प्रेम करण्याची पद्धत अतिशय साधी, सोपी आणि सरळ होती. अगदी नैसर्गिक पद्धत होती. ज्याप्रमाणे जनावरे प्रेम करतात, तसे ते करीत होते. त्यांच्या लेखी संभोगाचा अर्थ फक्त शरीराची भूक, मूळ नैसर्गिक प्रेरणा शमवण्याइतपतच होता. त्यात शृंगारिकपणा किंवा चावटपणाचा जरासुद्धा लवलेश नव्हता. ती कला नव्हतीच. जेवण घेण्याइतकेच साधेपणाने ३ मिनिटांत वासना शमवून ते एकमेकांपासून वेगळे झाले. मला आता कळले होते, माझा नवरा मायीला का पसंत करत होता ते!

मी या बाबतीत खूपच गुंतागुंतीची आणि फार जास्त मागणी करणारी होते. माझी ही शारीरिक वासना कंजरजॅब पुरी करू शकत नव्हता. साध्या, सरळ कंजरजॅबला शृंगाराच्या त्या गल्ल्याच ठाऊक नव्हत्या. माझ्या सहवासात तो स्वतः फारच अवघडलेल्या स्थितीत असे. म्हणूनच माझ्या गेरला भेट देण्याच्या त्याच्या वेळा आता कमी झाल्या होत्या आणि लांबणीवर पडत होत्या. पण या गोष्टीशी मला काहीच कर्तव्य नव्हते. त्या गोष्टीने मला एका कणाचाही फरक पडला नव्हता. मी आता माझ्या पलायनाच्या बेतावर लक्ष केंद्रित केले होते. देवाने किंवा दैवाने म्हणा, इथे माझे हे जे लग्न घडवून आणले होते, त्याचा त्याग करून मी माझे हे वैवाहिक बंधन मोडणार होते; जे मी कधीच मनापासून निभावण्यास तयार नव्हते.

हिवाळ्यात थंडीने उच्छादच मांडला होता. बोचरे वारे जोराने घोंगावत आमच्याभोवती घिरट्या घालत होते. माझ्या गेरमध्ये मी कुत्र्यांना खेटून बसले होते. माझ्या डोळ्यांतून अश्रूंच्या धारा अविरत वाहत होत्या. मला जपानच्या उबदार घराची आणि जेडची खूपच आठवण येत होती.

पाच

अगदी काही महिन्यांपूर्वीच मी मंगोलियातील ध्येयहीन आणि गावंढळ आयुष्यात वेडी होण्याचीच बाकी राहिले होते. तिथल्या कडाक्याच्या थंडीशी झुंजताना जपानमधील शहरी उबदारपणाची, चमकदार दिव्यांची आठवण काढत होते. मायीला माझ्या दुःखाची कल्पना आली. तिने मला त्या थंडीनंतर येणाऱ्या उबदार आणि वासंतिक उन्हाळ्याची शपथ घातली.

''योशिको, या थंडीमुळे तुला खूप त्रास होतो ना? त्यामुळेच तुला उदास वाटतेय ना?'' तिने मला अगदी समजावणीच्या सुरात विचारले. माझ्या दुःखामुळे तिच्या चेहऱ्यावर चिंतेच्या रेषा पसरल्या होत्या.

''हो ना! या थंडीमुळेच मला खूप त्रास होतोय, बाकी काही नाही. एक गोष्ट लक्षात घे मायी, आम्हाला एवढ्या कडक थंडीची सवय नाही!'' माझ्या खोट्या बहाण्याने मायीचा चेहरा उजळला आणि चिंतेची छटा जरा कमी झाली.

''कृपा करून थोडा धीर धर योशिको!'' ती पुढे म्हणाली, ''अगं, उन्हाळा अगदी जवळच येऊन ठेपलाय बघ. मग तू बघशीलच. उन्हाळ्याच्या उबदार वातावरणामध्ये ही उजाड मैदाने सौंदर्याने फुलतात. आणि जवळजवळ रोजची रात्र ही पौर्णिमेसारखीच सुंदर होऊन जाते.''

'ही उजाड मैदाने उन्हाळ्यात कशी काय सुंदर होतील,' असा प्रश्न माझ्या मनात डोकावून गेला. पण मी बोलले मात्र काहीच नाही. जसा हिवाळा संपला, मायीचे म्हणणे १०० टक्के खरे ठरले. उन्हाळ्यात वातावरणात एक सुखावह बदल होत गेला. मैदानावर गवताची हिरवीगार छटा पसरली. आणि मग वातावरणात एक सुखद उबदारपणा आला. पण या सगळ्या गोष्टींनी माझे सांत्वन झाले नाही. मनाला काही शांत असे वाटलेच नाही. पुढच्या वर्षी या उदास मंगोलियन हिवाळ्यात राहायचे नसेल तर लवकरात लवकर मंगोलिया सोडण्याचा मार्ग शोधावा लागेल, हे मला माहीत झाले. मला आता पहिल्यांदाच कुटुंबातील अशी कोणीतरी व्यक्ती शोधून काढायला हवी होती, जिच्यावर मी पूर्ण विश्वास टाकू शकणार होते; त्याचबरोबर तिचा वापर मी मंगोलियातून पळून जाण्यासाठी करू शकणार होते. त्याशिवाय मला या विश्वासघातकी आणि भूलभुलय्यासारख्या असणाऱ्या अंतहीन क्षितिजरहित मैदानातून सरळपणे माझा मार्ग मिळणार नव्हता. मी मंगोलियातून चीनमध्ये सहजपणे जाऊच शकले नसते. या अक्राळविक्राळ मैदानात हरवणे म्हणजे हळूहळू यातनामय मृत्यूलाच तोंड देणे होते. आणि मी तशी अपेक्षा निदान त्या वेळी तरी माझ्या आयुष्यात केली नव्हती.

काही दिवस अतिशय बारकाईने कुटुंबाचे निरीक्षण केल्यावर मी जवळजवळ अशा व्यक्तीचा शोध घेण्यात यशस्वी झाले होते. कंजरजॅबच्या दोन्ही बहिणींचे नवरे बोरिया आणि जॉन यांपैकी जॉनच ती व्यक्ती होती. जॉन माझी अक्षरशः पूजा करत होता. मी त्याच्या डोळ्यांत माझ्याविषयी प्रत्येक ठिकाणी आणि प्रत्येक वेळी झळकणारा अभिलाषी भाव पाहिला होता. मी आतापर्यंत त्याच्याकडे संपूर्ण दुर्लक्ष करीत आले होते. त्याचे कारण तो एकदमच दुबळा होता. मला पाहिजे तसा तो पुरुष नव्हता. पण आता काय करता? मी त्याच्याशी जरा गोडीगुलाबीने आणि नरमाईने वागू लागले. कारण एक गोष्ट मला प्रकर्षाने जाणवली की, मी त्याच्या अभिलाषेचा वापर अर्थातच माझ्या चांगल्या कामासाठी करू शकणार होते. त्या क्षणी तेथे माझा कुणी सहायक असेल आणि माझ्या योजनेत मला १०० टक्के पाठिंबा देणारा कुणी असेल, तर तो फक्त जॉन आणि जॉनच होता!

बोरियाचे मग्रूर, उदास आणि सावळे व्यक्तिमत्त्व मला फार आवडे. पण तो जॉनच्या अगदी विरुद्ध स्वभावाचा होता. तो मला नेहमीच झिडकारत असे आणि माझ्याकडे अविश्वासाने पाहत असे. मला कधीच तो त्याच्या आसपासही फिरकू देत नसे. नेहमीच एक हात दूर ठेवत असे. अतिशय गरज पडेल तेव्हाच तो माझ्याशी अतिशय कडक शब्दांत आणि माझा अपमान करूनच बोलत असे. त्याचे हावभाव माझी अब्रू कमी करण्याकडेच असत. तो मला अतिशय घालूनपाडून वागवत असे. अशा माणसाकडून मला काडीचीही मदत मिळण्याची शक्यता नव्हती. म्हणूनच मग त्याच्याऐवजी जॉनवर मी माझे लक्ष पूर्ण केंद्रित केले.

मी हळूहळू जॉनच्या माझ्याविषयीच्या अभिलाषी उन्मादाला सक्रिय खतपाणी घालायला सुरुवात केली. त्याला मी गूढ संकेत पाठवले. त्याचा माझ्यातील रस मी ओळखला होता. त्याची खुशामत करून त्याला मी माझ्याविषयीची संधी दिली आणि त्याला हे जाणवून दिले की, आपण पुढे जाऊ शकतो. त्या क्षणी त्याची बायको 'नांदक'विषयी आपण काही गुन्हा करतो आहोत, तिचा विश्वासघात करतो आहोत ही भावना मला अजिबातच जाणवली नाही. खरेतर नांदकचा स्वभाव आणि तीसुद्धा मला आवडत होती. तरी नांदक ही काही जॉनच्या आयुष्यातील एकमेव स्त्री नव्हती. जॉनच्या इतर रखेल्यांबरोबरच ती जॉनचा सहवास वाटून घेत होती. विभागून घेत होती. त्यात काही गैर आहे, असे तिला वाटतच नव्हते. म्हणूनच मी स्वतःला बजावले की, आणखी एखादी स्त्री जॉनच्या आयुष्यात आल्याने नांदकचे काहीच बिघडणार नव्हते. तिला त्याबद्दल वाईट वाटायचे काहीच कारण नव्हते.

मी नेहमी कोणतीही कृती वेगवान पद्धतीने करण्यावरच भर देत आले होते. मी कधीच वेळ वाया घालवून संधीची वाट पाहत नसे. एखादी संधी मिळेल आणि कोणत्या ना कोणत्या प्रसंगाने माझ्या कामाला चालना मिळेल, असे मी कधीच होऊ

देत नसे. मीच संधीला जन्म देत असे. म्हणून पुढच्या फक्त दोन दिवसांतच मी पुढाकार घेतला. जॉनच्या मनात माझ्याविषयी प्रेमांकुर निर्माण करण्यासाठी मी त्याच्या एकट्यासोबत लांबवर घोडदौडीची योजना आखली.

उन्हाळ्यातली ती फारच सुंदर सकाळ होती. आभाळ एकदम निळेभोर होते. या वातावरणाने नुकताच काही महिन्यांपूर्वी अनुभवलेला मनातला कडक थंडीचा भयंकर हिवाळा अगदी विसरायला लावला होता. माझ्यावर पूर्ण विश्वास ठेवणाऱ्या आणि माझ्या हेतूविषयी कुठलाही संशय नसणाऱ्या जॉनवर मी माझ्या सौंदर्याची उधळण केली. त्यातच त्या दिवशीच्या सुंदर वातावरणाने भर घातली होती. या दोन्ही सुंदर गोष्टींमुळे तो दिवस खूपच आल्हाददायक आणि आमचे संबंध दृढ करणारा ठरला होता. जणू काही हा दिवस सुंदर होण्यासाठीच सर्व घटना नियमानुसार, नैसर्गिक तत्त्वानुसार घडून येत होत्या. मी स्वतःसुद्धा त्या दिवशीच्या जादूमय वातावरणात जणू विरघळून गेले होते.

एका तासानंतर आम्ही दोघेही पॅगोडाच्या सावलीत थांबलो, जणू आमच्या मोकाट सुटलेल्या मनाला चाळवायला आयतीच जागा मिळाली होती. स्वैर वर्तनासाठी त्या लांबरुंद मैदानात पॅगोडाच्या सावलीसारखी सुरक्षित जागा कुठेच नव्हती. मी जॉनला तेथे जरा विश्रांती घेऊ या, असे हलकेच सूचित केले होते. जवळपास २० मिनिटे मी जॉनशी इकडचे तिकडचे बोलत राहिले. मला त्याचे मन स्थिर करायचे होते. यानंतर मी त्याला पूर्णपणे मोहात पाडणार होते. पण याची जाणीवसुद्धा त्याच्या मनात निर्माण होऊ नये, असे मला वाटत होते. मी कुठलीही औपचारिक सूचना न देता हळूहळू त्याचे कपडे काढायला सुरुवात केली. त्याला मी माझ्या शृंगारिक वागण्याच्या धक्क्यातून सावरूच दिले नाही. लाजऱ्या जॉनचे शरीर अगदी कोवळ्या तरुणाप्रमाणे होते. माझ्या कुठल्याही वैषयिक इच्छेच्या पातळीमध्ये न बसणारे, मला न आवडणारे असेच होते. त्याला तरी माझ्या शृंगारकलेची आणि कामवासनेची माहिती कुठे होती? जेव्हा मी या कलेतील कौशल्य जॉनवर पूर्ण वापरले, तेव्हा तर तो संपूनच गेला होता. आपले अस्तित्वच विसरला होता. मी त्याला हळूहळू पण संपूर्ण भ्रष्ट केले होते. त्याच्या शरीराच्या प्रत्येक रोमातून माझ्याविषयीच्या आसक्तीच्या ज्वाळा बाहेर येईपर्यंत मी वाट पाहत राहिले; त्यामुळे तो माझ्यावर प्रेम करण्यास उद्युक्त आणि आतुर झाला होता.

एका तासानंतर जेव्हा आमचा प्रेमालाप संपला, तेव्हा माझ्याविषयीच्या धुंदीने जॉन पूर्ण भारला गेला होता. तो आता माझ्या जाळ्यात पूर्णच अडकला. जॉन आता यापुढे माझ्या हाताच्या तळव्यानेच पाणी पिणार होता हे नक्की! तो आता कधीच माझ्यापासून दूर जाण्याची इच्छाही करणार नव्हता. कारण असा बेलगाम आणि उच्छृंखल वासनेचा कैफ त्याने आयुष्यात पहिल्यांदाच अनुभवला होता. आता माझी

पुढची पायरी हीच होती की, योग्य वेळ बघून माझ्या मंगोलियातील पलायनाविषयीच्या गोष्टीला वाचा फोडणे. त्यासाठीच मी त्याचे नाव मला मदत करणाऱ्या माणसांच्या यादीत सर्वांत वर घातले होते. जॉनवर पूर्ण विश्वास टाकून मी खूपच मोठी जोखीम घेत होते. कदाचित या सर्व गोष्टी कंजरजॅबला सांगून माझा विश्वासघात करणे जॉनला सोपे गेले असते आणि मग येथून माझ्या पलायनाच्या योजनेची नाव छिद्र पडून समुद्रात बुडालेल्या जहाजाप्रमाणे कायमची सागरतळाशी गेली असती. पण ही जोखीम पत्करायचीच, असे मी ठरवले होते. कारण त्याशिवाय दुसरा कोणताच पर्याय माझ्याकडे शिल्लक नव्हता. ती सुसंधी लवकरच चालून आली. काही दिवसांनंतर जेव्हा आमचा प्रेमालाप संपून आम्ही एकमेकांच्या मिठीत सामावलो होतो, तेव्हा जॉनला कुठलीही पूर्वसूचना न देता मी म्हणाले, ''तुला कदाचित हे माहीत नसेल जॉन, कसे माहीत असेल? पण आता सांगते की, मी येथे फार दुःखी आहे. जर मला येथून निघून निदान चीनला जायला मिळाले नाही, तर मी येथेच कोमेजून मरून जाईन!

''होय! हे तर खरेच आहे!'' जॉन म्हणाला, ''मी तुला नेहमीच उदास आणि दुःखी स्थितीत पाहिले आहे. कारण येथील गावंढळ आणि नैसर्गिक आयुष्य फारच कठीण आहे. तुझ्यासारख्या सुंदर फुलासाठी ही जागा नक्कीच योग्य नाही. पण हेही तितकेच खरे आहे की, तुझ्या एकटीकडे ही जागा सोडून जाण्याची क्षमताही नाही. कारण जर या मैदानातील रस्ते तुम्हाला माहीत नसतील तर ही मैदाने म्हणजे तुमच्यासाठी एक जीवघेणी भूलभुलय्याची जागा आहे. जे लोक या मैदानात असे भरकटले गेले, त्यांना परत कधीच कुणी जिवंत पाहिलेले नाही किंवा त्यांच्याविषयी नंतर काही ऐकायलासुद्धा मिळाले नाही. तेव्हा कृपा करून मला वचन दे की, तू असले काहीही करणार नाहीस योशिको!''

''मला हे माहीत आहे जॉन!'' मी त्याच्या शरीराला अशा रीतीने कुरवाळत होते की, माझ्या त्या विशिष्ट पद्धतीमुळे जॉन विरघळत होता. तो अगदी सहजपणे आणि मृदुलतेने माझ्या कह्यात आला होता. ''म्हणून मला तुझी मदत हवी आहे जॉन. तू माझ्याबरोबर चलशील ना? जॉन, कदाचित चीनमध्ये आपण आपले नवीन जीवन सुरू करू शकू. चीनमधील ते जीवन खरोखरच सुंदर असेल जॉन.''

त्याचे शरीर माझ्या बोलण्याने कडक झाल्यासारखे वाटले. पण तो खूप काळजीत पडल्यासारखा वाटला नाही. जॉन माझ्यामुळे पूर्ण भारावला गेला होता. माझ्या प्रेम करण्याच्या कुशल कलेमुळे तो पूर्णच वेडावून जाई. शेवटी मी त्याला या रस्त्यावर आणण्यात यशस्वी झाले होते. जॉनला माझे विचार पटले होते.

''पण योशिको, हा माझा देश आहे. माझे कुटुंब, माझ्या पूर्वजांची मुळे इथेच रुजलेली आहेत. मी ती इतक्या सहज सोडून तुझ्याबरोबर कसा येऊ शकेन?शिवाय

माझ्यात इतर कोणतीही गोष्ट नाही. मी काहीच जाणत नसताना तेथे कसा काय जगू शकेन? मला दुसरे जग आणि त्याबद्दल काहीच माहिती नाही, योशिको.'' त्याने मला प्रत्युत्तर दिले. पण हे सगळे बोलताना जॉनला त्याबद्दल स्वतःचीच खात्री नव्हती. मला हे माहीत होते की, ही गोष्ट फक्त काही वेळापुरतीच टिकून राहील. तो पुन्हा माझ्याकडेच येईल आणि तसेच झाले. ''आणि तसे म्हटले तर मी तुला एकटीला या उजाड माळरानात असे भरकटायला सोडू शकत नाही. जिला या सर्वच रस्त्यांची माहिती आहे अशा व्यक्तीने मार्गदर्शन केल्याशिवाय तू हरवून जाशील आणि मृत्यूच्या भयंकर सापळ्यात अडकून मरशील!''

माझे हृदय खूपच जोरात धडधडत होते. मला खात्री होती की, त्याने माझ्या हृदयाची धडधड ऐकली असणार. म्हणूनच मी त्याच्याभोवती माझे हात गुंफत त्याच्या कानात कुजबुजले, ''जॉन, जॉन - म्हणजे तू माझ्याबरोबर येणार आहेस ना? खरोखरच मी तुझे खूपच आभार मानते. मला येथून बाहेर नेल्याबद्दल तुला कधीच पश्चात्ताप होणार नाही. कृपा करून येथून बाहेर निघण्याचा रस्ता मला दाखव ना! कारण जेव्हा हे सगळे संपेल ना, तेव्हा आपण चीनमधील सगळ्यांत सुखी जोडपे असू जॉन!''

खरोखर माझ्या त्या गोड पण खोट्या शब्दांनी मीच खूप दचकले. अगदी जोरात! पण ते शब्द त्या क्षणी तरी खरेच होते. मी जॉनला येथून बाहेर निघाल्यावर ताबडतोब धोका देणार होते; अगदी मंगोलियाची हद्द पार करताक्षणीच! पण जॉनचा मात्र माझ्यावर पूर्ण विश्वास होता. आणि माझ्या या शब्दांसाठी तो फार कृतज्ञता व्यक्त करीत होता.

मला असे वाटले की, त्याचे बाहू माझ्याभोवती अगदी घट्ट आवळले गेले आहेत. त्यात माझ्या सुरक्षिततेविषयीची भावना होती. तो म्हणाला, ''ठीक आहे. तसे असेल ना योशिको, तर मी तुला मदत करीन. पण आता आपल्याला लवकरात लवकर पळून जाण्याची योजना आखावी लागेल. कारण ही योजना तेव्हाच सफल होऊ शकते, जेव्हा प्रत्येक जण त्याच्या कामात अगदी व्यग्र असेल. आणि आताच सगळे जण उन्हाळ्यात येणाऱ्या सणाच्या कामात गुंतलेले आहेत; त्यामुळे हीच वेळ आहे की, कुणाच्याही नकळतपणे आपण निसटून जाऊ शकू!''

आमच्या गेरकडे परततानाच आमची योजना ठरली होती. गेरजवळ आल्यावर वेगळे होताना मी जॉनच्या मांडीला एक हलका चिमटा घेतला. तेवढ्यानेसुद्धा त्याच्या शरीरात रक्त सळसळू लागले. मी त्याच्या डोळ्यांत माझ्याविषयी खुशीची आणि विश्वासाची चमक पाहिली. आणि माझ्या मनात एक अपराधीपणाची भावना दाटून आली. एक क्षणभरच ती भावना झळकली होती. आम्ही एकमेकांत इतके गुंग झालो होतो आणि आमच्यापैकी कोणीही ही गोष्ट लक्षातच घेतली नव्हती की,

आणखी एक डोळ्यांची जोडी जवळच्याच एका काळोख्या गेरमधून गुप्तपणे आमचे निरीक्षण करीत आहे.

त्या रात्री मी अतिशय उत्साहाने बरोबर नेण्याच्या निवडक वस्तू माझ्या गेरमधील इतर वस्तूंमधून गोळा करू लागले. मी अगदी गरजेच्या वस्तूच घेत होते. महत्त्वाच्या वस्तू मी माझ्या जाड आणि लांब स्कर्टच्या आतल्या अस्तरात ठेवून शिवू लागले. हा स्कर्ट मी माझ्या पलायनाच्या वेळी घालून जाणार होते. त्यातच थोडे सोन्याचे दागिने आणि काही सोन्याची नाणीही घातली. कारण पुढे मला दोन वेळच्या जेवणासाठी आणि आश्रयासाठी त्यांचाच उपयोग होणार होता. मी देवाला प्रार्थना करीत होते की, कंजरजॅबला आजच त्याच्या 'कर्तव्याची' आठवण यायला नको. माझ्या प्रतिकूल गर्भाशयातून 'मुलगा' जन्माला आला पाहिजे या उद्देशाने जर माझ्या गेरमध्ये आज रात्री तो आला तर? मला आज रात्री तरी एकटीलाच राहायचे होते. मंगोलिया सोडून जाण्याची ही एकच संधी होती. त्याकरिता मला तयारी करायची होती आणि ही वेळ दवडणे म्हणजे हाती आलेली संधी घालवणे होते. मला हे काहीच परवडणारे नव्हते.

दुसरे म्हणजे माझा मंगोलिया सोडून जाण्याचा उत्साह इतका उघड होता की, कंजरजॅब सावध झाला असता. आणि त्याच्या लक्षात आले असते की, काहीतरी विपरीत घडू पाहत आहे. मात्र देवदयेने त्या रात्री तो आलाच नाही. पण याहीपेक्षा एक अशुभ गोष्ट घडली होती. जवळजवळ माझ्या बेतावरच पाणी पडले असते आणि सारी आखलेली योजनाच वाहून गेली असती.

''जेड, शेवटी मला जे पाहिजे होते ते घडले तर! मला या गावंढळ मंगोलियातून बाहेर जाण्याचा रस्ता सापडला होता. मी पुन्हा त्या नागरी आणि सुसंस्कृत जगात जाईन, जेथे मनाला भुरळ घालणाऱ्या सुगंधी अंघोळीचा रिवाज आहे! कदाचित आपण दोघी पुन्हा भेटूसुद्धा!'' मी जेडला पत्र लिहीत होते. अर्थात हेही पत्र आतापर्यंत जमवलेल्या पत्रांच्या ढिगातच जाणार होते. कारण ही पत्रे तिच्यापर्यंत कधीच पोचणार नव्हती. नेमके तेव्हाच कुणीतरी माझ्या गेरमध्ये शिरण्याचा प्रयत्न करीत आहे असे मला वाटले. ''कोण आहे?'' मी माझे लिहिणे थांबवून वरच्या स्वरात विचारले. मी रागाने थरथरले. थोडीशी उबदार कुबट वासाच्या हवेची झुळूक गेरमध्ये शिरली. आणि एकदम डोक्यात आले की, कदाचित एखादा कुत्रा पुन्हा माझ्या परवानगीने माझ्या गेरमध्ये झोपण्याकरिता आला असावा.

माझा हात अंतःप्रेरणेने हिदेऊने दिलेल्या खंजिरावर गेला. आपोआपच खंजिरावर हात आवळला गेला. माझ्या लग्नानंतर जपानमधून मंगोलियात येताना वरातीच्या वेळेस वेगळे होतानाच हिदेऊने मला हा खंजीर भेट म्हणून दिला होता. जेव्हा मला आयुष्य जगणे असह्य होईल तेव्हा ते संपविण्याकरिता मी तो खंजीर वापरावा, असे

त्याचे म्हणणे होते.

''असे खंजिराने स्वतःला संपवणे म्हणजे हाराकिरी नाही बरे, योशिको! कारण हाराकिरी म्हणजे सन्मानपूर्वक केली जाणारी आत्महत्या असते आणि अतिशय सन्माननीय आणि महत्त्वपूर्ण लोकांच्याच वाट्याला ती येते!'' मला खंजीर भेट देताना तो चांगले कारण देत होता. मी फक्त त्या वेळेस एक दीर्घ श्वास घेतला. हिदेऊ माझा इतका द्वेष करत होता? जर मी त्याला आवडत नव्हते, तर तो मला एकटीलाच का सोडत नव्हता? हे काय होते? मी नेहमीच पुरुषांच्या मनातील प्रेम, वासना, लालसा आणि द्वेषाचा सामना केला होता. पण यासारखा प्रकार मी कधीच अनुभवला नव्हता.

माझा खंजिरावरचा हात सैलावला; कारण बोरियाचा आवाज मला आत येण्याची परवानगी मागत होता. त्याला माझ्याशी काहीतरी महत्त्वाचे आणि निकडीचे ताबडतोब बोलायचे होते. माझे हृदय फारच जोराने धडधडू लागले. हा तोच बोरिया होता ना, ज्याने माझ्याजवळ यावे आणि मला त्याच्या सावळ्या वर्णात मिसळून टाकावे, अशी माझी ज्याच्याविषयी सुप्त इच्छा होती?

पुढच्याच क्षणाला बोरिया माझ्या गेरच्या आत होता. त्याच्या कठोर आणि उदास चेहऱ्यानेच मला सांगून टाकले की, माझ्या सुप्त इच्छांपेक्षाही काही वेगळ्या आणि मला अप्रिय असणाऱ्या कामाबद्दलच तो बोलणार आहे. माझ्यासोबत नक्कीच काहीतरी समेटाच्या गोष्टी करणार आहे. मी त्याच्या बोलण्याची वाट बघू लागले. तथापि माझे हृदय मात्र फारच जोराने धडधडत होते. मला श्वास घेणे अवघड झाले होते. मी माझी काळजी चेहऱ्यावर दिसू नये यासाठी प्रयत्न करीत होते. अरे देवा! त्या दुबळ्या जॉनने तर या राक्षसाला काही सांगितले नाही ना? माझा विश्वासघात तर केला नसेल? आणि जर बोरियाला त्याने काही सांगितले असेल, तर हिदेऊने दिलेल्या खंजिराने मी जॉनचा गळा कापून टाकणार होते.

''मी सरळ मुद्द्यावरच येतो आणि तुला थोडक्यातच कल्पना देतो, योशिको!'' तो आकस्मिकपणे म्हणाला. त्याच्या या वाक्याने माझ्या विचारांना लगाम बसला. ''मला हे माहीत आहे की, जॉनला घेऊन येथून बाहेर पळून जाण्याचा तुझा प्रयत्न आहे. आणि मी ते होऊ देणार नाही. कारण ही गोष्ट त्याच्या नाशाला तर कारणीभूत ठरेलच; पण त्याच्या कुटुंबाच्या नाशालाही जबाबदार ठरेल. जॉन एक अतिशय दुबळा माणूस आहे. तो नांदक आणि त्याच्या कुटुंबीयांशिवाय जगू शकणार नाही. मला हेही माहीत आहे की, तू त्याला तुझे काम झाले की सोडून देणार आहेस. तू जॉनवर कधीच प्रेम केले नाहीस, तू कुणावरच प्रेम करू शकत नाहीस. तुझे फक्त स्वतःवर आणि स्वतःवरच प्रेम आहे. मला खात्री आहे की, तुझे काम झाल्यावर जॉनचे काय होईल, याची तुला मुळीच पर्वा नाही!''

"तू जॉनला माझ्यासोबत जाण्यापासून रोखूच शकत नाहीस!" माझ्या डोळ्यांत आता अति संतापाने अश्रूच आले होते. वैफल्याने रडत रडत मी म्हणाले, "मला येथून जाण्याची तीव्र ओढ लागली आहे आणि जोपर्यंत तू मला दुसरा एखादा चांगला मार्ग सुचवत नाहीस, तोपर्यंत मी येथून जाण्याची जॉनबरोबरची योजना कार्यान्वित करीनच!"

"तू एक निर्लज्ज आणि संधिसाधू व्यक्ती आहेस. पण मी तुला मदत करीन. तुला मी येथून बाहेर काढेन; पण त्याबद्दल तू माझ्या कुटुंबातील कोणाचेही आयुष्य नष्ट होईल असे वागता कामा नयेस! अर्थात हा निर्णय तुझ्यावरच अवलंबून आहे. काय करायचे हे तुझे तू ठरव." बोरिया मला तिरस्काराने म्हणाला. "जर जॉनला तू सोडलेस तर आणि तरच फक्त मी तुला मदत करीन. उद्या रात्रीच मी तुला येथून बाहेर काढेन. आणि तुला पूर्णपणे ही गोष्ट माहीत आहे की, मीच अशी एक व्यक्ती येथे आहे, जी तुझे हे काम यशस्वी करू शकेल. जॉनला ते जमेलच असे नाही. जॉनवर विश्वास ठेवण्यापेक्षा तुला माझ्याबरोबर येथून बाहेर जाणे फार सोपे होईल!"

बोरिया बरोबरच बोलत होता. हे सत्य होते की, बोरियावर मी विश्वास ठेवला तर मी अगदी सुखाने आणि लवकरात लवकर येथून बाहेर पडेन. दुबळ्या आणि निर्णयाची क्षमता नसणाऱ्या जॉनवर न विसंबता या क्षणी जे महत्त्वाचे आणि जरुरीचे होते ते म्हणजे शांत डोक्याच्या बोरियाचे म्हणणे पूर्णपणे मान्य करणे. माझ्या या घातकी योजनेसंबंधी पैज लावली तर 'बोरिया'इतका विश्वासू माणूस या वेळेस तरी तेथे कुणीच नव्हता; त्यामुळे त्याच्यावर विश्वास ठेवणे केव्हाही चांगलेच होते.

"मी तुझ्यावर विश्वास का ठेवायचा, ते तरी एकदा सांग?" मी त्याला म्हणाले. "नाहीतरी तू केव्हाही माझा विश्वासघात करू शकतोस. मग तू मला मदत का करतो आहेस?"

"कारण मला जॉन आणि त्याच्या कुटुंबाला सर्वनाशापासून वाचवायचे आहे. आणि तूसुद्धा सध्या या कुटुंबाचा घटक आहेस. तेव्हा तुम्ही दोघांनीही वाटेल ते करून आपल्या कुटुंबाची प्रतिष्ठा डागाळू नये, जगात त्याची अप्रतिष्ठा करू नये असे मला वाटते." बोरिया अतिशय उतावीळपणे म्हणाला. जणू काही तो एका अत्यंत मूर्ख व्यक्तीला स्पष्टीकरण देत होता. "तू ही जागा सोडूनच जा! तुझ्यासारख्या नाखूश आणि नाराज व्यक्तीने येथे राहण्याची आणि विशेषतः ताटकळत राहण्याची गरज नाही. जे वास आम्हाला प्रिय आहेत, त्यासाठी तू आपले नाक दाबून बंद करतेस. जे आवाज आम्हाला आवडतात, त्यासंबंधी तू कुरकुरतेस. जो निसर्ग आम्हाला भावतो, तो तुझा शत्रू आहे. म्हणून या जीवनात पदोपदी आमचा अपमान होईल असेच तू वागत असतेस. जॉनबरोबर कुकर्म करताना जॉनची बायको नांदकचा विचारही तुझ्या

मनाला शिवला नाही. म्हणूनच तू आमच्या कुटुंबाला लागलेला कलंक आहेस.

"कंजरजॅब आणि जॉन तुझ्याशिवायही सुखाने जगू शकतील; त्यामुळे तू याची खात्री बाळग की, येथून तुला जाण्यासाठी मी मदत करीन. आणि आमच्या कुटुंबाला एकत्रितपणे आणि एकटे स्वतंत्र राहण्यासाठी हेच फायद्याचे ठरेल!

"उद्या रात्री मी येईन आणि तुला सुरक्षितपणे सीमेपर्यंत सोडण्याची व्यवस्था करीन. त्यासाठी 'त्सुईयुआन'मधला एक माणूस पैशाच्या मोबदल्यात तुला येथून घेऊन जाईल आणि तो तुला सीमेच्या जवळपास सोडेल. तेथून चीनला जाण्यासाठी तुला रेल्वे पकडावी लागेल. त्यानंतर तू सर्वस्वी तुझ्या जबाबदारीवरच राहशील. यथावकाश कंजरजॅब तुला घटस्फोट देईलच. त्याचे कारण तू त्याला आणि त्याच्या कुटुंबाला फसवून पळून गेलीस हेच राहील. हे कुटुंब तुला त्यांच्यातून कायमचे मुक्त करील."

"धन्यवाद बोरिया! तू बरोबरच आहेस. मी येथे कुणासाठीच योग्य ठरू शकत नाही. मला शक्य तितक्या लवकर येथून निघून गेलेच पाहिजे; त्यामुळे माझ्यात अडकलेल्या जॉनला आणि त्याचबरोबर नांदकला व तुमच्या संपूर्ण कुटुंबालाच शांती मिळेल!" मी मला शक्य होते तेवढ्या नम्रतेने बोरियाला उत्तर दिले; साहजिकच बोरियाचे रागाने फिसकारलेले पंख जरा जवळ आल्यासारखे वाटले. मला थोडी कल्पना आली की, त्याचा असहकारी तत्त्वाचा मग्रूर भाव त्याच्या चेहऱ्यावरून थोडा कमी झाला आहे. माझ्या चेहऱ्यावरील अपमानास्पद आणि खूप दुखावले गेल्याच्या भावानेही त्याला बरे वाटले होते. मी त्याच्या अपमानास्पद शब्दांनी घायाळ झालेच होते. पण बोरिया काहीसा शांत झाला होता आणि हेच त्या क्षणी जास्त महत्त्वाचे होते.

बोरिया माझ्या गेरमधून निघाल्यावर मी आधी या गोष्टीची खात्री केली की, त्याला माझ्या गेरमध्ये शिरताना कुणी पाहिले नव्हते ना? कारण त्याला असे रात्री माझ्या गेरमधून जाताना कुणी पाहिले असते, तर त्या व्यक्तीचा नक्कीच बोरिया आणि माझ्याविषयी गैरसमज झाला असता. नंतरची अख्खी रात्र मी या कुशीवरून त्या कुशीवर वळत काढली. या अचानकपणे घडलेल्या प्रसंगाचे विश्लेषण करण्यातच मी गुंतले होते. मी माझ्या या नावडत्या करारावर विश्वास ठेवावा की नाही? आणि जशी पहाटेची पहिली सूर्यकिरणे माझ्या गेरमध्ये शिरली, तेव्हा मी ठरवले की, मला आता बोरियाशिवाय पर्यायच नव्हता. ही जोखीम घ्यायलाच हवी होती. नाहीतर त्याच्या संशयी डोळ्यांच्या पहाऱ्यात मंगोलियातच कायमचे राहावे लागले असते. आणि जॉनची मला नकोशी असलेली लालसा मी नजरेआड करू शकले नसते किंवा जॉनला फसवणे तितके सोपे राहिले नसते. एकूण सगळेच अवघड होऊन बसले असते.

सकाळीच जॉन माझ्या गेरमध्ये आला. आणि बोरियाने दिलेल्या सूचनेप्रमाणे मी त्याला सांगितले की, मी मंगोलिया सोडण्याविषयीचे माझे मत बदलले आहे आणि मी आता येथेच राहणार आहे. माझ्या या निर्णयाने त्याला धक्काच बसला होता. पण त्याच्या चेहऱ्यावर झळकणारे समाधान पाहिल्यावर लक्षात आले की, माझ्या या योजनेत तो फक्त मला खूश करण्यासाठी सामील झाला होता. आणि मी घेतलेला निर्णय खरोखरच योग्य ठरला होता की, बोरियाबरोबरच जाणे उचित ठरले असते. कारण अशा खडतर योजनेसाठी त्याच्यासारखा कणखर माणूसच योग्य होता.

मी आणि जॉन नेहमीप्रमाणेच घोडदौडीला गेलो. अपेक्षेप्रमाणेच आमच्या घोडदौडीचा शेवट प्रेम करण्यात झाला. खोलशा खड्ड्यातल्या त्या दाट हिरव्यागार गवताच्या गादीवर मी जॉनवर फार मृदूपणाने प्रेम केले. आज बराच वेळ मी त्याला हळुवारपणे कुरवाळत होते. त्याला मात्र काहीच कल्पना नव्हती की, मी आज अशी का वागते आहे? मी माझ्या त्या कृतीतून जॉनला निरोप देत होते. पुढील काही दिवसांत जेव्हा तो माझ्यासाठी नादिष्ट होऊन येथे फिरेल, तेव्हा त्याला या शेवटच्या मृदू, हळव्या प्रेमाच्या क्षणांची आठवण आली असती.

जेव्हा मी आणि जॉन परत आलो, तेव्हा मी माझी पूर्ण दुपार मायीबरोबर घालवली. मायीचे दिवस भरत आले होते. तिचे शरीर गर्भभाराने जवळपास मागच्या बाजूला वाकले होते. तिचे ताणलेले पोट तिला सरळपणे उभे राहू देत नव्हते. तिच्या शरीराची ठेवण अगदीच लहान चणीची होती. ती माझी खूपच चांगली मैत्रीण होती. मलासुद्धा स्वीकारायला जड जात होते की, मी तिला यानंतर कदाचित पुन्हा कधीच पाहू शकणार नाही. मायी माझ्यासाठी फारच खास होती. कारण तीच एक अशी स्त्री होती, जी माझ्यावर मनापासून प्रेम करत होती. मी जशी आहे तसाच तिने माझा स्वीकार केला होता. म्हणूनच तिला सोडताना मला खूप दुःख होत होते. या विचारानेसुद्धा मला त्रास होत होता की, मी अशी पळून गेल्यावर मायीला काय वाटेल? माझ्या विश्वासघातकीपणामुळे मी तिचा निरोपही न घेता पळून जाणार होते.

"मायी, मला माहीत आहे की, तुला खूपच छान मुलगा होणार आहे!" तिच्या भरल्या पोटावर माझा हात ठेवत मी म्हणाले. तिच्या पोटातील मूल आत फिरत होते. "मला कळते आहे की, तो किती चंचल आहे. कंजरजॅबलासुद्धा खूप आनंद होईल पुन्हा एक मुलगा झाला तर!" मायी खुदूखुदू हसली. तिने मला तिच्या मिठीत घेतले. नंतर ती शांतपणे म्हणाली, "तुलासुद्धा खूप मुलगे होतील योशिको! काही बायकांना जरा उशिरा दिवस जातात, पण नंतर मात्र त्या थांबतच नाहीत."

मी नकळतपणे शहारले. माझे हे शहारणे तिने वेगळ्या अर्थाने घेतले. तिला वाटले की, तिचे बोलणे मला लागले असावे. तिला वाटले, कंजरजॅबच्या खूप

साऱ्या मुलांची आई होणे हे माझे स्वप्न असावे; पण वांझपणामुळे ते पूर्ण होऊ शकत नाही; त्यामुळेच तिचे बोलणे मला टोचले आणि त्याचे दुःख होऊन मी शहारले. मायीने ताबडतोब तिच्या बोलण्यावर दिलगिरी व्यक्त केली.

''मला क्षमा कर योशिको! मी थोडी मूर्खासारखीच बोलून गेले गं! मला पुन्हा क्षमा कर!' मायी रडू लागली. तिच्या डोळ्यांतून खरेच अश्रू वाहू लागले.

''ओ मायी! उगाच असे काहीतरी बोलू नकोस!'' मी म्हणाले. मी मायीच्या केसांच्या लाटांसारख्या कुरळ्या बटांना खेळकरपणे विस्कटत म्हणाले, ''हे खरोखर बरे होईल. जोपर्यंत मी माझे इथले आयुष्य पूर्णपणे भोगत नाही, तोपर्यंत गरोदर न होणेच चांगले नाही का? कारण तुझ्या म्हणण्याप्रमाणे एकदा मी सुरू झाले की, पुन्हा थांबणारच नाही ना?'' पुन्हा एकदा नव्या हुरुपाने मी मायीला मिठीत घेतले आणि म्हणाले, ''कंजरजॅब तुझ्यावर खूप मनापासून प्रेम करतो. तुम्ही दोघेही एकमेकांची खूप काळजी घ्या, निदान माझ्यासाठी तरी; म्हणजे मी तुम्हा दोघांना एकत्र आणि आनंदी असे पाहू शकेन!''

''काहीतरीच काय बोलतेस योशिको?'' आता मायीची माझ्यावर रागावण्याची पाळी होती. ''मला खात्री आहे की, कंजरजॅब तुझ्यावरही तितकेच प्रेम करतो. म्हणून आपण दोघीही मिळून त्याची काळजी घेऊ या!''

आम्ही दोघीही तिच्या गेरच्या बाहेर येईपर्यंत हसत होतो. ही शेवटची वेळ होती, मी मायीला तिच्या लाकडी फळ्यांच्या पलंगावर एक हात पोटावर घेऊन झोपलेली पाहणार होते. कारण उद्या सकाळपर्यंत मी येथून गेलेली असणार. मी तिला कधीच विसरू शकणार नव्हते. आणि त्यानंतरच्या वर्षांमध्ये मी या गोष्टीचे वारंवार आश्चर्य करीत राहिले की, मायीला माझ्या पलायनाच्या कृत्याने काय वाटले असेल, जेव्हा मी तिथून निघून गेल्याचे तिच्या लक्षात आले असेल. माझ्या नवऱ्याचा आणि त्याच्या कुटुंबाचा विश्वासघात करून मी मंगोलिया सोडून पळून गेले होते. माझा नवरा म्हणजे मायीचे पूर्ण विश्वच होते; तिचे पूर्ण जीवनच होते. पण खरेतर मंगोलिया सोडल्यावर एखाद्या प्रचंड अशा वादळी झुल्यासारखे माझे आयुष्य इतक्या वेगाने पुढे गेले आणि शरीरातील चेताग्रंथी ज्याप्रमाणे शरीराला जोरात चेतवण्याचे काम करतात तसे ते सारखे पुढे धावत, सुसाटत राहिले. मला मायीच्या स्मृतींमध्ये रमण्यासाठी, तिच्या आठवणींत गुंतून राहण्यासाठी पुढील आयुष्यात अजिबात वेळच मिळाला नाही. कारण माझ्या पुढच्या आयुष्यातील प्रसंग यापेक्षाही वादळी आणि भयंकर होते; त्यामुळे या भूतकाळातील ही लहान वादळे लक्षात ठेवायलाही मला वेळ मिळाला नाही.

भाग्य म्हणतात ते असे! बऱ्याच रात्री पौर्णिमेसारखा सातत्याने प्रकाशणारा चंद्र, आकाशातील सर्वच गोष्टींना आपल्या प्रकाशाने उजेडात आणणारा चंद्र माझ्या

पलायनाच्या रात्री ढगांमध्ये, त्यांच्या जाडसर आवरणामध्ये आपले तोंड निग्रहाने दडवत होता; त्यामुळे वातावरणातील सर्वच गोष्टी गडद अंधारात दडी मारून बसल्यासारख्या वाटत होत्या. हा अंधार मला अगदी योग्य अशा आवरणाचे काम करत होता. मला माझ्या वैवाहिक जीवनापासून चोरून, लपून पळून जाता येणे सोपे होणार होते. मी खरोखरच खूप अधीर झाले होते. मी बोरियाची आतुरतेने वाट पाहत होते. तो केव्हा येतो, याची मला फारच हुरहुर लागली होती. पण तासामागून तास गेले, बोरिया आलाच नाही. मी एकदम घाबरले. आणि संशयाच्या भोवऱ्यात सापडले. मी त्याच्यावर विश्वास ठेवला ही गोष्ट बरोबर केली होती का? जर आता त्याने माझा विश्वासघात केला तर? त्यानंतर मी त्याचे काय करू शकणार होते?

माझ्या बालपणात माझ्या वडिलांच्या जनानखान्यातील रखेल्या आपापसांत योजना करीत. नंतर माझे सावत्र बहीण-भाऊसुद्धा हेच करीत. कावाशिमाच्या घरात नाटुस्को आणि माझ्या सहा दत्तक बहिणी मला नेहमीच कढत तेलात तळायला एका पायावर तयार असत; त्यामुळेच मी कोणावरही विश्वास ठेवताना फार सावधगिरी बाळगत असे.

आता मात्र मला थंड घाम फुटायला लागला. तीव्र चिंता आणि वेदनेने मला घेरले. मी खूप क्षुब्ध झाले होते. शेवटी बोरिया दिसला तेव्हा त्याच्या अंगावर धावून जात चवताळून मी म्हणाले, ''तू इतक्या उशिरा का आलास? तू जर असा विश्वासघात करायचे ठरवले असशील, तर मी तुला आणि तुझ्या संपूर्ण कुटुंबाला नरकात घालायला कमी करणार नाही, हे लक्षात ठेव!''

माझ्या या पवित्र्याने बोरिया जरा मागे सरकला. माझ्या शब्दांतील विखार त्याच्या लक्षात आला. तो माझ्यापासून आणखी दूर सरकला. जणू माझ्या शरीराच्या स्पर्शाने त्याला एखादा संसर्गजन्य रोगच होणार होता! माझ्या या कठोर, उपहासात्मक आणि निंदात्मक भाषणाकडे संपूर्ण दुर्लक्ष करीत तो पुढे आला. तो कर्कशपणे म्हणाला, ''घोडेबिडे काही मिळाले नाहीत. आपल्याला पायीपायीच जायचे आहे. लवकर आटप बाई, लवकर. तुझ्या वस्तू घे आणि नीघ!''

त्सुईयुआनच्या त्या चिखलाने, मातीने भरलेल्या, खड्ड्यांच्या अरुंद रस्त्यांवरून चालण्याचा त्रास सहन करणे, ही तर माझ्या लेखी मंगोलियातून पळण्याच्या संधीची फारच किरकोळ किंमत होती. एका पडक्याशा आणि अप्रतिष्ठित घरापाशी पोचण्यापूर्वी आम्ही जवळजवळ एक तास पायी चालत होतो. हे घर गावाच्या शेवटच्या टोकाला होते. त्या घराच्या लाकडी दरवाजावर एक मोठी लाकडी गाठ होती. ती गाठ दाबून, जोर लावून बोरियाने तो दरवाजा उघडला. हे दार फक्त लाल रंगाच्या फटकाऱ्यांनी रंगवले होते. घराचे दार एका नटमोगऱ्या बाईने उघडले. आतमध्ये बरीच माणसे दारू पिऊन बायकांसोबत अश्लील चाळे करत होती. एका क्षणात माझ्या लक्षात

आले- आम्ही एका वेश्यालयात येऊन पोचलो होतो.

बोरियाला थोडेसे शरमल्यासारखे झाले होते. त्याने अशा बाईला तेथे आणले होते, जी त्याच्या मेहुण्याची लग्नाची बायको होती. या उघड घाणेरड्या जागी त्याला नाही म्हटले तरी थोडी लाज वाटलीच होती. त्याला माझ्याबद्दल काहीच कल्पना नव्हती. मी कितीतरी वेळा पुरुषांच्या पोशाखात टोकिओमधील चहाघरे आणि वेश्यालयांना भेट दिली होती. किड्यांसारख्या वळवळणाऱ्या त्या वेश्यांबद्दल आणि त्यांच्या दलालांबद्दल मला काहीसुद्धा वाटत नव्हते. पण माझ्या हे लक्षात आले की, ही वेळ आता स्वतःच्या या कृत्यांची ओळख देण्याची नव्हती. मी किती विलासी आणि रंगेल होते हे सांगण्याची मुळीच गरज नव्हती. मी एखाद्या घरंदाज बाईप्रमाणे वागले. माझे डोळे मी पूर्णपणे खाली वळवून घेतले होते.

बोरियाने माझी त्या माणसाशी ओळख करून दिली. तो माणूस मला मंगोलियातीलच 'बाओतोन' नावाच्या शहरात घेऊन जाणार होता. तेथूनच मला चीनला जाणारी रेल्वे पकडायची होती. त्या माणसाचे नाव 'बो' होते. तो एक सुरकुतलेला, घाणेरडा माणूस होता. त्याचे डोळे हाव आणि लालसेने भरलेले होते. त्याच्या त्या घाणेरड्या नजरेनेच मला सांगितले की, 'बाओतोन'पर्यंत पोचण्यासाठी मला त्याला चांगले दणकून भाडे द्यावे लागणार होते; त्याकरिता वेगळे काही करण्याची गरज नव्हतीच. बराच वेळ घासाघीस केल्यावर 'बो'ला मी एक सोन्याचा दागिना द्यायला तयार झाले होते. त्याला तो दागिना देतानाच मी कुरकुर केली आणि तो फार जास्त भाडे मागतो आहे, अशी तक्रार केली. त्या मानाने त्याचे काम फारच सोपे होते. त्याच्या सामानाच्या गाडीतूनच तो मला बाओतोनपर्यंत नेणार होता. एरवी तसेही तो जाणारच होता. त्यात तो मला फक्त कोंबणार होता.

"त्या माणसाला काय पाहिजे ते दे योशिको!" आता मात्र बोरिया माझ्यावर गुरगुरला. "तुला मी हा ठरवलेला सौदा मोडून कंजरजॅबकडे जायचे आहे का? जास्त वादावादी आणि घासाघीस केलीस तर तो तुला न्यायला मनाईसुद्धा करू शकतो. आणि तसे झाले तर माझ्याबरोबरच तुला परत यावे लागेल किंवा मी तुला असेच येथे सोडून निघून जाईन!"

त्याच्या बोलण्याने माझा दागिना मी ताबडतोब 'बो' याच्या हवाली करण्यास प्रवृत्त झाले. मग मी न कुरकुरता 'बो'ला तो दागिना घेऊ दिला होता. मी आणि 'बो' काळोख्या रात्रीत, गडद अंधारात नाहीसे होईपर्यंत बोरिया तेथेच उभा होता. जणू स्वतःच्या घरी निघण्यापूर्वी त्याला स्वतःशीच खात्री करून घ्यायची होती की, त्याने मला तेथून चांगल्या प्रकारे बाहेर घालवले होते.

बाओतोनपर्यंतचा प्रवास शरीरातील साऱ्या नसांना हलवणारा होता.

बाओतोनपर्यंतचे रस्ते फसवे होते. खोल खड्डे आणि उंचवट्यांनी भरलेले होते. गाडी पुढे सरकताना मी इकडून तिकडे गाडीच्या आत फेकले जात होते. मला या गोष्टीचीही जाणीव होती की, मी एकटीच होते आणि पूर्णपणे लालची आणि कामासक्त अशा अनोळखी माणसाच्या दयेवर अवलंबून होते. त्याला माझ्यासोबत काहीही करता येऊ शकणार होते. त्यात पुन्हा ती रात्र गडद आणि अंधारी होती. शिवाय अशा त्या काळोख्या रात्रीचा भयाण अनुभव मी मंगोलियात यापूर्वी घेतला नव्हता.

त्या क्षणी फक्त एकच गोष्ट सुखावह वाटत होती ती म्हणजे हिदेऊने दिलेला प्राणघातक जपानी खंजीर! तो मी माझ्या विजारीच्या पट्ट्याला खोचून ठेवला होता. त्यासोबतच होती एक 'वोडका' दारूची बाटली, जी मी जॉनकडून चोरली होती. माझ्या डोक्यात मिनिटामिनिटाला विचित्र विचार थैमान घालत होते. या कल्पनांच्या संसर्गामुळेच मी मन शांत ठेवण्यासाठी वोडकाचे मोठे मोठे घोट घशाखाली रिचवले. आणि माझ्या शरीराला अतिशय निष्ठूरपणे गाढ झोपेच्या आवरणात ढकलून दिले.

मी जेव्हा जागी झाले तेव्हा गाडीचे दुःखदायक हलणे थांबले होते. मी घाबरून बाहेरच्या परिस्थितीचा आणि माझ्या सामानाचा अंदाज घेतला आणि गाडीबाहेर डोकावले. आम्ही कोठे येऊन पोचलो आहोत अशीसुद्धा मनात एक शंका होतीच! बाहेर सूर्य कासराभर वर आला होता. म्हणजे मी खूपच वेळ गाढ झोपले होते तर!

'बो' आता माझ्याजवळ आला. माझी सामानाची पिशवी गाडीच्या बाहेर फेकत म्हणाला, "आपण बाओतोनला अर्धा तास आधीच पोचलो आहोत. हीच तुझी उतरायची जागा आहे. येथून तुला आता स्वतःच दूर जायला हवे. चल उतर खाली. आणि नीघ इथून. मला पूर्ण दिवस वेळ घालवायचा नाहीये!"

"ए गलिच्छ थेरड्या! तू मला लवकर का उठवले नाहीस? तुला घाई होती तर मला उठवायचेस ना!" मी 'बो'वर ओरडले. योग्य जागेवर पोचल्यावर मला उत्साह वाटू लागला होता. आता सगळीकडे दिवसाचा लख्ख प्रकाश पसरला होता. खूप सारी माणसे माझ्या आजूबाजूला, रेल्वे स्थानकाच्या, थांबण्याच्या, रहदारीच्या ठिकाणी ये-जा करीत होती. हे चीनला जाण्याचे मोठे प्रवेशद्वार होते.

'बो' आपले काळे कुळकुळीत दात दाखवत मला म्हणाला, "झोपेत तू खूप सुंदर दिसत होतीस. वेश्या नसलेली झोपलेली सुंदर बाई बघण्याची संधी माझ्या आयुष्यात वारंवार येणार नाही म्हणून मी जरा माझ्या डोळ्यांचे पारणे फेडून घेतले!" हे बोलताना त्याच्या काळ्या कुळकुळीत दातांबरोबरच त्याचे रक्तासारखे लालभडक, वासनेने, लालसेने भरलेले डोळे मला पिऊन टाकण्याचा

प्रयत्न करीत होते.

आता मी त्याच्याकडे दुर्लक्ष केले. त्याच्या निरोपाच्या भानगडीमध्ये न पडता माझी सामानाची पिशवी ताब्यात घेऊन त्याच्याकडे एकदाही न पाहता चालायला लागले. मला बोरियासारख्या माणसाची चीड येत होती, ज्याने माझा खूपच तिरस्कार केला होता. आणि आता 'बो'सारखा कामासक्त माणूस! जो माझ्यावर वाकडी नजर ठेवून होता. शिवाय माझ्याकडून एकूणएक पैसा काढून मला लुबाडण्याची अपेक्षा बाळगत होता.

'बो'ला असे झटकून टाकल्यावर मी पुढे चालत गेले. एका जागी आल्यावर जरा शांतपणे उभी राहिले आणि छाती भरून माझ्या स्वातंत्र्याचा एक दीर्घ श्वास घेतला. स्वातंत्र्याची ही जाणीव शरीरातील रोमारोमाला पुलकित करणारी होती; ओसंडून वाहणारी होती. आता यापुढे मला कुठेही जाण्यासाठी आणि कुणाहीबरोबर जाण्यासाठी काळजी घ्यावी लागणार नव्हती. मी पूर्णपणे स्वतंत्र होते. मी मुळात एक राजकन्याच होते. पण आता ते सारे जणू भूतकाळातच जमा झाले होते. माझ्या पाठीवर माझी कपड्यांनी भरलेली पिशवी होती. माझ्या पिशवीत थोड्या बहुत रोजच्या वापरात असणाऱ्या वस्तू होत्या. दोन सोन्याच्या लडी मी माझ्या कपड्यांत शिवलेल्या होत्या आणि काही थोडे दागिनेही माझ्याजवळ होते. शिवाय हिदेऊने दिलेला जपानी खंजीर माझ्या विजारीच्या मागच्या बाजूला लावलेला होता. तो मला सतत स्वसंरक्षणाची हमी देत होता. मी माझ्याच नव्या आयुष्याची मनापासून खात्री करून घेत होते. काहीही झाले तरी मी सुरक्षित आणि चांगलीच राहणार होते. मला रस्त्यांची चांगलीच ओळख होती. मुलाच्या वेशात मी गुप्तपणे टोकिओत कितीतरी वेळा रस्त्यावर रात्री चालण्याचा सराव केला होता. माझ्या वडिलांची निष्ठूर आणि अदम्य शक्ती माझ्यात होती. त्याचबरोबर एक नवीन, स्वतंत्र जीवन जगण्याचा दुर्दम्य निर्धारही माझ्यात होता.

'गेरमधल्या एकलकोंड्या आयुष्यापेक्षा कोणतीही इतर गोष्ट जगात चांगलीच ठरणार होती.' मी स्वतःशीच उद्गारले. माझी पावले रेल्वे स्थानकाच्या परिसरातील, 'तिकीट' लिहिलेल्या जागेकडे चालू लागली.

नंतर रेल्वेने बाओतोन सोडून चीनकडे जाण्यासाठी वेग घेतला. एका रिकाम्या डब्यात मी स्वतःची सोय केली. माझ्या गालावरून अश्रू ओघळत होते. कारण मी स्वतंत्र झाले होते. १९२६ हे वर्ष मी मरेपर्यंत विसरणार नव्हते. मी फक्त १९ वर्षांची होते. माझे संपूर्ण आयुष्य माझ्यासमोर एखाद्या कोऱ्या कागदासारखे, त्यावर काही प्रसंग लिहिण्याची वाट पाहत पसरले होते. त्यावर मी आता, आजपासूनच मला पाहिजे ती अक्षरे गिरवू शकत होते.

आता मी माझ्या मनासारखे सामान्य आयुष्य जगायला मोकळी होते. "खरे

सांगायचे तर मला एखाद्या नापीक जमिनीसारखे स्वतंत्र जगायचे होते. मुलांची माझ्या शरीराला कधी गरजच वाटली नाही. आणि आता त्या संदर्भात उत्तर द्यायला मी कोणालाही बांधील नाही! कळले का तुला?''

मी उगीचच माझ्या डब्यात आलेल्या एका लहान मुलाच्या अंगावर जोराने ओरडत म्हणाले. तो चुकून माझ्या डब्यात आला होता. त्याचा चेहरा भीतीने कसातरीच झाला. माझ्या अवताराकडे, विशेषतः माझे वेड्यासारखी झाक असलेले डोळे पाहून तो घाबरला. त्याने रडण्यासाठी तोंड उघडले. त्याचे रडणे त्सुईयुआनमधल्या पौर्णिमेच्या रात्री चंद्राकडे बघून रडणाऱ्या कुत्र्यासारखेच होते. मला त्याच्या आईचे आभारच मानावे लागतील; कारण आपल्या पोराचे केकाटणे ऐकून ती माउली धावत आली आणि आपल्या मुलाला तेथून हिसकावून घेत, फरफटत सुरक्षितपणे आपल्या डब्यात घेऊन गेली. कदाचित तिलाही माझ्या त्या अत्यंत वेड्या आनंदाची भीती वाटली असावी; म्हणूनच वेड्या आनंदाच्या तीव्र ऊर्जेपासून आपल्या पोराला ती दूर घेऊन गेली.

पोर्ट आर्थर या चीनची हद्द सुरू होणाऱ्या पहिल्या स्थानकाकडे जाण्यासाठी रेल्वेने वेग घेतला, तशी माझ्या डोळ्यांत स्वप्नांची कबूतरे उडू लागली. मी पुन्हा माझ्या जगाची स्वप्ने पाहू लागले. जेथे शिक्षण आणि संस्कृती हातात हात घालून नांदत होते, जेथे यमागासारखे बुद्धिमान आणि सुदृढ पुरुष होते, सुगंधी गरम पाण्याची अंघोळ आणि सुगंधी कपड्यांची रेलचेल होती. मी ही स्वप्ने मेंदूला शीण येईपर्यंत पाहत होते. जेव्हा मेंदू ती स्वप्ने पाहून थकला, तेव्हा मी गाढ झोपेच्या पूर्ण अधीन झाले होते.

सहा

पोर्ट आर्थरला जवळपास दोन आठवडे मी त्या छोट्या पण उबदार विश्रामगृहात घालवले आणि मंगोलियामध्ये माझी जी काही शरीर आणि मनाची झीज झाली होती, ती भरून काढली. उत्तम जेवण, बऱ्याच निरुपयोगी गोष्टींची खरेदी, ज्यांची खरेच गरज नव्हती. पण माझ्या निवडक कपड्यांच्या संग्रहात पुरुषी कपडे, घोडदौडीचे बूट आणि काही रेशमी पण सुंदर उंची पोशाखांची तसेच उंच टाचेच्या जोड्यांची भर पडली. हे रेशमी पोशाखही खास होते. त्यांचा एक संच होता. हा संच क्रमाक्रमाने अंगावर चढवल्यावर माझे सौंदर्य पूर्णपणे उठून दिसणार होते. या वेळेस मी स्त्रियांचा पोशाखच व्यवस्थित घालायचे ठरवले होते; त्यामुळे माझ्याकडे कोणाचे लक्ष वेधले जाणार नव्हते. मी एकटीच प्रवास करणार होते. माझ्या पुरुषी

विचित्र पेहरावाने सगळ्यांचे, विशेषतः पुरुषांचे लक्ष जास्त वेधले जात असे. हे सर्व टाळण्यासाठी मी छान दिसणारा स्त्रियांचा पोशाखच वापरायचे ठरवले होते. नको असलेल्यांना आणि लक्ष देणाऱ्यांना टाळण्याचा हा एक उत्तम उपाय होता.

मला मायीची खूपच आठवण येत होती, हे मी कबूल करते. कारण ती माझी खूपच काळजी घेत असे. तिची काळजी माझ्या मंचुरियन आईसारखी आणि मला सांभाळणाऱ्या जेडसारखी होती. तिचे ते मनापासूनचे प्रेम आणि मनापासूनचा आग्रह असा की, मी सर्व गोष्टींची काळजी घेतलीच पाहिजे. तिचा उत्साह, तिचा आशावाद ज्यामुळे मंगोलियात वारंवार येणाऱ्या नैराश्यातून सावरण्यास मला मदत झाली. मायीच्या बाबतीत सगळेच मी आठवत होते. वारंवार तिच्या आठवणीने रडत होते. ती सकाळी उठेल आणि पाहील, की मी तेथून पळून गेले आहे. पण याबाबत तिची काय प्रतिक्रिया असेल हे जाणून घेण्याची मला उत्सुकता होती. तिला तिचा विश्वासघात झाल्यासारखे वाटेल का?तिला माझा राग येईल का? मी पुन्हा मायीने माझ्या वाईट दिवसांत मला मारलेली प्रेमळ मिठी, जिच्यात तिच्या हृदयाची धडधड होती, ती परत अनुभवू शकेन का? मी जेडला लिहिलेल्या पत्रात माझे दुःख मोकळे केले. मी लिहिले होते – "जेड, जी माणसे माझ्यावर मनापासून प्रेम करतात, अगदी निरपेक्ष प्रेम करतात, ती माझ्यापासून खूप आणि कायमचीच का दूर जातात? मीच खूप वाईट असेन म्हणून माझ्यापासून मी सर्वांनाच दूर घालवते!"

मंगोलियातील यशस्वी पलायनाचा आत्यंतिक आनंद जरा स्थिर झाल्यावर मला असे जाणवले की, मी आता एखाद्या बोटीसारखी आहे, जी बंदरावरून तिच्या बांधलेल्या दोरीपासून मुक्त होऊन विशाल समुद्रात एकटीच स्वैरपणे दैवाच्या भरवशावर वाहत चालले आहे. आता मी कुठे जाऊ? अर्थातच जपान! माझ्या मनात ताबडतोब येणारा विचार हाच होता. माझ्यात चिनी वंशाची गुणसूत्रे असली तरी, त्यांच्यासारख्याच माझ्या चवी आणि प्रत्येक बाबतीत माझी भूक असली तरीही, मनाने मी जपानीच होते. काही का असेना, मी कावाशिमाला जे म्हणाले होते ते मी करून दाखवले होते. त्याची प्रतिष्ठा धुळीला मिळवली होती. कंजरजॅब आणि कावाशिमा कुटुंबाचे संबंध कायमचे बिघडवून टाकले होते. आता तो मला घरात घेणे शक्यच नव्हते! मग मी कुठे जाऊ? जेव्हा माझे सारे दागिने आणि सोन्याच्या लडी संपतील, तेव्हा मी कशी काय जगणार होते? हे सारे विचार माझ्या डोक्यात सतत पिंगा घालत होते. एखाद्या चवताळलेल्या कुंभारमाशीप्रमाणे ते माझ्या डोक्यात सारखे गुंऽगुंऽ करत होते. पण काही दिवसांच्या चिंतनानंतर मी माझा निश्चय पक्का केला आणि जहाजावरून याकोहामाला जाण्याचे ठरवले.

मी माझ्या भविष्यात जगण्यासाठी लागणाऱ्या सगळ्या मार्गांचा विचार केला.

ते विचार पडताळून पाहिले. कदाचित एखादा श्रीमंत जर्जर वृद्ध- ज्याला तरुण मुलींची जास्त आवड आहे, असा पुरुष शोधायचा. पुरुषी वेशातील सुंदर तरुणी त्याच्या बाहूंत विसावलेली त्याला फारच आवडेल आणि मलाही भरपूर पैसा मिळेल, असाच पुरुष शोधायचा. आणि असे झालेच नाही तर? देव मला क्षमा करो; पण माझ्यासाठी चहाघराचे रस्ते खुले होतेच. कदाचित मी एक उत्तम दर्जाची कलावंतीण झालेली असेन किंवा उत्तम नर्तिकाही होऊ शकेन. काहीही असो, मी अशा कारस्थानी - लफडेबाज व्यवस्थापनास हजार वेळा भेट देऊन आले होते; त्यामुळेच कदाचित ज्या वेळेस मला जास्त गरज असेल, तेव्हा त्याचा उपयोग मी जीवन जगण्यासाठी करून घेऊ शकत होते.

"चला तर मग! आज रात्री आमच्या राजकन्येच्या नशिबात कोणती गोष्ट घडणार आहे?'' मी स्वतःच स्वतःला उपहासाने भविष्यासंदर्भात प्रश्न विचारला.

काही दिवसांनंतर मी पुन्हा एकदा याकोहामाकडे जाणाऱ्या वाफेच्या जहाजावर होते आणि बराच विचार केल्यावर मला असे वाटले की, मंगोलियातील दिव्य कसोटीतून पार पडल्यानंतर मी माझ्या घरी परतत आहे. माझ्यासाठी तेथे काय वाट पाहत उभे आहे, याची मला पर्वा नव्हती. पण माझ्या प्रवासानंतर मी माझ्या घरात असणार होते. माझे हृदय आनंदाने भरून आले आणि त्यात आशा जागृत झाली. मी तरुण, निरोगी आणि खूप आशावादी होते. मी असा निश्चयच केला होता की, मला माझे आयुष्य सामान्य, कुचकामी, रटाळ आणि शांतीपूर्ण असे जायला नको होते. मला साहसाची आवड होती. त्यातच मी जन्मले. मी परिस्थितीविरुद्ध बंडाचा झेंडा घेऊन उभी ठाकले होते; त्यामुळेच साहस आणि त्यातील संभाव्य धोक्यांसह जगण्यासाठी माझे आयुष्यच मी पणाला लावले होते. म्हणूनच फक्त कारस्थाने करणे आणि शांतीने मरणे हे माझे आयुष्य नव्हते. ते माझ्या आयुष्याचे ध्येयही नव्हते. माझे आयुष्य आताच अशा साहसी घडामोडींनी आणि अस्थिरतेने भरलेले असेल, तर ती एका मोठ्या साहसाची, त्याच्या एका भागाची खूण होती, ज्याची मला अगदी मनापासून आवड होती. आणि मला तसेच जगायचे होते. सगळ्यात महत्त्वाचे आणि निश्चित होते की, मी जपानला माझ्या घरी चालले होते. या पक्क्या गोष्टीने मला बरे वाटत होते.

माझ्या सोबत असलेल्या सहप्रवाशांचे निरीक्षण करताना माझ्या लक्षात आले की, जहाजावरील जास्तीत जास्त सहप्रवासी हे चिनी आणि जपानी होते, जे सर्वच त्यांच्या कुटुंबीयांसोबत आले होते. जहाजावरील त्यांच्या रखेल्या, बायका, ढीगभर मुला-बाळांमध्ये आणि त्यांच्या गडबडीत मला अजिबात रस नव्हता. मला त्यांचे ते आवाज आणि गोंधळ सहन होत नव्हता. मी माझा अधिकाधिक वेळ जहाजाच्या वरच्या भागातील शांत डेकवर सिगारेट फुंकत, आकाशातील तारे आणि कधी-कधी

ढगांमध्ये दिसणाऱ्या चंद्राच्या सोबतीत घालवत होते. अशा या एकांतातील भेटीमध्येच ती मला भेटली ,'तामुरा हिदारी.' ती म्हणजे एक अत्यंत आनंदी आणि उत्साही व्यक्तिमत्त्व होते आणि मला सतावणाऱ्या प्रश्नाचे - जपानमध्ये मी काय करणार आहे?- याचे उत्तरही जेव्हा आम्ही याकोहामाला पोचलो तेव्हाच मिळाले. तामुरा हिदारीची ही जहाजाच्या डेकवरची भेट अक्षरशः माझ्या जीवनाला कलाटणी देणारी ठरली. थोडक्यात, ही माझी दैवालाच भेटण्याची संधी होती. जेड नेहमीच अशा दैवी संधीबद्दल बडबड करीत असे.

त्या सोक्षमोक्ष लावणाऱ्या निर्णायक रात्री झाले काय की, मी माझी नेहमीच्या मजल्यावरची जागा बदलायची ठरवले. आणि करकर आवाज करणाऱ्या त्या मजल्याच्या लाकडी पायऱ्या चढून वरच्या डेकवर आधीच हेरून ठेवलेल्या लांबवरच्या एकलकोंड्या जागेकडे जाऊ लागले. पण ती माझ्याही आधी तेथे पोचलेली होती. तिचा चेहरा आणि ती दिसण्यापूर्वीच तिच्या हातातील सिगारेटचे जळते टोक मला दिसले. सागरी हवेच्या झुळकीने तिच्या डोक्यावर वरच्या बाजूला बांधलेल्या अंबाड्यासारख्या वेण्यांच्या पेडामधील केस भुरूभुरू उडत होते. तिची ती छायाकृती धातूच्या पत्र्यावर आम्लाने कोरलेल्या चमकदार आकृतीसारखी भासत होती. तिच्या छायाकृतीच्या वर मागच्या बाजूने त्या मजल्यावरून येणाऱ्या प्रकाशाच्या किरणांनी तिची आकृती रेखीव बनली होती. हवेत तरंगल्यासारखी तिची समतोल काया सुरेख आणि सुंदर भासत होती. तीसुद्धा माझ्यासारखीच अगदी एकटी वाटत होती.

अकस्मात ती मागे वळली. मी तिचे निरीक्षण करते आहे हे तिच्या लक्षात आल्यावर तिने स्वत:ची ओळख करून दिली- 'तामुरा हिदारी.' साधारण घोगऱ्या अशा आवाजामध्ये पण हळुवारपणे तिने स्वतःचे नाव सांगितले. तिचा आवाज तिच्या सुंदर आणि रेखीव आकृतीच्या अगदीच विरुद्ध होता. पण त्या आवाजाने तिला एक स्वतःची अशी प्रतिष्ठा आणि अधिकार बहाल केला होता. तिचा तो कणखर आवाजच सांगत होता की, स्वतःचे हक्क जपणारी आणि स्वतःच्याच भरवशावर जगणारी, एक सामाजिक प्रतिमा आणि प्रतिष्ठा असलेली ती स्त्री होती. तिला कुणाही पुरुषाच्या संरक्षणात राहण्याची गरजच भासत नव्हती. काळाच्या विरुद्ध जगणाऱ्या माणसांमधील ती एक होती. "आणि तू कोण आहेस?"

मी 'योशिको कावाशिमा.' मीसुद्धा तिला माझी ओळख अशीच ताबडतोब करून दिली. कुठल्याही आलंकारिक आणि लांबड लावणाऱ्या शब्दांना मी दूरच ठेवले होते. "नुकतीच मी एका मंगोलियन राजकुमाराशी झालेले लग्न मोडून, पळून आले आहे! सध्या हीच माझी नवीन ओळख आहे." कसे कोणास ठाऊक, पण तिला मी अगदी खरे तेच सांगितले. तसे म्हटले तर ती माझ्याकरिता अगदीच

अपरिचित होती. पण जणू अंतर्मनातून मला जाणवले की, मीसुद्धा तिच्याचसारखी आणि तिच्याच दर्जाची स्त्री आहे. ती आता माझ्याकडे पूर्णपणे आकर्षित झाली होती.

या सगळ्या गोष्टींचा परिणाम मला तिच्या चेहऱ्यावर दिसला. एखाद्या फुलबाजीसारखा तिचा चेहरा उजळला होता. ती म्हणाली, ''हं! म्हणजे आज तू येथे मोठ्या साहसातून आली आहेस तर! ये, इथं बस माझ्याजवळ! जर तुला ते सर्व काही सांगायची इच्छा असेल तर मला ते जरूर सांग!''

आम्ही त्या काळपट तपकिरी रंगाच्या लाकडी बाकावर बसून, समुद्राकडे तोंड करून जवळजवळ ४ तास बोलत होतो. मी क्वचितच आजपर्यंत कुणाबरोबर इतका वेळ घालवला असेल! माझ्या आयुष्यात प्रथमच एका सर्वस्वी अनोळखी स्त्रीबरोबर मी इतका वेळ घालवला होता.

मी तामुराला माझ्या जीवनातील प्रत्येक घटनेबद्दल अगदी विस्ताराने सांगितले होते. अगदी माझ्या मंचुरियातील बालपणापासून ते जपानमधील कावाशिमाच्या घरापर्यंत सगळे काही! माझे कंजरजॅबशी लागलेले लग्न जे माझ्या मते अवैध आणि मला उद्‌ध्वस्त करणारे होते आणि त्यानंतरचे माझे आताचे स्वतंत्र आयुष्य. मला तिच्यापासून काहीच लपवावेसे वाटले नाही. अगदी माझी रूढी आणि प्रथांविरुद्ध असलेली लैंगिक वागणूक आणि माझी विक्षिप्त वृत्तीही मी तिला सांगितली.

नंतरच्या काही दिवसांत मला तामुराने माझ्या ओळखीच्या बदल्यात पूर्णपणे स्वतःची वैयक्तिक माहिती दिली. तिच्या आदर्शवादी आणि अद्‌भुत लग्नाबद्दलही. तिचे लग्न एका व्यावसायिकाशी लागले होते. हे लग्न तिच्या नवऱ्याच्या अकालीच झालेल्या रस्त्यावरील अपघाती मृत्यूमुळे संपुष्टात आले होते. त्यांना एक तरुण मुलगी 'साचिको' होती. पण तिचे सासरे साचिकोला घेऊन गेले होते. तामुराचा अगदी मनापासून द्वेष करणे आणि प्रत्येक क्षणी तिच्या नवऱ्याने तिच्यासाठी ठेवलेल्या व्यवसायातील भाग तिच्याकडून हिसकावणे, तसा प्रयत्न करीत राहणे हेच त्यांच्या आयुष्याचे ध्येय होते. तिने जेव्हा मला तिची कहाणी सांगितली, तेव्हा जणू तिच्या मनावरचे खूप मोठे ओझे दूर झाल्यासारखे तिला वाटले. निदान शेवटी तिलासुद्धा कुणीतरी तिच्यासारखेच भेटले होते.

''मी खरेतर दोन गोष्टी करू शकते.'' तिच्या चेहऱ्यावरील वैचारिक परिवर्तन तिच्या फ्रेंच सिगारेटमधून निघणाऱ्या धुराच्या वलयांमध्ये सहजपणे झाकोळून गेले. तिच्या बोटांमध्ये तोंडाला टेकवलेली एक लांबसडक फ्रेंच सिगारेट होती. तिला या सिगारेटचे व्यसन होते. ती पुढे म्हणाली, ''एकतर मी माझ्या पतीच्या कुटुंबाच्या संरक्षणात राहिले पाहिजे. माझा व्यवसाय आणि माझे जीवनच पूर्णपणे त्यांच्या ताब्यात सोपवले पाहिजे. कारण त्यांचा हा ठाम विश्वास आहे की, माझ्यासारख्या

तरुण विधवेने तसेच जगायला हवे. नाहीतर मग मी माझ्या हक्कांबद्दल, माझ्या नवऱ्याने माझ्यासाठी ठेवलेल्या व्यवसायाच्या भागाबद्दल लढलेच पाहिजे. माझ्या मुलीचा ताबा माझ्या सासू-सासऱ्यांकडे आहे, तोही मी मिळवला पाहिजे. त्याचा अर्थ हाच आहे की, त्यांच्याशी असलेले माझे सगळेच संबंध मी तोडून टाकले पाहिजेत.

''माझा नवरा इतर जपानी नवऱ्यांसारखा नव्हता. त्याने मला पूर्ण स्वातंत्र्य दिले होते. माझी मते मी स्वतंत्रपणे मांडू शकत असे. मला माझे निर्णय घ्यायचा पूर्ण हक्क त्याने दिला होता. मला त्याने त्याच्याबरोबरच व्यवसाय चालविण्याची मुभासुद्धा दिली होती. म्हणूनच आज मी एका उत्तम जागी उभी आहे. मी आता दुसऱ्या निर्णयाची अंमलबजावणी करण्याचे ठरवले आहे. मी आता फक्त माझा व्यवसायच नव्हे तर स्वतःचेही आयुष्य स्वतंत्रपणे जगण्याचे ठरवले आहे.

''आता तुला माझ्या सासऱ्यांच्या तीव्र रागाची पूर्ण कल्पना येईल. एक एकटी, नुकतीच विधवा झालेली साधी बाई, जिच्या पाठीमागे तिचा नवरा आता उभा नाही, ती त्यांना विरोध करायची हिंमत करते म्हणजे काय? त्यांनी हा व्यवसाय माझ्याकडून हिसकावण्याचा खूप प्रयत्न केला; पण त्यांना तसे करता आले नाही. माझ्या नवऱ्याने त्याच्या मृत्युपत्रात तशी तजवीज करून ठेवली होती. खरेतर मी त्यांच्याबरोबर असावे असे असले, तरी हा म्हातारा मला पूर्णपणे जीवनातून उठवण्याचे ठरवून बसला होता. त्यासाठी त्याने मला त्रास देण्याचा एक दुःखदायक मार्ग शोधून काढला होता. त्याने माझी मुलगीच माझ्यापासून हिरावली आणि मला माझ्या मुलीला बघण्याचीसुद्धा परवानगी त्याने नाकारली. या गोष्टीला आता बरीच वर्षे झाली आहेत. पण आजही माझ्या मुलीचे माझ्यापासून दूर होण्याचे दुःख सतत माझ्या मनात सलते आहे.

''पण या बाबतीत एक गोष्ट मात्र नक्की आहे आणि ती म्हणजे, मी साचिकोला माझ्याकडे आणण्याचे प्रयत्न मुळीच थांबवणार नाही. जोपर्यंत ती सुरक्षितपणे माझ्याकडे येत नाही तोपर्यंत; अगदी त्या दिवसापर्यंत. माझे आतापर्यंतचे आयुष्य माझ्या व्यवसायाला शिखरावर नेण्यात गेले आहे आणि त्यामुळे मला भविष्यातील माझ्या आणि साचिकोच्या सुखी आणि आरामदायी सहआयुष्याची भरपूर तरतूद करता आली.''

आम्ही आता मैत्रिणी झालो होतो. दोन सगोत्री आत्मे किंवा सारख्याच विचारांचे जीव- जे वेगवेगळ्या परिस्थितींतून आले होते; पण ज्यांच्या बऱ्याच गोष्टी एकसारख्याच होत्या- एकत्र आले होते. आता आम्ही योकोहामाच्या जवळ पोचत होतो. तामुराला माझ्या कहाणीतून हे कळलेच होते की, माझ्याजवळ राहण्यासाठी, जाण्यासाठी एकही जागा नव्हती आणि जगण्याची काही सोयही उरली नव्हती. मी एकटीच होते

आणि बेरोजगारही होते. तामुराने मला जीवन जगण्याची दिशा आणि आधार या दोन्ही गोष्टी दिल्या.

"माझा व्यवसाय पूर्णपणे स्थिर झाल्यावर आणि तो स्वतःच स्वतःचा व्यवस्थित चालू झाल्यावर मला आता त्यात स्वारस्य उरले नाही. मग करण्यासाठी कामच नसल्यामुळे मी नवीन गोष्ट चालू केली. ती म्हणजे 'छोटी उपाहारगृहे' असे मी त्यांना म्हणते." पुढे ती म्हणाली, "ज्या तरुण मुलींना स्वतंत्र व्हायचे आहे, स्वतंत्रपणे जगायचे आहे, त्यांना माझ्या या उपाहारगृहात काम मिळते. त्या कामासाठी येतात. येथे त्या पूर्ण स्वतंत्र असतात. त्यांच्या कुटुंबाच्या आणि सामाजिक बंधनांच्या कडक जाचातून त्या खूपच दूर असतात. काही मुली त्यातून वेगवेगळ्या पण कायमस्वरूपी उत्पन्नाच्या व्यावसायिक पद्धतीचा मार्ग निवडतात. उदा. शिवणाचा नवीन तसेच विविध प्रकारचा चालू अभ्यासक्रम. हे करताना त्या स्वतःच्या व्यक्तिमत्त्वाचाही अतिशय सजगतेने विकास घडवितात. काही जणी शिक्षिकेचा तर काही जणी रुग्णपरिचारिका किंवा नर्सचा अभ्यासक्रम निवडतात. तुला हे माहीत करून देते की, खूप जणी माझ्या संस्थेत काम करण्यासाठी आल्या, तेव्हा त्या अननुभवी आणि अजाण होत्या; त्यांच्याजवळ अगदी काहीही नव्हते. पण जेव्हा या मुली माझी संस्था सोडून गेल्या, तेव्हा त्यांच्याजवळ उमेदीने, स्वतंत्रपणे जीवन जगण्याची सारीच अस्त्रे, शस्त्रे आणि कौशल्येसुद्धा होती. त्यांचे जीवन त्यांना पाहिजे तसे मुक्तपणे जगणे त्यांना शक्य होते. कोणत्याही मार्गाने का होईना, पण या मुलींना मदत करून मी माझ्या साचिकोच्या आयुष्यात शांती आणत आहे, असे मला वाटते. साचिकोला परत मिळवण्यासाठी याच गोष्टींची मला मदत होणार आहे, हे तर नक्कीच! म्हणूनच मी ही गोष्ट सतत चालूच ठेवणार आहे.

"मी साचिकोला मिळवण्यासाठी एक योजना आखली आहे. तुला कदाचित ही गोष्ट विक्षिप्तपणाची वाटेल किंवा मी एखादी गमतीची गोष्ट तुला सांगते आहे असे वाटेल. पण हे सत्य आहे की, आजही माझ्याजवळ माझ्या सासऱ्याच्या घराची किल्ली आहे. जेव्हा निकराची वेळ येईल, तेव्हा मी त्यांच्या घरी जाऊन साचिकोला पळवून आणणार आहे. तिला न्यूयॉर्कला घेऊन जाऊन मी नवीन आयुष्य सुरू करणार आहे.

"तू माझ्याबरोबर काम करण्यासाठी येतेस का?" बोलता बोलता अचानक विषय बदलत असे विचारून तिने मला धक्का दिला. "योशिका, मी तुला माझ्या छोट्या उपाहारगृहात काम करण्यासाठी बोलवत नाहीये! तुझ्याजवळ त्यापेक्षाही जास्त अशी अव्यक्त कौशल्ये आहेत. त्यासाठी माझ्याजवळ वेगळीच योजना आहे; त्यामुळे आपण दोघी खूप पैसा गोळा करू शकतो आणि सोबत तुलाही हवे तसे मौजमजेत, आरामात आयुष्य घालवता येईल!"

खरेतर तिने देऊ केलेली ती संधी नाकारण्याच्या स्थितीत मी नव्हतेच. आता तिने दिलेल्या कुठल्याही गोष्टीला मी नकार देऊच शकत नव्हते. तिने मला राहण्यासाठी एक छोटे घर दिले. तशा कितीतरी घरांची ती मालकीण होती. आणि अशाच घरांची स्वप्ने मी पाहत असे. माझ्या स्वप्नातील घरापेक्षा हे घर कितीतरी चांगले होते.

''छोटे चार खोल्यांचे घर. ऐकलेस का जेड! अंगण आणि बगिचा असलेले पूर्णपणे फक्त माझे. त्यामध्ये मी एकटीच राहते आहे. वा!'' मी अतिशय उत्साहाने ओरडलेच. मला खूपच आनंद झाला होता. मी जेडच्या पत्रामध्ये त्या घराचा अत्यंत कौतुकाने उल्लेख केला होता. मी तिला पुढे लिहिले होते, ''जेड! मला आणखी काय पाहिजे होते गं?''

तामुराला अमेरिकन संस्कृतीचे खूपच वेड होते. ती अक्षरशः त्यांच्या प्रत्येकच गोष्टीची वाहवा करत असे. तिने दिलेले तिचे घर तरी त्याला कसे अपवाद असणार होते? तिच्या त्या घरात जागोजागी अमेरिकन संस्कृतीचा ठसा उमटलेला दिसत होता. झळकतच होता म्हणा ना! तिचे ते नवीन प्रकारचे अमेरिकन चालीरीतीप्रमाणे शिवलेले वेगळेच कपडे, उंच टाचेचे बूट. हेसुद्धा खूपच आश्चर्यकारक होते की, घरही आतून पूर्ण अमेरिकन वस्तूंनी भरलेले होते. येथे गवताच्या जपानी सतरंज्या कुठेच नव्हत्या; त्यामुळे जनावरांच्या कातड्यांच्या, मंगोलियन गेरमधील गोधड्याही तेथे नव्हत्या. त्याऐवजी तेथे खूप साऱ्या गाद्या होत्या. त्यांवर चांगल्या नरम आणि उबदार अशा उंची मऊसूत घोंगड्या होत्या. मला जणू हलक्याफुलक्या पिंजलेल्या कापसांच्या ढगात तरंगल्यासारखे वाटत होते. अशी सुंदर, सुवासिक आणि उबदार सुखदायी झोप हे माझे स्वप्न होते. माझे विचार आता मायीकडे भरटकले होते. जर तिच्यासाठी असे स्वर्गसुख देणारी झोपेची व्यवस्था दिली असती, तर ती किती आनंदी झाली असती?

तामुराचे म्हणणे बरोबरच होते. तिने माझ्यासाठी निवडलेले काम मला योग्यच होते. ते मला भावणारे आणि माझ्या इच्छेनुसारच होते. त्यात साहसही होते. शिवाय डामडौल आणि मौजमजा असणारी, माझ्या आवडीचे जीवन जगण्याची शैलीही पुरेपूर भरलेली होती; त्यामुळे तामुराने दिलेली ही संधी मी एका पायावर पुढे होऊन मोठ्या आनंदाने घेतली.

''माझ्याजवळ समाजातील उच्चभ्रू म्हणवणाऱ्या लोकांचे एक मोठे जाळेच आहे. यात सगळेच जण असे आहेत, ज्यांना त्यांच्या कामासाठी एका कावेबाज आणि हुशार सहकाऱ्याची गरज आहे. असे असले तरी हा सहकारी नुसताच हुशार आणि चलाख नको, तर त्यांचे मनोरंजन करणाराही हवा. थोडक्यात, आपण असे म्हणू की, एक उच्चभ्रू आणि प्रतिष्ठित महिला, अर्थात तिच्या दर्जाप्रमाणे तिची किंमतही तेवढीच

असणार; पण त्यांना योग्य आणि त्यांच्या सामाजिक प्रतिष्ठेला जुळणारी अशीच जोडीदार स्त्री हवी असते. आणि हे काम तू बरोबर करू शकशील योशिको!''

''तू अजिबातच खोटे बोलत नाहीयेस तामुरा!'' मी उत्तरले. ''कारण मी एक खरीखुरी मंचुरियन राजकन्या आहे, हे लक्षात घे! म्हणजे मी अतिशय खानदानी, नव्हे, उच्चभ्रू आणि अगदी रक्तानेसुद्धा खानदानी आहे. आणि म्हणूनच तुझ्या तथाकथित उच्चभ्रूंना खरोखरच त्यांच्या पैशांची पुरेपूर किंमत मिळू शकेल नाही का?''

''हे अगदी खरेच आहे . तू तर एका राजघराण्यातील अस्सल रक्ताची आणि खरी वंशज असलेली राजकन्याच आहेस. किती योग्य झाले हे! आता मी माझ्या या जाळ्यात या गोष्टीसंबंधीची माहिती पसरवायला सुरुवात करते. या सुंदर आणि उच्चभ्रू प्रतिष्ठित स्त्रीची माहिती लोकांना, शहरातील या लब्धप्रतिष्ठित स्तरात व्हायलाच हवी. तुला समजण्याआधीच त्यांच्या व्यवसायात ही माहिती वाऱ्याच्या वेगाने पसरेल बघ! आणि मग बघच- तुझ्या पुसटशा स्पर्शासाठी, तुझ्या नुसत्या सहवासासाठी, दर्शनासाठी त्यांच्यात कशी चढाओढ लागते ते!''

तामुरा अक्षरशः तिच्या शब्दांना जागली. एका आठवड्याच्या आतच मी समाजातील त्या लब्धप्रतिष्ठित स्तरात मिसळून वावरू लागले. हा थर फक्त उच्चभ्रू पैसेवाल्या कारखानदारांचा आणि अतिशय वरच्या स्तरात कार्यरत असणाऱ्या उच्चपदस्थ आणि अधिकार असणाऱ्या लष्करी पदाधिकाऱ्यांचा होता. मला आता मोठ्या रात्र-समारंभांची आमंत्रणे इतक्या वेगाने येऊ लागली की, मी एखादे आमंत्रण स्वीकारण्याच्या आतच दुसरे येई. याचा अर्थच असा होता की, प्रत्येकाला माझा थोडा तरी सहवास हवा होता; शहरात नव्याने आलेल्या राजकन्येचा सहवास. आणि हे तर मला फारच भावले होते. आवडले होते.

या शहरात मी स्वतःला सुरक्षितपणे आणि निग्रहाने लपवले होते. हे शहर नव्याने लष्करी प्रशिक्षण घेणाऱ्या चिनी विद्यार्थ्यांनी भरले होते. श्रीमंत आणि नवश्रीमंत चिनी कुटुंबांना या लष्करी प्रशिक्षणाची आवड होती. त्याला प्रतिष्ठाही असल्याने घरातील मुलांना ते येथे जपानमध्ये पाठवीत. आकर्षक उपाहारगृहे, खाद्य पदार्थांची रेलचेल असणारी उपाहारगृहे नेहमीच या पैशांनी गच्च भरलेला खोल थैलीसारखा खिसा असणाऱ्या चिनी विद्यार्थ्यांनी फुलून जाई. या बाजारातील, उपाहारगृहांतील ही संख्या एकत्रितपणे मोठ्या दुकानात ग्राहकांची संख्या वाढवणारी ठरत असे. सांस्कृतिक कार्यक्रम होणाऱ्या प्रेक्षागृहातही ही संख्या प्रेक्षक वाढवणारीच होती. ही सगळी जागा जणू चैतन्याने भरलेली, उत्साहाने मुसमुसलेली होती. या जागेची सर्वेसर्वा मात्र कावाशिमाच्या रडक्या, उदास, औपचारिक आणि ढोंगी डामडौल मिरवणाऱ्या घरापासून आणि त्या वातावरणापासून खूप दूर होती.

मी माझ्या नवीन जीवनातील प्रत्येक क्षण अगदी हळुवारपणे कधी कॉफीचे घोट घेत, तर कधी सातत्याने फ्रेंच सिगारेटचे झुरके मारत उपभोगत होते. माझी स्तुती करणारे माझ्याभोवती कोंडाळे करीत. मी रोजच नवीन ठिकाणी जात असे. त्या वेळीही मी फक्त आणि फक्त अतिश्रीमंत आणि यशाच्या शिखरावर असणाऱ्या आणि भरपूर पैसे देणाऱ्यांचीच निवड करीत असे. आणि रात्री तामुराच्या उच्चभ्रू स्तरातील तथाकथितांचे मनोरंजन करीत असे. कधी-कधी तर माझ्या अपेक्षेपेक्षा आणि कौशल्यापेक्षा मला जास्त पैसे मिळत. कधी माझे मन बदलले आणि इच्छा झाली, तर मी पुष्कळशा तरुण श्रीमंत चिनी विद्यार्थी किंवा लष्करात नुकत्याच भरती झालेल्या पण स्त्रीसहवासाची इच्छा असणाऱ्या लष्करी तरण्याबांड जवानांनाच माझ्या जागेत बोलवीत असे. या मंडळींना मी फुकटात माझे मनोरंजन करण्यास सांगत असे.

पण मला हे कळत होते की, अशा चमकदार आणि विचित्र आयुष्याचा शेवट फारच लवकर येतो. तो शेवट मी या आयुष्याला कंटाळेन तेव्हाच होणार होता. आणि हेही माझ्या बाबतीत ठरलेलेच होते. कधी-कधी मी पुरुषांना किंवा पुरुष मला कंटाळत. मग मी माझ्या अंतर्मनाला समजावत राही की, अजून मला यापेक्षाही नव्या साहसी आयुष्याची संधी मिळणार आहे. या न संपणाऱ्या रात्र-समारंभांची, निरुपयोगी वायफळ बडबडीची आणि पैसा देणाऱ्या या मनोरंजनाचाही लवकरच शेवट होणार आहे. पण त्याच वेळेस मला असेही वाटत होते की, मी ज्या उच्चभ्रू सामाजिक वर्तुळात वावरत होते, हीच जागा मला माझ्या त्या नव्या साहसी आयुष्याच्या संधीकडे जाण्यासाठी मदत करणार होती. मी माझ्यासाठी खूपच फायदेशीर आणि माझे भविष्य सुरक्षित करणारा मार्ग निवडला होता. आणि या जगण्याची, अशाच जगण्याची मला सवय लागली होती.

जेव्हा जेव्हा रात्रीच्या चमकदार वातावरणावर पडदा पडत असे, सगळ्या झगमगणाऱ्या दिव्यांचा आणि लुकलुकणाऱ्या चांदण्यांच्या प्रकाशाचा अंत होई, तेव्हा मात्र मला सगळ्याच गोष्टींचा- करमणुकीचा, अगदी खाणे-पिणे, क्षणिक सुख घेणे अशा, ज्या मी मनसोक्तपणे करत असे त्या सर्वांचाच- आनंद फोल वाटू लागे. माझ्या रात्र-समारंभातील खोटे गोड संवादही मला फसवे वाटू लागत. रात्र अशी खोट्या फसव्या वातावरणात, धुंदीत जागवून जेव्हा पहाटेच्या पहिल्या प्रहरी मी घरी येत असे, तेव्हा फक्त मी माझीच असे. आणि अगदी तेव्हाच माझे हृदय नको तिथे धावत जात असे जिथे मला कधीच राहायचे नव्हते. त्यात दोन प्रश्न माझ्यावर नेहमीच हल्ला चढवत, आपले राज्य गाजवत. मला त्यांनी कधीही शांती मिळूच दिली नाही. लोक माझ्या शरीराच्या पलीकडे जाऊन माझ्यावर प्रेम का करू शकत नाहीत? आणि दुसरा प्रश्न हा होता की, ज्यांनी माझ्यावर असे प्रेम केले

त्यांना- माझी आई, जेड, मायी यांना- देवाने माझ्यापासून कायमचे दूर का नेले? हे बहुतेक माझ्या आसुसलेल्या स्वार्थीपणाचे आणि माझ्या वैयक्तिक स्वातंत्र्य आणि उपभोगाच्या स्वैर वृत्तीचे प्रायश्चित्त तर नव्हते ना? मला पाहिजे ते पूर्णपणे मिळाल्यावर मला असे आढळून आले की, माझ्यावर प्रेम करणारी माणसे मात्र माझ्यापासून तुटून कायमचीच दूर गेली, इतस्ततः विखुरली गेली. मला फक्त एकटेपणाची, पुरुषांच्या वासनामय प्रेमासाठी आणि अशा आणखी कितीतरी अतृप्त कारणांसाठी जगण्याची शिक्षा देऊन हे सर्व जण माझ्यापासून कायमचे दूर गेले होते.

नेमकी ही गोष्ट काही फार दिवस माझ्यापासून दूर राहिली नाही. मला लवकरच जाणवू लागले की, हे आकर्षक चमकदार रात्र-समारंभ आणि या खाण्या-पिण्याच्या आणि मनसोक्त उपभोगाच्या साऱ्याच गोष्टी मिथ्या आहेत. हे सारे ध्येयहीन वाटू लागले. कारण हे माझ्या जगण्याचे ध्येय नव्हते. रोज सकाळी मी याच हेतूने उठून कामावर जात नव्हते. अगदी तामुराजवळसुद्धा स्वतःचे एक असे वेडाप्रमाणे असलेले ध्येय होते. तिच्याकडे भरपूर पैसे जमवून तिच्या मुलीला सासऱ्याच्या तावडीतून पळवून अमेरिकेला घेऊन जाण्याचे आणि तेथे मुलीसोबत नवीन आयुष्य सुरू करण्याचे एक वेडे ध्येय होते. खरोखरच त्यासंबंधी तशी पूर्वसूचना तिने मला दिली. त्या दिवसापासून मी या विचाराकडे वेगाने आकर्षित झाले होते की, तामुरा येथून निघून गेल्यावर तिने मला दिलेल्या या आयुष्याचे काय करायचे?

खरेतर ही गोष्ट मला खूपच अस्वस्थ करत होती. तामुरा आणि तिचे उबदार आणि आनंदी व्यक्तिमत्त्व माझ्या जीवनापेक्षाही मोठे होऊन माझ्या आयुष्याचा भाग बनले होते. तिच्याशिवाय मी तेथे राहण्याची कल्पनासुद्धा करू शकत नव्हते.

पुन्हा एकदा माझ्यावर मनापासून प्रेम करणारे माणूस माझ्यापासून दुरावत होते तर! मी पुन्हा एक मोठा निःश्वास सोडला आणि पुन्हा निराशेच्या झटक्यात मी मनसोक्तपणे स्वतःशीच रडू लागले. स्वतःला मोकळे करू लागले!

माझ्या विचारांप्रमाणे हाच तो माझ्या आयुष्यातील क्षण होता, जेव्हा मी खूप खोल निराशेच्या गर्तेत, अंधारात खोलवर घसरून पार तळाला गेले होते. तेव्हाच, अगदी त्याच क्षणी मला असे काहीतरी सापडले, ज्यावर मी माझे मन केंद्रित करू शकणार होते; त्याचा शोध घेऊ शकणार होते, ज्यासाठी मी वेडी होते. मी ज्यावर मनापासून प्रेम करीत होते. ही माझी तीव्र आंतरिक इच्छा होती. ही इच्छा जपानच्या संदर्भातच माझ्या मनात खोलवर रुतून बसली होती. अजूनही जपान माझ्या मनात टिकून होते. कारण मी स्वतःला 'चिनी' समाजात न धरता 'जपानी'च समजत होते. माझे हे प्रेम जपानवरचे खरे प्रेम होते. ती एक स्वच्छ मनाने केलेली वेडी भक्ती होती. योग्य त्या त्यागाच्या लायकीचे प्रेम होते. जसे मी यमागावर केले होते. आणि जपानवरील हे प्रेम मी सिद्ध करून दाखवणार होते. हीच माझी वेडी इच्छा आणि

जीवनध्येय होते. या निराशेच्या अंधाऱ्या गर्तेत ते मला एका प्रकाशकिरणाप्रमाणे सापडले होते. आता हेच माझ्या जीवनाचे अंतिम ध्येय होते, साध्य होते. आणि जोपर्यंत मला माझ्या जपानवरील कायम प्रेमाला सेवा देण्याचा मार्ग मिळणार नव्हता, संधी मिळणार नव्हती, तोपर्यंत मी आयुष्यभर त्याचा पाठलाग करणार होते. माझ्या दृष्टीने माझे आतापर्यंतचे आयुष्य नुसतेच जीवन जगणे झाले होते. इतस्ततः भटकणारे आणि शोधवृत्तीचे होते. 'जपान' माझे पूर्वापार घर होते. माझ्या आयुष्यात असे खरे घर मला कधीच मिळाले नव्हते. मी एखाद्या अनाथाप्रमाणेच होते. पण 'जपान' माझी आई झाले होते आणि आईची सेवा करणे हाच पुत्रधर्म असतो; त्याप्रमाणे मी जपानला त्याच्या गरजेच्या वेळेत साथ देणार होते. त्याची काळजी घेणार होते. एकदा माझ्या मनाने हा निश्चय केल्यावर मी शांत झाले. मला एकदम बरे *वाटू* लागले.

काही आठवड्यांनंतरच तामुराने ती अमूल्य किल्ली हातात घेतली. ही किल्ली नेहमीच सोन्याच्या साखळीत, तिच्या पोलक्याच्या आत लपलेली असे. तामुराने स्वतःला आर्थिक, शारीरिक आणि मानसिकरीत्या पूर्ण तयार असल्याचे जाहीर केले. ती आता तिच्या वेड्या ध्येयाला प्रत्यक्षात आणणार होती. तिचे वेडे ध्येय म्हणजे स्वतःच्या मुलीला सासऱ्याच्या घरातून चोरणे आणि अमेरिकेत न्यू यॉर्कला पलायन करणे. गेली कितीतरी वर्षे तामुरा त्या ध्येयासाठी नियोजन करत होती.

''माझ्यासाठी देवाजवळ प्रार्थना कर योशिको! ही एक अशी योजना आहे, ज्यात मला कधीच हरायचे नाहीये!'' ती असे म्हणाली होती की, जणू ती आता सर्व गोळा करून तेथून निघून जाणार होती.

मी तिला तसे वचन दिले. अद्याप मी देवावर विश्वास ठेवतच नव्हते. आणि कुठल्याही प्रार्थनांवर तर माझा अजिबातच विश्वास नव्हता. पण त्या वेळेला आणि त्या क्षणाला माझ्या घशात आवंढा दाटून आला. मी जेव्हा तामुराला तिच्या सर्व आवडीच्या गोष्टी दोन प्रवासी पेट्यांपैकी एकाच मोठ्या पेटीत भरताना पाहिले, तेव्हा मात्र तिच्या न्यू यार्कचा साचिकोबरोबर नवीन जीवनाचा प्रवास आशेप्रमाणे सुरू झाला आहे, असेच मला जाणवले.

''मी तामुराशिवाय जगू शकेन का?'' मी जेडला पत्रातून हा प्रश्न विचारला होता.

पुन्हा माझ्या जीवनात ती स्थिती आली होती. परिस्थितीने माझ्यापासून पुन्हा माझी एक चांगली हितचिंतक आणि उत्तम मैत्रीण हिरावून माझ्या जीवनातील मानसिक शांतीचा आणि आधाराचा चुराडा केला होता. मी अक्षरशः दुःखात बुडाले होते. मात्र माझे ते दुःख दिसू न देण्याचा आटोकाट प्रयत्न मी करतच होते. या सगळ्यातूनही नक्कीच काहीतरी चांगले निघणार आहे, असे मी स्वतःला बजावले. कदाचित ते

घडलेही होते. जर तामुरा न्यू यॉर्कला गेलीच नसती, तर मीसुद्धा तेथून कधीच निघण्याची शक्यता नव्हती. पण आता मात्र तामुराच्या जाण्याचा दिवस जवळ येत होता. म्हणजे मीसुद्धा माझा इथला मुक्काम हलवायला हवा होता. त्याकरिता 'शांघाय' हाच माझ्या पुढच्या जीवनातील थांबा होता. आणि याच माझ्या थांब्याने मला माझ्या आयुष्यातील भवितव्याकडे, अशा वाटेकडे नेले होते की, त्याने मला इतिहासात अतिशय सामर्थ्यवान जागा मिळवून दिली होती, ज्याची मी कधी अपेक्षाही केली नव्हती. आणि तसे स्वप्नसुद्धा कधी पाहिले नव्हते.

तामुराने मला तिच्याबरोबर न्यू यॉर्कला येण्यासाठी खूपच आग्रह केला. त्याचा खूपच पाठपुरावा केला. अगदी त्या गोष्टीचे समर्थन करीत म्हणाली, "तू ये ना योशिको माझ्याबरोबर. साधा विचार तर कर, आपल्याला एकत्र राहण्यात किती मजा येईल ते! तेथे नाट्यगृहे आहेत. शिवाय तुला आवडणारी पाश्चात्त्य विचारसरणीसुद्धा तेथे आहे. आपण तेथे कदाचित मूळ रूपातील चहाघरांची साखळी सुरू करू शकू; त्यामुळे न्यू यॉर्कच्या साऱ्या पुरुषजातीमध्ये तुझ्या- मंचुरियन राजकन्येच्या- अलंकारिक आणि सांस्कृतिक वागण्या-बोलण्याने वादळे निर्माण करू शकू! तू विचार कर, जेव्हा मी तुला किमोनो घालून लहान मुलीसारखे अडखळत चालायला लावीन, तेव्हा किती मजा येईल. तू आपल्या दोघींच्या न्यू यॉर्कमध्ये राहण्याची कल्पना तरी करून बघ!"

मी थोडीशी हसले. कारण तामुरा खूपच हुशार होती! माझ्या किमोनोविषयी असणाऱ्या प्रेम आणि द्वेषाच्या नात्याची तिला कल्पना होती. ती त्याचाच फायदा घेऊन, माझी गंमत करून मला हसवीत असे. मला गुदगुल्या करून सतत हसवण्यासाठी याचा वापर करत ती माझ्यातील उत्साह आणि चैतन्य जागवीत असे. मला हे जपानी किमोनो त्यांच्या गुंतागुंतीच्या पण सुरेख अशा डौलामुळे फारच आवडत. त्याची एक अशी खासीयत होती, ती म्हणजे तो स्त्रियांमधील सारीच वैगुण्ये व्यवस्थितपणे लपवीत असे. अगदी कुरूप बाईलाही किमोनो घातल्यावर डौलदारपणाची एक समतोल छबी मिळत असे. पण किमोनो घालून पारंपरिक पद्धतीने बायका जेव्हा पुरुषांच्या मागे छोटी छोटी, मोजकी पावले टाकत त्यांच्या नियंत्रणाखाली त्यांच्याच शेपट्यांसारख्या जात, तेव्हा मला त्या दृश्याची भयंकर चीड येई.

"बघितलेस, आपल्या जपानी बायका किमोनो घालून कशा चालतात ते? मोठ्या कष्टांनी छोटी छोटी पावले टाकत जातात. असे वाटते की, पावले बांधलेल्या चिनी बायकाच जणू अडखळत चालल्या आहेत!" मी नेहमीच खेदाने वारंवार जेडजवळ ही कुरकुर करत असे. जेडला मात्र त्याचे काहीच वाटत नसे. जेडला त्यात काहीच वावगेपणा जाणवत नसल्यामुळे मी या कपड्यांच्या तुकड्यांविषयी

इतकी का भावनाप्रधान होते, हेही तिला कळत नसे. आणि समजत नसल्याने ती फक्त गोंधळून माझ्याकडे पाहत असे.

कावाशिमाच्या घरात माझ्यावर उपकार करीत असल्याचे दाखवून मला तो किमोनो त्याच्या अनुचित किमतीच्या कागदाच्या तुकड्यावर वर्षातून एकदाच 'ओशो गात्सु'ला म्हणजे जपानी नववर्षाच्या दिवशी घालायला मिळत असे किंवा दिला जाई. हीच एक अशी विशिष्ट वेळ होती की, तेव्हा कोणीतरी माझ्या शरीरावर त्या किमोनोच्या पट्ट्या बांधून देई. त्या वेळेस मी त्यांना माझ्या शरीरावर सत्ता गाजवू देत असे. त्यासाठी जवळपास पूर्ण एक ते दोन तास लागत. हे सगळे त्या नाटुस्कोला- माझ्या दत्तक आईला- खूश करण्यासाठी मी करत असे. तिने माझ्यावर प्रेम करावे, यासाठी मी आसुसले होते; पण माझ्या या दत्तक आईला मी अजिबातच आवडत नव्हते; त्यामुळे तिची माझ्याविषयीची घृणा इतकी तीव्र आणि अविचल होती की, असे कितीही किमोनो मी माझ्या अंगावर घातले, तरीही ती आपले माझ्याविषयीचे मत कधीच बदलणार नव्हती. पण नाटुस्कोच्या प्रेमाच्या स्वप्नांना खरेतर आशीर्वादच द्यायला हवा; कारण त्या स्वप्नांमुळेच कोणतेही प्रयत्न कधीही न सोडण्याची दुर्दम्य इच्छाशक्ती माझ्यात जागृत झाली आणि मी कधीच माझे प्रयत्न सोडले नाहीत.

दहा वर्षांनंतर जेव्हा मी तुरुंगातील त्या कठीण आणि थंडगार जमिनीवर बसून माझ्या दैवाच्या निर्णयाची वाट पाहत होते, तेव्हा मी या माझ्या आयुष्यातील निर्णायक बिंदूच्या त्या खास क्षणांच्या आठवणीत डोकावले. तेव्हा तामुराला आणि तिच्या साचिकोबरोबर मला न्यू यॉर्कला नेण्याच्या प्रयत्नांना मी 'नाही' या शब्दाने धुडकावून लावले होते. मी जर हो म्हणाले असते, तर मी बहुधा तिच्याबरोबर एक डामडौलाचे आणि सुखासीन आयुष्य जगत असते. पण न्यू यॉर्कमधील ते आयुष्य नीरस आणि कंटाळवाणे झाले असते, हे मी खात्रीने सांगू शकले असते. मी स्वतःच जगातील सर्व प्रकारच्या सुखांना- जी पैशाने विकत घेऊ शकते अशा सुखांना- मनसोक्तपणे भोगले होते. मी शांघायमध्येसुद्धा याच वृत्तीने जगले होते. मी माझ्यासाठी कुठलाच धरबंध ठेवला नव्हता. जेव्हा माझा लाडका देश जपान आणि माझा जन्मदेश चीन यांचे युद्ध सुरू झाले, तेव्हा मात्र माझ्या याच वृत्तीमुळे जपान आणि चीनच्या इतिहासात माझे नाव एक अत्यंत त्रासदायक आणि कुख्यात स्त्री म्हणूनच नोंदवले गेले. माझ्या या साहसाच्या, कपटाच्या आणि धोक्याच्या, व्यभिचाराच्या अंतहीन भुकेनेसुद्धा मला माझ्या आयुष्यात काय घडते आहे, यासाठी तयारच होऊ दिले नाही. त्यासंबंधी कधी विचार करण्याची फुरसतही दिली नाही. म्हणूनच मी कधी या गोष्टीची कल्पना केली नव्हती की, मी इतिहासात अशा पद्धतीने अमर होईन. एका महिन्याने

तामुरा न्यू यॉर्कला जाण्यासाठी निघाली. एवढ्या वेळात तिने साचिकोला गुप्त रीतीने तिच्या गळ्यातील सोन्याच्या साखळीमधील किल्लीच्या मदतीने स्वत:च्या सासऱ्याच्या घरातून पळवून आणले होते. आता तिचे जहाज सुटण्याच्या बेतात असलेले मी दुरून पाहत होते. तिचे जहाज दिसेनासे होईपर्यंत मी समुद्राकडे टक लावून पाहत होते. जेव्हा काहीच दिसेनासे झाले तेव्हा माघारी फिरले. पुन्हा तेच मूळ दु:ख माझ्या उरात धगधगत होते. मी पुन्हा एकदा मनापासून प्रेम केले होते . पुन्हा एका उत्तम मैत्रिणीला गमावून बसले होते.

मी नंतर तामुराने दिलेल्या त्या छोट्या पिवळ्या घरात एका महिन्यापेक्षाही कमी राहिले. एकटेपणाने मला गिळून टाकले होते. माझ्याभोवती आजही त्या उच्चभ्रू, श्रीमंत, उच्चपदस्थ आणि लब्धप्रतिष्ठित अशा माणसांचा कळप जमा होता. पण तोसुद्धा माझा हा एकटेपणा समूळ नाहीसा करू शकला नाही. तामुरा सोडून गेली, तेव्हा ती सगळा उत्साहाचा आणि निर्मळ हास्याचा धबधबा आपल्याबरोबरच घेऊन गेली. आता तिथे राहणे मी सहन करू शकत नव्हते. रोज सकाळी माझी मैत्रीण माझ्याबरोबर ज्या खुर्चीवर बसून नाश्ता करत असे, आज त्या रिकाम्या खुर्चीकडे मी टक लावून बघत होते. खुर्चीवर बसून ती नेहमीच आमच्या पोशिंद्यांची थट्टा करत असे. जे लोक पैसा, दागिने आणि त्यांना मिळालेले त्यांचे दस्तऐवजही आमच्यावर फेकत, आम्ही जर फक्त त्यांच्या आणि त्यांच्याच होऊन राहिलो तर ते कायमचेच आमचे होणार असल्याची शपथ घेत असत.

मी अनेक पर्यायांमधून शांघायच्या पर्यायाची निवड करून तसे जहाजाचे तिकीट राखूनच ठेवले होते. माझ्या खूप महत्त्वाच्या आणि मौल्यवान गोष्टी भरपूर पेट्यांमध्ये भरून येथून कोणालाही न सांगता मी निघून जाणार होते. अगदी आमच्या खूप जवळच्या पोशिंद्यालाही याचा पत्ता लागू देणार नव्हते. मी मनापासून तामुराचे आणि तिने या ओळख करून दिलेल्या सगळ्याच श्रीमंत माणसांचे आभार मानले होते. कारण ही जागा सोडून शांघायला जाताना मी पूर्वीपेक्षाही आर्थिकदृष्ट्या खूपच सबल होते.

"का बरे? शांघायच का?" न्यू यॉर्कला जायच्या दिवशी तामुराने हा प्रश्न मला विचारला होता. "हे बघ योशिको, अजूनही तुझ्याजवळ माझ्यासोबत न्यू यॉर्कला येण्यासाठी वेळ आहे. पण एक गोष्ट लक्षात ठेव, जेव्हा तुला परत नवीन घराची गरज भासेल आणि तीसुद्धा या जागेपासून दूर, तेव्हा तुझ्यासाठी एक घर नेहमीच तुझी वाट बघत न्यू यॉर्कमध्ये तुझ्या स्वागतासाठी उभे असेल."

"मला तुझ्या या प्रश्नाचे उत्तर देता येणार नाही तामुरा." मी उत्तरले. "तिथे असे काहीतरी आहे जे सर्व शक्तिनिशी मला त्याच्याकडे आकर्षित करते आहे; बोलावते आहे. ते म्हणजे तेच आहे. मला नक्की काय ते सांगता येणार नाही, पण

हे जे काही आहे, ते शांघायमध्येच आहे. मी तिथे जाऊन काहीतरी करायलाच हवे आहे किंवा असे कोणीतरी आहे ज्याला मी शांघायमध्ये नक्कीच भेटणार आहे! हे जरा विचित्रच वाटतंय गं; पण खरेच तसे आहे!''

''ही तुझी फक्त कल्पना आहे योशिको. स्वतःच्या मनाच्या आंतरिक इच्छेप्रमाणेच जगणे आणि जगाची पर्वा न करणे या तुझ्या स्वभावामुळेच आपण दोघी एकमेकींकडे आकर्षित झालो होतो; अगदी पहिल्यांदाच भेटलो तेव्हाही. आठवते ना? जगात अशी आत्ममग्न आणि स्वतंत्र अभिव्यक्तीने जगणारी माणसे- त्यातही बायका- नसतात. आणि तुझ्यासारख्या तर मुळीच नसतात. म्हणूनच तुझा वियोग मला वेड लावणार आहे योशिको!'' तामुराने एक दीर्घ श्वास घेतला. ''आता एकदा आणि शेवटचेच तुला विचारते, अशी काही संधी किंवा घटना घडू शकते का की, ज्यामुळे तू माझ्याबरोबर न्यू यॉर्कला येऊ शकशील?''

मी माझी मान नकारार्थी हलवली. तामुराने निराशेने पुन्हा एक दीर्घ श्वास घेतला. मला मिठी मारत म्हणाली, ''मात्र तू तुझ्या मनाच्या आंतरिक ऊर्मींचाच मागोवा घे! कसेही किंवा काहीही झाले तरी तू जगावर तुझा ठसा उठवणारच, याची मला पूर्ण खात्री आहे. तो ठसा चांगला की वाईट, हे मात्र अजूनही निश्चित नाही! पण तू सामान्य आयुष्य जगणारी नाहीस. तू असामान्य आहेस! आणि या बाबतीत मी तुझी खात्री देऊ शकते!''

मी तामुराविषयी आणि तिने माझ्याविषयी काढलेल्या उद्गारांबद्दल विचार करत असतानाच माझे जहाज मला जपानच्या किनाऱ्यावरून दूर ओढून नेत होते. मी हे पक्के ठरवले होते की, 'शांघाय' हाच माझ्या आयुष्यातील पुढच्या मुक्कामाचा थांबा असणार आहे.

खरेतर आनुषंगिक कारण घडल्यानेच मी जपानला परतले होते. जपान माझा आवडता देश होता. येथे येणे म्हणजे आपल्या मायदेशी किंवा आई-वडिलांकडे येऊन त्यांच्याविषयीची आपली कर्तव्ये पार पाडणारा पुत्रधर्म निभावण्यासारखेच होते. पण आता पुन्हा तसे होणार नव्हते; कारण पुन्हा माझे दैव पालटले होते. भविष्यात माझ्याकरिता त्याने कितीतरी स्वप्नांचा भरणा करून ठेवला होता.

माझा शांघायपर्यंतचा प्रवास अगदी सहज आणि सोपा नव्हताच. येताना आमच्या जहाजाने दोन वेळा सागरी वादळांना- तेही मोठ्या वादळांना- तोंड दिले होते. या वादळांत आमचे जहाज समुद्राच्या भयंकर लाटांवर उसळत होते. जहाजावरील उतारूंची अवस्था अगदी केविलवाणी झाली होती. समुद्राच्या भयंकर लाटांच्या वादळात जहाज घुसळून निघाले होते. तसेही सर्वसाधारणपणे शांत सागरी प्रवासातसुद्धा माझ्यासारखी सामान्य माणसे बाजूला उलट्या करतातच. मग या वेळेस तर बघायलाच नको होते!

जेव्हा आम्ही शांघायच्या बंदराला लागलो, तेव्हा जहाजावरील एकही उतारू सरळपणे उभा राहू शकत नव्हता. हा प्रवास अक्षरशः व्रात्य मुले जसा दंगा करतात, तसाच झाला होता. कदाचित शांघायमधील माझ्या भविष्याची, तेथील जीवनाची ही पूर्वसूचनाच होती की, यापुढेही आयुष्य असेच उसळते, त्रासदायक आणि सतत वादांच्या भोवऱ्यात भिरभिरत राहणार होते.

सात

"**शां**घाय! एक उत्तम गोष्टींचा साठा असलेले, गडबड-गोंधळाचे आणि कधीही न झोपणारे झगझगीत शहर!" असे लिहिलेले कुत्र्याच्या कानासारख्या आकाराचे ते पत्रक जहाजातील माझ्या झोपण्याच्या बाकावरच्या भिंतीवरील जागेमध्ये कुणीतरी चिकटवले होते.

खरेच शांघाय शहर तसेच होते, जसे मला हवे होते अगदी तसे! 'एकट्या, स्वच्छंदी विचारांच्या, मौजमजेच्या शोधाबरोबर आणि साहसी जीवन जगण्याची इच्छा असणाऱ्या माझ्यासारख्या बाईसाठी यापेक्षा आणखी काय चांगले असू शकते?' मी स्वतःशीच उद्गारले. त्या पत्रकावर सहजच बारकाईने नजर टाकली. एका लांबरुंद हिरव्यागार पण बारीक गवताच्या मैदानावर थेंबांच्या स्वरूपात माणसे दाखवलेली होती. आणि त्याच मैदानावर मागच्या बाजूला युरोपीय पद्धतीची वसाहत करण्यालायक एक मोठी इमारत होती. त्याखाली ठळक अक्षरांत 'शांघाय बांध' असे लिहिलेले होते.

इमारतीचे चित्र तिच्या सौंदर्याची, डौलदारपणाची, सांस्कृतिक आणि नैसर्गिक सौंदर्याची उच्च पातळी दाखवणारे होते. निदान मला तरी तसे वाटले आणि ही गोष्ट मला तेथे राहण्यासाठी प्रोत्साहित करीत होती. मी या शहरात जरा भयभीतपणे, साशंकतेनेच प्रवेश केला होता. आणि असे वाटत होते की, मी कोणतीही जागा त्याविषयी माहिती न घेताच निवडणार तर नाही ना? पण या पत्रकाने माझी साशंकता कमी केली. आणि राहण्याची जागा निश्चित झाली.

"शांघायच का?" तामुराने मला विचारले होते.

"माहीत नाही!" मी उत्तरले होते. "मला हेच योग्य वाटतेय, मी अंदाज केलाय!"

या वेळेला जपानपासून चीनपर्यंतचा प्रवास खरे सांगायचे तर साधा सागरी प्रवास झाला नव्हता. या प्रवासात मला कोणी 'तामुरा हिदारी'सुद्धा जहाजाच्या कुठल्याही मजल्यावर भेटली नव्हती की, ज्यामुळे माझा प्रवास फार मजेचा झाला असता. शांघायमध्ये मी पूर्ण थकलेल्या अवस्थेत पाय ठेवला होता. मी अक्षरशः

शक्तिहीन झाले होते. या साऱ्या खडतर प्रवासात मी अगदी एकलकोंड्या अवस्थेत होते. एखाद्या कोवळ्या तरुण मुलासारखी दिसणारी तरुणी, जिने आपले केस पुरुषांसारखे बारीक कापलेले होते. आणि माझे ते कपडे माझ्या अस्तित्वाची निशाणी होते; सोबत पायांत चमकणारे बूट!

बंदरावरील कर्मचाऱ्यांनी मला जवळचे एक आरामगृह सुचवले होते. ते रात्री राहण्याकरिता योग्य होते. देशातून बाहेर चाललेल्या लोकांसाठी आणि येणाऱ्या नवीन पाहुण्यांकरिता हे प्रसिद्ध होते. त्याचे नाव होते 'द सेंट्रल!' तेथे खरोखरच इतक्या आरामदायक सोयी देण्यात आल्या होत्या की, मी तीन महिने तेथेच मुक्काम ठोकला. अर्थात हा मुक्काम मला जवळपासच्या भागात जरा स्वस्तात राहण्याची जागा आणि व्यावहारिकदृष्ट्या योग्य दिशा मिळेपर्यंतच टिकला होता.

हे सगळे होत असतानाच मला शांघायची कल्पना आली. या शहरातील अगदी प्रत्येक छोटा भागसुद्धा तसाच होता, जसा त्या जहाजाच्या माझ्या जागेतील पत्रकात लिहिलेला, दाखवलेला होता. त्यातील माहितीसुद्धा तंतोतंतपणे जुळत होती. किंबहुना त्यापेक्षाही जास्तच प्रमाणात सत्यात उतरत होती. त्या तपशिलातील वचनांपेक्षाही कितीतरी जास्त असे काहीतरी शांघाय शहराच्या अस्तित्वात झळकत होते. मला बोलावत होते.

पहिले दोन आठवडे मी शांघाय शहरातील रस्ते पिंजून काढले. रस्त्यांवरील गर्दीचे बारकाईने निरीक्षण करण्यात घालवले. आणि मला पाहिजे ती माहिती एखाद्या स्पंजसारखी, शोषकासारखी टिपून घेतली. माझ्याइतकी जास्त रस्त्यांची ओळख कोणालाच नसेल. दुसरे म्हणजे अशा रस्त्यांवर बिनधास्तपणे वागण्याचे धडेसुद्धा माझ्याइतके कोणीच घेतले नसतील. या माझ्या 'रस्तापरिचित' गुणांमुळे मला आजवर कोणीही आणि कोणत्याही गोष्टींनी सहजपणे फसवणे किंवा गोंधळात टाकणे या गोष्टींचा बळी होण्यापासून वाचवले होते. पण शांघायच्या रस्त्यांनी दाखवलेल्या आयुष्याच्या भयाण वास्तवाने मलासुद्धा शहारायला लावले होते.

शांघाय शहराचे अंतरंगसुद्धा निर्लज्ज अशा कोडगेपणाने भरलेले होते. हा कोडगेपणा त्याला हळूहळू एका वेड्यापिशा संतापाकडे, स्फोटाकडे घेऊन जात होता. इथल्या बायकांच्या पोशाखाचा थाटमाट पुरुषांना अस्वस्थ करणारा आणि वासनांची झिंग आणणारा होता. या बायकांच्या निर्लज्ज हिमतीला दाद द्यावी की नाही असा संभ्रम पडावा, असे कपडे त्या वापरत होत्या. झिरझिरीत कापडाचे चिंध्यांसारखे छोटे-छोटे मांड्या दाखवणारे हवेत उडणारे स्कर्ट त्यांच्या कमरेवर लटकलेले होते. रस्त्यावर जणू स्त्रियांच्या नग्नतेचे जोरदार प्रदर्शन मांडले होते. जपानी, रशियन, चिनी व्यावसायिक आणि लष्करातील उच्चपदस्थ रस्त्यांवर

त्याकरिताच गर्दी करीत होते. कुणाच्याही जवळ नैतिकतेसाठी, उच्च दर्जाच्या विचारांसाठी आणि अभिमानासाठी किंचितही वेळ नव्हता. एकतर विका किंवा विकत घ्या, या दोनच गोष्टी इथल्या बाजारात चालत होत्या. जे तुम्हाला हवे ते सगळे असेच मिळणार होते. शांघायमध्ये प्रत्येक गोष्ट ही विकण्यासाठी आणि विकत घेण्यासाठीच होती. बायका, मुली, पुरुष, मुले, जनावरे, वस्तू आणि अफू (झिंग आणणारे सारेच पदार्थ). पैसा कमावण्यासाठी जणू काही प्रत्येक जण स्वतःचा जीव पणाला लावत होते. या पैसा गोळा करण्याच्या भयानक लाटेत सगळेच्या सगळे वाहत चालले होते. संपूर्णपणे अवनतीच्या मार्गाने होणाऱ्या ऱ्हासाच्या ओहोटीचा तो काळ होता. जणू काही सारेच वाईट एकाच वेळेस बाहेर निघणार होते आणि शांघायला स्वच्छ, दोषमुक्त करणार होते. माझ्या मते शांघायमध्ये सगळेच्या सगळे वाईट असलेले एकत्र आले होते. अगदी माझ्यासकट. म्हणजेच मला हवे असणारे शहर किंवा जागा शेवटी मला सापडली होती तर! मला माझ्या कोणत्याही 'वाईट' म्हटल्या जाणाऱ्या गोष्टीची कधीच माफी मागावी लागली नाही. कारण येथे प्रत्येकच गोष्ट पैशात मोजली जात होती. आणि त्यातच ती हिशेबात घेऊन फेडली जात होती. मला आता पर्वा करण्याची काहीच गरज नव्हती.

शांघायमध्ये अफूच्या गुहा म्हणजे विशिष्ट जागा किंवा अड्डे होते. तेथे ती मुबलक प्रमाणात मिळत असे. इथेच माझे अफूचे व्यसन सुरू झाले. पण तिच्या अधीन होण्याइतके तिचे सेवन मी कधीच केले नाही. प्रत्येक वेळेस माझा माझ्यावर पूर्ण ताबा होता. 'अफू' ही सर्वच दुःखांवरचे रामबाण औषध असल्याचे, अमृत असल्याचे मला आढळले होते. तिच्या गोड धूर आणि धुंद वासात मी शांघायमधल्या कितीतरी उदासीनतेच्या रात्री आणि दुःखाला माझ्यापासून बराच काळ दूर ठेवू शकत होते. अफूची ही खासीयत मनाला गारवा देणारीच नव्हती का?

शांघायमध्ये पोचल्यानंतरच मी हालचालींना सुरुवात केली होती. मी माझ्यासारखे मित्र-मैत्रिणी शोधायला सुरुवात केली होती. सेंट्रल आरामगृहाच्या त्या जागतिक स्तरावरच्या गिऱ्हाइकांची गडबड चाललेल्या बारमध्ये माझ्यासारख्या समाजप्रिय व्यक्तीला मित्र-मैत्रिणी जमवणे काहीच कठीण नव्हते. आणि लवकरच मी माझ्या निवडक मित्र-मैत्रिणींचा कंपू तयार केला होता. हे सगळे माझ्याभोवतीच फिरणारे होते. यांतले बहुतांश विदेशी होते. युरोपियन, अमेरिकन, रशियन. काही माझ्यासारखे, ज्यांना काही दिवसांपुरतेच शांघायमध्ये राहायचे होते. आम्ही सगळेजण शांघायमध्ये पैसा फेकला की, मिळणाऱ्या विविध आणि अंतहीन संधींचा फायदा किंवा गैरफायदा घेण्याकरिता उत्सुक होतो. या सर्व संधी इथे अगदी शक्य तितक्या कमी वेळेत उपलब्ध होत होत्या आणि त्या सर्वच संधी आम्हाला पूर्णपणे, अगदी यथेच्छ

उपभोगायच्या होत्या. अफूचे अड्डे, नृत्यालये, वेश्यागृहे यांनी रस्त्यांवर आपापसांतच उघडपणे युद्ध पुकारले होते. या गोष्टींनी तर माझी खूपच करमणूक होत होती; कारण कधी कधी गर्दीमध्ये धक्काबुक्की करीत वेश्यागृहातील एखादी सुस्वरूप कलावंतीण मला तरुण मुलगा समजून ठरवूनच तिच्या जागेत नेत असे!

त्या जागतिक दर्जाच्या दारू देण्याच्या जागी, बारमध्ये मी ऑलिव्हसारखा रंग असलेल्या स्त्रीशी मैत्री केली होती. ती स्वतःची ओळख आवर्जून एका भारतीय राजघराण्याची सदस्य आहे, अशी करून देत असे. तिचे नाव उच्चारण्यासाठी आणि लक्षात ठेवण्यासाठी फारच कठीण होते. म्हणून बरेच लोक तिला 'मारी' या नावाने ओळखत. तिच्याजवळ बहुतेक पैशांचा अक्षय खजिना असावा. कारण मला हे कधीही कळू शकले नाही की, ती खरेच काय काम करते की, ज्यामुळे तिच्याकडे एवढ्या मोठ्या प्रमाणात सतत उधळण्यासाठी पैसा शिल्लक राहतो. माझ्या मते शांघायमध्ये पैसा कोठून आणला जातोय, याला काही फारसे महत्त्व नव्हते; फक्त तुमच्याजवळ तो भरपूर प्रमाणात हवा, हेच महत्त्वाचे होते. म्हणूनच सगळ्यांप्रमाणेच मीसुद्धा माझ्या मर्यादेतच राहिले. तिने सांगितलेल्या तिच्या स्पष्टीकरणाला सहजच खांदे उडवत सहमती दिली. तिच्या म्हणण्याप्रमाणे तिचे भारतीय राजघराण्यातील कुटुंब तिला आरामदायक जीवन जगण्याकरिता ते पैसे पाठवत असे. एखाद्या शांघायनिवासी माणसाप्रमाणे बोलण्यात गोडवा आणला आणि त्या काळाप्रमाणे 'माझं काय जातंय?' ही भूमिका घेतली की, सगळेच सोपे आणि सहज होते. मी तिच्या बाबतीत तेव्हा तेच केले.

तामुरा जशी माझ्याशी वागत असे, तशीच मारीही माझ्याशी वागत होती. तिने ताबडतोब मला तिच्या पंखांखाली घेतले. तिने तिच्या उच्चपदस्थ आणि समाजातील फार वरच्या वर्गातील मित्र-मैत्रिणी अशांमध्ये माझी ओळख करून द्यायला सुरुवात केली होती, ज्यांचे वर्तुळ खूपच मोठे होते. यामध्ये बहुतकरून युरोपियन, अमेरिकन, रशियन आणि त्या दोन कोरियन बंधूंची जोडी होती, ज्यांना ती स्वतःच्या व्यवसायाचे भागीदार म्हणत असे. मला ते दोघे भाऊ कधीच आवडले नाहीत. माझा त्यांच्यावर कधीच विश्वास बसला नव्हता. पण मारी माझी मैत्रीण होती; त्यामुळे मला त्यांना सहन करावे लागत होते. हे दोघेही मला त्यांच्या मिटल्या डोळ्यांतून चोरून इशारे करीत. दात विचकून हसून माझ्याशी बोलण्याचा प्रयत्न करीत. मला जेवढे त्यांना टाळता येणे शक्य होई, तेवढे मी त्यांना टाळत असे. मला या गोष्टीची पूर्ण खात्री होती की, ते दोघेही शांघायमधल्या गुन्हेगारांच्या आतल्या वर्तुळाशी निगडित होते. शांघायमधल्या अंधाऱ्या जगात अशा भरपूर सशस्त्र आणि भयानक गुंडांच्या टोळ्या कार्यरत होत्या. या टोळ्या भयंकर जुलमी होत्या; त्यामुळे बरेच लोक त्यांच्याशी वाकडेपणा घेण्याचे टाळत.

मारीला बोलताना नावे गाळायची सवय होती. तिने ओळख करून दिलेल्या युरोपियन, रशियन राजकुमार,मोठे उमराव किंवा एखाद्या राजघराण्यासारखी जगात इतक्या प्रकारची राजघराणी अस्तित्वात आहेत, हेच मला ठाऊक नव्हते. त्यातही राजघराण्याशी संबंधित असलेल्यांपैकी किती खरे आणि किती खोटे आहेत, तेही मला कळत नव्हते. यामध्ये फक्त अपवाद मीच होते. कारण मी खरीखुरी राजकुमारी होते. पण मारीची नाव गाळण्याची रीत मात्र मोठी फायदेशीर होती. या पद्धतीने शांघायमध्ये जगणे अजिबातच अवघड नव्हते. उलट अगदी मस्त मजेत जगता येत होते. मारीच्या सर्वदूर संबंधांमुळे आम्हाला सर्वच युरोपियन आणि अमेरिकन कंपूंमध्ये मोठी मानाची वागणूक मिळे. अनौपचारिकरीत्या आम्ही राजघराण्यातील किंवा उच्चपदस्थ व्यक्ती म्हणून वावरू शकत होतो. आम्ही कितीही भ्यायलो असलो तरी समारंभाच्या शेवटीही आम्हाला असेच सन्मानाने वागवले जाई. 'शांघाय' म्हणजे त्या काळातील चीनच्या राजकीय आणि उच्चपदस्थ, आत्मा नसलेल्या पण मोठ्या प्रतिष्ठित समजल्या जाणाऱ्या समाजाचे सार होते. मला या गोष्टीचे सतत आश्चर्य वाटे की, हे सारे असेच किती दिवस चालेल?

अनैतिकतेच्या या भ्रमिष्ट लाटेबरोबर वाहत जाताना मी मारीच्या ओळखीपैकी एका ब्रिटिश व्यावसायिकाबरोबर अगदी उघडपणे मैत्री केली होती. सुरुवातीला या बाबतीत डोक्यात कसलेही विचार नव्हते. या व्यावसायिकाचे नाव हॅरी होते. हॅरी तरुण आणि देखणा होता. आम्ही दोघेही मनापासून एकमेकांच्या सहवासाची मजा लुटत होतो. एकमेकांना पूर्ण समाधान देत होतो. पण मी यमागाशी जसे प्रेम केले होते, तसे हॅरीशी करू शकले नव्हते. एका महिन्याच्या मैत्रीनंतर हॅरीने मला सांगितले होते की, त्याची प्रेयसी त्याच्या देशात राहते आहे; तो तेथे परत तिच्याशी लग्न करायला जाणार आहे. मला काहीही वाटले नाही. यमागाने मला जो उद्धट नकार दिला होता आणि माझ्या हृदयात जो विश्वासघाताचा खंजीर खुपसला होता, तेव्हाच माझ्या सर्वच नाजूक भावनांचा चुराडा झाला होता. त्या सगळ्या गोष्टी एका शीतगृहात केव्हाच जिरल्या होत्या. आता हीच गोष्ट खरी आणि सध्याच्या माझ्या शांघायमधल्या व्यक्तिमत्त्वाशी जुळणारी होती. योग्य होती. भरपूर पिणे, खाणे आणि समारंभात मौजमजा करण, हेच माझे शांघायमधील उत्तम सामाजिक जीवन बनले होते. मी उगीच खांदे उडवले आणि हॅरीला म्हटले की, तो त्याच्या प्रेयसीकडे गेला, तरी माझ्यात काही फरक पडणार नाही. मी आहे तशीच चांगली राहणार होते.

हॅरी खरोखरच चांगला प्रेमिक आणि चांगला माणूसही होता. पण मी त्याच्यावर प्रेम करत नव्हते. हॅरी माझ्यासाठी थोड्या वेळाचे विलासाचे साधन होते. त्याच्या एका सोयीस्कर समजाने माझी खूपच करमणूक होई. त्याच्या मते आम्ही दोघे फक्त

शारीरिक संबंध ठेवत होतो; आम्हा दोघांचेही एकमेकांवर प्रेम नसल्याने तो त्याच्या प्रेयसीची फसवणूक करीत नव्हता. ती तेव्हा ब्रिटनमध्ये हॅरीची वाट बघत होती. मी मारीबरोबर हॅरीच्या या समजाची खिल्ली उडवून हसत असे आणि म्हणत असे, "तो त्याच्या प्रेयसीवरचे प्रेमसुद्धा तितकेच आनंदाने उपभोगेल, जसे तो आता माझ्याबरोबरचे शारीरिक संबंध उपभोगतो आहे." त्याच्या या समजामागे नेमके कोणते तत्त्व दडले होते, त्याचा मला कधीच पत्ता लागला नाही.

हॅरी शांघायमध्ये काय काम करतो, हे मला कधीच कळले नाही. पण त्याच्याकडे बराच पैसा होता. हा पैसा खाण्या-पिण्यावर आणि इतरही करमणुकींवर आम्ही मनमुरादपणे उडवत असू. मला तर तेव्हा तेवढेच पुरेसे होते आणि माझ्याकरिता ते चांगलेच होते.

आता हळूहळू शांघायच्या स्वरूपात बदल व्हायला लागला. हा काहीसा भावनात्मक बदल होता. ही सुरुवात जपान्यांविरुद्ध चिन्यांनी लढायला लागल्यावर झाली. त्या दोघांमधून आता विस्तव जाणेही दुरापास्त झाले होते. या आगीत जपान्यांनी सम्राट 'पु-यी'ला पाठिंबा देऊन भरच घातली. त्यांनी सम्राट पु-यीला फोरबिडन शहरातून चिनत्सिन शहरात पळून जायला मदत केली होती; त्यामुळे चीनमध्ये जपानविरोधाचा भडका उडाला होता. चिनी समाज आणि तत्कालीन कम्युनिस्ट म्हणवल्या जाणाऱ्या आदर्शवादी लोकांमध्ये अंतर्गत युद्धाच्या तोफा धडाडल्या. या कम्युनिस्ट लोकांनी राजसत्तेवर अंकुश ठेवायला आणि आपला पाय राष्ट्रात घट्टपणे रोवायला सुरुवात केली होती. पण हे सर्व करताना संपत्तीची वाटणी मात्र सहन न होणारी आणि अयोग्य व असमान होती. सामान्य लोक भरडले जात होते. जे लोक खूप श्रीमंत होते, ते आणखी गब्बर झाले होते. समाजातील दुराव्याची दरी वाढली होती. अब्जावधी गरीब आणि कंगाल दरिद्री लोक त्यांच्या रोजच्या एक वेळच्या वाटीभर भातासाठी वाट पाहत, चीड आणि संतापाच्या जाळ्याच्या पाशात अडकत होते. त्यांचा राग दिवसेंदिवस वाढत होता. या रागाचा स्फोट अनिवार्यपणे, नैसर्गिकपणे होणारच होता. असे काहीतरी घडायला हवे होते, जे स्फोटाला कारणीभूत होणार होते.

अजूनही मी माझा कान सर्वच राजकीय घडामोडींच्या छोट्या-मोठ्या बातम्यांसाठी पुरेसा रस घेऊन उघडा ठेवला होता. चिन्यांच्या दाट वस्तीतूनच ती बातमी झिरपत माझ्या कानापर्यंत पोचली होती की, शक्तिहीन राजा पु-यी आता यावर आपला अंकुश ठेवू शकत नव्हता आणि क्रूरतेने त्याच्या आधीच्या अधिकाऱ्यांचा विरोध दाबूनही टाकू शकत नव्हता. त्या वेळेपर्यंत मी सार्थपणे आणि अधिकाराने राजकारणात उतरले नव्हते. पण डोक्यावर येऊन ठेपलेल्या बंडाच्या ढोलांच्या आवाजाकडे दुर्लक्ष करणे आणि पुन्हा सामान्य जीवनात रमणे मात्र मला अशक्य वाटत होते. रोज त्या

ढोलांच्या आवाजाची तीव्रता वाढतच होती. अगदी शांघायमधल्या उच्चपदस्थांच्या खेळाच्या मैदानावरही त्याचे प्रतिसाद उमटत होते.

या सगळ्या धडधडणाऱ्या आवाजात मारी अचानक गायब झाली होती. जाण्यापूर्वी कोणाला एक शब्दही न सांगता ती सहजपणे नाहीशी झाली. नेहमीप्रमाणे आम्ही रात्री समारंभात भेटलो. भरपूर प्यायलो. त्या जागतिक दर्जाच्या बारमध्ये मी तिच्यासोबत माझी फ्रेंच सिगारेट वाटून आळीपाळीने ओढली. पण हे सगळे करताना ती शांघाय सोडून जाण्याबद्दल एक शब्दही माझ्याशी बोलली नव्हती. मला खूपच धक्का बसला होता. तिच्या अचानक गायब होण्याने मी दुःखात ओढली गेले. मी भीतीच्या खोल गर्तेत बुडाले होते. तिचे काय झाले असेल, याची मला भीती वाटत होती. तिच्यासंबंधी वाईट आशंकेने माझे काळीज कापत होते. कारण शांघायच्या गुन्हेगारी वर्तुळाच्या आतील भागाशी तिचे संशयास्पद संबंध होते. तिने ते कधी मान्यही केले नव्हते आणि स्वीकारलेही नव्हते.

शांघायचे हे गुन्हेगारी आंतरवर्तुळ भयंकर दुष्ट आणि धोकेबाज होते. उधारी वसूल करण्याची त्यांची पद्धत फार भयानक होती. त्या बदल्यात एखाद्याचा मुडदा पाडण्याचे कामसुद्धा ते करीत. मारी अशा एखाद्या जाळ्यात तर सापडली नसेल ना? मारीची चिंता मला सतावत होती. आणि तिची काळजी मला दिवसेंदिवस जास्तच तीव्रतेने जाणवू लागली.

सेंट्रल आरामगृहाच्या चौकशीत मारीच्या गायब होण्यासंबंधी काहीच निष्पन्न झाले नाही. फक्त मारी आरामगृह सोडून निघून गेल्याचे समजले होते. ती आपले सामान घेण्याकरिता कोणाला तरी पाठवणार होती, असे मला कळले होते. जेव्हा तिच्या कोरियन भागीदाराशी मी समोरासमोर बोलले, तेव्हा अतिशय शांतपणे आपले खांदे उडवून ते म्हणाले, "ती तर केव्हाच भारतात परत गेली."

"माझा यावर मुळीच विश्वास नाही!" मी रडत म्हणाले होते. "तिने मला नक्कीच शांघाय सोडून जाण्याबद्दल सांगितले असते. जर तिला भारतातच जायचे असते, तर ती माझ्याशी नक्की बोलली असती." दोघेही कोरियन पुन्हा खांदे उडवत तेथून निघून गेले. जणू त्यांनी काही ऐकलेच नाही.

मारीबाबत काय घडले असावे? तिच्या म्हणण्याप्रमाणे जर ती त्यांची व्यावसायिक भागीदार होती, तर आता असे काय घडले होते? नक्कीच काहीतरी पाणी मुरत होते. मी जेव्हा कोरियन भावांशी नजर भिडवून बोलले, तेव्हा माझी खात्रीच पटली की, या कोरियन भावांनीच मारीबाबत काहीतरी वाईट केले आहे. कारण त्यांच्याशी नजर भिडवल्याबरोबरच एक भीतीची लाट माझ्या मणक्यांतून सळसळत गेली. मारीच्या गायब होण्यामागे त्यांनीच काहीतरी काळेबेरे केले होते, असाच त्या नजरभेटीचा मथितार्थ होता. माझ्या भीतीचा भाग हा होता की, पैशांकरिताच गुन्हेगारी

वर्तुळातून मारीचा खून झाला होता. आणि अजूनही तिचे सामान न्यायला कुणीतरी येणार होते, ज्याची तिला आता अजिबातच गरज नव्हती. अर्थात जर ती मेली असेल तर! पण नुसते त्या विचारानेच माझे रक्त गोठले की, जर मारीचा मृत्यू झाला नसेल आणि तिला कुठे पकडून ठेवले असेल तर ते तिचा भयानक छळ करत असतील. तिच्यावर बलात्कार करीत असतील. कदाचित तिने घेतलेल्या कर्जाबद्दल तिला ही शिक्षा करत असतील तर?

एका रात्री मी हॅरीला मारीच्या गायब होण्याबद्दल सांगितले. ''लोक शांघायमधून नेहमीच काही ना काही कारणाने गायब होत असतात. जेव्हा त्यांचे मागचे हिशेब चुकते होतात, तेव्हा ते परत शांघायमध्ये येतात. तर कधी कधी काही माणसे कायमचेच शांघाय सोडतात.'' हॅरी जरा चढ्या आवाजात मला सांगत होता. अचानक पुढे तो म्हणाला, ''या शहरात कुणी कायदा पाळतच नाही आणि खास करून, जेव्हा तुम्ही गुन्हेगारी जगाच्या वर्तुळात कुठून ना कुठून तरी संपर्कात असता. मला नेहमीच मारीबद्दल संशय होता की, या वर्तुळात मारीची काहीतरी लुडबूड सुरू होती. तिचाच काहीतरी काळाबेरा व्यवहार शांघायच्या या अनैतिक भागात होता. म्हणूनच तिच्यावर ही वेळ आली.''

एक महिना झाला होता. मारीविषयी कुणी एक शब्दही बोलत नव्हते. ती येण्याचे काहीच चिन्ह नव्हते. मी नाइलाजाने स्वीकारले की, मारी- माझी आणखी एक लाडकी मैत्रीण- माझ्यापासून कायमची दूर गेली. नुसतीच गेली नाही, तर जाताजाता केवढ्या मोठ्या नुकसानीतून गेली होती. अर्थात त्याचा माझ्यावर काही फारसा परिणाम होणार नव्हता. पण तिचे नुकसान तर झालेच होते. आणि ती माझी मैत्रीण होती. मी तिच्या हरवण्याची तक्रार करण्यासाठी जेव्हा पोलिस ठाण्यात गेले, तेव्हा तिथल्या त्या पोलिस अधिकाऱ्याला माझ्या तक्रारीत फारसे स्वारस्य नव्हतेच. त्याने माझी तक्रार एका चोळामोळा झालेल्या कागदावर माझ्यासमोरच अतिशय निरुत्साही पद्धतीने लिहिली होती. जणू त्याला त्या गोष्टीची काहीच पर्वा नव्हती. किंवा 'हरवल्याचीही तक्रार' असू शकते, यावर त्याचा अजिबात विश्वास दिसत नव्हता. काहीही असो; पण माझा तो सगळा कार्यक्रम म्हणजे वेळ वाया घालवायचाच प्रकार झाला होता. मला मारीबरोबर नुकत्याच आम्ही बोललेल्या गोष्टी आठवू लागल्या. मारीनेच मला सांगितले होते की, शांघायमधली सगळीच्या सगळी पोलिस फौज- अगदी वरपासून खालच्या स्तरापर्यंतची माणसे- कोणाच्या ना कोणाच्या पगारपत्रकावर होती. ही पगारपत्रके मात्र वेश्यालयांची, दलालांची, नशेच्या मादक द्रव्यांची तस्करी करणाऱ्यांची, सशस्त्र गुंडांच्या टोळीनायकांची, गुन्हेगारी जगतातील आंतरवर्तुळापैकी असणाऱ्या डॉनची आणि भ्रष्टाचारी व्यावसायिकांची होती. सरकारी पगारापेक्षा हा वरचा पगार वेगळा होता. शांघाय शहराच्या या काळ्या

बाजूने सगळ्या पोलिस दलालाच आपल्या लाचखोरीच्या पगारपत्रकावर कायमचे नोंदवून घेतले होते.

मारी गायब झाल्यानंतर दोन ते तीन महिन्यांनीच हॅरीने बातमी दिली की, तो शांघाय सोडून आपल्या घरी जाणार आहे. हे कधीतरी घडणारच होते, ते मला माहीत होते; त्यामुळे मला त्याच्या जाण्याचा दिवस डोक्यावर येऊन ठेपला तरी जरासुद्धा फरक पडला नव्हता. शिवाय मी काही त्याच्यावर प्रेम करत नव्हते. तो फक्त माझी लैंगिक भूक भागवणारा, माझ्याबरोबर मजा करणारा माझा एक भागीदार होता. तो माझी करमणूक करत असे. मला विविध महागड्या भेटवस्तूंनी न्हाऊ घालत असे. महागडे जेवण आणि समाजाच्या प्रतिष्ठित वर्तुळातील समारंभांत आपली जोडीदार म्हणून मला घेऊन जात असे. मला त्याचा वियोग एवढ्याकरिताच जाणवणार होता की, प्रत्येकच प्रसंगात सोयीचा असणारा आणि हवा असलेला भागीदार मी गमावून बसणार होते.

त्याच्या जाण्यापूर्वी शेवटचा आठवडा आम्ही नेहमीप्रमाणे खाणे-पिणे, रात्रीच्या समारंभात हजेरी लावणे, अफूचे सेवन करणे यांतच घालवला होता. खरेतर काहीच बदलले नव्हते. तरीही आम्हा दोघांमध्ये काही शांतीचे क्षण होते, ज्या क्षणी हातात हात घालून आम्ही रस्त्याच्या बांधाच्या कडेने चालत होतो. मी हे आजही सांगू शकते की, शांघाय सोडताना हॅरी दुःखी झाला होता. प्रत्येक विदेशी नागरिकाचा न झोपणाऱ्या शांघायमधील मुक्काम संपतो, तो येथे परत येण्याचे वचन देऊनच. हॅरीनेही तेच केले होते. पण मला हे पूर्णपणे माहीत होते की, तो आता कधीच परत येणार नाही. जेव्हा मी त्याला निरोपाचे चुंबन देऊन हात हलविला, तेव्हाच खरेतर या हॅरी प्रकरणाचा शेवट झाला होता. मी आता त्याला कधीच पाहू शकणार नव्हते. आणि हे उघडच होते. माझे हे मत अखेर बरोबर ठरले होते.

हॅरी ब्रिटनला गेल्यावर मला आयुष्य एकदम निरर्थक, शून्यवत भासू लागले. आणि हे वाटणे खूपच खोलवर जाऊन भिडले होते. अगदी माझ्या मनालासुद्धा एक रितेपणा आला होता. असे होणे अपेक्षित होते; पण ते इतक्या प्रमाणात होईल, असे मात्र मला वाटले नव्हते. या गोष्टींनी मी जरा जास्तच आश्चर्यचकित झाले होते. काय झाले होते मला? खरेतर मला हॅरीच्या असण्याची खूपच सवय झाली होती, आणि त्याच्या अचानक जाण्याने मी आता काय करावे, हे मला सुचत नव्हते. स्वतःसोबत मी आता कसे वागावे, हे कोडे मला सुटत नव्हते. मी काही रात्रीच्या समारंभांना गेले. वेगवेगळ्या ठिकाणीही जाऊन पाहिले. पण माझे मन कशातही रमत नव्हते. आता मात्र मला जाणवले की, मी खरोखरच हॅरीचे जाणे सहन करू शकत नाहीये. आणि त्याचा विरह मला जास्तच असह्य होऊ लागला. हे दुःख यमागाने मला नाकारले होते त्या वेळच्या हृदय पिळवटणाऱ्या दुःखाइतके तीव्र नव्हते; पण दुःख

होतेच. जेव्हा जेव्हा त्या रस्त्याच्या बांधावरून मी चालत असे, तेव्हा आम्ही दोघेही याच रस्त्यावरून कितीतरी वेळा हातात हात घालून चालत गेलो होतो. अशा कितीतरी उबदार सुगंधी रात्रींचा ठेवा माझ्या आठवणींच्या खजिन्यात होता, जो आता मला असह्य होत होता.

माझ्या आयुष्यात पुन्हा काळे ढग जमायला लागले होते. सकाळी उठून उत्साहाने येणाऱ्या दिवसाची तयारी करण्याची माझी इच्छाच मरून गेली होती. नवीन नवीन साहस शोधण्याची उमेद, ती तहान आता आतल्या आत जिरली होती. माझा सारा जुना जोश नाहीसा झाला होता. मी विचार करू लागले होते. हॅरीने आणि मी एकत्रितपणे काळ घालवल्यावर त्याच्या जाण्याने एक पोकळी निर्माण झाली होती. आता मी २८ वर्षांची होते. माझ्या आयुष्यात या अंतहीन आणि निरुपयोगी समारंभांशिवाय काय होते? मी कुठेच जात नव्हते. माझे आयुष्य एका निरर्थक गोष्टीभोवतीच फिरत होते. जपानबद्दल पुत्रधर्म निभावण्याची ऊर्मी असल्याचा दावा करणारी ती धाडसी योशिको कुठे होती? जपानसाठी काहीही करण्याची तयारी असणारी योशिको आता फक्त तिच्या निरर्थक कर्मासाठी आणि रंगेलपणासाठी लोकांच्या आठवणीत राहणार होती का?

स्वतःबद्दल दया दाखवत, सहानुभूती व्यक्त करत जवळपास एक आठवडा मी लोळत काढला. सगळ्या चमकदार आणि मनाला भुरळ घालणाऱ्या रात्र-समारंभांची. वेगवेगळ्या संस्थांची आणि क्लबची आमंत्रणे मी नाकारली. पण शेवटी नाइलाजाने क्लबच्या समारंभांत जाण्याचे आणि तिथली आमंत्रणे स्वीकारण्याचे ठरवावेच लागले. मारी आणि हॅरीला गमावल्यानंतर माझ्या मनात अचानक माझ्या देशबांधवांमध्ये राहण्याची, मिसळण्याची इच्छा दाटून आली. थोड्याच कालावधीनंतर माझ्या लक्षात आले की, त्या वेळी मी घेतलेल्या निर्णयाने माझे आयुष्य बदलले होते. त्याला कलाटणी मिळून मी हव्या त्या दिशेने जायला सुरुवात केली होती. ही दिशा एका महत्त्वपूर्ण साहसाकडे आणि आयुष्यात काहीतरी नवीन निर्माण करणारी होती.

वरवर पाहता शांघाय क्लबमधले सगळे लोक जणू त्या रात्रीच्या दिमाखदार पण निरुपयोगी समारंभासाठी जमलेले वाटत होते. यापूर्वीही मी अशा समारंभांना मोठ्या अभिमानाने जात असे. अशा समारंभांत शांघायचे उच्च प्रतिष्ठित लोक त्यांच्या नेहमीच्या 'जोडीदारा'सोबत हातात हात घालून मिरवत. या सगळ्या जणी प्रतिष्ठितपणाचा आव आणणाऱ्या आणि उंची दागदागिने व पोषाखाने मढलेल्या असत. त्या सर्व जणी त्यांच्या बायका, मैत्रिणी, रखेल्या किंवा भाड्याने आणलेल्या वेश्याही असू शकत होत्या. पण समारंभात जोडीदार महत्त्वाचा असतो. तो कोण आहे, याची कुणालाच पर्वा नसते.

पण हा समारंभ तसा नव्हता. मी त्या रात्री फारच सावधगिरीने पीत होते; त्यामुळे मी जागरूक राहून सभ्यपणाने जपानी लष्करातील अधिकाऱ्यांच्या बोलण्यातील महत्त्वाच्या बातम्यांची मेंदूत नोंद करत राहू शकले असते. हे सारेच अधिकारी त्या समारंभात खाणे-पिणे आणि अगदी मुक्त व उन्मत्तपणे व्यभिचार करत होते. आणि मूर्खासारखे वागत होते. जरी चिन्यांच्या मनात जपानी लोकांविरुद्धचा संताप धुमसत असला, तरीही लष्करातील जपानी अधिकाऱ्यांना, विशेषतः या गुन्हेगारी जगात मान होता; आणि त्यांची हांजी हांजी केली जात होती. माझ्या फ्रेंच सिगारेटच्या धुराच्या पडद्याआडून मी त्यांचे अभ्यासपूर्वक निरीक्षण करीत होते. माझी सिगारेट मी रत्न जडवलेल्या एका सिगारेटच्या साच्यात घालून शिलगावली होती. माझा सिगारेटचा रत्न लावलेला साचा एक वेगळीच शान वाढवत असे. त्याच्या डामडौलाचा एक वेगळाच परिणाम माझ्या व्यक्तिमत्त्वात विशिष्ट प्रतिष्ठेची भर घालत असे. ही त्या काळातील शांघायमधील एक वेगळीच प्रथा होती. यातून तुमची श्रीमंती आणि डामडौल दिसत असे.

मला एक सवय होती, ती म्हणजे सतत सावध राहण्याची. लहानपणापासून मी दैवाच्या अधीन, अनिश्चिततेच्या कड्यावरचे जीवन जगत आले होते; त्यामुळे माझ्यावर कोणी नजर ठेवत असेल, तर ते चटकन माझ्या लक्षात येई आणि मी मागेही बघत असे. रात्रीच्या समारंभाची रंगत वाढत असताना मला मध्येच डोळ्यांची एक जोडी माझ्या शरीराला भोक पडेल इतक्या तीव्रतेने माझे निरीक्षण एका कोपऱ्यातून करीत असल्याचे लक्षात आले. सहजप्रेरणेने मी त्या डोळ्यांच्या जोडीच्या दिशेने गर्रकन वळले. आणि मी त्या डोळ्यांच्या जोडीच्या मालकाचा शोध घेऊ लागले. माझे डोळे त्या उंच जपानी लष्करी अधिकाऱ्याच्या डोळ्यांशी भिडले. तो भिंतीला टेकून उभा होता. बाकीच्यांपेक्षा तो वेगळा वाटला. त्याला तेथे सगळ्यांपेक्षा जास्त मान दिला जात होता. बहुधा तो सगळ्यांपेक्षा वरच्या दर्जाचा अधिकारी होता.

बराच वेळ आमचे डोळे एकमेकांत गुंतलेले होते. जेव्हा त्याने आपले डोळे वोडकाची बाटली उचलण्यासाठी टेबलाकडे वळवले, त्याच वेळी ही नजरभेट खंडित झाली. नंतर तो शांतपणे पावले टाकत माझ्या दिशेने येऊ लागला. तो माझ्यापासून तीन ते चार फुटांवर उभा राहिला तेव्हा माझ्या लक्षात आले की, तो लांबून जेवढा उंच दिसत होता त्यापेक्षा जास्त उंच होता. माझ्या डोक्याच्याही वर त्याची उंची होती. आणखी एक गोष्ट चटकन माझ्या नजरेत भरली ती म्हणजे त्याची मजबूत कणखर देहयष्टी आणि आकर्षक राकट पुरुषीपणा. त्याच्या इतर लष्करी सहकाऱ्यांमध्ये आणि त्याच्यामध्ये उंचीव्यतिरिक्त एक फरक होता तो म्हणजे त्याची पिळदार मिशी. त्याचे सर्व लष्करी सहकारी अगदी नेहमीप्रमाणे दाढी

आणि मिशा काढून आले होते. पण याच्या चेहऱ्यावरील मिशा त्याच्या कणखर आणि पुरुषी सौंदर्यात भरच घालणाऱ्या होत्या. शिवाय त्याच्या हनुवटीवर थोडे दाढीचे जे खुंट होते, त्यामुळे तो आणखी कणखर आणि पुरुषी वाटत होता. त्याच्या त्या वाढलेल्या दाढी-मिशांकडे बघून माझे मन कल्पनातीत आश्चर्यात सापडले होते. माझ्या मनात आले, जर त्याच्या दाढी-मिशांचे खुंट मी कापून टाकले तर त्याच्या बदल्यात मला मिळणारी शिक्षा किती असभ्य असेल! थोडक्यात, मी त्या अनोळखी माणसाविषयी भलभलते विचार करू लागले होते.

अशा प्रकारे माझी आणि कॅप्टन तनाकाची भेट झाली. आणि त्याच क्षणापासून माझे दैव किंवा नशीब, जे काय असेल ते, एकदम निश्चितपणे पालटले. त्याला इतिहासात जागा मिळाली. मग ती चांगली की वाईट, ते भविष्यकाळच ठरवणार होता.

"हाय! मी योशिको कावाशिमा!" पाश्चिमात्य पद्धतीने त्याचा हात हातात घेऊन मी त्याचे स्वागत केले. "जन्माने मंचुरियन राजकन्या- आयसिन गिओरो!" मी फार क्वचितच कधीतरी अशी स्वतःची उघड ओळख 'राजकन्या' म्हणून करून देत असे; पण काही कारणाने तनाकाच्या व्यक्तिमत्त्वाने मी फारच भारून गेले होते. आणि त्याला खूप जास्त प्रभावित करून त्याचे लक्ष माझ्याकडे वेधण्याचा प्रयत्न करत होते.

पण माझ्या या नवीन मित्राला या 'ओळख समारंभाची' फारशी घाई दिसत नव्हती. त्याने आधी तिथले टेबल स्वच्छ करून घेतले. मला तिथे माझ्या तिसऱ्या फेरीच्या मद्याच्या पेल्याबरोबर शांतपणे बसवले. आणि उत्तर दिले, "मला हे माहीत आहे की, तू कोण आहेस योशिको! खरेतर मला तुझ्याविषयीची एकूण एक गोष्ट माहीत आहे. शिवाय तुझ्याविषयीची आणखी काही माहिती, अशा काही गोष्टी ज्या तुलाही आजपर्यंत माहीत नाहीत, त्यासुद्धा माहीत आहेत!"

माझ्या जीवनाविषयीचे त्याचे उद्धट आणि मग्रूर अनुमान ऐकून मला चीड आली होती आणि मी त्याला आव्हान देऊन म्हणाले, "अरे वा! तू आहेस तरी कोण? चल तर मग आता प्रार्थना करायला सुरुवात कर! आणि सांग माझ्या जीवनातील प्रत्येक घटना. तुला माझ्याविषयी काय काय माहिती आहे ते तरी बघू दे! आणि मग मी बघेन तुला माहीत असलेल्या किती गोष्टी बरोबर आहेत ते!"

आव्हान मिळताक्षणी तनाकाने स्वतःची जीभ सैल सोडली. त्याने माझ्या मंचुरियातील बालपणापासून कावाशिमांच्या जपानच्या घरातील त्या ठरावीक काळाच्या मुक्कामापर्यंत माझी जीवनकहाणी ऐकवली. त्याने अगदी यमागाच्या प्रेमप्रकरणासह आणि माझ्या इतर 'प्रकरणांविषयी'सुद्धा विस्ताराने सांगितले. ते सर्व ऐकून माझे कान रागाने लाल झाले होते. माझे कंजरजॅबशी झालेले लग्न आणि माझे जपानला

झालेले पलायन आणि माझ्या शांघायमधल्या अस्तित्वाचा काळसुद्धा त्याने बरोबर सांगितला होता. त्याला माझ्या 'शारीरिक संबंधां'च्या आकर्षणाबद्दल आणि माझ्या काही खास 'प्रियकरां'बद्दलसुद्धा माहिती होती. माझ्या आयुष्यातील एकही गोष्ट अशी नव्हती की, जी त्याला माहीत नव्हती. अगदी माझी कामासक्ती किंवा कामातुरपणासुद्धा सांगायचा त्याने शिल्लक ठेवला नाही.

"अरे देवा! तुला तर माझी सगळीच माहिती आहे." मी एक दीर्घ श्वास घेतला. जेव्हा तनाकाने सगळे संपवले तेव्हा मी म्हणाले, "तू काही हेरबिर तर नाहीस ना? इतक्या सविस्तरपणे तू एखाद्या माणसाच्या जीवनाचा मागोवा कसा काय घेऊ शकतोस? आणि जरी तू हेर असलास तरी मी काय म्हणून एखाद्या हेराच्या बाबतीत स्वारस्य दाखवावे? मी काही कुणी खास व्यक्ती नाही. मी तर फक्त एक क्षुल्लक, निरुपयोगी आणि निर्हेतुक अशी स्त्री आहे, जिला सगळे योशिको कावाशिमा म्हणूनच ओळखतात."

"असशीलही कदाचित! पण जर मी खरोखर हेर असेन तर मला आणखी काही हेरांची गरज लागेलच. तुला मी त्याच हेतूने विचारात घेऊ शकतो. काहीही झाले तरी तुझ्यामध्ये एक नैसर्गिक चिकित्सक वृत्ती आहे. साहसाचीसुद्धा तुला खूप आवड आहे. म्हणूनच तुला कशाचीही भीती वाटत नाही. तू धोकादायक आयुष्य जगण्याची तयारी ठेवतेस. बोलूनचालून तू जपानची एक खरीखुरी मुलगी आहेस. आणि तुझे हे सर्व गुण म्हणजे हेर होण्यासाठी अगदी योग्य आणि परिपूर्ण असेच आहेत." तनाका पुढे म्हणाला, "जरा स्वतःकडे पाहा ना! एक जपानी बाई, या भयंकर आणि पापाचरणाने भरलेल्या शहरात धाडसाने एकटीच राहतेय. तेही अगदी न भिता, अगदी उघडपणे आणि सहजपणे जगतेय! कोणतीही गोष्ट तुला जास्त काळ गोंधळात ठेवू शकत नाही. तू प्रत्येक परिस्थिती, मग ती वाईट असू दे वा चांगली, अतिशय थंडपणे आणि योग्य रीतीने हाताळतेस किंवा तोंड देतेस. तुझे हे हिशेबी संयमाचे भांडवलच मला आकर्षित करण्यास कारणीभूत ठरले आहे. मी तुला सतत पाहत आलो आहे, तुझे निरीक्षण करत आलो आहे आणि तुझे सगळेच मला खूप आवडले. पण आता आपण या धंद्याच्या गोष्टी आज रात्रीपुरत्या थांबवू या! चल, पुन्हा नवे पेय घेऊ आणि या समारंभाचा आस्वाद घेऊ!" त्याने आपल्या बोलण्यात सातत्य राखत 'हेर' हा विषय मोठ्या खुबीने टाळला होता; तीसुद्धा तेव्हाच, जेव्हा माझ्या चौकस बुद्धीच्या डोक्यात त्याविषयी उत्सुकता निर्माण झाली होती तेव्हा. त्याला कसलीच घाई नव्हती. म्हणून त्याने माझ्याशी हेरगिरीच्या कारकिर्दीबद्दल कसलाही वायदा केला नाही. त्याला या गोष्टीबद्दल पूर्ण खात्री होती की, माझी चिकित्सक बुद्धी जागी होऊन माझी या विषयातील आंतरिक आवड जागृत होईल. माझा त्यातला हेतू लवकर किंवा थोडा उशिरा का होईना, शिगेला

पोचणार होता आणि एक दिवस उत्कंठेने मी त्याचे दार ठोठावणारच होते. काहीही झाले तरी मी त्याच्याकडेच जाणार होते.

नंतर उरलेली समारंभाची रात्र आम्ही दोघांनीही पिणे, सिगारेट ओढणे आणि नाचणे यांतच घालवली. पहाटे त्याने मला माझ्या घरी सोडले होते. मी त्याच्याकडे पूर्णच आकर्षित झाले होते. त्यालाही मी हवी होतेच. पण तनाका मला चार हात दूर ठेवण्याचाच निश्चय करून आला होता ना! त्यामुळेच त्याच्या छातीची मी फक्त थोडीफार चुंबने घेऊ शकले होते. आणि म्हणूनच तनाका माझ्या शारीरिक संबंधांच्या उघड आमंत्रणाच्या जाळ्याच्या पाशात अडकला नव्हता.

"अरे, मी घेतलेल्या त्या चुंबनाचे काय एवढे?" मी हसले. "आत तर ये आणि निदान मला दाखवून तरी दे, खरी चुंबने कशी असतात ती! तनाका सॅन, आत तर ये!"

तनाका आपले डोके नकारार्थी हलवत म्हणाला, "तू एक खरीखुरी राजकन्या आहेस, योशिको! आणि मी? मी तर एक खूपच सामान्य माणूस आहे. म्हणूनच आपल्यात ही गोष्ट होणे योग्य नाही."

जेव्हा मी पाहिले की, तो माझी शय्यासोबत करायला तयार नव्हता, तेव्हा मी मोठ्या निराशेने त्याला जाण्याची परवानगी दिली. माझी निराशा आणि संताप घालवण्यासाठी खूप वेळ थंड पाण्याने अंघोळ केली; कारण त्या रात्री मला तनाका खरोखरच हवा होता. खरेतर त्यानेच त्याच्या बोलण्याने अगदी खात्रीपूर्वक आणि हळूहळू का होईना, पण पापाचरणासाठी मला प्रवृत्त केले होते. त्याच्या त्या हेरगिरीच्या थरारक कारकिर्दीबद्दल, त्यातील धोके, कारस्थाने जी मला सातत्याने आकर्षित करत, त्यांबद्दल बोलून त्याने जणू मला त्याच्या कह्यात घेतले होते. आणि आता मी त्याला वश झाल्यावर तो माझ्या पकडीतून आरामात निसटून गेला होता; मला त्याने मस्त हुलकावणी दिली.

"हा किती रेम्याडोक्याच्या डुकरासारखा माणूस आहे!" मी दीर्घ श्वास घेत स्वतःशीच पुटपुटले. "त्याला हे कसे कळत नाही की, जेव्हा माणसाचे शरीर वासनेने पेटलेले असते, तेव्हा ते शरीर कोण राजकन्या आणि कोण सामान्य याचा विचार करत नसते!" तनाकाने मला जाणूनबुजूनच नकार दिला होता तर !

मला एका गोष्टीबद्दल पूर्ण खात्री होती की, मी तनाकाला त्याच्या सगळ्या नकारांसह माझा स्वीकार करायला लावेन. तो माझ्या ताब्यात, माझ्या बाहुपाशात नक्कीच येणार आहे. माझी फक्त एवढीच इच्छा होती की, या सगळ्या गोष्टींकरिता खूप वेळ जायला नको होता. मला खूप आडवळणाचा फेरा पडायला नको होता. मी त्यासाठी आधीच एक योजना बनवली होती. या युक्तीने तनाका माझ्या जाळ्यात सापडणारच होता. बोलूनचालून ज्या वेळेस आम्ही रात्रीच्या समारंभानंतर वेगळे

झालो होतो, त्या वेळेस त्याने मला हेरगिरीच्या कारकिर्दीत त्याला माझी गरज लागू शकते, असे सरळ संकेत कुठल्याही वायद्याशिवाय दिले होतेच की! 'कुठलीही विनासंकोच मदत' असे म्हणत त्याने आपले ओळख दाखवणारे ते छोटेसे ओळखपत्र माझ्या हातात कोंबले होते आणि त्याला काय म्हणायचे होते, ते त्याने त्याच्या कृतीनेच मला सांगितले होते. आम्ही एकमेकांना भेटल्यापासून तब्बल दोन दिवस एकमेकांपासून दूर राहिलो होतो. आणि त्या दरम्यान मी त्याच्या भेटीच्या इच्छेने रात्रंदिवस तळमळत होते. त्याची पण तीच स्थिती होती. त्यालासुद्धा हे सारेच हवे होते. आणि तो जेव्हा माझ्याकडे डोळे रोखून, धारदार नजरेने बघत असे, तेव्हा माझ्याविषयीची आसक्ती, प्रेम मला जाणवत असे. मी त्याच्याकडे जास्त आकर्षित होण्याचे खरे कारण कदाचित हे होते की, तो एक गुप्तहेर होता. आणि तो एका कपट-कारस्थानाचा किंवा रहस्याच्या जाळ्याचा वेध घेण्याचा प्रयत्न करीत होता. माझ्या आयुष्यात नेमकेपणाने याच गोष्टी घडाव्यात, अशी तीव्र इच्छा माझ्या मनात होती. म्हणूनच मी माझ्यावर खूप जास्त प्रयत्नपूर्वक ताबा मिळवला होता आणि त्याच्या दरवाजावर जाऊन थाप मारण्यापासून स्वतःला कसेबसे रोखले होते. कारण यासाठी त्यानेच माझ्याकडे यायला हवे होते.

झोपेविना काढलेल्या रात्रीनंतर शेवटी मी एक विचित्र पण नाट्यमय योजना आखली. मी तनाकाकडे जाऊन खूपच मोठी रक्कम उधार मागणार होते. आणि ती देण्यास त्याला काहीच वाटले नसते; कारण मी एक राजकन्या होते. नंतर मी त्याला सांगणार होते की, माझ्याजवळ पैसे नसल्यामुळे मी त्याचे कर्ज चुकवू शकत नाही. आणि ते चुकवण्यासाठी माझ्याजवळ माझ्या राजेशाही शरीराशिवाय कुठलाच पर्याय नाही. तोच एकमेव मार्ग असल्याने त्याने ते तसे चुकवून घ्यावे.

तिसऱ्या दिवशी मी माझ्या योजनेप्रमाणे काम केले. पण कदाचित तनाका मला असे कर्जाऊ पैसे देण्यास नकार देईल, अशी पन्नास टक्के शक्यता माझ्या मनाला वाटत होती. कारण माझ्या मागणीची रक्कम खूपच मोठी होती. पण जेव्हा मी ती रक्कम मागितली, तेव्हा त्याने शांतपणे मला तेवढे पैसे डोळ्यांची पापणीही न हलवता दिले. मला हेसुद्धा विचारले नाही की, मला इतकी मोठी रक्कम कशासाठी हवी आहे? मात्र दुसऱ्याच दिवशी मी त्याला रडतरडत सांगितले की, त्याने दिलेली इतकी मोठी कर्जाऊ रक्कम मी परत करू शकणार नाही; त्याऐवजी त्याने ती माझ्याकडून, माझ्या शरीराकडून वसूल करावी.

"एखाद्या राजकन्येलासुद्धा कर्ज चुकवण्यासाठी असा सन्माननीय मार्ग सापडू शकतो!" मी माझी जीभ अर्थपूर्ण रीतीने माझ्या गालात फिरवत उद्गारले. आणि मी बघितले की, तनाकाला फक्त एक क्षणभर काहीसा संकोच वाटला; पण नंतर तो तयार झाला. माझा विजय झाला होता. शेवटी मी त्याला वाममार्गासाठी प्रवृत्त

केलेच होते. माझी योजना कार्यान्वित झाली होती. माझ्या खास पद्धतीने मी त्याला प्रवृत्त केले होते. तो अतिशय आतुर झाला होता. त्याच्या त्या अधीरतेने मला सांगितले की, त्याला माझी किती तीव्रतेने आणि मनापासून गरज होती.

त्या रात्री माझ्या घरी आम्ही दोघांनीही अतिशय अनिर्बंध असे प्रेम केले. दोन माणसांनी एकमेकांना काय हवे आहे ते मनापासून समजून दिले आणि घेतले. एकमेकांचा संपूर्णपणे उपभोग घेतला. आयुष्यात कोणत्या गोष्टी कुठे मिळतात, ते मला आणि त्यालाही चांगलेच ठाऊक होते; त्यामुळे ते शोधण्यात वेळ न घालवता एकमेकांना मनापासून हवे ते दिले. अगदी सुरुवातीपासूनच आमचा प्रणय अगदी असभ्य आणि जंगली पद्धतीचा, एकमेकांना अशिष्ट पद्धतीने ओरबाडणारा होता. जणू दोन पापी माणसांनी अतिशय थंडपणे आणि निर्दयीपणे आपले कसब एकमेकांवर वापरायचे ठरवले होते. तो तेल तर मी आगपेटीतली काडी होते. आम्ही दोघेही वासनेचा डोंब पेटवत, उसळवत होतो. आजही मला असे वाटते की, आमचे रस्ते जर वेगळे झाले नसते, तर मी पेकिंगमधल्या अतिशय उच्च दर्जाची सुरक्षा असणाऱ्या तुरुंगामध्ये दहा वर्षांनंतर आलेच नसते. पण पुन्हा असेही सांगते की, जर आम्ही दोघे भेटलो नसतो, तर माझे नाव इतिहासाच्या पुस्तकात नोंदवले गेले नसते आणि मी सामान्य जपानी बाईसारखीच एक सामान्य 'योशिको कावाशिमा' म्हणूनच मेले असते.

तनाका आणि मी, आम्ही दोघेही जणू एकजीव झाले होतो. त्याच्याबरोबर राहताना मला नेहमीच अतिशय अभिमान वाटत असे. कारण आम्ही दोघे जेथे कुठे जात असू, तेथे त्याचे फार सन्मानाने स्वागत होई. त्यात त्याच्याविषयीची थोडी भीतीसुद्धा दडलेली असे. आणि नेमके हेच मला आवडले होते. 'सामर्थ्याची' चव चाखायची ही माझी पहिलीच वेळ होती. कारण यापूर्वी माझ्या शरीराकडे आकर्षित होऊन येणाऱ्या वासनांध पुरुषांना मी चांगलेच नादाला लावले होते. त्यांच्यावर ताबा मिळवला होता. ती माझी ताकद आणि ही तनाकाची ताकद या दोन्हींत फार फरक होता. म्हणूनच या मानाला, सन्मानाला मी स्वतः पुढे होऊन माझ्या ताब्यात घेतले. मात्र त्या क्षणाला मला अशी एक गोष्ट जाणवली होती की, आतापर्यंत मी जे हरण्या-जिंकण्याचे खेळ खेळत आले होते, ते सगळेच अर्थहीन होते. आणि मी त्यांना कंटाळलेलीच होते. कारण मला जिंकणारी माणसे माझ्यापुढे लाचार होत, लाळ गाळत. एकतर ते अगदी सामान्य आणि बुद्धिहीन किंवा अत्यंत कमी बुद्धीचे लोक होते; त्यामुळे या खेळांमध्ये जिंकणे म्हणजे मला माझाच दुबळेपणा वाटायला लागला होता. आता तनाकामुळे मला खऱ्या 'सामर्थ्याची', पदाची, मानाची ओळख झाली होती. हीच खरी ताकद होती, जी माणसाच्या ओळखीतून आणि त्याच्या मनातून तयार होते. माझ्या आयुष्यात मी आतापर्यंत याच ताकदीचा आणि आदराचा

पाठपुरावा करत आले होते. शेवटी मी माझ्या आयुष्यात मला हवे ते मिळवलेच होते.

जरी यमागावर प्रेम करताना मी प्रेमाच्या त्या सर्वोच्च बिंदूतून 'त्यागाच्या इच्छेने' प्रेम करण्याच्या प्रक्रियेतून गेले होते, तरी त्यात माझा वेळ, यौवन, भावना आणि मनही पणाला लावले होते. खरेतर मी सर्वच वाया घालवले होते. कारण माझे ते प्रेम फक्त एकतर्फीच होते. त्या तुलनेत आता तनाकाबरोबरच्या प्रेमभावना या जास्त श्रेष्ठ आणि प्रभावी वाटत होत्या. कारण तनाकाचे आणि माझे हे नाते फक्त शारीरिक आकर्षण नव्हते; ते तनाकाच्या बुद्धी आणि हजरजबाबीपणाच्या आदरभावातून जन्माला आले होते. ही एक प्रकारची भावनात्मक गुंतवणूक नव्हती; त्याहीपेक्षा वेगळे आणि बरेच काहीतरी होते.

तनाका मला फार वेगळ्या रीतीने वागवीत असे. आजपर्यंत कुणीही मला असे वागवले नव्हते. तनाका आता माझ्या सीमाविरहित आयुष्याचे कुंपण झाला होता. असे 'कुंपण', ज्याची मला फार दिवसांपासून माझ्या आयुष्यात प्रतीक्षा होती. तनाकामध्ये मला माझ्या आयुष्याचा हवा तसा, योग्य जोडीदार मिळाला होता. जो माझ्या जीवनाला, कारकिर्दीला- अशा कारकिर्दीला ज्यात मी जपानची त्या काळातील एक कुविख्यात स्त्रीहेर म्हणून ओळखली जाणार होते- अगदी योग्य होता. आणि मी? मी तर डोळे मिटून त्याच्या पावलावर पाऊल टाकून चालायला तयार होते. त्याने दाखवलेला मार्ग मनापासून स्वीकारायला तयार होते.

माझे आणि तनाकाचे नाते काही विशिष्ट किंवा खास नाते नव्हते. समजून उमजून स्वीकारलेले ते एक शैलीदार जीवन होते. मला तशा विशिष्ट नात्याची गरजही नव्हती, ज्यात एकमेकांवर मालकी हक्क गाजवता येतो. कारण माझ्या व्यवहारी मनाने ही गोष्ट मला शिकवली होती की, तनाका असे व्यक्तिमत्त्व होते की, जे एका स्त्रीशी जीवनभर बांधील राहू शकणार नव्हते. आणि सगळ्यात चांगली गोष्ट ही होती की, तो या गोष्टीची माझ्याकडूनही अपेक्षा करत नव्हता. हा एक विचित्र नात्याचा सांधा जुळला होता. अगदी कोणत्याही दर्जापेक्षा हे नाते वेगळे होते. ते दिवस आणि त्या रात्री आम्ही एकरूप होऊन, अखंडपणे फक्त प्रेम आणि प्रेम करीत होतो. असे प्रेम जे आमच्या दोघांच्या शरीरात वासनेचा डोंब पेटवीत होते. कधी कधी तर आम्ही दोघेही अतिशय अशिष्टपणे एकमेकांचा उपभोग घेत होतो. मग पुन्हा आम्ही आमच्या 'अन्य हितसंबंधां'साठी काही दिवसांकरिता एकमेकांपासून वेगळे होत होतो. माझ्याकरिता हे अन्य हितसंबंध म्हणजे मी स्वतःतच जास्त गुंतून जात असे. त्याकरिता अफूच्या अड्ड्यांचा आश्रय होता. आणि परतल्यावर मी अगदी ताजीतवानी आणि नवा जोम व चैतन्याने भरलेली असे. आमच्या नात्यात परत नवा श्वास, प्रेमाची आग नव्याने भडकत असे. आणि आमच्या शयनगृहात आणि

शयनगृहाबाहेरही ही आग कायम राहत असे.

मला हे माहीत होते की, तनाका मला तयार करीत होता, समजावीत होता आणि या गोष्टीची खात्री करून घेत होता की, मी त्याच्या आतल्या वर्तुळात जाण्यापूर्वी त्याला एक विश्वासू व्यक्ती म्हणून माझी ओळख व्हायला हवी होती. मी जरी स्वभावतःच अधीर वृत्तीची असले, तरी मी माझ्या वेळेची वाट पाहत त्याच्यासाठी धीर धरला होता की, तो स्वत:हून त्या संधीचे दार उघडेल. कारण मला समजले होते की, त्याच्या त्या गुप्त आणि धोक्याच्या, कपटकारस्थानाने आणि अविश्वासाने भरलेल्या जगात एक निर्णय जरी चुकीचा ठरला, तरी मृत्यू ठरलेलाच होता.

मी आणि तनाका वाटेल तसे खाणे-पिणे, रात्र समारंभ आणि त्यानंतर एकमेकांचा मनसोक्त उपभोग घेणे या सर्व गोष्टी नंतरही दोन महिने नियमितपणे करत होतो. एकमेकांना पारखत होतो. त्यानंतर तनाकाने मला प्रश्न विचारायचे ठरवले होते. हा प्रश्न लग्नासंबंधीचा नव्हताच. लग्न हा विषय माझ्या मनात सगळ्यात शेवटीसुद्धा राहणारच होता. आणि तसाही तो प्रश्न माझ्या दृष्टीने फारसा महत्त्वाचा नव्हता. त्याऐवजी मी आयुष्यात ज्या गोष्टींचा ध्यास घेतला होता, वेध घेतला होता; तोच तो प्रश्न होता. मला फक्त त्या प्रश्नाद्वारा त्याच्या हेरगिरीच्या आतल्या वर्तुळात आमंत्रण मिळणार होते. आता तर फक्त सुरुवात झाली होती.

तनाकाने मला आश्चर्याचा धक्का दिला होता. तो मला 'शांघाय कॅफे' या नावाजलेल्या पण डामडौल आणि प्रतिष्ठा जपणाऱ्या उच्च दर्जाच्या आरामगृहात घेऊन गेला. तेथे आमच्या आवडीचे आणि जपानी पद्धतीचे जेवण फ्रेंच दारूसोबत वाढण्यात आले होते. त्या जागेच्या मंद प्रकाशात, आम्हा दोघांच्याही हातात जळणाऱ्या फ्रेंच सिगारेट्स होत्या. त्या प्रसंगाची धुंदी वाढवणारे संगीत 'इन द मूड फॉर लव्ह' वाजत होते. त्याने माझा हात आपल्या हातात घेऊन कुठल्याही पूर्वसूचनेशिवाय मला प्रश्न विचारला होता - "योशिको, तुला माझ्या हेरगिरीच्या आतल्या वर्तुळात एक हेर म्हणून जपानतर्फे काम करायला आवडेल का?"

संध्याकाळचे ते धुंद वातावरण म्हणजे आम्हाला शयनगृहाकडे नेण्यासाठी असलेला एक तात्पुरता विसावा होता आणि मी त्या धुंदीतच रमले होते. माझी लाल रंगाने रंगलेली बोटे गाण्याच्या तालावर मेजावर ठेका देत असतानाच हे घडले होते. माझे ठेका देणारे हात ताबडतोब थांबले. मोठ्या मुश्किलीने मी माझी आनंदातिरेकी किंकाळी कशीबशी आवरली आणि शांतपणे त्याला म्हणाले, "तनाका गधड्या, असे का केलेस तू? मला तर वाटले होते की, तू मला हा प्रश्न कधीच विचारणार नाहीस. का, इतका वेळ का घेतलास?"

तनाकाने त्याचे खास स्मित केले. त्याच्या स्मितानेच मला सांगितले की, तो खूप खूश होता. कारण मी त्याची छोटीशी परीक्षा पास केली होती. त्याच्या प्रश्नांची

वाट पाहण्याची आणि प्रश्न विचारल्यावर उत्साहाला आवर घालत शांतपणे उत्तर देण्याची पहिली छोटी परीक्षा होती. ही सर्व एका उत्तम गुप्तहेराचीच लक्षणे होती की, विपरीत परिस्थितीत नेहमीच शांत राहून मख्ख चेहऱ्याने कुठल्याही भावनांना – विशेषतः विरोध, धोका किंवा भीती आणि आश्चर्याची भावना- प्रदर्शित न करता आलेल्या प्रसंगाला तोंड देणे.

मी आणि तनाकाने आमचे वोडकाचे शेवटचे पेग उचलले आणि सभागृहात रात्री जोडीने चालण्यासाठी बांधलेल्या रस्त्यावरून हातात हात घालून रात्री उशिरापर्यंत फिरणाऱ्या त्या जोड्यांमध्ये आम्ही आमची जोडी बनवून मिसळून गेलो. हातात हात घालून एकमेकांची चुंबने घेत आम्ही जात होतो. आता आमचे ध्येय एकच होते. साहस आणि कपटाने भरलेले. त्याने आमच्या वृत्ती चेतवल्या होत्या. आता आम्ही खरेच एक होतो. तनाका माझ्या कानात कुजबुजला होता, ''शक्यतो लवकरात लवकर घरी चल; कारण मला माझ्या या नवीन सुंदर हेराचा बदला घेण्याची हुक्की आली आहे.''

त्या रात्री आम्ही स्वतःला पुन्हा नवचैतन्याने भारण्यासाठी अतिशय जोशाने प्रणय केला. अगदी सकाळचे पहिले सूर्यकिरण आमच्या खोलीत येईपर्यंत आम्ही एकमेकांतच गुंतलो होतो. मी तनाकाच्या जवळ येण्याचे कारण म्हणजे फक्त तो मला शेवटी माझ्या एकुलत्या एक पालक आईची- जपानची- सेवा करण्याची, काळजी घेण्याची संधी देत होता. निदान त्या वेळेस तरी जपान हीच माझी आई होती. आणि पुत्रधर्माप्रमाणे तिच्या अडचणीच्या वेळी तिची सेवा करून मी माझा धर्म निभावयाला हवा होता. २८ वर्षे अस्थिर आणि पोकळ, अर्थशून्य, ध्येयहीन आयुष्य जगल्यावर मला आयुष्याचा खरा अर्थ गवसला होता. आता मी माझ्या ध्येयानुसार माझ्या आयुष्यात वाटचाल करू शकणार होते. आता मी विशाल सागरात इतस्ततः सैरभैर भटकणारी नाव मुळीच नव्हते. मला माझ्या आयुष्याची नवी दिशा मिळाली होती.

आठ

वरवर बघता काहीच बदलले नव्हते. आमची खरी ओळख लपवण्यासाठी आम्ही असेच जगणे पसंत केले होते. आम्ही दोघेही नेहमीप्रमाणेच रात्र-समारंभांना हजेरी लावत होतो. भरपूर पीत होतो आणि शांघायमधील मोठ्या लोकांचे जीवन जगत होतो. पण हळूहळू माझा प्रवेश माझ्या प्रियकराच्या आतल्या हेरवर्तुळात व्यावसायिकरीत्या होऊ लागला होता. तनाका हा जपानच्या हेर खात्यातील एक

उच्चपदस्थ अधिकारी होता. त्याचा अधिकार मोठा होता. त्याच्याकडे जो कार्यभार सोपवला होता, ते एक अत्यंत खडतर असे काम होते. ते काम म्हणजे चीनमध्ये चालू असलेल्या जपानविरोधी कारवायांना प्रतिबंध करणे होते.

मी त्याच्या डोळ्यांत पाहिलेली चमक आणि त्याचे बोलणे आजही मला आठवतेय. अगदी लवकरच त्याच्या कंपूत मला सामील केल्यावर तो मला म्हणाला होता, ''योशिको, आता आपण सारखेच आहोत. कठीण, कठोर, निर्दयी आणि महत्त्वाकांक्षी. आपल्या गरजा आणि क्षेत्र सर्वसामान्य माणसांपेक्षा, सामान्य स्त्री-पुरुषांपेक्षा खूप उंचावर आहे. आणि प्रत्येकच बाबतीत हे सत्य आहे. प्रेम, शृंगार, वासना, पैसा आणि स्वतःच्या सगळ्या गोष्टींचा मनसोक्त उपभोग घेणे. आपण जपानच्या नव्या पिढीची नवी मुले आहोत. तू, मी आणि आपण सगळे! आपण सगळे मिळून जपानला पुढे नेण्यासाठी, जगात उंचावर त्याचे स्थान पक्के करण्याकरिता आणि जगाला जिंकण्यासाठी एका नवीन शक्तीचा स्रोत पुरवणार आहोत.

''आणि योशिको, हेच माझे जपानसाठी असलेले ध्येय आहे!''

तनाकाची देशभक्ती आणि तनाकाची इच्छा अक्षरशः भुरळ घालणारी होती; त्यामुळे त्या धुंदीत काही समजण्याच्या आतच मी मोहित झाले होते. काय करते आहे हे समजण्याआधीच मी हिदेऊने दिलेला खंजीर उपसून माझे मनगट कापले आणि त्यातून वाहणाऱ्या रक्ताने माझ्या राजनिष्ठेची, प्रजाधर्माची शपथ घेतली की, मी माझ्या देशासाठी, जपानी लष्कराच्या हेर खात्याला प्रामाणिकपणाने माझी सेवा देईन. माझ्या रक्ताचा अगदी थेंब अन् थेंब मी यासाठी वापरीन.

माझ्या त्या कृतीने तनाकाला कोणताही धक्का बसलेला दिसला नाही. वागणुकीचे सर्व नियम पाळून तो सावकाश माझ्याजवळ आला. अतिशय हळुवारपणे त्याने माझ्या कापलेल्या मनगटाला मलम लावले. त्याला चिकटपट्टी लावून त्यावर पट्टी बांधत म्हणाला, ''उत्तम हेराजवळ नेहमीच प्रथमोपचाराची औषधे असायला हवीत. तुला माहीत आहे का? एखाद्या अचानक उद्भवणाऱ्या प्रसंगामुळे अशा गोष्टी घडतात. आणि आपल्या क्षेत्रात अशा आकस्मिक गोष्टी अगदी रोजच घडणार, उद्भवणार असतात; हे कधी विसरू नकोस योशिको!''

तनाकाने प्रथम माझ्यातील सर्व कसब वाढवण्याचे ठरवले होते. शेवटी त्याला मला एक उच्चस्तरीय हेर बनवायचे होते. त्याने मला शांघायमधील इंग्रजी भाषेच्या शाळेत पाठवले; त्यामुळे माझी इंग्रजी भाषा उत्तम झाली. कारण त्याचा उपयोग मला अमेरिकेत आणि इतर विदेशी लष्करी लोकांच्या संबंधित जाळ्यात फिरून बातम्या गोळा करण्यासाठी झाला असता. त्यांची भाषा ऐकण्यासाठी, त्यांच्यात मिळून-मिसळून राहण्यासाठी भाषा हे एक कौशल्यपूर्ण शस्त्र तनाकाने माझ्या हातात दिले

होते; त्यामुळेच मी सर्व गुप्त बातम्या गोळा करू शकले होते.

आठवड्यातून तीन दिवस मला मार्शल आर्ट शिकवण्यासाठी माझा मार्गदर्शक घरी येत असे. स्वतःचा बचाव उत्तम रीतीने करण्यासाठी तो मला शिकवत असे. आणि अर्थातच माझ्या बाबतीत बोलाल, तर मी प्रत्येक गोष्ट अगदी शेवटपर्यंत नेत असे. माझ्या मार्गदर्शकाला मी विचारत असे की, स्वतःच्या बचावाव्यतिरिक्त एखाद्यावर हल्ला कसा करावा? किंवा त्याला अपंग किंवा असमर्थ कसे करता येईल? मला असे वाटत होते की, मला या गोष्टींचीसुद्धा गरज पडणार आहे आणि मला हे कौशल्य जेव्हा माझे जीवन धोक्यात येईल तेव्हा वापरावे लागेल. आणि अक्षरशः दोन महिन्यांतच एक निष्णात आणि गुणवान विद्यार्थी म्हणून माझी वाहवा झाली. मी अगदी प्रवीण झाले होते. मला जे जे शिकवले जाई आणि शिकवले जात होते, त्यात मी पूर्णच पारंगत झाले होते. अगदी स्वतःचा बचाव कसा करायचा, त्या मार्शल आर्टमध्येसुद्धा!

तनाकाच्या कडक आणि कठोर पालकत्वाने मला आता कोणत्याही दारूच्या गुत्त्यात, आराम किंवा उपाहारगृहामध्ये माझी जागा कशी निश्चित करायची आणि लष्करासंबंधीच्या बातम्या, संभाषण चोरून कसे ऐकायचे, उच्च दर्जाच्या अधिकारी-वर्गाच्या समूहात कावेबाजपणे कसे शिरायचे, परिस्थितीनुसार कपडे किती, कसे आणि कुठे घालायचे आणि कुठे काढायचे, प्रत्येक परिस्थितीत मार्ग कसा शोधायचा, त्याचा वापर करायचा की तो सोडून द्यायचा- एक ना दोन, हजारो गोष्टी; न संपणारी यादीच होती ती. शिकण्याची ही प्रक्रिया कधीच थांबणार नव्हती. माझे कार्यक्षेत्रच मुळी अचानक उद्भवणाऱ्या परिस्थितीवर अवलंबून होते. म्हणूनच मला कधी-कधी माझ्या मेंदूचा स्फोट होऊन ठिकऱ्या होतील की काय, असे वाटत असे.

पण माझी आणखी एक सुप्त महत्त्वाकांक्षा होती. मी तनाकाकडे ती व्यक्त केली होती. तनाकाच्या संघटनेत माझी नेमणूक एका विशिष्ट दर्जाच्या पातळीवर स्थिर झाली होती. तेव्हा मला असे वाटत होते की, हिदेऊ जसा माझ्या तोंडावर उपहासाने हसत असे, तसा तोसुद्धा हसेल; कारण काही वर्षांपूर्वीच मी या गोष्टीबद्दल हिदेऊशी बोलल्यावर त्याने मला ती उपहासात्मक प्रतिक्रिया दिली होती.

पण तनाकाने डोळ्यांची पापणीसुद्धा हलवली नाही. त्याचा चेहरा कोरा आणि निर्विकार होता. माझ्या मनात धाकधूक होती. आणि मग विचार आला की, "अरे देवा! एवढी क्षुल्लक गोष्ट या माणसाला गोंधळात पाडतेय की काय? याने मी काय बोलले ते नीट ऐकले की नाही?"

मी पुन्हा मोठ्याने म्हणाले, "तनाका, मला उडायला शिकायचे आहे. म्हणजे विमान उडवायला शिकायचे आहे, तुला ऐकू येते का, आले का? मी काय म्हणते

आहे ते, ऐकतोयस ना तू?"

तनाकाने सिगारेटच्या धुराचा मोठा लोट बाहेर काढला. आपले डोके होकारार्थी हलवून तो म्हणाला "हो हो! ऐकतोय ना मी! मी अगदी तुझे मोठ्याने स्पष्ट बोलणे पहिल्यांदाच ऐकले योशिको! तुला उडायचे प्रशिक्षण घ्यायचे आहे ना? मग उडणे शीक!"

"काय मला शिकायचे आहे म्हणून शिकू? अगदी तसेच ना? पण मला का शिकायचे आहे हे तुला जाणूनसुद्धा घ्यायचे नाही का?"

"नाही योशिको!" तनाका म्हणाला, "तू एक गुप्तहेर आहेस; त्यामुळेच आपण आपले आयुष्य नेहमी धोक्यात जगत असतो. आपल्या आयुष्यातील प्रत्येक क्षण हा बेभरवशाचा आहे. पुढच्या क्षणाची खात्री देता येत नाही. म्हणूनच तुझी कोणतीही इच्छा, तुला हवी असलेली प्रत्येक गोष्ट ती अगदी बरोबरच आहे असे समजून मनापासून ती पूर्ण कर. उडायला शीक. तुला शिकायचे आहे ना? मग शीक! शेवटी हे आभाळच तर आपली मर्यादा आहे. मग त्याच्याही पुढे जा! अगदी मनापासून पुढे जा!"

अशा प्रकारे मी आकाशात भरारी घेतली. अक्षरशः एका महिन्यातच मी आकाशाची स्वामिनी झाले होते. मी वैमानिक बनले होते. माझ्याकरिता तो सर्वोच्च अभिमानाचा दिवस होता. स्वतःच्या बळावर मी काहीतरी अतिशय महत्त्वाची गोष्ट केली होती, जी त्या काळात एका स्त्रीला स्वप्नातही मिळू शकत नव्हती. तत्कालीन समाजात जी गोष्ट मिळवायला पुरुषालाही प्रयास पडत होते, ती मी सहजसाध्य केली होती. एका स्त्रीने- जिला सामाजिक जीवनामध्ये फक्त 'उपभोग्य वस्तू'चाच दर्जा होता – त्या निरुपयोगी आणि फक्त शोषण करणाऱ्या सामाजाचा बुरखा अक्षरश: टराटरा फाडला होता. अशा समाजाला धक्का दिला होता की, जो फक्त मला उपभोगाचे साधन समजत होता. माझ्या शरीराव्यतिरिक्त ज्याने कधीच माझ्यातील शहाणपण आणि बुद्धीची झलक अनुभवली नव्हती. स्त्रियांना 'माणूस' म्हणून वागवण्याचा तो काळ नव्हताच आणि मी त्याच्यावर मात करून पुढे गेले होते.

माझा वैमानिक असण्याचा परवाना मी तनाकाला मोठ्या अभिमानाने दाखवल्यावर तनाका म्हणाला, "योशिको कावाशिमा, वैमानिकसुद्धा झालीस तर!" तो पुढे म्हणाला, "योशिको, मी आता तुझ्यापुढे कबूल करतो की, जेव्हा तू वैमानिक व्हायचे आहे, उडायला शिकायचे आहे अशी इच्छा व्यक्त केलीस, तेव्हा तुला ते फक्त काही काळापुरतेच वाटतेय, तू काही पुढे शिकणार नाहीस, असे मला वाटले होते; पण तू तर खूपच पुढे गेलीस. स्वतःकडे बघ. तू तर एक पूर्ण शिकलेली वैमानिक आहेस. शाब्बास!"

माझे प्रत्येक काम मी अतिशय प्रांजळपणे आणि गंभीरतेने करीत होते. मला ज्या सूचना मिळाल्या होत्या त्याप्रमाणे मोठ्या आरामगृहांमध्ये, बारमध्ये किंवा उपाहारगृहांमध्ये मी स्वतःला तेथील एक सदस्य म्हणून प्रवेश मिळवून घेत असे. अशा या प्रख्यात ठिकाणी मोठमोठ्या लष्करी अधिकाऱ्यांच्या कंटाळलेल्या बायका स्वतःचे मनोरंजन करून घ्यायला येत असत. यांमध्ये अमेरिकन नौसैनिकांच्या बायकांचाही भरणा असे. या सगळ्या जणी सदस्यत्व घेऊन इथे चकाट्या पिटायला येत. त्यांच्या नवऱ्यांच्या भानगडींविषयी, लफड्यांविषयी बोलत असत किंवा इतर बायकांच्या लष्करी अधिकारी असलेल्या नवऱ्यांच्या कामासक्तीविषयी किंवा स्त्रीलंपटपणाविषयी मोठ्या चवीने बोलत असत. त्यातही महत्त्वाचे म्हणजे त्यांचे हे संवाद अधिकारी लोकांच्या खाणावळीतील जेवणाच्या टेबलावर ऐकू येत; अगदी त्या अधिकाऱ्यांवरील उपहासात्मक टीकाही कानावर पडत.

मी मिळवलेल्या माहितीचा शब्द अन् शब्द महत्त्वाचा होता. मी तो जसाच्या तसा तनाकाकडे माझ्या कामाचा अवधी संपला की, पाठवीत असे. मी करत असलेल्या कामाबद्दल मला फारच अभिमान होता. माझे काम मी जाणीवपूर्वक करत होते. प्रत्येक काम अतिशय गंभीरपणे, सावधगिरी बाळगूनच केले जाई. ही योग्य माहिती टोकिओला पाठवली जात असे. मला माझ्या कामाचे फार मोठे समाधान मिळत होते. तनाकाने माझ्या या भक्तिपूर्वक आणि कष्ट घेऊन केलेल्या कामाचे लगेच बक्षीस दिले होते. त्याने मला जपानच्या गुप्तचर सेवेच्या पगारपत्रकावर घेतले होते. थोडक्यात, मी आता जपानची सरकारी नोकर होते. त्याच्या या वागणुकीने माझा काम करण्याचा उत्साह दुणावला होता. माझ्या दृष्टीने हे त्याने माझ्यासाठी केलेले खूप मोठे काम होते. कारण माझ्या आयुष्यात पहिल्यांदाच मी खरोखर प्रामाणिकपणे आणि मेहनतीने पैसे मिळवले होते. अगदी सामान्य माणसाच्या अधिकाराने स्वतःची बुद्धी आणि शहाणपण वापरून माझ्या शरीराचा वापर न करता मिळवलेले हे पैसे माझ्या हक्काचे होते. तनाकाबद्दल लोकांच्या मनात आदराबरोबरच त्याच्या अधिकाराची भीतीसुद्धा होती; त्यामुळे लोक मदत घेताना कधीही त्याच्या विरुद्ध किंवा चुकीच्या बाजूने जात नव्हते. तो एक जबरदस्त शक्तिशाली महत्त्वपूर्ण राजकीय गोटातला उच्चाधिकारी होता. असा हा उच्चाधिकारी आणि मी, आम्हा दोघांचेही ध्येय एकच होते. आमची आमच्या देशाबद्दलची प्रतिज्ञाही एकच होती. 'आपण जपानची नवी मुले आहोत' ही भावनाच जबरदस्त होती. आणि मला तनाकासोबत अगदी कायमचे बांधून ठेवण्यासाठी पुरेशी होती!

आता माझे आयुष्य खूपच सुरळीत चालले होते. त्यात कसलीही समस्या नव्हती. मी अजूनही जणू माझ्या विशीतच होते. माझ्याकडे मला राजकीय शक्तींचा पाठिंबा देणारी जबरदस्त नोकरी होती. ही नोकरी घसघशीत पगाराबरोबरच मला

आवड असणाऱ्या साहस आणि उत्साहाची कामे एका विशिष्ट पडद्याआड करू देत होती. आणि हा विशिष्ट पडदा, गुप्ततेचा बुरखाच प्रत्येक वेळी माझी उत्सुकता जागृत ठेवत असे. एवढेच नव्हे तर या कामात मला विलक्षण मौज वाटत असे. मला ते काम करताना खूपच स्फुरण चढत असे. मला नेहमीच या गोष्टी नवनवीन कामासाठी सतत प्रोत्साहित करत होत्या. माझ्याजवळ माझ्या स्वप्नातला राजकुमार होता, जो नेहमीच माझी शारीरिक गरज भागवीत असे. अगदी कधीही. तो कोणत्याही गोष्टीला नकार देत नव्हता. तो माझा उत्तम मित्र, सल्लागार आणि संरक्षकही होता. मला हवे होते ते सगळेच माझ्या पायाशी लोळण घेत होते. माझे आयुष्य सुखाने भरभरून वाहत होते.

तनाका आता माझ्याशी अतिशय आपुलकीने वागत असे. उच्च प्रतीच्या जीवनावर माझे विशेष प्रेम होते. म्हणूनच आमचा खर्चही तसाच जास्त होता. आम्ही पगारापेक्षा जास्त पैसे उत्तम प्रतीचे जीवन जगण्यासाठी खर्च करत होतो. आणि तो ही गोष्ट अतिशय उत्तमपणे विशद करत असे. त्याच्या मते हेराचे जीवन नेहमीच ताणतणावाने भरलेले असते. म्हणूनच त्यांनी सुख-सोयींनीयुक्त जीवनच जगायला हवे. मनापासून मौजमजा करायला हवी. टोकिओतील मुख्यालयाला त्याने दिलेली ही अलंकारिक स्पष्टीकरणे पटत होती की नाही, हे मला माहीत नव्हते; पण त्याने लिहिलेला शांघायमधील खर्चाचा हिशेब मुख्यालयातून कधीच नाकारला गेला नाही. किंवा त्यावर कुठलीही शंका कधीच विचारली गेली नाही.

"माझे आयुष्य अगदी व्यवस्थित चालले आहे जेड! अगदी जसे मला हवे तसेच." जेडला लिहिलेल्या ढीगभर पत्रांत मी लिहीत असलेल्या पत्रांची भर पडत होती. आतापर्यंत मी जेडला जी पत्रे लिहिलेली होती, त्यांनी पाच डबे गच्च भरले होते. मी जेडला लिहिलेली पत्रे त्यांत घालून ठेवीत असे. रोजच त्यात नवीन पत्राची भर पडत होती. "एखाद्या चित्रांच्या कोड्यासारखेच! प्रत्येक प्रतिमेचा भाग अगदी कोड्यात तंतोतंत जुळला आहे आणि यात जे पाहिजे ते सर्वच साहित्य अगदी योग्य त्या प्रमाणात मिसळले गेले आहे. चित्तवेधक, आकर्षक आणि विलासी; अशा जगात मी कायमच राहू शकते जेड. हेच माझे योग्य जग आहे. मी कधीच येथे कंटाळणार नाही जेड, खरेच!"

माझे नाव आता मनःपूर्वक काम करणाऱ्या चाणाक्ष गुप्तहेरांत घेतले जात होते. असा हेर, ज्याच्याजवळ हेरगिरीची सगळी कौशल्ये होती. आणि जो ती सर्वच्या सर्व निष्णातपणे वापरू शकत होता. आणि ही सारी माहिती मुख्यालयात- चिनत्सिनच्या मुख्यालयात- पोचली होती. आणि अनिवार्यपणे ते घडले; त्यामुळे माझ्या आणि तनाकाच्या संबंधांत अडथळा आला होता. हेरगिरीचे यंत्र अव्याहतपणे चालू राहणार होते. अगदी कायमच चालणार होते. पण त्याच्या उलटसुलट फिरण्याने मी

तनाकापासून दूर जाणार होते. खरेतर या सर्व गोष्टींची मला कल्पना यायला हवी होती. पण सुखामध्ये डुबक्या घेताना मी जेडजवळ या सुखाची बढाई मारत बसले होते. खरेतर ते टिकाऊ नव्हतेच. पण हे माझ्या लक्षातच आले नाही.

मला कर्नल दोईहाराकडून खलिता आला होता. कर्नल दोईहारा हे तनाकाचे वरिष्ठ अधिकारी होते. त्यांना शक्य तितक्या लवकर या खलित्याचा जबाब हवा होता. कर्नल दोईहारांकडे एक विशेष काम आले होते. त्यांना त्या कामासाठी मी अतिशय योग्य असा मोहरा वाटत होते. मीच त्या कामाला विशेषकरून योग्य असण्याचे कारण म्हणजे मी मंचुरियाच्या राजघराण्याचे मूळ घेऊन जन्माला आले होते. पण या कामासाठी शांघाय शहर मला काही दिवसांपुरते सोडावे लागणार होते. आणि हे काम पूर्ण होईपर्यंत चिनत्सिनला राहावे लागणार होते. या नव्या सरकारी खलित्याने माझ्या मनात संमिश्र भावना जागृत झाल्या. एका बाजूने मला शांघायमधले सुरक्षित आयुष्य सोडून जायला नको वाटत होते. मी नाखूश होते. कारण तनाकाचे सुरक्षित छत्र सोडून जाण्याचे माझ्या जिवावर आले होते. त्या खलित्यामुळे मी नाराज झाले होते. पण खलित्यामध्ये लिहिलेल्या त्या नवीन कामाबद्दल माझी उत्सुकताही जागी झाली होती. त्याबद्दल मी अनुमान लावायला सुरुवात केली होती. ते काम म्हणजे खूप मोठी अशी एक गोष्ट किंवा माझ्यासाठी नवीन पर्वणी होती, जी नक्कीच माझ्या आयुष्यात काहीतरी नवे घडवणार होती. शिवाय मला नवीन ठिकाणी जाण्याची ओढ लागली. माझ्यात नवा हुरूपही आला. ही नवीन जागा नक्कीच आव्हान देणारी असेल, अशी उत्कंठा मनात भरून राहिली होती.

''येताना योग्य आणि सुंदर कपड्यांचे जोड बरोबर आणावेत, ज्यामुळे तुझ्या व्यक्तिमत्त्वाचा जास्त प्रभाव पडेल. कारण अतिशय उच्चवर्गीय सामाजिक वर्तुळात तुझा वावर राहणार असल्यामुळे तुला त्यांच्यासारखेच सुंदर कपडे वापरावे लागतील.'' कर्नल दोईहारांच्या त्या हुकूमवजा खलित्यात हे विशेषकरून माझ्याकरिताच लिहिले होते. कारण त्यांना माझा पोषाखाचा कल पुरुषी कपडे वापरण्याकडे आहे, हे माहीत होते. आणि या सूचनावजा हुकमानेच तो खलित्यातील मजकूर संपला होता.

चिनत्सिनमधील परिस्थितीबाबत मी आधीच काही निरीक्षण करून ठेवले होते. आणि मला असे आढळले होते की, सम्राट पु-यी हा त्याच्या बायकोबरोबर- सम्राज्ञी वान-जुंग हिच्यासोबत- राहत होता. त्या दोघांनाही फॉरबिडन शहरातून जपान्यांच्या मदतीने सुरक्षितपणे बाहेर काढले गेले होते. आता मला मुळीच शंका राहिली नाही की, कर्नल दोईहाराची 'उच्च सामाजिक वर्तुळाची' व्याख्या ही सम्राट पु-यी आणि सम्राज्ञी वान-जुंगच्या आतल्या वर्तुळाच्या संदर्भात केंद्रित होती. आणि माझा उत्साह शब्दांत वर्णन करण्यापलीकडे वाढला होता. राजकीय, लष्करी आणि गुप्त हेरगिरीच्या

सगळ्याच शक्यता सम्राट पु-यीच्या तत्कालीन परिस्थितीशीच जाऊन भिडणाऱ्या होत्या. त्या अतिशय आव्हानात्मक आणि माझ्यासारख्या आत्मसन्मान आणि देशभक्ती असणाऱ्या एका गुप्तहेराच्या सगळ्या जाणिवांना उत्तेजित करणाऱ्या होत्या.

तनाकाला कर्नल दोईहारांकडून आलेला हा घाईचा खलिता अजिबातच आवडला नव्हता. आणि विशेषतः माझे तेथे जाणेच त्याला खटकत होते. त्याला खूपच राग येत होता. कारण मी आता कर्नल दोईहारांकडे चिनत्सिनला जाऊन राहणार होते. पण तो त्याच्या उच्च अधिकाऱ्याची लेखी आज्ञा मोडू शकत नव्हता. अतिशय नाखुशीनेच त्याने माझ्या जाण्याची व्यवस्था केली. आणि हे सर्व करताना तो कर्नल दोईहाराबद्दल अतिशय कटू शब्दांत बोलत होता. त्याने भयंकर शब्दांत त्याचे चारित्र्यहनन केले होते.

"मी त्या कावेबाज, लुच्च्या माणसाचा द्वेष करतो. वरिष्ठ मुख्यालयातला तेवढा एकच माणूस आपल्या येथील खर्चाबद्दल नेहमीच शंका घेतो." तनाका कुरकुरत म्हणाला, "तो नक्कीच तुला भ्रष्ट करण्याचा प्रयत्न करील आणि मी ते सहन करू शकणार नाही योशिको! अगदी कल्पनेतसुद्धा! तू मला वचन दे की, काहीही झाले तरी तू त्याला तुला भ्रष्ट करू देणार नाहीस. तू त्याला या बाबतीत अजिबातच पुढाकार घेऊ देऊ नकोस आणि माझा विश्वासघात करू नकोस. कदाचित मी, तू येथे केलेल्या सर्वच उत्तम कामांची स्तुती अधिक जास्त प्रमाणात केली नसती, तर तुझ्याकडे अशा पद्धतीने त्या दोईहाराचे लक्ष गेलेच नसते."

"तनाका, मूर्खासारखा बोलू नकोस!" मी हसत म्हणाले. "मी कधीच असे खोटे बोलणार नाही, ज्याच्याबद्दल तुझ्या मनात इतका द्वेष आहे. अरे, हे तर केवळ माझे कर्तव्य आहे! आणि हे किती आव्हानात्मक आहे हे तुलाही माहीत आहे तनाका. हे तुला कळतंय ना की, मी याला विरोध करू शकत नाही. येथे अजून माझी तशी स्थिती झालेली नाही. कर्नल दोईहारा हा आपल्या दोघांचा वरिष्ठ अधिकारी आहे. ते काहीही असो, मी चिनत्सिनला जातेय खरी, पण तुझ्या लक्षात येण्याआधीच मी माझे काम संपवून शांघायला परतदेखील आलेली असेन. शिवाय हुकूम म्हणजे हुकूम. तो न पाळण्याचे धैर्य आपण दोघेही दाखवू शकत नाही."

खरेतर त्याला मी हे जाणवू दिले नाही की, मी चिनत्सिनला जाण्याची आणखी वाट पाहू शकत नाहीये, इतकी मी अधीर झाले होते. खरी गोष्ट अशी होती की, कर्नल दोईहाराने हे काम तनाकाला वगळून मला एकटीलाच दिले होते. अगदी स्वतंत्रपणे! त्यामुळे तो माझ्या सामर्थ्यावर इतका विश्वास ठेवत होता की, मी तनाकाशिवायही एक गुप्तहेर म्हणून उत्तम काम करू शकत होते, हेच त्या

खलित्याने सिद्ध केले होते.

मला चिनत्सिनला जाण्याच्या कल्पनेनेच स्फुरण चढले होते. ही एक उत्तम संधी होती, ज्यात मी हे सिद्ध करू शकत होते की, मी इतकी योग्य गुप्तहेर आहे की, तनाकाच्या संरक्षणात्मक छायेशिवायही मी काम करू शकत होते. आणि जर कर्नल दोईहारा मला भ्रष्ट करणार असेल, तर माझी आकांक्षा पूर्ण करण्यासाठी मला तेही मंजूर होते. माझ्याकरिता वचन हे मोडण्याकरिताच द्यायचे असते, हेच तत्त्व होते. मी आजपर्यंत कुणालाही जेवढी वचने दिली होती, ती सगळीच्या सगळीच मी मोडली होती. कारण ही वचने मोडूनच मला जे हवे ते मी शेवटी मिळवत असे. शिवाय तनाकाला दिलेले वचन काही फार मोठे वचन नव्हते. मी वचनांवर कधीच विश्वास ठेवला नव्हता. मी नेहमीच लोकांना खूश करण्याकरिता वचन देत असे आणि तेवढी वेळ मारून नेत असे. खरेतर वचनांचा खरा उपयोग तोच होता, नाही का?

मी कोणालाही दिलेली वचने नेहमीच कुचकामी, निरुपयोगी असत. अगदी माझ्या लहानपणापासून पाहिले तर मंचुरियात जेव्हा माझ्या भावाला- गोरोला- मी वचन देत असे, तेव्हा तो एक पूर्ण वाळलेले, सहज चुरगाळले जाणारे पान घेऊन येई. त्याचे बारीक तुकडे होईपर्यंत तो आपल्या तळहातात त्याचा चोळामोळा करीत असे आणि म्हणत असे, ‘‘तुझ्याकडून मिळालेले वचन हे असेच असते. त्या वचनाचा शेवट या पानासारखा होतो, आयसिन! वचन या पानासारखे तुकड्यातुकड्यांत मोडते; त्याचा चोळामोळाच होतो, खरे ना!’’

पण एक वचन मात्र असे होते, जे मी प्राणपणाने निभावेन असा मला पूर्ण विश्वास होता. ते कधीच असे मोडणार नव्हते. त्याचा चोळामोळा होणार नव्हता. ते म्हणजे जपानसाठी मी केलेली राजधर्माची प्रतिज्ञा. मी हे जपानला दिलेले वचन प्राण गेला तरी निभावणार होते आणि हो, तसेच झाले; पण दहा वर्षांनी. मी पेकिंगला प्रथम क्रमांकाच्या तुरुंगात होते.

मी चिनत्सिनला जाण्याच्या आधीची रात्र तनाकाबरोबर अविस्मरणीय अशीच घालवली होती. तनाका मला खूश करण्यासाठी अधीर होता. तो नेहमीच माझ्याशी उदार वर्तन करीत असे. तो मला नेहमीच भरपूर भेटी आणून देत असे. पण या वेळी मी त्याच्यापासून काही दिवस दूर जाणार होते. त्याने मला खूप मोठी रक्कम भेट म्हणून दिली. आणि तो मला वारंवार सावधगिरीचा इशारा देत होता. कर्नल दोईहारावर जास्त विश्वास ठेवू नकोस, असे मला बजावत होता.

‘‘मी त्या कर्नलवर विश्वास ठेवू शकत नाही!’’ तो म्हणाला. ‘‘तुला हे माहीत नाही की, तू जे जे त्याच्याबरोबर बोलशील, त्याचा वापर तो तुझ्याविरुद्धसुद्धा करील; त्यामुळे नेहमीच चिनत्सिनमध्ये स्वतःच्या पाठीमागे पाहण्याची सवय ठेव,

योशिको! कारण तिथे तुझे संरक्षण करायला मी असणार नाही.''

मी होकारार्थी मान हलवली; मात्र मनातल्या मनात मी खूश होते. कारण आता सर्वोच्च राजकीय शक्तीचा तराजू हळूहळू माझ्याकडे झुकला होता. तनाका खूपच काळजीत दिसत होता. कारण आता तो मला गमावून बसेल अशी त्याला भीती वाटत होती. कर्नल दोईहारा कदाचित माझा ताबा घेईल, असे त्याला वाटत असावे. काही का असेना, त्याची तडफड आणि माझ्याविषयीची आसक्ती त्या क्षणाला मला फारच सुखावून गेली.

दुसऱ्या दिवशी मी चिनत्सिनला जाण्यासाठी विमानात बसले होते, तेव्हाही मी हसतच होते. विमानात एक तरुण वैमानिक होता. आणि तो तनाकाच्या हुकमांना उडवून लावण्याइतका शहाणा होता. त्याने मला काही काळ विमान हवेत उडवू दिले होते. मला तेव्हा खूपच छान आणि आनंदी वाटत होते. एवढेच नव्हे तर मी आता त्या विमानात स्वतःची जागा बनवली होती. आकाशात आता जपानी लष्कराची सत्ता माझ्यावर हुकमत गाजवायला नव्हती. मी ते विमान चिनत्सिनपर्यंत नेले. विमान चालवताना मी माझ्यासमोर आलेल्या ढगांची रांग आजूबाजूला पसरवत जात होते. मी खूपच खूश होते. माझ्यासोबत असणाऱ्या त्या तरुण वैमानिकाची जरा फिरकी घेत होते. त्याच्या लाजण्यावरून त्याची खूप गंमत करीत होते. पण माझी दिलखुलास वागणूकही मला आशीर्वादासारखी उपयुक्त ठरली. त्या तरुण वैमानिकाने मला विमान उडवायला मदत केली. तो माझ्या 'त्या' गोष्टीसाठी अजिबातच लायकीचा नव्हता. त्याच्याविषयी माझ्या मनात अनैतिक भावना उत्पन्न झाल्याच नाहीत. मी येताना सर्व मार्गभर त्याला चिडवले होते. जसजसे आमचे ठिकाण जवळ आले, तशी त्याला चिडवल्याबद्दल मी त्याची माफी मागितली होती. आमचे उड्डाण संपल्यावर विमानाच्या नियंत्रण कक्षातून आम्हाला नीट उतरण्यासाठी सूचना मिळू लागल्या.

तनाकाने माझी निवासाची व्यवस्था कर्नल दोईहाराच्या कार्यालयाजवळच केली होती. ते सर्व सुखसोयींनी युक्त असे एक मोठे आरामगृह होते. आणि पाश्चात्त्य पद्धतीने सेवा देण्याचा दावा करणारे होते. त्यावर पाश्चात्त्य पद्धतीचा प्रभाव होता; पण त्यापैकी एकही गोष्ट प्रत्यक्ष अमलात येत नव्हती. या बाबतीत मात्र ते यशस्वी झालेले नव्हते. हे आरामगृह रस्त्याच्या शेवटच्या टोकावर बाजारात होते. आणि चिनत्सिनचे नागरिक नसलेल्या लोकांचे हे एक मोठे घरच होते. यामध्ये एक प्रतिष्ठित असा क्लब होता. त्याचे नाव 'इंग्लिश कंट्री क्लब' असे होते. आणि तेथे फक्त चिनी लोकांनाच प्रवेश होता. तेथेच सम्राट पु-यी आणि सम्राज्ञी वान-जुंग हे दोघेही जात असत.

एका दिवसाच्या आतच मी चिनत्सिनचे सारे रस्ते पिंजून काढले आणि

स्वतःच्या पद्धतीने त्या शहराची प्राथमिक ओळख करून घेतली. हे शहर खूपच मोठे आणि हातपाय पसरून पडलेल्या माणसासारखे अस्ताव्यस्त दिसत होते. पण यात सामान्यपणे अगदी उच्च कोटीचे खास क्लब तसेच उपाहारगृहे, आरामगृहे, दारूचे गुत्ते, चहाघरे, वेश्यालये आणि अफूचे अड्डेही होते. कोणत्याही नवीन चिनी शहराची जी खास वैशिष्ट्ये असतात, ती या शहरातसुद्धा होती. त्या काळात मोठी चिनी शहरे विदेशी पर्यटक आणि त्या शहराचे नागरिक नसलेल्या लोकांच्या गर्दीने जास्त भरलेली असत. मात्र या वेळेस त्यात जपानी लष्कराची हजेरी हे एक खास वैशिष्ट्य म्हणावे लागेल. काहीही असो आणि कितीही आधुनिक गोष्टींचा भरणा चिनत्सिनमध्ये झाला असला आणि ते शहर आपण आधुनिक असल्याचा दावा करत असले, तरी ते 'शांघाय'सारखे डौलदार आणि नवसंस्कृतीचा स्पर्श झाल्यासारखे वाटत नव्हते.

शांघायची जोरदार गती, डौलदारपणा आणि रुबाबाची या शहरामध्ये कमतरता होती; पण मी त्याच वेळी असेही म्हणू शकत होते की, हे शहर अजूनही नैसर्गिक ताजेपणाचा स्पर्श असलेले होते. चिनत्सिन शहराच्या पायरवात घाण आणि वाईट गोष्टींना थारा मिळत नव्हता. शांघायची चमक ही मुलामा दिलेल्या, तोंडाला रंग लावलेल्या बाईसारखी होती. शांघायच्या अशा वाईट गोष्टी शहराच्या बुडाशी दाबून त्यावर एक चमकदार डोळे दीपवणारी इमारत उभी केली गेली होती. चिनत्सिन मात्र अस्सल नैसर्गिक स्वच्छतेने, पावित्र्याने भरलेले शहर होते. त्यात जपानी लष्कराची मुख्यालये तर होतीच; आणि वादग्रस्त पण हद्दपार केलेल्या सम्राट पु-यी आणि सम्राज्ञी वान-जुंग यांची राजगादीही इथेच होती. इथले सगळे वातावरण कमी गोंधळाचे होते. तरीही चिनत्सिनला वेगळेच महत्त्व होते. हे शहर म्हणजे वादग्रस्त अशा राजकीय सत्तेच्या महत्त्वाकांक्षेची नाडी होते. आणि म्हणूनच जास्त निर्णायक आणि तारतम्य बाळगणारे शहर होते.

'चिनत्सिन हे शहर खरोखरच जास्त वास्तव आहे. तुम्हाला जे पाहायचे आहे, ते सर्वच येथे पाहायला मिळेल.' मी पहिल्या रात्री चिनत्सिनबद्दल माहिती देताना जेडला पत्रात लिहिले होते, "हे शहर शांघाय शहरासारखे भ्रामक नाही. शांघायमध्ये तुमच्या डोळ्यांसमोरच स्वप्नांची लोकर कातली जाते. शांघाय तुम्हाला भ्रामक स्वर्गात तरंगत ठेवते. तुम्हाला खूश केल्यासारखे समाधानाच्या भ्रमात ठेवते. मग तुमच्या आजूबाजूच्या जगाच्या भिंती कोसळत असल्या, तरी तुम्ही जागे होऊ शकत नाही!"

"एका चांगल्या हेराला नेहमीच जास्तीचा वेळ स्वतःच्या हाताशी राखून ठेवावा लागतो. त्याने प्रत्येक परिस्थितीत शांत राहायला हवे. आणि तोपर्यंत वाट पाहायची असते, जोपर्यंत तिला किंवा त्याला योग्य आणि अचूक माहिती मिळत

नाही. योग्य माणसे आणि योग्य माहितीकरिता त्याने किंवा तिने कसून प्रयत्न करायला हवेत.'' तनाकानेच मला या गोष्टी हेरगिरीच्या कारकिर्दीच्या सुरुवातीला हेरगिरीची ओळख करून देताना सांगितल्या होत्या. ''कधी-कधी आपल्याला एक दिवस, एक आठवडा किंवा महिनाभरसुद्धा वाट पाहावी लागते. निरीक्षण करणे, सतत कान देऊन ऐकणे आणि योग्य माणसे निवडून कामाकरिता त्यांची योग्य ठिकाणी पेरणी करणे इत्यादी गोष्टी करून आपल्याला हवे ते मिळवावे लागते. हे काही नुसत्या उत्सुकतेचे किंवा भुरळ पडून करण्याचे काम नाही, योशिको. कधी-कधी अशी वेळ येते की, आपल्याला खूप कंटाळा येतो, निराशेचे तीव्र झटके येतात; पण तरीही आपल्या देशावरील प्रेमापोटी आपल्याला कामाचा पाठपुरावा करावाच लागतो.''

मी तनाकाच्या त्या शब्दांचा विचार करीतच चिनत्सिनमध्ये पहिले तीन दिवस चिनत्सिनची पूर्ण ओळख करून घेण्यात घालवले. शहराची आणि माणसांची ओळख यासाठी करून घेतली की, माझे हेरगिरीचे काम सुरू करण्यापूर्वी, कर्नल दोईहाराच्या समोर जायच्या आधीच मला त्याची माहिती हवी होती. नाट्यपूर्ण परिणामासाठी मी कर्नल दोईहाराला रात्रीच्या वेळी थांबण्याविषयी सूचना करून जोखीम पत्करली होती. अशा अवेळी, अपरात्री यासाठी दूरध्वनी केला होता की, कर्नल दोईहारा हा रात्री जास्त वेळ कार्यालयात बसून काम करतो आणि तो कधीही जास्त झोपत नाही, ही माहिती मी आधीच काढली होती.

'माझा दूरध्वनी गेल्यानंतर कर्नल दोईहाराला कार्यालयात बसावेच लागणार होते!' मी स्वतःशीच पुटपुटले. मी जेव्हा कर्नल दोईहाराच्या कार्यालयात पोचले, तेव्हा तो अक्षरशः स्वतःला खुर्चीत कोंबून बसला होता. त्याच्या हातात बंदूक आणि सामुराई तलवार होती. कोणत्याही संकटापासून मध्यरात्रीसुद्धा बचाव करण्यासाठी किंवा रात्री न सांगता येणाऱ्या धोकादायक पाहुण्यांपासून वाचण्यासाठी दोईहाराने ही दक्षता घेतली होती.

नंतर मात्र मी भीतीने शहारले होते. कारण मला कळले होते की, कर्नल दोईहाराने जपानविरोधी असणाऱ्या चिनत्सिनमधील गटाशी चांगलेच शत्रुत्व पत्करले होते. आणि त्याचाच परिणाम म्हणून त्याच्यावर दोनदा प्राणघातक हल्ले झाले होते; त्यामुळे तो मलासुद्धा चुकून त्यांच्यापैकी समजून माझ्यावर गोळी झाडू शकत होता. ''कोण आहेस तू?'' त्याने मला विचारले. त्याचे एक बोट बंदुकीच्या चापावर होते आणि बंदुकीचा रोख सरळ माझ्याकडे, माझ्या दिशेने होता. माझ्या मणक्यांतून एक थंडगार शिरशिरी सरसरत खाली गेली. दोन इंचाची बंदुकीची गोळी सहजपणे बंदुकीतून उडून फक्त दोन सेकंदांत माझ्या मेंदूची हजारो शकले करू शकली असती.

अशा प्रकारे कर्नल दोईहाराची आणि माझी पहिली भेट त्याच्या कार्यालयात झाली होती. अगदी हेरगिरीच्या क्षेत्रात होते तशाच नाट्यमय पद्धतीने, बंदुकीच्या टोकावर; अगदी पुस्तकातल्या वर्णनासारखीच! मला कर्नलच्या कार्यालयातील रात्रीच्या अशा भेटीची मुळीच अपेक्षा नव्हती. मी काही क्षणांपुरती तरी घाबरले होते, बुजले होते; कारण बंदुकीची लोखंडी चमकदार नळी माझ्याकडे मोठ्या अपेक्षेने पाहत होती. पण दुसऱ्याच क्षणी स्वतःला सावरून मी म्हटले, "विचार करा कर्नल दोईहारा, विचार करा; जिला तुम्ही शांघायला हुकमाचा खलिता पाठवला होता, मंचुरियातील राजघराण्याशी जिचा संबंध आहे, जिच्यासाठी तुम्ही हे खास काम निवडले आहे; तीच मी!"

एक छोटीशी रेघ त्याच्या उंच आणि रुंद कपाळावर आठीसारखी उमटली. दुसऱ्या सेकंदाला त्याचा चेहरा स्वच्छ आणि स्थिर झाला होता. त्याने मला ओळखले होते. माझ्या बाबतीत त्याला माझ्या आगंतुक प्रवेशाने एक विशिष्ट जाणीव झाली.

"म्हणजे तनाकाची, त्याने सांगितलेली तीच तू मंचुरियन राजकन्या आहेस तर?" त्याने विचारले आणि त्याचा बंदुकीच्या चापावरचा हात सैल झाला.

"होय, होय! तीच मी योशिको कावाशिमा तुमच्या सेवेत हजर आहे!"

त्याला अगदी दोन ते तीन हातांवरच्या अंतरावरून पाहिल्यामुळे माझ्या लक्षात आले की, कर्नल हा जाड आणि थंड स्वभावाचा माणूस आहे किंवा मला तो तसा वाटला. तो काही कोणत्याही बाबतीत अनाकर्षक नव्हता; पण त्याचे शरीर तनाकासारखे कणखर वाटत नव्हते, घोटीव नव्हते. तो काही मला तनाकासारखा वाटला नाही. माझ्या शरीराच्या लांबी, रुंदी, जाडीचा वेध घेत अतिशय चकित अशा नजरेने तो माझ्याकडे पाहत होता. मी त्याला आवडले आहे, असा भाव मला त्याच्या डोळ्यांत दिसला किंबहुना तो त्याच्या डोळ्यांत स्पष्टपणे तरळत होता, म्हणून मला समजले. पण मला हे माहीत होते की, तो प्रेम वगैरेंसारख्या मृदू भावना जाणणारा नव्हता. तो फक्त वागण्यातच कडक आणि रुबाबदार माणूस होता. तरीही तो माझ्या मनातल्या पुरुषाच्या अटी पूर्ण करणारा नव्हता. पण काही झाले तरी तो माझा साहेब होता. तो मी केलेल्या कामाची किंमत ठरवणार होता आणि टोकिओला त्याची माहिती पाठवणार होता. आणि हे माझ्यासाठी चांगले आणि पुरेसे कारण होते की, मी त्याची आवडती व्हायला हवे होते किंवा मी स्वतःला तसे बनवून घ्यायला हवे होते.

त्यानंतरचे तीन तास आम्ही माझ्या जीवनाची पार्श्वभूमी आणि यापुढील कामाची दिशा तसेच त्याची सारी बारीकसारीक माहिती घेण्यात घालवले. मी आता चिनत्सिनमध्ये का होते, तेही मला समजले होते. माझ्या अपेक्षेप्रमाणे

माझी नवीन कामगिरी पु-यी आणि त्याची बायको वान-जुंगच्या भोवती फिरणारी होती. त्यांना आता परत मंचुरियात पाठवायचे होते. ते अनवधानाने चीनच्या भूमीवर जपानचे पहिले आक्रमणाचे पाऊल ठरले असते. सम्राटाला त्या भूमीवर पाठवायचे सगळे प्रयत्न झाले होते. पण त्याचा काहीच परिणाम झाला नव्हता. आणि पुन्हा नव्याने प्रयत्नांचा शोध घेताना ही गोष्ट लक्षात आली होती. माझे आणि सम्राज्ञी वान-जुंगचे नाते होते. आम्ही दोघीही एकाच घराण्याच्या राजकन्या, बहिणी-बहिणी होतो. वरवर ही गोष्ट, मी त्या दोघांचा विश्वास संपादन करून त्यांना मंचुरियात जाण्यासाठी राजी करणार होते आणि मंचुरियात राहण्यासाठी भाग पाडू शकणार होते, एवढीच होती.

कर्नल दोईहाराची ही माझ्या 'सम्राज्ञी'शी असलेल्या जवळच्या संबंधांची माहिती खरे पाहिले तर जरा जास्तच वाढवून सांगण्यात आली होती. पण त्या चुकीची दुरुस्ती मात्र मी केली नव्हती. नाहीतर या कामगिरीतील माझे 'महत्त्व' कमी झाले असते. त्याला माझ्या त्या सम्राज्ञीशी असलेल्या 'जवळच्या संबंधां'बद्दल असेच अतिरिक्त अंदाज बांधू देणे माझ्या फायद्याचे होते. माझा सम्राज्ञीवर असलेला प्रभाव त्याच्या कल्पनेत जसा होता तसाच मला तो ठेवायचा होता. जेव्हा माझा त्या दोघांशी संबंध येईल, तेव्हा मी माझे चांगल्यात चांगले प्रयत्न करणार होते. आणि काम फत्ते होण्याची आशा ठेवणार होते. यात माझा खूपच सन्मान होता. कारण ही महत्त्वाकांक्षी आणि स्मृतिचिन्ह मिळण्याइतकी, पदक मिळण्याइतकी महत्त्वाची कामगिरी माझ्यावर सोपवली गेली होती. या कामगिरीने पुढे जपानचा इतिहासच बदलला जाणार होता. आणि त्याचबरोबर चीनचा इतिहाससुद्धा कायमचा बदलला जाणार होता. सम्राज्ञी वान-जुंगशी असलेले माझे हे 'जवळचे संबंध' किंवा 'नाते' जर वाढवून आणि फुलवून परिणामकारी ठरणार असेल, तर काय हरकत होती?

खरे म्हणजे या माझ्या अगदी जवळच्या नात्याचा ढोल कर्नल दोईहारा जोरजोराने त्याच्या महत्त्वाकांक्षी कामगिरीकरिता बडवत होता. पण ती फक्त एक विसरण्यासारखीच घडून गेलेली क्षुल्लक गोष्ट होती. तिच्या आणि माझ्यात नात्याची एक धूसर अशी पुसटशी रेषा होती. माझ्या लहानपणी वान-जुंगच्या आईची बहीण माझ्या वडिलांची रखेल होती. आणि आपल्या मावशीला भेटायला वान-जुंग कधी-कधी मंचुरियाला येत होती. मला आठवते ते हे की, सम्राज्ञी वान-जुंग खरोखरच विलक्षण सुंदर होती. पण खूपच लाजरीबुजरी आणि भित्री मुलगी होती. ही मुलगी लहानपणी नेहमीच एका बाजूला उभी राहून आम्हा बहीण-भावंडांचे रंगात आलेले खेळ बघत असे. खेळात भाग घेणे तिला जमत नसे. ती आमच्या धडाकेबाज बहीण-भावंडांत अगदी क्षुद्र वाटत असे. कोणीही तिच्याकडे जास्त लक्ष देण्याच्या

भानगडीत पडत नसे. तिच्या बाबतीत ती सम्राट पु-यीचे मन जिंकून चीन देशाची भावी सम्राज्ञी होईल, असे स्वप्नातसुद्धा कोणीही पाहिले नव्हते. खरेतर माझ्या स्मरणात तिच्या बाबतीत एकच लक्षणीय प्रसंग होता. तेव्हाच काय तो तिचा आणि माझा लहानपणी संबंध आला होता. एका उन्हाळ्यात ती जेव्हा मंचुरियाला आली होती, तेव्हा माझा भाऊ गोरोने तिला धमकी देण्याचे डोक्यात घेतले तेव्हा मी रागावले होते. मी तिला वाचवण्यासाठी उडी मारली होती. पण माझ्या मनात फक्त गोरोला विरोध करण्याचेच जास्त होते. माझी खरी इच्छा त्या घाबरट मुलीला वाचवण्यापेक्षा गोरोला कडाडून विरोध करणे, हीच होती. पण आता मला अशी आशा वाटत होती की, सम्राज्ञी वान-जुंगला ते नक्कीच आठवेल की, तेव्हा मी तिच्या लांबसडक वेण्या गोरोच्या दुष्ट आणि घट्ट पकडीतून कशा सोडवल्या होत्या. मंचुरियातील हा प्रसंग तिला आठवेल का?

आमचे हे पहिले सुसंगतवार नोंदी घेणे संपले, तेव्हा पहाटेचे जवळपास तीन वाजले होते. कर्नल दोईहाराच्या डोळ्यांत मला त्याच्या मनातले माझे कपडे उतरवण्याचे संकेत स्पष्ट दिसत होते. खरेतर मी ते दुर्लक्षित करायला पाहिजे होते आणि करू शकले असते. मी तर त्या कामगिरीची मुख्य कर्तीधर्ती होते. कारण मी फक्त एकटीच असा दुवा होते की, जी ही कामगिरी जास्त परिणामकारक रीतीने पूर्ण करू शकत होते. पण मलाच या गोष्टीची जास्त उत्सुकता लागून राहिली होती की, स्वभावाने अगम्य असलेला हा कर्नल शय्यासोबतीमध्ये आपला खेळ कसा दाखवेल? माझ्या त्या मूळ स्वभावाने माझ्यावर मात केली होती. मी कर्नल दोईहाराला उर्वरित रात्रीसाठी आरामगृहातील माझ्या खोलीत आमंत्रित करून टाकले.

आम्ही कारमध्ये बसल्यावर आपसात फारच कमी बोललो. एकमेकांत योग्य अंतर ठेवून बसलो होतो. कारमधील हवा मला ताणाने भरलेली वाटली होती. खरेतर सगळे नेहमीचेच होते. शरीरातील अंतःस्थ ग्रंथींतून नेहमीप्रमाणे स्राव पाझरत होता. आणि नवीन जोडीदाराबरोबर पहिल्यांदाच शरीरसंबंध करण्याचा बुजरेपणाही आला होता. ही गोष्ट मला नेहमीच खूप आवडत असे. म्हणजे बघा- एका नवीन अशा साहसाची सुरुवात अज्ञात प्रदेशात खात्री नसताना उत्साहाने आणि आवेशाने करायची, असेच नव्हते का हे?

प्रेमिक म्हणून कर्नल खरोखरच पूर्ण निराश करणारा होता. तो फक्त स्वतःच्याच सुखाची पर्वा करणारा होता. तनाकासारखी हळूहळू सुखाची तीव्रता वाढवीत हळुवारपणे पण उत्कट प्रेमाने सुखाची बरसात करणे कर्नलला जमणार नव्हते. त्याचे शरीर माझ्या शरीरावर हजारो विटांच्या भिंतीसारखे पडले होते. जोपर्यंत त्याचे काम संपले नव्हते, तोपर्यंत मला त्याला सहन करावे लागणार होते. कारण काहीही

झाले, तरी तो माझ्या साहेबाचाही साहेब होता. मी मोठ्यात मोठ्या पदावर किती लवकर पोचायचे, या गुप्तचर शाखेतील किती शिड्या टाळून मी सर्वोच्च शिखरावर जायचे, हे सर्व दोईहाराच्या हातात होते. तो माझ्या कामाविषयीची जी माहिती टोकिओला पाठवणार होता, त्यावरच सारे अवलंबून होते. दोईहारासोबत राहून माझ्या एक गोष्ट लक्षात आली होती. तो जसा निराश करणारा प्रेमिक होता, तसाच तो तनाकासारखा हुशार आणि कावेबाजसुद्धा नव्हता. तो फक्त बढाया आणि थापा मारणारा माणूस होता. आणि त्याच्या या व्यक्तिमत्त्वाच्या छोट्या पण खोट्या छबीमुळे मी त्याच्यावर फारच लवकर आपला प्रभाव टाकून त्याच्याशी कावेबाजपणे वागू शकत होते. तनाकाच्या बाबतीत मला हे कठीणच गेले होते.

दोईहारामध्ये बऱ्याच गोष्टी कमी होत्या. तो दिसायला खूप चांगला नव्हता. त्याच्याजवळ विनोदबुद्धी, शहाणपणा आणि रुबाबसुद्धा नव्हता. अगदी काहीच नसताना त्याने अतिशय आडदांडपणे आपले स्तोम माजवून ठेवले होते. बढाया मारून नसलेल्या गोष्टी फुगवून त्याने स्वतःचे महत्त्व वाढवले होते. मुख्य म्हणजे त्याला हे सर्व कौशल्याने सांभाळता येत होते. तो त्या बाबतीत इतका कुशल होता की, त्याच्या ओरडण्याचा, रागावण्याचा आवाज ऐकून साराच्या सारा कर्मचारी वर्ग धावतपळत त्याच्यासमोर येऊन उभा राही. त्याच्याजवळ फक्त एकच गोष्ट अशी होती की, जी माझ्या आणि तनाकाच्या स्वभावाशी जुळत होती. ती गोष्ट म्हणजे त्याचे जपानविषयीचे ज्वलंत देशप्रेम. त्याच्या या देशप्रेमाच्या आड कुणीही आणि काहीही येऊच शकत नव्हते. अगदी एखादा जपानीसुद्धा! त्यात मग सम्राट पु-यी आणि त्याची बायको सम्राज्ञी वान-जुंगसुद्धा आली. त्याच्या दृष्टीने त्यांचा दर्जासुद्धा देशापेक्षा कमीच होता. तो त्या दोघांचाही कायम तिरस्कारानेच उल्लेख करत असे. मी नेहमीच त्याची ही सम्राट पु-यी आणि सम्राज्ञी वान-जुंगविषयीची तिरस्कारयुक्त बडबड, त्यांच्यावरचे अंतहीन बाष्कळ विनोद आणि टीका ऐकत असे. सम्राट पु-यीचे दुबळे व्यक्तिमत्त्व आणि त्याचे हास्यास्पद आणि गुलामगिरीच्या स्तरावरचे अमेरिकावेड आणि त्याचे पाश्चिमात्य राहणीमान हे सगळे विषय दोईहाराच्या निरर्थक बडबडीत असत.

"त्याची बायको वान-जुंग इतकी वाईट आहे की, ती स्वतःला तिचे पाश्चिमात्य नाव एलिझाबेथ या नावाने ओळखले जावे अशी इच्छा व्यक्त करते, हे तुला माहीत आहे का, योशिको? तू यावर विश्वास ठेवू शकतेस का?" दोईहारा म्हणाला. "आणि त्या अशक्त स्त्रीलंपट पु-यीला काय आवडते तर त्याच्याहीपेक्षा वयाने लहान असणाऱ्या, मुलींसारख्या रखेलींकडून 'हेन्री' म्हणवून घेणे. त्याची बायको त्याचा तिटकारा करते. तोही काही तिच्यावर प्रेम करत नाही. पण काही का असेना, एका विलक्षण कारणामुळे तो तिचे ऐकतो. जगात ती एकच व्यक्ती अशी आहे, जिचे

तो ऐकतो.

"त्याची बायको काहीच खात नाही. ती एखाद्या वाळलेल्या फांदीसारखी रोडकी आणि निस्तेज आहे. तिचा संपूर्ण दिवस अफूच्या धुंदीत तरळत राहण्यात जातो. खरोखरच सम्राज्ञी म्हणून तिचे आयुष्य म्हणजे तिची एक छळवणूकच आहे.

"पण या गरीब आणि केविलवाण्या बाईच्या शक्तीला अजिबात कमी लेखू नकोस. कारण काही झाले तरी सम्राट पु-यीची बायको मंचुरियाला जायला तयार होत नाही, तोवर पु-यी मंचुरियाला जायला तयार होणार नाही. आणि म्हणूनच योशिको, आम्हाला तुझ्या मदतीची गरज आहे. त्या निस्तेज आणि दुर्मुखलेल्या चेहऱ्याच्या सम्राज्ञीला, तिने मंचुरियाला जावे म्हणून तू समजावयाचे आहे. याच कामाचा पाठपुरावा करायचा आहे. ते दोघेही जर मंचुरियाला गेले, तर आपण फोरबिडन शहराला पुन्हा पूर्वपदावर आणू शकतो. आपल्या सर्वांनाच हे माहीत आहे की, हे खरे नाही. खरे राजकीय कारण वेगळे आहे. पण अर्थातच तू या मूर्ख जोडप्याला कुठल्याही कारणाने राजी करू शकलीस, तर ते दोघेही तयार होतील. तुझी कारणे त्यांना पुरेशी योग्य वाटली, तर ते दोघेही तीच कारणे पुढे करून मंचुरियाला जातील."

कर्नल दोईहाराला जेव्हा कोणतेच काम नसे, तेव्हा तो चीनच्या सम्राट आणि सम्राज्ञीबद्दल एक धावते समालोचन देई. आणि त्यांच्या अवगुणांविषयी आणि विक्षिप्तपणाविषयी बोलत राही. त्याची ही रोजची कटू निंदा सम्राटाला खूप कमीपणा आणत असली आणि सम्राटाच्या मोठेपणाला अगदी खुजे करीत असली, तरी माझ्याकरिता मात्र आजही सम्राट आणि सम्राज्ञी चीनची सर्वांत मोठी शक्ती होती. आणि ही शक्ती माझ्या कार्यक्षेत्राला आणि महत्त्वाकांक्षेला आकार देऊ शकत होती. किंवा तिला मोडून कायमचेच निकामी करू शकत होती. म्हणूनच मी कर्नल दोईहाराची ती 'एलिझाबेथ-हेन्री' या विषयावरची अर्थहीन बडबड चालू देत होते. त्याच्याकरिता तो इतरांप्रमाणे मनोरंजन आणि विनोदाचा भाग असला, तरी मी माझ्या मतांवर ठाम होते. माझ्या दृष्टीने ते दोघेही मोठेच होते. म्हणूनच त्यांच्याकरिता मी स्वतःची एक योजना त्या गुप्तहेर खात्याच्या कार्यालयात आधीच बनवली होती.

कधी कधी जेव्हा मी रात्री माझ्या विचारांबरोबर एकटीच निवांत असे, तेव्हा भूतकाळातील आठवणी सगळ्या प्रतिमांसह माझ्याभोवती फेर धरत आणि मंचुरियातील ते रंगीबेरंगी चाकोरीबद्ध बालपणातले सुंदर क्षण मला पुन्हा उपभोगता येत. आईपासून वेगळे झाल्यानंतरचे वियोगाचे, दुःखाचे क्षणही त्यांत होते. त्यानंतर जपानमधील कावाशिमांच्या घरातील बंडखोर आयुष्य, थोड्या काळासाठी माझा मंगोलियातील नवरा कंजरजॅब आणि मग मायी, जेडचे विचार येत. जगात त्या

दोनच व्यक्तींनी मला माझी आई नसूनही आईसारखेच प्रेम दिले. त्यांच्या आठवणीने माझा ऊर भरून येई आणि डोळ्यांतून आपोआप अश्रूंच्या धारा वाहत असत. मला याचे आश्चर्य वाटते की, मी खूप वेडीवाकडी वागले, नखरे करून किती जणांना माझ्या जाळ्यात ओढले, स्वतःची 'त्या' अर्थाने करमणूक करून घेतली, अगदी व्यभिचारसुद्धा केला. काही माणसांना- अर्थातच पुरुषांना- माझ्या कामासाठी फक्त निर्लज्जपणे वापरले. तरीही जेडने कधी माझा तिरस्कार केला नाही. ती अशी स्त्री होती, जिचा माझ्या मनावर आणि हृदयावर पूर्णच ताबा होता, हक्क होता. आणि माझ्या भावनांना ती आवर घालू शकत होती.

ही गोष्ट लवकरच- काही दिवसांत- उघडकीला आली, स्पष्ट झाली की, जपानला चीनमध्ये अनधिकृतपणे पण यशस्वीरीत्या घुसून तेथे, मंचुरियात पु-यीचे एक कळसूत्री राज्य स्थापन करायचे होते. आणि याकरिता पु-यी आणि वान-जुंगला मी तेथे नेण्यासाठी प्रयत्न करायचे होते. नव्हे, यशस्वीपणेच ही मोहीम राबवायची होती. म्हणजे या मोहिमेचा चहूबाजूचा सर्वच भार माझ्या खांद्यावर टाकण्यात आला होता. संपूर्ण भार पेलण्याच्या कल्पनेनेच मला बुजल्यासारखे झाले. आणि जर मी अयशस्वी झाले तर? या प्रश्नाने मनात एक अस्वस्थता आली. पण तरीही अंतर्मनात मला असे जाणवत होते की, मी कुठेच अयशस्वी होणार नाही. अगदी माझ्या पाठीचा मणका तुटेपर्यंत मी ही योजना राबवणार होते. सम्राट पु-यी आणि सम्राज्ञी वान-जुंगला मंचुरियाच्या विमानात बसायलाच लावणार होते. माझा निश्चय पक्का झाला होता.

माझ्या आयुष्याचे एक वर्तुळ पूर्ण झाले होते. मी जेथून निघाले, तेथेच मी नकळतपणे पुन्हा पोचले होते. एका आश्चर्यकारक योगाने मी तनाकाला भेटले आणि दैवगतीच्या विचित्र फेऱ्याने मी परत चीनच्या सम्राट आणि सम्राज्ञीजवळ आले, जे फोरबिडन शहरातून अद्याप हद्दपार होते. पण लवकरच ते मंचुरियाला जाणार होते, जेथून माझे आयुष्य सुरू झाले होते.

चिनत्सिनमध्ये मला दिलेली कामगिरी खूपच मोठी होती. सर्वार्थानेच मोठी होती. इतिहास बदलणारी होती. म्हणून अयशस्वीपणाच्या शक्यतेचा मी विचारच करू शकत नव्हते. मी जेडला लिहिलेल्या पत्रात माझ्या कामगिरीचा असा उल्लेख केला– 'माझ्यासाठी तू प्रार्थना कर जेड! कारण मला जपानला खाली मान घालायला लावायची नाहीये!'

नऊ

कर्नल दोईहाराने अजिबात वेळ न घालवता माझी आणि सम्राट पु-यी व सम्राज्ञी वान-जुंग यांच्या घरी आमची बैठक ठरवली. सम्राटाच्या चिनत्सिनमधील त्या घराचे नाव 'क्वाएट गार्डन' होते. अगदी योग्य नाव होते. कदाचित फोरबिडन शहरातील त्याच्या गडबड-गोंधळाच्या जीवनापेक्षा चीनच्या राजघराण्यातील या शेवटच्या महत्त्वहीन वंशजाला जास्त परिणामकारी शांती मिळत असावी.

मला चीनच्या या सम्राटाला प्रत्यक्ष भेटण्याचे जे विशेष अधिकार आणि सन्मान दिला गेला होता, त्याने मला जास्तच स्फुरण चढले होते. म्हणूनच या संभाव्य बैठकीसाठी मी अतिशय काळजीपूर्वक माझ्या कपड्यांची निवड केली होती आणि कसोटीची ही पहिलीच वेळ नीट व व्यवस्थितपणे पार पडावी, म्हणून अशी काळजी घेतली होती.

''एक गोष्ट नेहमी लक्षात ठेव, पहिली छाप ही खूपच महत्त्वाची असते. कारण नंतर यावरच लोक तुम्हाला कसे वागवायचे ते ठरवतात. म्हणून प्रथम भेटीत तुम्ही स्वतःला योग्य पद्धतीनेच सादर केले पाहिजे.'' माझ्या कानात माझ्या आईचा सूचनावजा आवाज घुमला होता. माझ्या लहानपणी मंचुरियाला कुणी महत्त्वाचे पाहुणे भेटायला आले की आई मला ही सूचना देत असे; कारण मी मुलांसारखा पोशाख करून भटकण्यासाठी हट्ट करीत असे. आई मला म्हणायची, ''आयसिन, कृपा कर आणि नीट वाग. मी तुझ्यासाठी निवडलेले कपडे घालूनच पाहुण्यांसमोर ये! तुझ्या वडिलांना लाज वाटेल असे त्यांच्यासमोर वागू नकोस!''

आईचा मला सावध करणारा आवाज माझ्या मनातून जाईना. स्वतःच्याच निवडीबद्दल मला शंका वाटू लागली. मग मी कल्पना केली होती की, माझ्याजवळ जेड आहे. ती खरोखरच होती, या कल्पनेनेच मी कोणते कपडे करावे याविषयी ती मला सल्ला देत होती. त्यातील चुका समजावण्याच्या स्वरात तिच्या आवडीच्या आवाजात बोलत होती. ''विचार कर मिस आयसीन, विचार कर! सम्राज्ञी वान-जुंग स्वतःला 'एलिझाबेथ' म्हणवते. म्हणजे तिला सगळ्याच पाश्चिमात्य गोष्टी आवडतात. म्हणूनच तू तिच्यासाठी 'एलिझाबेथ' किंवा 'मेरी जेन'सारखे कपडे घालायला हवेस; त्यामुळे तुझी भेट तिला सुखावह वाटेल. तुझ्यात आणि तिच्यात काहीतरी साम्य आहे असे वाटून ती एकदम निवांत होईल. आणि तुझे कपडे पाहून खूशसुद्धा होईल. म्हणूनच तू पाश्चिमात्य पोषाख कर!''

मी 'जेडच्या आवाजा'वर विसंबून शेवटी एक लांबसर फुलाफुलांचा 'इंग्लिश गार्डन' नावाचा स्कर्ट निवडला होता. आणि त्यावर लोकरीचे पोलके घातले होते.

माझ्या मते त्या पोशाखात मी खूपच सुंदर आणि रेखीव दिसत होते. माझा हा लोकरीच्या कपड्यांचा संग्रह मी माझ्या खूप जुन्या पण मी ज्याला विसरले होते, अशा पुरुषमित्राकडून अतिशय सफाईने चोरला होता.

नंतर मला एकदम आठवल- सम्राज्ञी वान-जुंगच्या संदर्भात मला माझ्या गोटातील खबऱ्यांनी माहिती दिली होती की, सम्राज्ञी आपला मृत माणसासारखा पांढरा पडलेला निस्तेज चेहरा लपवण्यासाठी प्रसाधनांचा भरपूर वापर करत होती. अफूच्या अतिव्यसनानेही तिचा चेहरा मंद झाला होता. शिवाय पोषण नसल्यानेही तिचा चेहरा कायमचा कळाहीन झाला होता. लोक असेही म्हणत की, चेहऱ्याला भरपूर रंगरंगोटी करणे तिला आवडत होते. तसेच इतर स्त्रियांनी चेहऱ्याला केलेली रंगरंगोटीही तिला पसंत होती. म्हणूनच मी माझ्या ओठांवर जरा जास्तच गडद लिपस्टिक लावली. आणि गालही नेहमीपेक्षा अधिक उठावदार केले. हे माझ्या नेहमीच्या प्रसाधनांपेक्षा वेगळेच होते; त्यामुळे मला स्वतःला मात्र मी तोंडाला गडद रंग लावणाऱ्या विदूषकासारखी भासत होते. पण या सर्व गोष्टी सम्राज्ञीला सुखावह वाटत असतील आणि त्यामुळे ती माझ्यासोबत निवांत होणार असेल, तर मी स्वतःला हे सर्व सहन करण्याकरिता तयार केले होते.

माझ्या हेरांनी अशीही अफवा माझ्यापर्यंत पोचवली होती की, सम्राज्ञी वान-जुंगचा स्वतःचा चेहरा मृतासारखा पांढराफटक असल्याने तशाच फटफटीत चेहऱ्यासह लोक तिच्यासमोर गेले, तर ती त्यांचा तिरस्कार करीत असे; त्यामुळे माझ्याकरिता भविष्यकाळात तिची मैत्रीण किंवा सखी म्हणून राहण्यासाठी मी चमकदार, रंगीबेरंगी आणि तिचे समाधान होईल अशीच दिसायला हवी होते. तिला माझ्यासोबत आनंदी आणि सुखावह वाटेल अशीच असायला हवी होते. अशा प्रकारे त्या महत्त्वाच्या पहिल्या बैठकीला मी सम्राज्ञी वान-जुंगला भेटायला निघाले. पाश्चिमात्य पोशाखात, सजलेल्या तलवारीनिशी आणि त्यावरची रंगीबेरंगी मूठ हातात पकडून माझ्या नेहमीच्या शांत पण रुबाबदार, डौलदार, शोभिवंत शैलीमुळे मी प्रभावशाली दिसत होते. मी खरोखर पूर्ण तयारीनिशी ठरवूनच गेले होते की, मी सम्राज्ञीला माझ्याबरोबर हसायला लावेन, खूश करेन; त्यामुळेच मी तिचा विश्वास जिंकू शकेन आणि मग मी तिला आणि सम्राटाला मंचुरियाला जाण्यासाठी हळूहळू तयार करू शकेन; उद्युक्त करेन.

कर्नल दोईहारा स्वतःच मला 'क्वाएट गार्डन'ला घेऊन गेला. तो माझे निरीक्षण करत होता. तसे करताना त्याच्या डाव्या जबड्याचे स्नायू वारंवार हलत होते. याचा अर्थ त्याला माझी खात्री वाटत नव्हती. तो माझ्या बाबतीत खूपच तणावात होता. आणि ते खरेच होते. आताच्या परिस्थितीत आमच्यावर कोण आरोप लावू शकणार होते? आमच्या हातात होते ते आम्ही करतच होतो. मी जर सम्राट पु-यीचा पाठपुरावा करून त्याला त्याच्या सम्राज्ञीबरोबर मंचुरियात पाठवण्यात यशस्वी

झाले, तर ते चीनच्या भूमीवर जपानने नळकतपणे केलेले पहिले आक्रमण ठरणार होते; त्यामुळे नंतर पुढे आमची कपटी पण छुपी महत्त्वाकांक्षा – 'चीनची जास्त भूमी घेणे'– सफल झाली असती. तेथे जपानी सैन्य पाठवून चीनची जास्तीत जास्त भूमी हस्तगत करता येणार होती. आणि हे घडले असते तर कर्नल दोईहाराने माझ्याकडून करून घेतलेले ते असे काम असणार होते, ज्यामुळे सार्वभौम सत्ता जपानच्या ताब्यात येणार होती; त्यामुळे जपानचा इतिहासच बदलणार होता.

या कामाच्या भव्यतेचा विचार माझ्या मनात येताच माझा श्वास थांबायला लागला. आणि 'क्वाएट गार्डन'वर पोचतापोचता मी घामाने पूर्ण निथळून निघाले होते. माझी जीभ भीतीने माझ्या टाळ्याला चिकटून बसली होती. जणू ती फुगून तोंडातील सारी जागाच तिने व्यापली होती, असे मला वाटत होते. सम्राट पु-यीचे घर अगदी साधे आणि डामडौल नसलेले होते. ते घर अतिभव्य आणि प्रचंड राजवाड्यात राहणाऱ्या एखाद्या सम्राटाचे आहे, असे वाटतच नव्हते. हे घर एका बगिच्यात मधोमध असे बांधलेले होते. ते भरपूर फुलांनी बहरलेल्या छोट्या पण खूप काळजी घेऊन वाढवलेल्या रोपांनी वेढले होते. ते घर म्हणजे एक सुंदरसा इंग्रजी पद्धतीचा कौलारू बंगला असल्यासारखे वाटत होते. आणि आता हे सुंदर घर एका चिनी सम्राटाचे घर किंवा त्या वेळी तरी आश्रयस्थान झाले होते. बगिच्याचे सौंदर्य आणि त्याचा जिवंतपणा या बगिच्यातील बंगल्यात राहणाऱ्या लोकांच्या निसर्गावरील मनापासूनच्या प्रेमाचे द्योतक होते. निरीक्षण करताना या सुंदर पण राजघराण्याची छाप नसलेल्या निसर्गाने थोडा वेळ तरी माझे मन मुख्य मुद्द्यापासून भरकटले होते. आणि नेमका त्याच वेळी मी मुलाखत देण्याकरिता मुख्य घरात प्रवेश केला होता. पण तेथे जाताच मी एकदम शांत झाले. आणि पुन्हा एकदा विचारांच्या मूळ मुद्द्यावर आले. माझ्या मनाला मात्र खूप मोठा धक्का बसला होता. कारण त्या सम्राटाच्या मोठ्या नावापुढे त्या मानाने त्याचे हे शांत बगिचा असलेले बंगलेवजा घर परस्परविरोधी वाटत होते. पण आत- सम्राट पु-यीच्या घरात- मात्र शांतता जाणवत नव्हती. मुख्य द्वारापासून पुढे आत जागोजागी लष्करी गणवेशातील सैनिक उभे होते. ती जागा जपानी सैनिकांच्या गर्दीनेच भरली होती. आणि एक गोष्ट ठळकपणे लक्षात येत होती की, जो कोणी सम्राट पु-यीच्या संरक्षणाकरिता ही व्यवस्था करत होता, तोच सम्राटाच्या चिनत्सिनमधील आयुष्यावर आणि पर्यायाने सम्राटावर ताबा ठेवून होता. अगदी पक्का माणूस होता तो!

व्यक्तिशः सम्राट पु-यी हा चणीने लहानसर, लाजराबुजरा आणि निरर्थक असे प्रभावहीन व्यक्तिमत्त्व असलेला माणूस होता. त्याचा काडीरहित चष्मा जणू तो एक विद्यार्थीच आहे, असे भासवीत होता. तो कोणत्याच दृष्टीने सम्राट वाटत नव्हता. त्याच्याविषयी जी अफवा होती ती, तो प्रजोत्पादनाव्यतिरिक्त काहीच करत नाही,

यावरच बेतलेली होती. त्याला स्त्रीलंपट आणि लहान वयाच्या रखेल्यांचा पोशिंदा ठरवले गेले होते. आणि माझी त्या आयुष्यात 'चिनी सम्राटा'विषयीची कल्पना नेहमी हीच होती. पण ही कल्पना पु-यीच्या या अभ्यासपूर्ण वर्तणुकीत कुठेच दिसत नव्हती. त्याच्याविषयी असणाऱ्या बीभत्स अफवांमध्ये तो कुठेही बसत नव्हता.

त्याच्या कामांधतेविषयी ज्या बातम्या पसरवल्या गेल्या होत्या, त्यानुसार त्याच्यात कणभरसुद्धा कामांधता मला दिसत नव्हती. मी अतिशय दुष्टपणे आणि अनादराने विचार करतकरतच माझ्या समोरच्या त्या छोट्या, चष्मेबद्दूर सम्राटाला वाकून नमस्कार केला होता.

कर्नल दोईहाराबद्दल असाच आदर असूनसुद्धा सम्राटाविषयीच्या त्याच्या वेगळ्या विचारांवरून मला त्याच्या स्वभावाबाबत ठाम मत बनवता येत नव्हते. त्याच्या आत्मप्रौढीने आणि वारंवारपणे केलेल्या रोजच्या घाणेरड्या वाक्प्रचारांनी एक उत्तम चारित्र्यवान आणि चांगल्या सम्राटाचे- पु-यीचे- नाव त्याने खराब केलेच होते. शिवाय त्याच्या बायकोचे- वान-जुंगचे- अफूचे व्यसनसुद्धा दोईहाराच्या कठोर टीकेने जास्तच उघडपणे समोर आले होते.

एकूण काय, तर सम्राट पु-यी आणि सम्राज्ञी वान-जुंगबद्दल मला जेवढे वाईट सांगितले गेले होते, तसे मला काहीच दिसले नाही. आणि बढाई मारणारा, माझा उच्चाधिकारी असलेला हा व्यवस्थापक स्वत:च वाईट असून, चांगुलपणाचे ढोल बडवत होता. मला मात्र त्या वेळी दोघांनाही समजून घेता आले नाही.

मी स्वत:च्या मनाची समजूत घालत विचार करू लागले – 'जर सम्राटाला दोईहाराचे त्याच्याबद्दलचे विचार कळले तर काय होईल?' माझ्या साहेबाची बदली दुर्गम भागात होण्यावाचून दुसरा पर्याय नव्हता. आणि 'जर दोईहाराला सम्राटाशी चांगले वागण्याशिवाय गत्यंतर नव्हते, तर तो त्याच्याशी खरोखर चांगले का वागत नाही?' आम्ही लोक खरोखरच हलकट आणि ढोंगी होतो. सत्याची अजिबातच चाड नसलेले. आणि हेच खरे होते!

कर्नल दोईहाराने सम्राटाशी माझी ओळख, सम्राज्ञीची लहानपणातली मैत्रीण म्हणून करून दिली होती, तेव्हा मला माझे काळीज जणू माझ्या तोंडात आल्यासारखे वाटत होते. मी सर्व चांगले होण्याची प्रार्थना करत होते. मला असे वाटत होते की, सम्राट पु-यीने माझी आणि सम्राज्ञी वान-जुंगशी आणि त्याच्याशीही असलेली नात्याची वीण नाकारू नये. सगळ्यात महत्त्वाचे हे होते की, सम्राज्ञी वान-जुंगला लहानपणी मी माझ्या भावाच्या दुष्ट हल्ल्यापासून वाचवले होते, त्याच्या घट्ट पकडीतून तिच्या वेण्या सोडवल्या होत्या, त्याची आठवण यावी.

जेव्हा सम्राट पु-यीने जरा जवळ बसून माझे निरीक्षण केले, तेव्हा मी निवांत झाले. दोईहाराला तो म्हणाला, ''मला हिची ओळख तू करून द्यायची काहीच गरज

नाही. मी हिला आजसुद्धा चांगले ओळखतो. तू तीच मुलगी आहेस ना, जिला मुलांचे कपडे घालून मुलांसारखेच वागायला आवडायचे? मंचुरियन राजकन्या! राजकुमार स्यूच्या कुटुंबातून आलेली! अर्थात तू तीच आहेस. मी तुला चांगलेच ओळखतो!''

'लघु दृष्टी असलेला हा सम्राट पु-यी नक्कीच धारदार आणि तीक्ष्ण दृष्टीचा मालक आहे तर!' मी विचारात पडले होते. खरेतर सम्राट पु-यीच्या या अशा बारकाईने पाहणी करणाऱ्या नजरेमुळे संकोच आणि बुजरेपणाने माझे अवसानच गळाले होते.

कर्नल दोईहाराचा चेहरा सूचक स्मितहास्याने उजळून निघाला. त्याने आपले दोन्ही तळहात एकमेकांवर आपटून एक खुशीची टाळी वाजवली, आणि वरकरणी अतिशय आनंद दर्शवीत म्हणाला, ''हे तर फारच बरे झाले महाराज की, आपण योशिकोला चांगलेच ओळखता. मला तर असे वाटते की, ती महाराणीसाहेबांची खरोखरच एक उत्तम मैत्रीण बनून राहू शकते आणि चिनत्सिनमधला त्यांचा हा एकटेपणा आता संपला आहे. शेवटी त्यापासून त्यांची सुटका झाली!''

पण मला वाटणारा निवांतपणा एकदम कमी झाला, जेव्हा पु-यीने पुढे बोलायला सुरुवात केली. ''तू एक उर्मट आणि उद्धट मुलगी होतीस. मला तुझे नावसुद्धा अजून आठवतेय – आयसिन! बरोबर आहे ना? जेव्हा तुला तुझ्या घरच्यांनी माझ्यासमोर नमस्कार करायला सांगितले, तेव्हा तू स्पष्ट नकार दिलास आणि हे जाणून घ्यायचे ठरवलेस की, तूसुद्धा एक राजकन्या असताना माझ्यासमोर का वाकायचे? माझ्यासोबत असणाऱ्या लोकांनी हरकत घेतली होती आणि तुला सांगितले होते की, मी भविष्यकाळात सम्राट होणार आहे; त्यामुळे तूच नमस्कार करायला पाहिजेस, कारण तू कायमच राजकन्या राहणार आहेस. नुसतीच राजकन्या नाही, तर तू एक बाईपण आहेस.

''तुला आठवते का, तू काय उत्तर दिले होतेस ते? तू म्हणाली होतीस, कदाचित काही वर्षांनी मी तुझ्या वडिलांची रखेलसुद्धा होईन. तेव्हा मी तुला बोलावेन आणि आपल्या आदरणीय आईसमोर तुला वाकावे लागेल!''

हे सगळे बोलताना सम्राट पु-यी हसतच स्वत:ची करमणूक करून घेत होता. मी पुन्हा एकदा सुटकेचा नि:श्वास सोडला; कारण माझ्या कामाचे यश मी सम्राट आणि सम्राज्ञीला किती आवडते आहे, यावरच मोठ्या प्रमाणात अवलंबून होते. अगदी सुरुवातीपासूनच मी त्यांना आवडू लागले आणि नंतर ते माझ्यावर पुरेशा प्रमाणात विश्वास ठेवू लागले. ते दोघेही माझा सल्ला कटाक्षाने पाळत असत. सम्राट पु-यीच्या बोलण्याने मला खूपच लाज वाटली होती. आणि मला तो ओळख करून घेण्याचा मंचुरियामधील मोठा प्रसंग आठवला. देवाने मला असे काय दिले

होते की, असे हजरजबाबीपणाने आणि उर्मटपणाने मी तेव्हा वागत होते? माझ्या गालावर नैसर्गिकपणे आलेल्या लालीला मी धन्यवाद दिले. आणि आमच्या तत्कालीन बैठकीच्या कार्यक्रमालासुद्धा. कारण सम्राट पु-यी माझ्यावर रागावण्याऐवजी माझ्यामुळे स्वत:चे मनोरंजन करून घेत होता.

"मी आपले आभार मानते महाराज की, माझ्यासारख्या लहान मुलीचे बोल आपण मनावर घेतले नाहीत!" असे म्हणून मी सम्राट पु-यीला पुन्हा नमस्कार केला. या नमस्कारात माझ्या लहानपणी केलेल्या आज्ञा-उल्लंघनाबद्दल माफी आणि पश्चात्तापाची भावना होती. माझ्या या कृतीने पु-यीची पुन्हा जास्तच करमणूक झाली. आणि आमच्या बैठकीचा शेवट हास्यकल्लोळात आणि भूतकाळातील बालपणीच्या आठवणींना, त्या क्षणांना पुन्हा अनुभवण्यात, ताजे करण्यात झाला.

कर्नल दोईहारा गेल्यानंतर मला माझी खोली दाखवण्यात आली. ती घराच्या सगळ्यात वरच्या भागात होती. अगदी लोटसच्या खोलीच्या उजव्याच हाताला माझी खोली होती. माझी खोली पुरेशा पाश्चात्त्य पद्धतीच्या सुख-सोयींनी सजवलेली होती. खोलीत बारीक लाल ठिपक्यांच्या चादरी आणि पडदे लावले होते. लोटसने मला खोली दाखवली होती. ही वान-जुंगची आया आणि सोबती होती. ती माझी वाटच पाहत होती. माझी खोली अगदी आश्चर्यकारक पद्धतीने व्यवस्थित आणि नीटनेटकेपणाने लावलेली होती. घरातील इतर खोल्यांमध्ये तुलनात्मकरीत्या पाश्चात्त्य आणि पौर्वात्य अशा उत्तम संग्रह असलेल्या अनोख्या वस्तूंची, कलाकृतींची रेलचेल होती. त्यातील काही कलाकृती या खासगी म्हणजे सम्राटाच्या मालकीच्या होत्या. जरी या कलाकृती आनंदात भर घालण्यासाठी अतिशय उत्तम गोष्टी म्हणून समजल्या जात असल्या, तरी त्यांच्या त्या गर्दीमुळे त्यांना कचऱ्याचेच स्वरूप प्राप्त झाले होते. माझी खोली मात्र अगदी नीट होती. सुरुवातीला ते लाल रंगाचे पडदे आणि चादरींवरचे ते एकसारखे छाप माझ्या डोक्यातच गेले होते; पण एकदा त्याची सवय झाल्यावर मला माझी खोली माझ्याच घरासारखी सुखकारक वाटू लागली होती.

"जिथे पु-यी आणि वान-जुंग राहतात, तिथला कलात्मक कचरा तू पाहिला आहेस का?" सम्राटाबरोबर झालेल्या बैठकीनंतर मी दोईहाराला हा प्रश्न विचारला होता. "आम्ही 'क्वाएट गार्डन'मध्ये आणखी नोकर हवेत अशी मागणी करणार आहोत. कारण खरेतर या राजा-राणीला जपानी लष्करातील सैनिकांमध्ये राहणे कठीण, गैरसोयीचे आणि लाजिरवाणे होते आहे. एकतर सैन्याची सततची देखरेख आणि हाताखाली कामाला माणसे नसल्याने जास्तच पंचाईत होते आहे आणि त्यांना या कचऱ्यातच राहावे लागते आहे!"

दोईहाराने होकारार्थी मान डोलवली होती. मुळात माझी पु-यीबरोबरची बैठक

एकशेएक टक्के म्हणजे कल्पनेपेक्षा खूपच जास्त यशस्वी झाली होती. तो मला सम्राज्ञी वान-जुंग आणि सम्राट पु-यीबरोबर रात्रीच्या जेवणासाठी एकदम निवांतपणाची अपेक्षा करत होता. म्हणून मी जे म्हणेन ते देण्यासाठी तो एका पायावर तयार होता. आता जरी तो होकारार्थी मान डोलवत असला तरी नंतर माझी मागणी पुरी करीलच, याची खात्री मला नव्हती. कारण त्याच्या बाबतीत ही वदंता होती की, तो अतिशय चिक्कू वृत्तीचा, मुठी आवळणारा माणूस होता. तसेच फक्त यावरूनच त्याची आणि तनाकाची काट्याची टक्कर होत असे की, मला आणि तनाकाला शांघायमध्ये पैसा उधळण्याची गरज का पडते? त्यामुळेच मला त्याची खात्री वाटत नव्हती.

माझ्या खोलीत गेल्यानंतरचा दिवस मी लोटसबरोबर घालवला होता. ती माझी वाटच पाहत होती. मी तिच्याकडून मला राजघराण्यातील या जोडप्याबद्दल प्रयत्न करून जेवढी माहिती काढता येईल, तेवढी काढली होती. मी विशेषकरून तिला वान-जुंगच्या रोजच्या दिनचर्येबद्दल विचारले होते. मी खूपच भाग्यवान होते, कारण लोटस तिच्या नैसर्गिक स्वभावाप्रमाणे खूपच बडबडी आणि मोकळी होती. गेले कित्येक महिने ती सम्राज्ञी वान-जुंगच्या सहवासात होती. हा सहवास तिला संन्याशाच्या मठीत कोंडल्यासारखा वाटत होता. ती अक्षरशः तिच्या वयाच्या, बरोबरीच्या माणसाशी बोलायला कमालीची अधीर झाली होती. तिचा तो इतक्या दिवसांचा मूकपणाचा उपास माझ्याशी बोलल्याने सुटला. ती अक्षरशः एखाद्या स्फोटानंतर जसे सगळे बाहेर निघते, तसे भराभर बोलत होती. मला पाहिजे ती माहिती ती मला देत होती. माझा हेतू लोटसला माझ्याकडे वळवून घेणे हाही होता. कारण ती एक उपयुक्त आणि भविष्यात मदत करणारी मैत्रीण ठरली असती आणि माझ्या योजनेप्रमाणे, कावेबाजपणे मला सम्राज्ञी वान-जुंगच्या हृदयात आणि मनातही शिरायचे होते, प्रवेश करायचा होता. वान-जुंग फक्त लोटसबरोबरच आपल्या मनातील खरे विचार वाटून घेत होती. लोटस खरोखरच आता सम्राज्ञीच्या अगदी जवळची होती. जणू तिचा कानच होती म्हणा ना! आणि तिचा लोटसवर पूर्ण विश्वास होता.

''सम्राज्ञीने आज मला सांगितले की, ती तुला भेटून खूपच खूश झालीय. कारण तू तिची लहानपणीची कुणीतरी आहेस!'' लोटस म्हणाली. ''इथे खरोखरच कंटाळा आल्यासारखे होते. एकटे वाटत होते. कारण इथे आजूबाजूला कुणालाच बोलण्यात रस नाही. फक्त ते नजर ठेवणारे जपानी लष्करी सैनिकच सतत आजूबाजूला फिरून पाळत ठेवत असतात; त्यामुळे तुझ्यासारख्या पाहुणीचे इथे नेहमी स्वागतच असेल!''

''इथे जेवण कसे घेतले जाते? साधे की पारंपरिक पद्धतीचे?'' मी लोटसला

विचारले होते.

"अगदी ठरावीक पद्धतीचे! औपचारिक!" लोटस उत्तरली. सम्राज्ञींना मात्र प्रत्येकाने जेवायला येताना चांगलेच कपडे घालून यायला हवे असतात. अगदी तयार होऊन. मुख्यत: हे जेवण दहा भागांत विभागले असल्याने जेवायला खूपच वेळ लागतो. पण ती स्वत: मात्र अन्नाचा एक कणही खात नाही. तिच्याजवळ पेकिंग जातीचे वीस कुत्रे आहेत. त्यांनाच ती ते सर्व अन्न खाऊ घालते. तिचे हे कुत्रे तिच्याबरोबर नेहमीच सगळीकडे असतात. आजपर्यंत कुणालाही माहीत नाही की, ती जिवंत कशी राहते?

"आणखी एक गोष्ट. तुला धूम्रपान करता येते का? किंवा आजूबाजूला कोणी धूम्रपान करत असेल तर ते तू सहन करू शकतेस का? कारण महाराणीसाहेब स्वत: सतत धूम्रपान करत असतात. अगदी जेवणाच्या टेबलावरसुद्धा! आणि त्यांच्यासोबत असणाऱ्यांनीही ते करावे, अशी त्यांची अपेक्षा असते. अशा प्रकारे मीसुद्धा धूम्रपानाच्या सवयीची गुलाम झाले आहे. आणि आता ते मी थांबवू शकत नाहीये!"

"हो, मीसुद्धा धुम्रपान करते!" मी मुंडी हलवत म्हणाले. "अगदी एखाद्या चिमणीच्या धुराड्यासारखेच!"

मी जेवणासाठी काळजीपूर्वक एक विशिष्ट प्रकारचा पोशाख केला होता. त्यासाठी जवळपास एक डझन कपडे मी बाजूला काढले. शेवटी एकदाचा एक पोशाख मला पसंत पडला. तो पाश्चात्त्य पद्धतीचा काळ्या रंगाचा एक पायघोळ झगा होता. त्यावर मोत्यांच्या दागिन्यांची एक नाजूक जोडी घातली होती. मला अशा पद्धतीने पोशाख करण्याचा तिटकारा होता. तेही रोज रात्रीच्या जेवणासाठी? मला ते फारच कठीण वाटत होते. एक गोष्ट मात्र मला आता चांगल्या पद्धतीने उमगली होती; ती म्हणजे जीवन जगण्याकरिता आणि माझ्या जपान देशावरील प्रेमाकरिता मी हेरगिरी करत होते. पण ती काही इतकी साधी आणि सोपी गोष्ट नव्हती. आता मला ती उवा चावल्यासारखी त्रासदायक, अगदी खूपच तापदायक, घाणेरडी व प्रत्येकच गोष्टीसाठी सविस्तरपणे खुलासा मागणारी आणि वेळखाऊ वाटत होती. म्हणजे माझ्या विचारांपेक्षाही जास्त अवघड गोष्ट होती; असो. जेवणाच्या खोलीत असलेला त्या कलाकृतींचा पसारा आणि दहा भागांत विभागलेले ते वेळखाऊ जेवण या दोन्ही गोष्टी जरासुद्धा चांगल्या वाटत नव्हत्या. त्या एकमेकींशी अजिबातच जुळणाऱ्या नव्हत्या. पण जर सम्राट आणि सम्राज्ञीला त्यात काहीच गैर वाटत नसेल, तर मलाही त्यांचीच री ओढणे भाग होते.

सम्राज्ञीने जेव्हा दहा मिनिटे उशिरा जेवणाच्या खोलीत प्रवेश केला, तेव्हा मी तिच्याकडे बघतच राहिले. माझ्या डोळ्यांच्या पापण्यासुद्धा लवत नव्हत्या. तिच्यासोबत

तिचे पेकिंग जातीचे भुंकणारे वीस कुत्रे होते. ते तिच्यामागे शेपटासारखे येत होते.

"बापरे! काय बाई आहे ही सम्राज्ञी!" मी माझ्या सुंदर लेस लावलेल्या रुमालात एक दीर्घ श्वास घेतला. तिचे वरच्या बाजूला वळवलेले राजेशाही पद्धतीचे केस आणि तिची डौलदार पण अदबशीर वागणूक कुठल्याही दृष्टिकोनातून मी पाहिलेल्या मंचुरियातील त्या लाजऱ्याबुजऱ्या आणि दुर्लक्षित लहान मुलीशी जुळत नव्हती. ही तीच मुलगी आहे, असे वाटतच नव्हते. अक्षरश: एका वेड्या कुरूप पिल्लाचे सुंदर राजहंसात रूपांतर झाले होते; पण ती फक्त जरा कुपोषित राजहंस वाटत होती, एवढेच!

सम्राट पु-यीने मात्र पूर्णपणे औपचारिक पोशाखात प्रवेश केला. त्याने पांढऱ्याशुभ्र रंगाचा स्टार्च केलेला शर्ट आणि त्यावर गुडघ्यापर्यंत येणारा लांब कोट घातला होता. त्याच्या चेहऱ्याची पौर्वात्य ठेवण सोडली तर तो एखाद्या बड्या आणि सभ्य इंग्लिश माणसासारखा दिसत होता.

पण सगळ्यात वेगळी आणि मोहक दिसत होती सम्राज्ञी वान-जुंग! तिचे सौंदर्य निस्तेज असले, तरी ते तिच्या विलक्षण व्यक्तिमत्त्वात असे काही मिसळून गेले होते की, ते जास्तच घातकी, चित्त विचलित करणारे, लावण्य खुलवणारे आणि मनोविकारांना चेतवणारे होते. ती खूपच बारीक होती. अतिशय नाजूक होती. तिला बघून एखाद्याला असेच वाटले असते की, तिला तिच्या जीवनात शक्तिशाली अशा आधाराची गरज होती. मुळात निस्तेज असलेला तिचा चेहरा खूप चतुराईने त्यावर रंगरंगोटीचा थर देऊन चमकदार बनवला गेला होता. मात्र तो मुखवटा तिच्या चेहऱ्यावर नैसर्गिक चमक आणू शकला नव्हता. तिच्या डोळ्यांत खिन्नता आणि दु:ख काठोकाठ भरलेले होते. आणि इतके असे दु:ख मी आजपर्यंत कोणत्याही पुरुष, स्त्री किंवा मुलाच्या डोळ्यांत पाहिले नव्हते.

ही तीच लाजरी पण गुलाबाच्या रंगाची, सुंदर चेहऱ्याची मुलगी होती का? जी नेहमी आमच्या आवतीभोवती एखाद्या फुलपाखरासारखी भिरभिरत असायची आणि आम्ही सारी बहीण-भावंडे सतत उपहासाने तिची टर उडवायचो? मी मनातल्या मनात आशा करत होते की, तिला मी लहानपणी केलेला उपहास आठवू नये आणि त्यावेळी मी दिलेल्या धमक्याही आठवू नयेत. आता माझा माझ्या नशिबावरच हवाला होता. माझ्या पूर्वीच्या आयुष्यातील त्या छोट्या छोट्या 'पापांनी' बूमरँगच्या खेळण्यासारखे परत येऊन माझी शिकार करू नये म्हणजे झाले.

कदाचित तिला माझ्या त्या लहानपणीच्या कृत्यांची आठवण झाली असेल; पण तिने त्याची ओळखही दाखवली नाही. त्याऐवजी पाश्चात्त्य पद्धतीने माझ्या हातात मिळवायला आणि माझे स्वागत करायला आपला हात पुढे केला. मी मात्र त्या बर्फासारखा थंडगार स्पर्शाने स्वत:ला आतल्या आत सामावून घेतले होते;

अगदी गोगलगायीसारखे! आमची हातमिळवणी दिखाऊच ठरली होती. त्यात स्नेहाची ऊर्जा आणि भावनांचा लवलेशही नव्हता.

"हो, तू मला आठवतेस!" वान-जुंग म्हणाली. तिचा आवाज मात्र अक्षरश: खणखणीत आणि स्वच्छ होता. तो आवाज मृदू आणि कुजबुजणारा औपचारिक आवाज नव्हता. तिचा आवाज तिच्या नाजूक व्यक्तिमत्त्वाशी अजिबातच जुळणारा वा शोभणारा नव्हता, ज्याची मला अपेक्षा होती. "माझ्या आईची एक बहीण तुझ्या वडिलांची रखेल होती आणि मंचुरियात बऱ्याच वेळा अधूनमधून आपण एकमेकांना भेटत आणि खेळत असू!"

ती 'भेटत असू आणि खेळत असू' असे म्हणताना माझ्यासमोर टेबलावर थोडी वाकली होती. तिच्या त्या तशा वाकण्याने मला जाणवले की, खरेतर तिला ते सगळे उपहासात्मक टोचून बोललेले आठवत होते. पण ती अतिशय सभ्य आणि सर्व सामाजिक जाणिवांचे भान ठेवणारी असल्याने किंवा तिला तिच्याच बरोबरीच्या मैत्रिणीची गरज असल्याने ती त्या गोष्टी उघडपणे बोलली नाही. ती खरोखरच एखाद्या तिच्याएवढ्या, तिच्या बरोबरीच्या मैत्रिणीच्या सहवासाची अतिशय भुकेली होती; म्हणूनच तिने मला सगळ्यांसमोर पेचात टाकले नाही, खाली पाहायलाही लावले नाही. तसे म्हटले तर मी खरोखरच दोईहाराची या बाबतीत मनापासून आभारी होते, ज्याला रात्रीच्या जेवणाला आमंत्रित करण्यात आले होते आणि जो आम्हाला – मला आणि सम्राज्ञी वान-जुंगला – पाहत होता. परिस्थितीचा अचूक अंदाज घेण्याचा प्रयत्न करत होता. त्याचबरोबर या पूर्ण योजनेत माझ्या अचूक योग्यतेचा किती प्रमाणात उपयोग होईल, याचाही त्याला आडाखा बांधता येत होता. कदाचित दोईहारा उपस्थित असल्यामुळे सम्राज्ञीने तसा उल्लेख केला नसावा, असे असू शकते! सम्राज्ञी वान-जुंग माझी सखी म्हणून निवड करणार की नाही, यावरच खरेतर आमची योजना अवलंबून होती. त्या दृष्टीने हे रात्रीचे जेवण महत्त्वाचे ठरणार होते. आणि त्यापुढचे माझे या योजनेतील काम इतिहास घडवणार होते.

मला मात्र जेवण म्हणजे उदासवाणी आणि खूप वेळखाऊ असणारी अशी एक दीर्घ प्रकिया वाटली होती. जसे लोटसने मला सांगितले होते, त्याप्रमाणे ते होते. जेवण अतिशय शांततेत पार पडले होते. हे आजचे जेवण मी शांघायमधील रात्र-समारंभात 'कोणाचे कोण' या स्तरामध्ये असणाऱ्या बड्या लोकांसोबत, चटपटीत व चविष्ट गप्पा मारत आणि मनसोक्त थट्टामस्करी करत जे जेवण घेत असे त्या तुलनेत फारच औपचारिक पातळीवरचे होते, असे मला वाटले होते.

सम्राट पु-यीसाठी जेवण म्हणजे यथेच्छ खाण्याची संधीच होती. प्रत्येक भागात आमच्या ताटात जे वाढले जात होते, त्यावर तो यथाशक्ती ताव मारत होता. अतिशय उत्साहाने तो आपले ताट स्वच्छ करत होता. याच्या अगदी पूर्णपणे

विरुद्ध सम्राज्ञी वान-जुंगची जेवण घेण्याची पद्धत होती. ती फक्त फ्रेंच दारू आणि सिगारेट घेत होती. आणि मी तिचे निरीक्षण करत होते. तिला वाढलेले सारे जेवण प्रत्येक भागानंतर ती त्याला हातसुद्धा न लावता परत पाठवीत होती. तिच्या या पद्धतीच्या जेवणाचा माझ्या जेवणावर विपरीत परिणाम झाला. माझी जेवणाची भूक जबरदस्त होती. पण आज मला आठवतेय की, त्या रात्री माझे जेवण मी नेहमीच्या उत्साहाने घेऊ शकले नव्हते. दोईहारावर मात्र त्याच्या या जेवणाच्या मेजावरील सर्व सोबत्यांच्या विक्षिप्तपणाचा काहीच परिणाम झालेला नव्हता. त्याच्या ताटात जे वाढले जात होते, ते अजिबात न बोलता तो चटकन संपवीत होता. आणि मग रोज रात्री जेवणाचे तेच नाटक पुन:पुन्हा होत राहिले; जोपर्यंत मी 'क्वाएट गार्डन'मध्ये होते तोपर्यंत. शेवटी मला त्या गोष्टीची सवय झाली होती.

मी जेडला पत्रात लिहिले होते, ''हे खरेच भयंकर आहे जेड! मला काहीच कळत नाही की, सम्राज्ञी वान-जुंग कशावर जिवंत राहते? ती अक्षरश: एक घास अन्नसुद्धा पोटात घालत नाही. आणि माझे मन या गोष्टीचा असा विचार करत आहे की, सम्राज्ञी वान-जुंग न जेवण्याचा फक्त देखावा करते. कदाचित ती नंतर तिच्या खोलीत जेवणाचे ताट मागवीत असली पाहिजे. सम्राज्ञी वान-जुंग जेवत नाहीत, अशी लोटस शपथ घेते; पण माझा त्यावर विश्वास नाही.''

जसजसे दिवस जाऊ लागले, तशी मला ही जाणीव झाली की, वान-जुंगची मैत्री आणि विश्वास जिंकणे फारच सोपे होते; पण मंचुरियाला जाण्यासाठी तिचे मन वळवणे फारच कठीण होते. त्या मंचुरियाविषयी तिला एक मानसिक भीती होती. आणि तिची ही भीती इतकी जबरदस्त होती, पक्की होती की, जेव्हाजेव्हा हा विषय काढला जात असे, तेव्हा सम्राज्ञी वान-जुंग अक्षरश: तोल सुटल्यासारखी वागत असे. तिचा हा उन्माद पाहून आजूबाजूचे सगळेच या विषयावरचे बोलणे थांबवीत.

मी कशी कुणास ठाऊक, पण विचित्रपणे वान-जुंगशी खूपच मिळून -मिसळून गेले होते. कदाचित तिचा दुबळेपणा आणि दुसऱ्यावर विश्वास ठेवण्याच्या स्वभावामुळे मी तिच्याकडे आकर्षित झाले होते. आणि ती माझ्याकडे स्वत:च्या सुरक्षेच्या भावनेतून बघत असल्यामुळे माझ्यावर पूर्ण विश्वास ठेवूनच आकर्षित झाली होती. म्हणूनच ती माझ्याशी अतिशय मोकळेपणाने, हातचे काही राखून न ठेवता किंवा कुठल्याही अडथळ्याचा विचार केल्याशिवाय बोलत असे. तिचा विश्वास पूर्णपणे जिंकण्यासाठी मला अक्षरश: माझ्या कल्पनेपेक्षाही कमी वेळ लागला. आणि तिची मैत्रीसुद्धा मी अगदी कमी वेळातच संपादन केली होती. मात्र मलाच हे सगळे अनपेक्षित आणि भीतिदायक वाटत होते. कारण मी सम्राज्ञी वान-जुंगशी केलेली मैत्री आणि तिचा संपादन केलेला विश्वास पूर्णपणे खोटेपणावर आधारित होता. आणि माझ्या पुढच्या सगळ्या हालचाली अंतिमत: तिचा विश्वासघात करण्यासाठीच

तर होणार होत्या. जणू या हालचाली म्हणजेच तिचा विश्वासघात करण्यासाठी मी वापरणार असलेले साधन होते.

नंतर बरेच दिवस मला असे वाटत होते की, यमागाबरोबरच्या थोड्याशा नात्यानंतर माझ्या आयुष्यात प्रत्येक वेळी मी नेहमीच फक्त माझ्याकरिता जगले. मला जे हवे ते मी मिळवत आले होते. हे मिळवताना मी कधीच पश्चात्ताप केला नाही. वाटेल त्या मार्गाने हवे ते मिळवले. आणि या प्रकियेत या गोष्टीची कधीच काळजी घेतली नाही की, मी कोणाला दुखावतेय आणि कोणाला बाजूला सारून पुढे जाते आहे? पण वान-जुंगला तर मी हेतुपुरस्सर फसवत होते, ही नवीनच भावना माझ्या मनात निर्माण झाली होती. आणि या भावनेने मला जास्तच अपराधी असल्यासारखे वाटत होते. मी स्वतःच खूप वाईट वाटून घेत होते. कारण मी अशी माझ्यातल्या राक्षसामागे लपू शकत नव्हते, जो समोरासमोर असताना काळजीचे नाटक करत होता; पण खरेतर हेच माझे बाहेरच्या जगापासून लपायचे चिलखत होते.

वान-जुंगला नेहमीच मी म्हणजे सुरक्षा कवच वाटत असे तर नेमकी हीच भावना मी दडपून टाकत असे. आणि त्याच्या उलट मी माझे दिवस आणि रात्र तिला अफूच्या गोळ्या खाऊ घालण्यात तसेच तिच्या मनात सतत एकच विचार भरवण्यात घालवीत होते. आणि तो विचार म्हणजे मंचुरियाला जाण्यात कसे शहाणपण आणि फायदा आहे?

पण या सगळ्यात मी माझ्या जपानसाठी करावयाच्या कामाबाबत एकदम खंबीर होते. मी वान-जुंगची मानसिक दुर्बलता निर्दयपणे आणि सातत्याने शोषत होते; कारण वान-जुंग मला जरा कठीण असे लक्ष्य वाटत असले, तरी मी तिला अजूनही थोडेसुद्धा त्या कामासाठी, मंचुरियाला जाण्यासाठी तयार करू शकले नव्हते. पण नंतर दोन महिने मी 'क्वाएट गार्डन'मध्ये राहिले. न मोजता येण्याइतकी रात्रीची औपचारिक निःशब्द जेवणे आणि निरीक्षण करण्यात तसेच सम्राट पु-यीबाबत काही नवीन घडेल याची वाट बघण्यात अनेक दिवस घालवले. शेवटी मी कंटाळून अगदी थोडी कातावल्यासारखी झाले होते. हे आयुष्य अतिशय तीव्रतेने मला शांघायची आठवण करून देत होते. मला त्या सतत हलणाऱ्या वेगवान आणि चमकदार प्रकाशाचे वातावरण असलेल्या शांघायच्या आनंदी जीवनातून खूप दूर फेकल्यासारखे वाटत होते.

मी नेहमीच अधीर आणि ताबडतोब कृती करणारी आणि त्याचे परिणाम भोगणारी व्यक्ती होते; त्यामुळे कोणत्याही प्रकारची वेळखाऊ प्रक्रिया किंवा संथ गती आणि नुसते बसून राहणे म्हणजे माझ्या व्यक्तिमत्त्वाचा मृत्यूच होता. मी माझी चीड, राग आणि नैराश्य जेडला लिहिलेल्या पत्रांत काढत होते. जेडला लिहिलेल्या

या पत्रांचा गठ्ठा मला मंगोलियात असताना एकांतात ठेवल्यावर लिहिलेल्या पत्रांच्या गठ्ठ्यापेक्षा मोठा होता!

''मी आता जास्त दिवस अशी जगू शकत नाही जेड. मी येथे जवळपास दोन महिने राहते आहे आणि काहीही घडत नाहीये! माझे जीवन मला मी जणू एक निवृत्त हेर असल्यासारखे वाटायला लागले आहे. असा हेर जो खरोखरच काम करीत नाही. याच भावनेमुळे मी आज रात्री दोईहाराला एका योजनेअंतर्गत भेटायला जाणार आहे; त्यामुळे हा तिढा सुटेल. कोणत्याही का मार्गाने आम्ही सगळेच या स्थितीतून बाहेर पडू. म्हणून तू आता माझ्यासाठी प्रार्थना कर आणि मला चांगले यश मिळो, अशी इच्छा कर!''

जसे घडायला पाहिजे तसेच झाले. दोईहारा दोन दिवस शांघायला गेला होता. आणि तो चिनत्सिनला परत येईपर्यंत मला दोन दिवस वाट पाहावी लागली होती. त्या दोन दिवसांत मी सम्राज्ञी वान-जुंगचा मंचुरियाबद्दलच्या भीतीचा धक्का थोडासा का होईना कमी करू शकले होते. जेवणानंतर तिने मला तिच्या खोलीत 'म्हाजोंग' खेळायला बोलावले होते. आणि अचानकच मला तिने मंचुरियाला जाण्याबद्दल विचारले. तिच्या मते, मंचुरियाला जाण्यासाठी मी जो विचार तिच्यापुढे ठेवला होता, तो खरोखरच सम्राट पु-यीला पूर्वीचे पद मिळवून देणारा होता का? त्यामुळे फोरबिडन शहरावर पुन्हा पु-यीचे राज्य येऊ शकणार होते का? ती माझ्याकडे अपेक्षेने पाहत होती.

तिची ती निर्णय न घेण्याची क्षमता, शंकेखोरपणा आणि माझ्यावर असलेला पूर्ण विश्वास खरोखरच माझ्या काळजाला हात घालणारा होता. माझ्या आत तिच्याबद्दल असलेली प्रामाणिक भावना मी दडपत असले तरी, ती भावना मला 'नाही, माझ्यावर तुझा पूर्ण विश्वास आहे ना; त्यामुळेच मी तुला सांगतेय की, तसे काहीच होणार नाहीये. त्याऐवजी पु-यी फक्त जपानचा एक कळसूत्री राजा म्हणूनच राहील. तुला मंचुरियामध्ये फक्त दु:खच सहन करावे लागेल. जा, तू चीनला जा; तुझे हे अफूचे व्यसन सोडून दे! आणि निघून जा. पाश्चिमात्य देशांत जा, जेथे तुला नवीन जीवन जगायला खूपच आवडेल. न्यू यॉर्कला जा! नवीन जीवन सुरू कर आणि मग तू मुक्त होशील. मुक्तपणे जगशील आणि कायम सुखी राहशील!' हे सांगण्यासाठी वारंवार उद्युक्त करीत होती.

पण ती भावना दडपून मी वान-जुंगशी पूर्णच खोटे बोलले, जेव्हा ती माझ्याकडे हृदय पिळवटून टाकणाऱ्या आणि भीताची लहर असणाऱ्या केविलवाण्या नजरेने पाहत होती. तरी तिच्या डोळ्यांत माझ्याबद्दल पूर्ण खात्री होती. विश्वास झळकत होता. मी तिला खोटेपणाने पटवत होते की, आता मंचुरियाला परत जाणे हाच एकुलता एक मार्ग उरला असून, त्यामुळे पु-यीचे राज्य पुन:स्थापित होईल

आणि त्यांची चिनत्सिनमधील स्थितीदेखील चांगली आणि यथायोग्य पदावर येईल. मी किती उलट्या काळजाची आणि खोटारडी होते!

जरी तिने माझे शब्द अगदी गंभीरपणे घेतले असले, तरी शेवटी मला तिचा संशय येत होता. कारण तिला अफूचा नाद होता. आणि हे व्यसन इतके जास्त होते की, ते ती मंचुरियामध्ये पुरवून घेऊ शकणार नव्हती. शिवाय शारीरिकदृष्ट्या ती इतकी नाजूक आणि अशक्त होती की, इतक्या लांबच्या प्रवासाच्या कल्पनेनेसुद्धा तिला असह्य ताण येणार होता. केवळ मला खूश करण्याकरिता तर सम्राज्ञी हे बोलत नव्हती ना? आणि कदाचित ती मंचुरियाला जाण्याचा आपला निर्णय परत मागे घेईल आणि तेथे जाणे रहितसुद्धा करू शकेल!

मी या निर्णयाच्या प्रक्रियेत बरोबर मधोमध अडकले होते. एका बाजूने माझी मैत्रीण म्हणून तिने कोणत्याही कठीण परिस्थितीतून जाऊ नये, असे मला वाटत होते. तिच्यासाठी आणि पु-यीसाठी जे दु:ख आणि अपमानकारक स्थिती मंचुरियात वाढून ठेवली होती, त्या दोघांची वाटच पाहत होती, तिला त्या दोघांनी तेथे जाऊन तोंड देऊ नये असे वाटत होते; पण त्याच वेळी हे तर माझे माझ्या देशासाठी करावयाचे एक कर्तव्य होते आणि ते मला कोणत्याही परिस्थितीत पार पाडायचे होते. म्हणून त्यांना मंचुरियाला पाठवायलाच हवे होते. त्यांनी मंचुरियात जायलाच हवे होते, तेही लवकरात लवकर; म्हणूनच दोईहाराने मला या फार मोठ्या कामासाठी हुकूम दिला होता. माझी नियुक्ती तर फक्त यासाठीच केली होती! या माझ्या कामाच्या यशानंतर शांघायला जाऊन मला परत दुसरे काम करायचे होते. मला येथेच फार दिवस ही योजना अधांतरी ठेवून, अपूर्ण अवस्थेत ठेवून चिकटून राहायचे नव्हते. तनाकालाही माझ्याकडून फारच अपेक्षा होत्या. आणि अगदी सुरुवातीपासूनच त्या होत्या. तो माझ्यामुळे फारच प्रभावित झाला होता की, मी अगदी पहिल्यापासूनच हेर खात्यातील पुढे जाणाऱ्या पायऱ्या भरभर वर चढत होते. आणि आता माझ्या हातात तर माझ्या हेरगिरीच्या कारकिर्दीला एक सोनेरी वळण देणारी व माझ्या बरोबरच माझ्या देशाचे, जपानचे भवितव्य पालटवून टाकणारी संधी आली होती. ही एक यशदायक पर्वणी होती. यामध्ये मी आधीच खूप वेळ घालवला होता. मला असे वाटत होते की, मी आणखी एक महिना वाट पाहण्यात घालवला, तर टोकिओतील मुख्यालय माझ्या बाबतीत खूपच आतुर होईल.

जसा दोईहारा परत आला, तशी मी लगेचच त्याच्यापुढे हजर झाले होते. मी त्याच्याकडे एक अशी योजना घेऊन गेले होते, जी सम्राट पु-यीला मंचुरियाला परत जाण्याकरिता, पुन:स्थापित होण्याकरिता उडी मारायला लावणारी होती. तो तेथून आल्यावर खूपच उत्साही आणि आनंदी दिसत होता. त्याचा आनंद बघूनच मी सांगू शकत होते की, तेथे त्याने आपला वेळ कसा घालविला असेल? अगदी निश्चितपणे

त्याने त्याचा वेळ वेश्यालयातील जाणकार वेश्यांबरोबर आणि उत्तम मालिश करणाऱ्या शांघायमधील मालिश केंद्रावर घालवला होता. शेवटी शांघाय त्यासाठीच तर स्वर्ग म्हणवले जात होते ना! चिनत्सिनमधील चिनी वेश्या दोईहाराच्या मनात भरत नव्हत्या आणि तरीही त्याने मला 'त्या' एकदाच झालेल्या शरीरसंबंधानंतर कधीच बोलावले नव्हते. तो मला तशीच वरवर आणि कोरडी ठेवत होता. त्याचे कारण बहुतेक हे असावे की, मी सम्राट आणि सम्राज्ञीची पाहुणी होते. आणि त्यामुळे तसे करणे अयोग्य आणि त्या दोघांचा अनादर करणारे ठरले असते.

'अरे व्वा! ही तर कारणेच आहेत!' मी स्वत:वरच जोरात खेकसले. 'कर्नल दोईहारा केव्हापासून कोणत्याही चिनी माणसाचा आणि वस्तूंचा आदर करायला लागला? अगदी ते चीनचे सम्राट आणि सम्राज्ञी झालेले असले तरी? मग हे कारण नक्कीच नव्हते की, तो मला दूर ठेवत होता.'

काय होते कोण जाणे? ते जाणून घेण्याच्या भानगडीत न पडता मी तसेच ठेवले. मला दोईहाराची एक अशीही गोष्ट समजली होती की, तो यासाठी कुप्रसिद्ध होता. एकदा एका मुलीशी शरीरसंबंध केला की, तो पुन्हा तिला कधीही आपल्या बिछान्यावर बघत नसे. मग ती राजकन्या असो नाहीतर आणखी कोणी! मला आता कोणत्याच कामाची अपेक्षा राहिली नव्हती. मी त्याच्याविषयी काय विचार करते, हे महत्त्वाचे नव्हते. तो अजूनही माझा साहेब होता. मी त्याच्यावरच पूर्ण अवलंबून होते. तो माझ्याविषयी चांगली माहिती टोकिओच्या मुख्यालयात पाठवणार होता. माझ्यासाठी बढती आणि शिफारशीबद्दल कळवणार होता. मी फक्त उत्तम काम करू शकते आणि कोणतीही धाडसी योजना यशस्वीरीत्या पार पाडू शकते एवढेच न कळवता त्याने माझ्या बढती व शिफारशीचा विचार करून, प्रस्ताव तयार ठेवायला हवा होता. ते मला हवे होते; ती माझी अपेक्षा होती.

"कर्नल दोईहारा, आता बहुतेक तुम्ही ही गोष्ट पूर्णपणे लक्षात घेतलीच असेल की, या योजनेत आपला फार वेळ चालला आहे. सम्राट पु-यी आणि सम्राज्ञी वान-जुंग हे दोघेही त्यांच्या निर्णय न घेऊ शकण्याच्या क्षमतेबद्दल प्रसिद्ध आहेत. म्हणूनच हा उंदीर-मांजराचा खेळ कितीही काळ चालू शकतो.'' मी म्हणाले. "आता प्रश्न वेळेचा आहे. आपणच त्यांना आता पुढे जाण्यासाठी आपण ठरवलेल्या दिशेने धक्का दिला पाहिजे. नाहीतर या खेळाचा अंतच होणार नाही. टोकिओतील मुख्यालय त्यासाठी आतुर झालेले असेल. माझ्याजवळ एक चांगली कल्पना आहे; त्यामुळे या पूर्णपणे बंद झालेल्या गोष्टीला तोंड फुटेल आणि हे एकदाचे संपेल. अर्थात मी काय सांगतेय ते ऐकायची तुमची इच्छा असेल तर मी बोलते!

"मी असा विचार करते आहे की, आपणच अशी काही परिस्थिती निर्माण करायची किंवा असे प्रसंग घडवून आणायचे की, सम्राट पु-यीला आपले आयुष्य

येथे पूर्णपणे धोक्यात आहे असे वाटेल. चिनत्सिनमध्ये त्याला जपानी सैन्याचे संरक्षण मिळू शकत नाही, जे त्याला मंचुरियात मिळाले होते. जेथे तो फोरबिडन शहरात पुन:स्थापित होऊ शकेल आणि जपान्यांच्या मदतीने आपले राज्य चांगल्या पद्धतीने चालवू शकेल, असे त्याला वाटेल.'' मी पुन्हा लगेचच बोलले होते. कारण दोईहाराला माझ्या योजनेबद्दल कोणताही प्रश्न विचारण्याची संधी मला द्यायची नव्हती.

''मी तुझे बोलणे ऐकतो आहे. माझी आता सर्व जाणून घ्यायची इच्छा आहे. पुढे बोल!'' दोईहारा म्हणाला. काही क्षणांकरिता मी मागेपुढे करत थांबले. माझ्या या काऽकू करण्याने त्याची उत्सुकता जास्तच चाळवली गेली. ''तू कोणत्या प्रकारच्या परिस्थितीबद्दल बोलते आहेस, ते जरा सांगशील का?'' दोईहाराने विचारले.

''एक प्रकारे आपण अन्नातून ते करू शकतो. कारण तुम्हाला हे माहीतच आहे की, पु-यी हा खवय्या माणूस आहे. त्याला खाण्याची कोणतीही गोष्ट मनापासून आनंद घेऊन खायला आवडते. मला ही कल्पना माझ्या लहानपणातल्या एका प्रसंगावरून आठवली. माझा एक अतिशय दंगेखोर भाऊ होता. त्याचा मला खूप राग येत असे. एक दिवस मी मूठभर अळ्या ठेचून त्याच्या सूपमध्ये टाकल्या; त्यामुळे तो खूपच आजारी पडला. इतका की, तो बरेच दिवस घरातून बाहेरच पडू शकला नाही. तो अगदी बिछान्यात पडून होता. मग त्याने कधी मला त्रास देण्याची हिंमतसुद्धा केली नाही. आपण पु-यीबरोबर असेच काहीसे करू. आपण पु-यीच्या जेवणात अशी चव आणू, साधारणपणे अशा पदार्थांनी की, त्याला आजारपण येईल. आणि त्याचे शत्रू त्याला जेवणातून विष देण्याचा प्रयत्न करीत आहेत, हा त्याचा मानसिक भ्रम वाढेल असा प्रयत्न काही काळापुरता तरी करू!''

''आपण हे गृहीत धरू या की, ही कल्पना चांगली आहे. मग तू मला हे कसे करायचे आहे, ते सूचवू शकतेस का? प्रत्यक्षात आणायची काही योजना तर असेल ना?'' दोईहाराने माझ्याचकडे विचारणा केली होती. ''त्यांचे स्वयंपाकी आणि त्यांचा स्वयंपाकघरातील पूर्ण नोकरवर्ग, अगदी किरकोळ वस्तू बाजारातून आणणारे लोकसुद्धा चिनी आहेत. आणि ते सर्व अत्यंत इमानदार आणि राजनिष्ठ आहेत.''

''ठीक आहे. पु-यीला इटालियन उपाहारगृहातील जेवण फारच आवडते. चिनत्सिनला येताच त्याने त्या उपाहारगृहातून जेवण मागवणे सुरू केले आहे. आठवड्यातून दोनदा तो हे जेवण मागवतो. मला तिथला एक वाढपी माहीत आहे, ज्याला आपण लाच दिली तर तो सम्राट पु-यीचे जेवण विषवत किंवा संसर्गजन्य बनवू शकतो. म्हणजे मग सम्राटाला मिळालेले जेवण दूषित असेल. अर्थातच आपल्या मदतीने आपणच त्याला पटवू शकतो की, कोणीतरी त्याला जेवणातून

विष घालून मारून टाकण्याचा प्रयत्न करीत आहे.'' मी पुढे म्हणाले, ''तो सतत त्याच्या सुरक्षिततेविषयीच्या मानसिक तणावाखाली वावरत असतो. आपण त्याची ही भीती आपल्या कामासाठी वापरून त्याला असा विश्वास देऊ की, त्याचे आयुष्य चिनत्सिनमध्ये आता खरोखरच धोक्यात आहे.''

ही मुळातच एक अचूक अशी योजना होती, ज्यात फक्त एकच माणूस आम्ही घेतला होता. वाढप्याबद्दल तर काहीच प्रश्न नव्हता. तो आपला कबुलीजबाब देऊन आम्हाला फसवण्याची जोखीम घेऊच शकत नव्हता. कारण त्याचा अर्थच असा होता की, सम्राटाच्या जेवणात विष मिसळण्याचा गुन्हा कबूल करणे. दुसरा अर्थ सरळसरळ कर्नल दोईहारासारख्या शक्तिमान माणसाचा राग ओढवून घेणे हा होता आणि कर्नल काही सामान्य माणूस नव्हता. तर जपानी लष्कराचा चिनत्सिनमधील सर्वेसर्वा प्रतिनिधी होता.

मग मात्र दोईहाराच्या उत्साहपूर्ण परवानगीने मी 'यिंग'ला शोधून काढले होते. तो त्या इटालियन उपाहारगृहात वाढप्याचे काम करीत होता. आणि अगदी दुसऱ्याच दिवशी आमच्या सुदैवाने सम्राटाने त्या उपाहारगृहातून संध्याकाळी चांगले भरपूर जेवण मागवले होते. जास्त पैशांच्या लोभाने यिंगने सम्राटाचे जेवण दूषित बनवण्याचे कबूल केले. यापूर्वी त्याने एवढा पैसा कधीच पाहिला नव्हता. पैशाच्या मोहात पाडून वेटरला जणू आम्ही विकतच घेतले होते. त्यात त्याने भरपूर असे जंतू मिसळले की, सम्राट दुसऱ्याच दिवशी त्या विषवत अन्नामुळे दणकून आजारी पडणार होता.

यिंगने आपला दिलेला शब्द तंतोतंत पाळला. माझ्या अपेक्षेप्रमाणे घडले. सम्राट पु-यी त्याच्या सुरक्षिततेच्या बाबतीत मानसिकरीत्या अतिशय हळवा होता. आजारी पडल्याने त्याचा तो हळवेपणा अक्षरश: वेडाच्या उन्मादात बदलला. या विषयुक्त भोजनाने त्याला खूपच जास्त आजारी पाडले. त्यानंतर सम्राट आम्हाला प्रत्येकाला त्याला मिळणारे जेवण आणि पेय घेण्याचा आग्रह करू लागला; त्यामुळे त्याचे जेवण आणि पेय तपासले जात होते. अगदी व्यवस्थित परीक्षा होत होती.

शेवटी काय तर आम्ही सम्राट पु-यीजवळ मंचुरियाला जाण्याचा विषयसुद्धा काढू शकलो नाही. आणि आम्हाला हे सांगायची गरज नाही पडली की, त्याचे जीवन धोक्यात आहे; न बोलताच त्याने ते कबूल केले होते, स्वीकारले होते.

''कुणीतरी मला विष देण्याचा प्रयत्न करत आहे!'' बोलताना थुंकी उडवत सम्राट दोईहाराला म्हणाला.

''तुम्हाला त्याची खात्री आहे का महाराज? आणि कुणीतरी असे तुमच्याबरोबर काय म्हणून करील महाराज?'' दोईहारा अतिशय शांतपणे आणि मधुर आवाजात सम्राटाशी बोलत होता. या वेळी त्याच्या जबड्याचे स्नायू अजिबातच हलत नव्हते. म्हणजे जेव्हा तो असे उलट वागत असे, मनात एक आणि प्रत्यक्षात दुसरे; तेव्हाच

हे होत असे. या वर्तणुकीकरिता दोईहारा त्याच्या हेर खात्यात प्रसिद्ध होता. आणि आता सम्राटाशी तो तसेच वागत होता.

"हो! अरे खूप लोक आहेत. ते मला मेलेला पाहण्यासाठी मनापासून उत्सुक आहेत!'' सम्राट पु-यी ठामपणे म्हणाला होता; त्यामुळे मला मात्र खूपच विचित्र वाटले. कारण त्याच्या या विचारामुळे माझ्यासाठी पुढच्या गोष्टी आणखी सोप्या होणार होत्या. "खास करून नोकरशहा, जे फोरबिडन शहरात आहेत. कारण माझ्या मृत्यूनंतर ते सम्राटशाही पूर्णपणे उलथवून टाकू शकतील. ते पुढे होऊन त्यांच्या कम्युनिस्ट राज्याची स्थापना करू शकतील. ही जागा खरोखरच धोकादायक आहे. मी आता दुसरीकडे राहण्याचा विचार करीत आहे. मी या लोकांना, मला असे सहजासहजी मारू देणार नाही आणि चीनला एक कम्युनिस्ट देश बनू देणार नाही.''

"अगदी बरोबर आहे महाराज!'' दोईहाराने सम्राटाचे बोलणे मान्य केले. पुढे आमच्या योजनेची री ओढली होती. "महाराज, आपण मंचुरियाला जा. तेथे आपल्याला जपानी लष्कराचे पूर्ण संरक्षण मिळेल. आणि त्यांच्या पूर्ण सामर्थ्यशाली पाठिंब्याने पेकिंगमध्ये तुमची अगदी वाजतगाजत अधिकारपूर्वक पुन:स्थापना करता येईल. तुम्ही जितके दिवस चिनत्सिनमध्ये राहाल, तितके दिवस आम्ही किंवा कुणीही काहीच करू शकणार नाही. तुमचे आयुष्य असेच धोक्यात राहील!''

मी पाहिले की, सम्राटाचा जबडा रागाने मागेपुढे होत होता. जणू काही तो दोईहाराच्या सूचना पचवीत होता. आणि त्याच्या नेहमीच्या दोलायमान स्थितीत थरथरत होता. त्याच्या त्या राजघराण्याची एक करुणाजनक प्रतिमा या सम्राटाने उभी केली होती. कारण हा सम्राट स्वत:च्या सुरक्षिततेविषयीच इतकी मानसिक भीती बाळगून होता की, त्याच्या आजूबाजूचे सामान्य लोकही आपल्या पापकर्मासाठी सहजपणे त्याचा वापर करून घेऊ शकत होते. आणि त्यांच्याकडे तसे काम करून घेण्याचा हेतू आणि योजनासुद्धा होत्या. हा सम्राट स्वत:च इतका असुरक्षित असताना त्याचे राज्य कसे काय सांभाळणार होता? राजघराण्यातील हा २४ वा सम्राट एक हळवेपणाचे गाठोडे झाला होता. तो संपूर्णपणे एकटा पडला होता. त्याच्याजवळ एकही असा माणूस नव्हता, ज्याच्या खांद्यावर तो संपूर्ण विश्वासाने मान टाकू शकेल. आणि त्याचे सारे राज्यच मोडकळीस आलेले असताना हे सारे असे घडत होते. मला त्याच्याबद्दल खरोखरच फार दु:ख झाले होते. सम्राट पु-यी त्याच्या मावळत्या साम्राज्यात एकांतवासात चिनत्सिन येथे एक कळसूत्री बाहुला बनून, जपान्यांच्या हातातले खेळणे झाला होता. त्याच्यावर त्यांचा संपूर्ण अंमल होता. आणि ते त्याला त्यांच्या गरजेनुसार, योजनांनुसार हवे तसे आणि हवे तेव्हा नाचवीत होते.

काही दिवस विचार केल्यानंतर आणि दिवसातून पाच वेळा विचार बदलल्यावर

सम्राट पु-यीने पुन्हा चिनत्सिनलाच राहण्याचे ठरवले होते. आणि माझ्यासाठी त्याने कुठलाच पर्याय ठेवला नाही; त्यामुळे सम्राटावर पुन्हा एखादा असह्य ताण निर्माण करण्यासाठी मला आता माझी दुसरी योजनाच राबवावी लागणार होती. एका रात्री 'क्वाएट गार्डन'ची शांतता पूर्णपणे भंग पावली. त्या घराची शांतता आकाश भेदणाऱ्या किंकाळ्यांनी नाहीशी झाली. त्या सर्व किंकाळ्या सम्राटाच्या खोलीतून येत होत्या. त्याच्या खोलीत खूप सारे विषारी साप पलंगाखाली वळवळताना, सरपटताना आढळले होते.

मी सम्राट पु-यीच्या खोलीकडे उडी मारूनच गेले. पु-यी अडखळत, ठेचकाळत त्याच्या खोलीबाहेर येत होता. त्याचा चष्मा तिरका झाला होता. तो भीतीने गर्भगळित होऊन धापा टाकत होता. मला बघताच तो म्हणाला, ''माझ्या गादीखाली विषारी साप आहेत. मला माहीत आहे की, हा माझ्या खुनाचा कट आहे.''

''तू कसे काय इतके विषारी साप मिळवलेस? आणि ते पु-यीच्या झोपण्याच्या खोलीत कसे काय सोडू शकलीस योशिको? तू जरा संधीचा जास्तच फायदा घेत नाहीस का, योशिको? जर एखादा साप त्याला चावला असता आणि तो मेला असता तर?'' दोईहारा माझ्यावर एखाद्या विषारी सापासारखा फुत्कारत ओरडला. तो खूपच रागावला होता. आणि अक्षरश: थरथरत होता. ''तुला कळत नाही का? आताच्या या घडीला मेलेल्या पु-यीपेक्षा जिवंत पु-यीच आपल्या कामाचा आहे?'' तो पुन्हा अतिशय रागाने ओरडला.

''तुम्हाला काय वाटते? मी असे घडू दिले असते का? कृपा करून माझ्यावर विश्वास ठेवा कर्नल!'' मी उत्तरले. ''हे उघडच आहे की, मी त्या सर्व सापांच्या विषाच्या पिशव्या काढूनच त्यांना त्याच्या खोलीत सोडले होते. जास्तीतजास्त काय झाले असते? त्याच्या कल्पनेप्रमाणे आपण त्याला साप चावल्यावर जे उपचार दिले जातात, तेच दिले असते. खरेतर सापांची ती आपल्यावर दयाच झाली असती.''

त्यानंतर सम्राट पु-यी दिवसातले प्रत्येक आणि रोजचे काम दुसऱ्याकडून तपासून घेत होता. त्याच्या खोलीत सापासारख्या किंवा इतर घातक वस्तू तर नाहीत ना, याची खात्री तो करून घेई. पण पु-यीने आमची घोर निराशा केली होती. त्याने तरीही चिनत्सिन न सोडण्याचेच ठरवले होते. आणि मी आता माझ्या तिसऱ्या योजनेला आकार देण्यासाठी सज्ज झाले. हा माझा शेवटचाच तडाखा होता. आणि या वेळी मला पूर्ण आशा होती की, मी चूक करणार नव्हते, अयशस्वी होणार नव्हते.

काही दिवसांनंतर खूपच महागड्या आणि संकरित पण गोड फळांनी भरलेली करंडी सम्राट पु-यीसाठी आली होती. रसरशीत फळांची करंडी बघून सम्राटाला खूपच आनंद झाला होता. त्याने त्या वेताचे विणकाम केलेल्या नक्षीदार आणि रसरशीत फळांनी भरलेल्या करंडीवर एखाद्या हावरटासारखी झडप घातली आणि

लगेचच तो भीतीने मागे सरकला होता. त्या फळांच्या करंडीमध्ये दोन जिवंत हातबॉम्ब ठेवलेले होते. फळांमध्येच लपवून दिसणार नाहीत अशा रीतीने ते बॉम्ब करंडीत ठेवले होते. आणि त्यांनी हे सिद्ध केले की, पु-यीसाठी हा शेवटचाच इशारा होता. आणि त्यामुळे आम्हाला काहीसा निवांतपणा मिळणार होता.

त्याने दोईहाराला बोलावून हे जाहीर केले – "तर हे असे आहे! तू खरेच बरोबर होतास. आता आम्ही दोघांनी इथे राहणे धोक्याचे आहे. आम्ही आता ताबडतोब मंचुरियाला जायला पाहिजे. ताबडतोब आमच्यासाठी आवश्यक ती सगळी व्यवस्था करा! आम्ही थोड्या दिवसांतच येथून निघू!"

'शेवटी हे शक्य झाले तर!' मी दीर्घ श्वास घेतला. मी वान-जुंगला शांत करण्याचा प्रयत्न करत होते. कारण तिच्या घाबरलेल्या नवऱ्याने अचानक मंचुरियाला जाण्याचा निर्णय घेतला होता ना!

पण सम्राज्ञीचे कशानेच समाधान होत नव्हते; कारण मंचुरियाला जाण्याच्या त्या लांब पल्ल्याच्या प्रवासाच्या कल्पनेने ती धास्तावली होती. भयंकर अस्वस्थ झाली होती. मंचुरियातील यापुढच्या जीवनाच्या विचारानेही तिला भीती वाटत होती; कारण तेथे तिला रोज हवे असलेले अफूचे डोस मिळणार नव्हते. जी अफू तिचे जीवन जगण्याचे दुःख काही प्रमाणात का होईना, बधिर करत होती, तिला जिवंत ठेवत होती.

"मग तू सम्राटाबरोबर कशाला मंचुरियाला जातेस?" मी तिला म्हणाले, "अजूनही काही फार उशीर झालेला नाही. तुझी सारी रत्ने आणि दागिने विकून तू अमेरिकेला किंवा युरोपात जाऊन आपले नवे जीवन सुरू करू शकतेस. तू हे नक्कीच करू शकतेस. आठव, तू नेहमीच तुला अमेरिकेत राहायला, विशेषत: न्यू यॉर्कमध्ये राहायला आवडेल असे म्हणायचीस ना?"

"नाही योशिको. मला असे पळून जायला आवडणार नाही." सम्राज्ञी वान-जुंगने मला उत्तर दिले. हुंदके देत ती मला म्हणाली होती, "माझी जागा अजूनही सम्राटाच्या बरोबरच आहे. काहीही होवो, मी त्याच्याबरोबर राहायला हवे. ही मी सम्राज्ञी असल्याची किंमत आहे. हे तर माझे कर्तव्यच आहे, जे माझ्या नशिबाशीच बांधलेले आहे. आणि मी त्याच्यापासून पळून दूर जाऊ शकत नाही गं!"

काही दिवसांनंतर १३ फेब्रुवारी १९३२ रोजी - अगदी त्याच दिवशी ते राजेशाही निवासस्थान 'क्वाएट गार्डन' छोट्या छोट्या मोटारगाड्यांच्या मिरवणुकीने भरून गेले होते आणि एकदमच शांत झाले होते. ती सगळी जागा एखाद्या दुर्लक्षिलेल्या, वाळीत टाकलेल्या जागेसारखी वाटत होती. राजेशाही जोडप्याची दिवसभर चाललेली नाजूक गडबड स्तब्ध झाली होती. गडी-माणसे गायब झाली होती. जपानी लष्कराची तुकडी राजेशाही जोडप्याच्या प्रत्येक हालचालीवर नजर

ठेवण्यासाठी त्यांच्याबरोबरच रवाना झाली होती. पण त्यातही जवानांची संख्या कमी करून चार ते पाच जवानांवर आणली गेली होती. दोईहारा मला भेटायला आणि सांगायला आला की, आपली योजना पूर्णपणे यशस्वी झालीय आणि शक्य तितक्या लवकर माझ्या जुन्याच जागी - शांघायमध्ये - जाण्यासाठी मी रवाना व्हायला हवे. शक्य तितक्या लवकर तयार व्हायला हवे होते.

मी माझ्या योजनेत पूर्णपणे यशस्वी झाले, तो क्षण खरोखरच माझ्यासाठी अत्यानंदाचा होता. कारण हे यश माझी चांगलीच हकिगत टोकिओला, मुख्यालयात पाठवण्यासाठी खात्रीपूर्वक उपयोगी पडणार होते. मी मात्र त्या क्षणाचा आनंद पूर्ण उपभोगू शकले नाही. कारण मी या विजयाने खरी आनंदी नव्हते. मला हे माहीत होते की, वान-जुंग माझ्यावर पूर्णपणे विश्वास ठेवत होती. आणि लहानपणी जसे माझ्यावर प्रेम करीत होती तेवढेच आणि तसेच आजसुद्धा करत होती. माझ्यावर पूर्ण विसंबून असलेल्या त्या भोळ्या जीवाला मी दु:ख आणि दु:सह हालअपेष्टा सहन करायला अतिशय कठोर आणि अवघड जागी पाठवून दिले होते. ती आणि पु-यी दोघेही फक्त इकडून तिकडे चेंडूसारखे उडवले जाणार होते. तेसुद्धा माझ्या देशाचे – जपानचे – अनधिकृतरीत्या चीनच्या भूमीवर आक्रमण होण्यासाठी. मंचुरियावर जपानने ताबा मिळवण्यासाठी केलेली आमची ही मैत्री खोटेपणावर आधारित होती. आणि फसवणूक हाच या मैत्रीचा धागा होता. वान-जुंग भयंकर अस्वस्थ झाली होती. मंचुरियातील पुढच्या जीवनाच्या कल्पनेनेही तिला भीती वाटत होती. हे सर्व राजकीयदृष्ट्या; पण माझे काय? माझ्या आयुष्यात पुन:पुन्हा तेच पाणी परत वाहत येत होते. मी पुन्हा माझी एक प्रेमळ स्त्री-मैत्रीण गमावली होती. त्याआधी जेड, मायी, तामुरा, मारी सगळ्याचजणी माझ्या आयुष्यातून निघून गेल्या होत्या. मला असे वाटते की, हेच माझे नशीब होते. कदाचित हेच माझ्या आयुष्यात पुन:पुन्हा आणि सहजपणे घडत होते; कारण मी खरोखरच जन्मानेसुद्धा इतकी वाईट होते की, चांगल्या गोष्टी माझ्याजवळ असण्याचा, राहण्याचा मला हक्कच नव्हता. नव्हे, दैवाने माझ्या वाईटपणामुळेच तो मला दिलेला नव्हता.

माझे मन विषादाने भरून गेले होते. माझी मन:स्थिती दु:खाच्या काळ्या ढगांनी व्यापून गेली होती. मी ‘क्वाएट गार्डन’च्या अंगणात वेड्यासारखी फेऱ्या मारत फिरत होते. फुलांच्या सुंदर आणि नीटस वाफ्यांना लाथा मारून माझा स्वत:वरचा राग आणि चीडचीड व्यक्त करत होते, जे त्या सम्राज्ञीने मोठ्या प्रेमाने जोपासले आणि वाढवले होते. नंतरचा चिनत्सिनमधला माझा मुक्काम आणि त्यानंतरचा बराचसा वेळ माझ्या आणि सम्राज्ञीच्या संपर्कातील आठवणींमध्येच गेला होता. आठवणींच्या ढगात सम्राज्ञी माझ्याकडे अतिशय सरळपणे आणि टक लावून भीतीने भरलेल्या डोळ्यांनी पाहत होती. तिची ती नजर तिला जेव्हा मी कारमध्ये बसवून

मंचुरियाला रवाना केले, तेव्हाची होती. मंचुरियाच्या त्या लांब पल्ल्याच्या प्रवासासाठी तिने पहिले पाऊल उचलले, तेव्हाही तिच्या नजरेत हाच केविलवाणा भाव होता की मला त्या कठोर आणि नावडत्या प्रदेशात जबरदस्तीने का पाठवीत आहात?

दहा

सम्राट पु-यीबरोबर वान-जुंग सुरक्षितपणे मंचुरियाच्या मार्गाला लागल्यानंतर माझे चिनत्सिनमधील काम संपले होते. आणि काही दिवसांनंतर मला शांघायला जाण्यासाठी पत्र मिळाले. मला अत्यानंद झाला; कारण मी कधीची शांघायला जाण्यासाठी उत्सुक होते. शांघायचा वियोग मला खूपच असह्यपणे जाणवत होता. अर्थातच माझा जीव शांघायमधील रंगीबेरंगी जीवनासाठी झुरत होता. मला जणू वाटत होते की, अनंत काळापासून मी त्या जीवनासाठी आसुसलेली होते. त्याशिवाय आणखी एक चिंतेचे कारण होते ते माझ्या काळीज आणि मन पोखरणाऱ्या बोचऱ्या आठवणी, मी केलेली वान-जुंगची फसवणूक; ही गोष्ट मला सतत एक आठवण देत होती. ती म्हणजे स्वत:ला मी जितकी अभेद्य आणि एखादी गोष्ट मनाला न लावून घेणारी समजत होते, तशी मी नव्हते. मलाही काहीतरी 'हृदय' नावाची गोष्ट होती तर! माझी सम्राज्ञी वान-जुंगबरोबर केलेली मैत्री म्हणजे आम्हा दोघींत खरोखरच एक हळवे नाते निर्माण झाले होते. हे सर्व म्हणजे खरेतर माझ्या 'हेरगिरी'च्या सीमारेषा मी पार केल्या होत्या. वान-जुंगच्या बाबतीत हळवी होऊन मी नियमांची चौकट मोडली होती. माझ्यातील 'हेरा'चाही मी बळी दिला नव्हता का? माझे हे कर्तव्य माझा उपयोग एक 'प्यादे' म्हणून करत होते तर! तनाकाचे स्त्रीहेरांकरिता जे कडक कायदे आणि नियम होते, त्यांच्या परिघात राहूनच काम न करता मी ते वर्तुळ मोडले होते. माझे काम म्हणजे तनाकाच्या स्त्रीहेरांसाठी असलेले संकेत धुडकावून केलेले काम होते. तनाका नेहमी म्हणायचा, ''योशिको, नाजूक परिस्थितीत नेहमी एखाद्या हेरासारखे थंडपणे आणि निश्चितपणे विचार करून निर्णय घेणेच योग्य ठरते; स्त्री म्हणून स्त्रीच्या डोक्याने विचार करणे नेहमीच योग्य नसते.''

मी अशा द्वंद्वामध्ये सापडले; मला हेच कळत नसे की, माझ्या अपेक्षा तरी काय आहेत? पण शांघायमध्ये पोचल्यावर मी सगळेच थोड्या वेळाकरिता तरी विसरले असावे. कारण माझे मन शांघायमध्ये रमायला सुरुवात झाली होती. मी शांघाय सोडून गेले होते तेव्हा ते जसे होते, तसेच ते होते. फक्त रस्त्यावर जरा जपानी सैनिकांची संख्या वाढली होती. या सैनिकांना सेवा देण्यासाठी रस्त्याच्या कडेला जास्त वेश्यालये दिसली. बाकी काही फारसा बदल झालेला दिसला नाही.

माझ्या जुन्या घरात मी परतले होते. जणू काही मीं ते सोडून कधीच गेले नव्हते. माझे आणि तनाकाचे सहजीवन पुन्हा नव्याने पण जुन्याच पद्धतीने सुरू झाले होते. आम्ही ताबडतोब एकमेकांच्या मिठीत पुन्हा पहिल्याइतक्याच तीव्रतेने विसावलो होतो. एकही प्रश्न विचारला किंवा एकही उत्तर दिले गेले नाही.

"हे किती आश्चर्यकारक होते जेड!" मी जेडला पुढे पत्रात लिहिले होते. "ज्या पद्धतीने या सगळ्या गोष्टी पार पडल्या होत्या, त्या इतक्या छान आणि व्यवस्थितपणे झाल्या की, मला असे वाटतेय की, मी शांघाय सोडून कधीच गेले नव्हते आणि चिनत्सिनमधील दिवस आणि वान-जुंग व पु-यीबरोबरचा सहवास हे एक फक्त स्वप्नच होते!"

'पु-यी आणि वान-जुंग' या चिनत्सिनमधील योजनेच्या माझ्या झगझगीत, डोळे दीपवणाऱ्या यशामुळे जपानकडून उच्च दर्जाच्या प्रशंसेबरोबरच मला 'मेजर' या पदावर बढती मिळाली. जसे मला वाटले होते तसेच. नि:संशयच दोईहाराने माझ्या बाबतीत चांगलीच हकिगत जपानच्या मुख्यालयात कळविली होती. तसेही मी या गोष्टीकरिता स्वत:ला पूर्ण पात्र ठरवले होतेच की! खरोखरच मी त्या बढती आणि प्रशंसेकरिता लायक होते. मी जे काही काम केले होते, ते एका भव्य उंचीचेच काम होते, ज्यामुळे जपानला एक संधी मिळाली होती. आणि त्या संधीद्वारे त्यांनी चीनच्या भूमीवर अनाहूतपणे आक्रमण करून – 'मॉनच्युक्यो'च्या निर्मितीसह – पु-यीला त्यांचा पहिला राजप्रतिनिधी म्हणून नेमले होते. नंतर पु-यीला त्यांनी त्यांचा सम्राट म्हणून १ मार्च १९३४ रोजी जाहीर केले. हे एका स्त्रीहेराचे प्रचंड मोठे असे राजकीय आणि लष्करी यश होते, जे तिने तिच्या कारकिर्दीत फारच लवकर मिळवले होते. आणि मग गुप्तहेर खात्यातील अगदी रंगेल आणि विलासी स्त्रीहेर अशी माझी प्रतिमा असूनसुद्धा मला नाखुशीने आणि कुरकुरत का होईना, सन्मान मिळत गेला.

शांघायमध्ये परतल्यावर मी परत माझ्या रंगीबेरंगी दुनियेच्या विश्वात अगदी सहजपणे मिसळून गेले. वरवर काहीही बदल झालेला नव्हता. पण या चमकदार आणि प्रकाशमान, औपचारिक पण सतत हालचाल करणाऱ्या दुनियेत एक नवीन ताण निर्माण झाला होता. वरवर सगळे नेहमीचे असले तरीही कुठेतरी काहीतरी चुकत होते. तो ताण शांघायवर पसरत चालला होता. असा ताण मी पूर्वी कधीच बघितला किंवा अनुभवला नव्हता. तो म्हणजे जपानी आणि चिनी माणसांचे आपसातले शत्रुत्व विकोपाला गेले होते, आणि त्यात सतत भरच पडत होती. चिनी माणसांचा राग आणि चीड व्यवहार्यच होती. त्यांच्या छातीत धोक्याने खंजीरच खुपसला गेला होता. पण तरीही ते मोठ्या शूरपणे आणि संयमाचा बांध घालूनच वावरत होते. या अंतस्थ संतापाचा आणि चिडीचा प्रवाह अगदी नकळतपणे

प्रत्येकच चिनी माणसाच्या मनात वाहत होता. आणि स्थिती इतकी नाजूक झाली होती की, ती स्थिती जणू बर्फाच्या ठिसूळ जमिनीच्या पातळ थरावरून चालण्यासारखी होती. अशा वेळी आता बर्फ वितळेल आणि आपण कायमचे पाण्याखाली बुडू, ही भीती प्रत्येक पाऊल उचलताना वाटते, तसेच काहीसे वाटत होते.

माझ्या हेसुद्धा लक्षात आले होते की, तनाकाची वागणूक बदलली होती. तो एकदम थंडपणे आणि अलिप्तपणे माझ्याशी वागत होता. जरी आम्ही पूर्वीच्याच उत्साहाने रोज रात्री एकमेकांवर प्रेमाचा वर्षाव करत असलो, तरीही मला त्याच्या मनात एक प्रकारे रागाची आणि संतापाची उकळी फुटतेय असे वाटत होते. मला या गोष्टीचे आश्चर्यही वाटत होते; त्याने कसेही करून शोधून काढले होते की, दोईहाराच्या बाबतीत मी त्याच्याशी खोटे बोलले होते आणि त्याला दिलेले वचन मोडले होते. पण मी कितीही प्रयत्न केले तरी माझ्या आणि दोईहाराच्या बाबतीत त्याला काय माहीत होते, ही गोष्ट मी कधीच जाणून घेऊ शकले नाही. कारण तनाकाने त्या बाबतीत काहीच बोलायचे नाही, असे ठरवले होते; त्यामुळे ज्यात दोईहाराचा संदर्भ येत होता, अशा चर्चेला त्याने साफ मनाई केली होती. तो माझ्याशी इतर कामाची चर्चा करत असे. पण तनाकाची एक गोष्ट कधीच बदलली नव्हती; ती म्हणजे त्याचे औदार्य आणि प्रत्येक बाबतीतली पैशाची उधळपट्टी. आणि त्याच्या नेहमीच्या सुसंगत तर्कानुसार आम्हाला असेच आयुष्य जगण्याची आवश्यकता होती. त्याचे कारण म्हणजे आमचे आयुष्य आणि काम नेहमीच धोक्याचे असते. कारण आम्ही गुप्तहेर होतो. शिवाय आम्ही जे कठीण काम करीत होतो, ते फक्त चांगल्या आणि भल्या हेतूनेच करीत होतो. हे वेगळे सांगायची अजिबातच गरज नव्हती की, जसा आम्ही दोघांनी या शांघाय शहराच्या काळ्या बाजूचा तळ गाठला होता आणि त्यात ज्या गोष्टी सापडल्या होत्या, त्या गोष्टींनी शांघाय शहरात पुन्हा एकदा सहजपणे वादळ निर्माण होण्याची खूप शक्यता होती. म्हणूनच जेव्हा दोईहारा तनाकाकडे शांघायमधील कामाची पूर्ण माहिती मागायचा, तेव्हा तो एक विशिष्ट अस्वस्थपणे चिनत्सिनला जात असे, आणि आम्ही दोघांनी मिळून कामासाठी जो वेळ घालवलेला असे, त्याच्या जमा-खर्चाची खूप मोठी रक्कम सूड म्हणून वसूल करीत असे; पण जेव्हा तो काही दिवसांनंतर परत यायचा, तेव्हा तो खूपच आनंदात असे. आणि मी अनुमान करीत असे की, कर्नल दोईहाराने तनाकाला नेमून दिलेल्या कामाच्या बाबतीत आम्ही दोघांनी बेपर्वाईने जी उधळपट्टी केली होती, त्याबद्दल शेवटी त्याला धारेवर धरले नसावे आणि एकही प्रश्न किंवा शंका विचारली गेली नसावी. मी एक सुखाचा आणि निवांतपणाचा दीर्घ श्वास घेत असे आणि माझ्या मनावरचा ताण एकदम हलका होत असे. तनाका आनंदी असणे ही माझ्यासाठी खूप चांगली गोष्ट होती. त्याचा तो आनंदी, सुखी

स्वभाव कायम राहायला हवा, अशी आशा मला वाटत असे. मी कितीतरी दिवसांपासून माझ्या जुन्या जगाची पर्वा न करणाऱ्या आनंदी तनाकाची वाट बघत होते. त्याने आणि मी मिळून केलेला सर्व विक्षिप्तपणा आणि गमती मला परत माझ्या आयुष्यात हव्या होत्या. याच तनाकाचा मला वियोग होत होता. तो मला परत मिळाला असे मला वाटले होते.

मला बघितल्याबरोबरच तो म्हणाला, ''आपल्याला एक नवीन काम मिळालेले आहे! हे खूपच खास आणि जोरदार असे खळबळजनक काम आहे. अगदी आपल्याला हवे तसे! तुलासुद्धा हे काम करताना खूपच उत्साह वाटेल. उद्या आपण या कामाचा सर्व तपशील बघणार आहोत. पण आज रात्री मात्र मला माझ्या या सुंदर मंचुरियन राजकन्येवर भरभरून प्रेम करायचे आहे. आपण दोघेही एकसारख्या स्वभावाचे, वागणुकीचे आणि सारखाच दृष्टिकोन बाळगणारे आहोत, योशिको! आपण दोघेही गतिमान जीवनावर विश्वास ठेवणारी आणि अतिशय कठीण व धोकादायक पद्धतीने काम करणारी माणसे आहोत ना? माझ्या मनातील हेतूप्रमाणे मी नेहमीच हा विचार करतो की, आपण कायमच एकमेकांजवळ राहावे, योशिको. खरेतर आपण कायमच एकमेकांच्या मनात आणि हृदयात राहणार आहोत, होय ना? मग आपण आपल्या हेरगिरीच्या कामानिमित्त कितीही भटकलो तरी आपण एकमेकांसाठी नेहमीच घरी येणार आहोत, होय ना?''

आता त्या घटनांकडे मागे वळून बघताना माझ्या मनात असे विचार येतात की, तनाकाचे ते बोलणे म्हणजे त्याच्या हृदयातून, अतिशय आतून त्याने माझ्यावरील प्रेमाची कबुलीच दिलेली होती. आणि अतिशय आनंदाने किंवा हर्षातिरेकाने म्हणा, मीसुद्धा एखाद्या छांदिष्ट माणसासारखी तऱ्हेवाईकपणाने त्याच्यावर वेड्यासारखे प्रेम करीत होते. माझे प्रेम खरोखरच असामान्य होते. आम्ही दोघे एकत्र येणे म्हणजे जणू मानवी वर्तनाचा एक आगळावेगळा मासलाच होता. ज्याने पोट भरत नाही, पण तो जीवनाला एक मनोरंजनाची झालर लावतो. आम्ही दोघेही एकसारखे वाईट, स्वैराचारी आणि वादग्रस्त ठरू असेच होतो. आणि खरोखरच तसे वागतही होतो. कारण आम्ही दोघेही सारखेच तुल्यबळ व धीट होतो. दोघांनाही या एकमेकांच्या धीटपणाची उत्तम जाणीव होती. जेव्हा जेव्हा माझ्यातील वाईट आणि चांगल्या गोष्टींना मला तोंड द्यावे लागे, तेव्हा तनाकाचे हे शब्द आणि त्याच्या वागणुकीचा माझ्यावर झालेला परिणाम मला नेहमीच कोणती बाजू जिंकेल, हे ठरविण्याकरिता मदत करीत असत.

''जर तुम्ही उत्तम आणि कुशल गुप्तहेर असाल, तर बऱ्याच वेळा तुम्हाला वाईटच वागावे लागते किंवा दुटप्पी तरी वागावे लागते. जर गुप्तहेराने नेहमी सामाजिक व नीतिमत्तेला धरून असणाऱ्या नियमांचे पालन केले आणि तो सामाजिक

आणि नैतिकदृष्ट्या योग्य असेच वागत राहिला, तर त्याला कुठलीही पदके किंवा सन्मानाच्या फिती मिळणारच नाहीत. तो तर गुप्तहेराऐवजी सामान्य माणूसच ठरला असता. आपल्या या हेरगिरीच्या क्षेत्रात बहुतांश वेळा आपल्याला अविचारी साहसाचीच निवड करावी लागते. त्यानुसार येणाऱ्या जोखमीचीही जबाबदारी पूर्णपणे घ्यावी लागते. त्याशिवाय आपले ध्येय आपण साध्य करू शकत नाही, लक्ष्य गाठू शकत नाही आणि कधी-कधी तर खरोखरच आपल्याला बिनदिक्कत स्वैर वागावे लागते. निर्दयपणा करावाच लागतो, फक्त ठरवलेले होण्यासाठी.'' तनाकाचे हे शब्द खरे आणि जादूभरेच होते.

नवीन खळबळजनक आणि जोरदार कामाविषयी नुसते ऐकूनच मी खूप उत्तेजित झाले होते. आम्ही ती रात्र अगदी जंगली प्रणयातच घालवली होती. आमच्या त्या मिलनात अगदी कशाचाच अडथळा उरला नव्हता. तनाका खरे म्हटले तर एक अतिशय चांगला आणि विषयासक्त प्रेमिक होता. तो जितके पराकोटीचे सुख घेण्यात निष्णात होता, तितकेच उच्च कोटीचे सुख देण्यातही कसबी होता. आणि मग मलाच जाणवले की, मी त्याला खरोखरच चिनत्सिनमधील त्या रुक्ष कालावधीत खूप आठवत होते. त्या काळात त्याचा वियोग मला खूपच जाणवला होता.

आम्ही सकाळी उठलो. आन्हिके उरकून सरळ लष्करी गणवेश चढवून तनाकाचे कार्यालय गाठण्यासाठी निघालो होतो. तेथे जाऊनच आम्हाला या नवीन कामाविषयी चर्चा करायची होती. तनाकाचा असा कडक नियम होता की, कोणत्याही कार्यालयीन कामाची किंवा कार्यक्रमाची चर्चा नेहमी कार्यालयातील सुरक्षित वातावरणातच व्हायला हवी. त्याचे कार्यालय त्या दृष्टीने अतिशय सुरक्षित अशी जागा होती. त्याच्या म्हणण्याप्रमाणे या गोष्टींची चर्चा बाहेर एखाद्या सार्वजनिक ठिकाणी किंवा सामाजिक कार्यात करणे अतिशय चुकीचे होते. तुमचे शयनगृहसुद्धा त्यासाठी एकदमच अयोग्य जागा असते. तेथे कार्याची चर्चा करणे म्हणजे त्या कामाविषयी अनादर दाखवणे आणि काम पूर्णपणे गांभीर्याने किंवा महत्त्वाच्या दृष्टिकोनाने न घेणेच आहे. आम्ही जपानचे हेर होतो आणि आमचे प्रत्येक काम आमच्या देशासाठी होते; त्यामुळे त्याचे महत्त्व राखणे हीच आमची त्या कामाच्या संदर्भातील निष्ठा व आदर होता.

म्हणूनच त्याच्या कार्यालयात जाऊन तो नेहमीप्रमाणेच स्थिर आणि निवांत होण्याची मी वाट पाहिली. तनाकाच्या चर्चेच्या आधी सगळी दारे आणि खिडक्या घट्ट लावून बाहेरून येणारे सर्व दूरध्वनी आम्ही बंद करून ठेवले होते. तनाकाकडून त्या कामाचे रहस्य जाणून घ्यायला मी स्वत: फारच उत्सुक होते. आजपर्यंत कुणीही मला संयमाचे बांध घालून इतका वेळ बांधून ठेवू शकले नव्हते. मी माझ्या दृष्टीने

तर जणू निराशेचे टोक गाठले होते. पण एका चांगल्या गुप्तहेराचे लक्षण कोणत्याही परिस्थितीत शांत आणि स्थिर राहून पुढे काय होते, याची वाट पाहणे हेच होते. आणि म्हणूनच चांगल्या गुप्तहेरासारखी मी गप्पच राहिले होते.

"तुला हे माहीतच आहे की, मंचुरियातील परिस्थिती अजिबातच स्थिर नाही. चिनी लोकांनी केलेल्या छोट्या छोट्या उठावांनी आणि बंडखोरीने जपानला अगदी वीट आणलेला आहे. जरी त्यांचे बंड आपल्या देशासाठी प्राणघातक नसले, तरीही ते आपल्या देशाला त्रासदायक ठरणारे आणि अनादर दाखवणारेच आहे. शिवाय ते आपल्या देशाचे मनोधैर्य खच्ची करणारेसुद्धा ठरू शकते." तनाका पुढे म्हणाला, "म्हणूनच आपण या चिनी लोकांना चांगलाच धडा शिकवायचा असे ठरवले आहे आणि जपानची शक्ती पुन्हा निश्चितपणे त्या प्रदेशात पुन:स्थापित करायची आहे."

माझ्या हृदयात रक्तप्रवाह जोराने वाहू लागला आणि ते जोरजोराने धडधडू लागले. माझ्या हृदयातील रक्त अतिशय जोराने, वेगाने माझ्या शरीरातील सर्व नसांमध्ये पसरत असल्याची जाणीव मला होऊ लागली. आणि या उच्च दाबाच्या रक्तप्रवाहाने माझ्या डोक्यात पिंजल्यासारखेच होऊ लागले होते. तनाका काय बोलतो आहे, हेच मला कळत नव्हते. जरा लवकर आणि स्पष्ट बोलला तर काय होईल? त्याला जोरजोरात हलवून त्याच्या घशातून ते शब्द बाहेर काढावेत का, असे मला वाटायला लागले होते.

"थोडक्यात, जपानला आता शांघायवर स्वारी, आक्रमण करायचे आहे!" तनाका शेवटी उद्गारला. "राजाला खूप लांब उत्तर पूर्वेला मॉनच्युक्योत स्थिर करणे ही गोष्ट, शांघायसारख्या चीनमधल्या मध्यवर्ती असलेल्या मोठ्या शहरावर आक्रमण करणे यापेक्षा खूपच वेगळी आहे. चिनी लोक या गोष्टीकरिता कधीच तयार होणार नाहीत. ते तेवढाच प्रचंड विरोध करतील!" मी म्हणाले होते.

"होय; तू म्हणतेस ते बरोबरच आहे. पण मी हे म्हणतो की, शांघायवर आक्रमण करण्यासाठी असे काही कारण जपानच्या बाबतीत उभे राहिले, तरच हे शक्य होईल असे मला वाटते. उदाहरणार्थ, आपण इथल्या जपानी रहिवाशांवर गुंड आणि ठगांच्या टोळ्यांकडून असे काही हल्ले करू की, ज्यामुळे कापाकापी, लुटालूट, जाळपोळ या गोष्टींनी जपानी समाजाला जोरदार मार बसेल. त्यात फक्त बलात्कार पूर्णपणे टाळायचा. बलात्कारासाठी मी कधीच संमती देऊ शकणार नाही. आणि या हल्ल्याने जपानी समाजाची स्थिती इतकी खराब होईल, इतकी चिंताजनक होईल की, आपल्याला जपानी लष्कराची मदत घेतल्याशिवाय चीनवर नियंत्रण ठेवणे जमणार नाही. एकदा जपानी लष्कर आले की, जपानी नागरिकांना सुरक्षित करण्याच्या बहाण्याने ते पुढे सरकत जाईल. नंतर काय होईल हे माहीत आहे का? जपानी लष्कर मुळात थांबणारच नाही. शांघायचा पूर्ण घास घेतल्याशिवाय किंवा

घेतल्यावरच मोहीम थांबेल!'' मला आठवते की, माझी जीभ एका क्षणाकरिता टाळ्याला चिकटून बसली होती. हे केवढे मोठे, प्रचंड आकाराचे काम होते. जपान आमच्यावर पूर्ण विश्वास टाकत होता. इतका की, आमच्याकडे जपानी लष्कराला शांघायवर हल्ला करता येईल अशी कठीण आणि चिथावणीखोर परिस्थिती निर्माण करण्याची जबाबदारी दिली होती. परिणामी, हा हल्ला शेवटी चीनवरच होणार होता. या योजनेच्या कल्पनेनेच माझी छातीच दडपून गेली होती.

''हे तर फारच मोठे काम आहे!'' शेवटी एकदम घोगऱ्या आवाजात मी बोलले. ''आणि एवढ्या मोठ्या आणि कठीण असलेल्या कामासाठी ते आपल्यावर विश्वास टाकत आहेत तर! पण तुला हे माहीत आहे का तनाका सॅन, आपण हे काम करू शकतो!''

नंतरचे काही दिवस मी तनाकाच्या ओळखीच्या पण वाममार्गी आणि संशयास्पद असणाऱ्या संबंधितांना बघण्यातच घालवले होते. हे जग आणखी वेगळे होते. शांघायच्या या काळ्या बाजूमधल्या लोकांपैकी 'यकुत्सा' म्हणजे गुंडांच्या टोळीचा म्होरक्या एखाद्या चिनी गुंडाच्याच तोडीचा होता आणि एकदम कुप्रसिद्ध होता. शांघायच्या त्या छोट्या गल्ल्यांमध्ये याचे राहणे होते. त्या गुंडांच्या टोळीच्या म्होरक्याचे नाव होते 'बॉबी'. तो एक प्रकारे गुंडांचा दलालच होता. आणि खूप मोठ्या प्रमाणावर गुंड असणारी टोळी तो हिमतीने चालवत होता. खरेतर तो पक्का व्यावसायिक होता. त्याची टोळी काहीही करण्यात निष्णात होती. विशेषत: कर्जवसुलीसाठी तो नवनवीन मार्ग शोधून काढी. शांघायमधील छोट्या व मोठ्या व्यावसायिकांच्या सुरक्षिततेसाठी तो 'सुरक्षा फी' या नावाने जबरदस्तीने पैसा वसूल करी. जे पैसे देत असत, त्यांना तो हात लावीत नसे; पण जे पैसे देण्यासाठी मागेपुढे पाहत, त्यांना या 'बॉबी'च्या आणि त्यांच्या मुलांच्या रागाला तोंड द्यावे लागे; त्यामुळे हे व्यावसायिक 'पैसे देण्याची बाजूच' निवडत आणि स्वत:ची सुटका करून घेत.

बॉबीला राजी करायला मला जरा कष्ट पडले. आणि त्याच्या फीच्या बाबतीत व्यवहार करतानाही कठीणच गेले होते. कारण तो फार चिवट माणूस होता. शेवटी मी जेव्हा तिसऱ्यांदा त्याला भेटले, तेव्हा आम्ही दोघेही अशा रकमेच्या आकड्यावर येऊन पोहोचलो की, ज्यामुळे आम्हा दोघांचेही समाधान झाले होते. मला ती रक्कम त्याला द्यायला परवडले. ती रक्कम त्याला पाहिजे तेवढीच असल्याने त्याचेही समाधान झाले होते. तो खूश होता. रकमेचा सौदा खुशीने झाला होता. बॉबीचे गुंड शहरात आता गोंधळ माजवणार होते. आणि अर्थातच जपानी समाज त्यांचा बळी ठरणार होता. बॉबीने त्याचे अफूने मढलेले घाणेरडे दात दाखवत मला वचन दिले होते की, तो त्याची उत्तमातली उत्तम माणसे या कामाला लावणार होता. ते जपानी समुदायाच्या लोकांमध्ये दंगल घडवून आणतील. ही अशा प्रकारची दंगल आणि

गोंधळ असेल की, याच्या ताणाचे पडसाद रोजच चिनी सत्ताधाऱ्यांवर दबाव आणतील. नव्हे, रोजच या दबावाची तीव्रता वाढत जाईल आणि हे तेव्हाच थांबेल, जेव्हा या कापाकापीला अडवायला, आळा घालायला कुणीतरी पाऊल उचलेल. त्याचे ते दात विचकणे खूपच रुंद आणि विकृत होते आणि मला संपूर्ण खात्री होती की, जे काम मी त्याला दिले, त्याचा तो विकृत आनंद उपभोगणारच होता. मला मात्र या गोष्टीचे खूपच आश्चर्य वाटत होते की, बॉबी स्वत: जपानी होता. आणि यात जपानी समाजच भरडला जाणार होता. त्यांचे सर्वस्व हिसकावले जाणार होते. आणि तरीही याला असा आनंद का होत होता?

''बॉबी, एक गोष्ट लक्षात ठेव आणि हा कर्नल तनाकाचा सक्त हुकूम आहे की, यात कुठेसुद्धा कोणत्याही स्त्रीवर बलात्कार होता कामा नये!'' मी त्याला परत आठवण करून दिली. तसा त्याचा चेहराच उतरला. त्याला तो हुकूम नाराज करून गेला असला, तरी तो शेवटी एका गुंडांच्या टोळीचा म्होरक्या होता आणि अशा कामाचा भरपूर पैसा मिळाला, तरी बलात्कार हा त्या गुंडांच्या विकृत आनंदाचा आणि सुखाचा भाग होता. त्यांच्या त्या कामाची ती बक्षिशी होती. आणि मी व तनाकाने त्या गोष्टीलाच पूर्ण मनाई केली होती.

बॉबीने आपला शब्द पूर्ण पाळला होता. आमच्या कराराप्रमाणे बलात्कार न करता त्याला जे जे दृष्कृत्य करता येत होते, ते त्याने केले होते. थोड्याच दिवसांत शांघायमध्ये नवीन प्रकारचे गुंड आणि त्यांचे म्होरके वावरू लागले. त्यांनी शांघायमधील सर्व जपानी समाजाच्या समुदायात चांगलीच दहशत पसरवली. आणि साऱ्या शांघायमध्ये त्या दहशतीची कुजबूज पसरली. शांघायमध्ये घरफोड्या, मारामारी, हल्ले, लुटालूट, जाळपोळ आणि जपान्यांच्या चालू व्यवसायाला खीळ घालण्याचे, त्याची मोडतोड आणि नुकसान करण्याचे जोरदार सत्र सुरू झाले होते. त्यांच्या हातून कोणतीही वाईट गोष्ट करायची सुटली नव्हती. शांघायमधील चिनी सत्ता ही जपानी समुदायाच्या सामूहिक कत्तली थांबवू शकली नव्हती. त्यातही ते जपान्यांचा अंगभूत नैसर्गिकपणे द्वेष करीत होते, हेही एक 'जपानी कत्तली'कडे दुर्लक्ष करण्याचे कारण असू शकत होते. चिनी समाजाला या गोष्टीचा मनातल्या मनात खूप आनंद होत होता. कदाचित चिन्यांना ही आशा होती की, जपान्यांना या मुळापासून उद्ध्वस्त करणाऱ्या प्रकारामुळे जपानी तेथून निघून जातील किंवा त्यांची शांघायमधील जी सामाजिक प्रतिष्ठा होती, ती कमी तरी होईल किंवा एकदम नाहीशी होईल.

सध्याच्या जपानी समाजाच्या सामाजिक स्थितीला मी जे रूप दिले होते, त्याच्या यशामुळे मी खूपच जास्त सुखावले होते आणि माझ्या मनात या गोष्टीची जाणीवच उत्पन्न झाली नाही की, कितीतरी माझेही परिचित जपानी या हल्ल्यात लुटले, लुबाडले गेले असतील. त्यांनाही गुंडांनी मरेस्तोवर मारले असेल. काहींचा

तर जीवही घेतला असेल आणि काहींना कायमचीच दहशत बसवली गेली असेल. मी त्यांना वाचवू शकले असते. पण मी फक्त सहजपणे बेफिकिरीने खांदे उडवून तो विचार माझ्या मनातून झटकूनच टाकला होता. मी जरी हा विचार करण्याचे किंवा यासंबंधी काही लक्षात आणण्याचे थांबवले असले, तरी कोणीही शहारून जावे अशीच ती स्थिती होती. शेवटी ती स्थिती म्हणजे केव्हातरी आणि कोणीतरी त्यांच्या राष्ट्राकरिता दिलेली किंमत होती. ते त्यांचे बलिदान होते!

आम्ही जी परिस्थिती निर्माण केली होती, त्याचा आम्ही पूर्ण फायदा घेतला. आम्ही जपानकडे मदत आणि संरक्षणाकरिता अर्ज केला. आणि जपानने आमच्या विनंतीअर्जाला ताबडतोब उत्तर दिले. हे उत्तर अतिशय आलंकारिक भाषेत होते. ''ज्याच्याजवळ फक्त नरक आहे आणि ज्याच्याकडून संताप आणि बेफामपणाशिवाय काहीच अपेक्षित नाही, असा देश आणि त्या देशातील माणसे तिरस्करणीयच आहेत.'' या तिरस्करणीय देशाला आणि त्यातील माणसांना धडा शिकवण्यासाठी जपानी लष्कराचे सैन्य आणि त्यांचे रणगाडे यांनी शांघायच्या 'झाबेई' जिल्ह्यावर चित्त्यासारखी झडप घातली. समुद्रामध्ये जपानी लढाऊ जहाजांचे तांडे होतेच. आणि आकाशात जपानी लष्कराची विमाने जणू दहशतीचा डंका पिटत होती. हे सगळे असे होते की, ते आता कुणाच्यानेही थांबणारे नव्हते. चिनी लोकांनी अक्षरश: जिवानिशी विरोध केला. पण त्यांचा विरोध पूर्ण तयारीने आणि अनौपचारिकपणे केलेल्या जपानी लष्कराच्या यंत्रसामग्रीने सज्ज अशा सैन्यासमोर अगदीच केविलवाणा ठरला. त्यांना मागे रेटणे खूपच सोपे होते. एका आठवड्यातच जपानने आपल्या विजयात झाबेई जिल्हा आणि शांघायचा खूप मोठा लचका तोडला होता.

मला आठवते की, मी आणि तनाका 'पार्क' नावाच्या आरामगृहातील सर्वांत वरच्या मजल्यावरील बारमध्ये दारू पीत बसलो होतो. तेव्हा आम्ही पाहिले की, खाली शहरामध्ये जपानी सैन्य आणि त्यांचे रणगाडे जोरदार आवाज करीत फिरत होते. लोक प्रत्येक दिशेला जीव वाचवण्यासाठी सैरावैरा पळत सुटले होते. जणू वारुळातून सुटलेल्या मुंग्याच होत्या त्या! सत्तेच्या मद्याची नशा बेधुंद करणारी आणि भुलवणारी असते. माझी छाती तेव्हा गर्वाने फुगली होती. कारण या सगळ्या युद्धात मी खूप मोठे काम आधीच केल्याने कितीतरी संख्येने जपानी सैन्य शांघायच्या सर्व भागांमध्ये पसरले होते. हे सगळे बघूनही मला तेव्हा ही जाणीवच झाली नव्हती की, यासाठी अशा कितीतरी माणसांच्या आयुष्याची मोठ्या प्रमाणावर किंमत आम्ही मोजली होती. यात कितीतरी जपानी आणि चिनी नागरिकांचा बळी गेला होता. त्या दृश्याकडे पाहणे मी जाणूनबुजून टाळले. रस्त्यावर लोकांच्या शरीराचे अवयव, धड, डोके, हात, पाय सारेच कापलेल्या, विखुरलेल्या अवस्थेत पडले होते. आणि साहजिकच बरेच निष्पाप चिनी पुरुष, स्त्रिया व लहान मुलेसुद्धा युद्धाच्या गोळीबारात

सापडली होती. या सगळ्या गोष्टींत मी फक्त जपानी सैन्य योग्य रीतीने शांघाय शहरात त्यांचे रणगाडे आणि इतर युद्धसाहित्यासह शिरू शकेल की नाही, याचीच काळजी घेतली होती. एकदा ते शांघायमध्ये शिरले की, तिथून कधीच माघारी परत फिरणार नव्हते, याची मला खात्री होती.

"आपण यशस्वीरीत्या काम केले आहे, योशिको!" विश्रांतिगृहाच्या सर्वांत वरच्या मजल्यावर बसून शांतपणे मद्याचे घोट घेत तनाका बोलला. आम्ही दोघेही शांतपणे मद्याचा आस्वाद घेत खाली जपानी सैन्य एका निश्चयाने शांघायकडे सरकताना, त्यावर आक्रमण करण्यासाठी पुढे जाताना बघत होतो. वास्तविक झाबेई जिल्ह्याचा संहार ही चीनला दिलेली शिक्षा होती. कारण त्यांनीच जपानी समुदायाची 'कत्तल' केली होती. त्याचेच हे 'फळ' होते.

नंतर लष्कराच्या वायुसेनेने शांघायवर आक्रमण केले. तेव्हा मी आणि तनाकाने विमानातून शांघाय शहराचे अवलोकन केले होते. मी शांघाय शहराचे जमीनदोस्त झालेले अवशेष पाहिले होते. याच शहराने मोठ्या प्रेमाने माझे स्वागत केले होते. अगदी आनंदाने केले होते. खूप वर्षे मला आपल्या कुशीत जागा दिली होती. आणि आता मीच त्या शहरावर जपानने कत्तल करून जो विजय प्राप्त केला होता, त्यावर मोठ्या गर्वाने शहराचे अवलोकन करीत होते. मला हे सांगायला आता लाज वाटते की, तेव्हा मला अजिबातच काही वाटले नव्हते. या आक्रमणात असंख्य निष्पाप चिनी नागरिकांना त्यांचा काहीएक दोष नसताना भयानक पद्धतीच्या मृत्यूला सामोरे जावे लागले होते. विजय मिळालेल्या उन्मादाचा जोर इतका होता की, आम्हाला एक गोष्ट अगदी साधीसुधी वाटली होती; ती म्हणजे चिनी विद्यार्थ्यांच्या छोट्या छोट्या जमावाने, जपान्यांनी ज्या निष्पाप चिनी लोकांचे रक्त या कत्तलीत सांडले होते, त्यांच्या प्रत्येक थेंब अन् थेंबाचा बदला जपान्यांकडून घेण्याची शपथ घेतली होती.

पण वास्तवात या सर्व गोष्टींतून जे काही माझ्या दृष्टीने वरवर चांगले उरले होते, ते म्हणजे शेवटी चिनी लोकांनी आपला विरोध पूर्णपणे थांबवला होता आणि आम्ही शांघायच्या भूमीचे निरीक्षण करण्याकरिता प्रवास ठरवला होता. मी प्रयत्न केला होता की, मी तेथे पोचल्यावर मेलेली माणसे आणि जळलेली घरे बघणारसुद्धा नाही. पण ते तर माझ्या मनात पक्के घर करून बसले होते. आणि आता माझ्या मनातून ती चित्रे हलायलासुद्धा तयार नव्हती. त्यांचे विचार माझ्या मनात सतत येत होते. इतके की, परत परत त्यांच्या आठवणीने रात्री मी दचकून उठत होते. त्याचे कारण म्हणजे ज्या जपानी लोकांची भयंकर कत्तल झाली होती, त्यांत माझे काही असेही मित्र-मैत्रिणी होते, ज्यांच्यासोबत मी कधी रात्र-समारंभांत खाणेपिणे केले होते त्यांचेही अवयव असेच तुटून त्यांचे तुकडे रस्त्यावर पसरले असतील. आता ते सर्व

तुकडे रस्त्यावरून स्वच्छ करण्याचा हुकूम जपानी सैन्याला मिळाला होता.

रस्ते आणि जमीन जवळून बघणे भयंकर कठीण झाले होते. माणसांची जळालेली शरीरे, शरीरांचे तुटलेले तुकडे हे सारेच निष्पाप चिनी आणि जपानी लोकांचे होते. जर मी माझी जपानबद्दलची राष्ट्रभक्ती आणि माझा राजधर्म त्याचबरोबर माझा मत्सर आणि क्रोध बाजूला ठेवला, तर हे सारे मेलेले लोक माझ्याच वंशाचे नव्हते का? मी तर टाळता न येणाऱ्या चिनी राजवंशाचे शुद्ध रक्त घेऊनच जन्माला आले होते ना? मग ते तर माझ्याच वंशाचे माझेच बहीण-भाऊ होते. आणि त्यांचा मृत्यू घडविण्याकरिता मी कारणीभूत झाले होते. मी त्यांचा एक प्रकारे खूनच केला होता. पण शेवटी माझे मन माझ्या उच्च दर्जाच्या इच्छाशक्तीपुढे नमले होते. झुकले होते. माझी ही दुष्ट इच्छाशक्ती नेहमीच माझ्यासाठी वरदान ठरली होती. ती वाईट परिस्थितीतही सोयीस्कर असा अर्थ काढत आली होती. आजही तेच झाले. तिने माझ्या या शोकावर मात करून त्या पराकाष्ठेच्या दुःखातून माझ्या जाणिवेला इजा न करता बाहेर काढले होते.

पुन्हा मला जपानकडून उच्च श्रेणीच्या दर्जाची शिफारस मिळाली होती. मी जे काम यशस्वी केले होते, जी मोहीम मी अतिशय यशस्वी केली होती, ती जपानच्या दृष्टीने खूपच महत्त्वाची होती. म्हणूनच मला गुप्तहेर सन्मानासह चमकणाऱ्या तरुण उगवत्या ताऱ्याच्या सन्मानाचा किताब दिला गेला होता. पण त्याच वेळेस मी अनेक चिनी लोकांच्या द्वेषाचे लक्ष्य बनले होते, ज्यांना माझ्या या कामगिरीबद्दल माहिती होती. मी शांघायमध्ये लढाई घडवून आणण्यासाठी काय केले आणि स्थानिक गुंड लोकांची मदत घेताना त्यांना काम दिले, या माझ्याबद्दलच्या माहितीमुळेच मला खुनाच्या धमक्या मिळू लागल्या. मग शांघायमधील माझ्या चिनी निवासस्थानात लवकरच मला एकटे फिरणे दुरापास्त झाले. मी तसे धाडस करू शकत नव्हते. माझे सर्व चिनी मित्र-मैत्रिणी आणि परिचितांनी मला चुकवायला, टाळायला सुरुवात केली. कारण मला असेच मत बनवता आले होते की, मी मूलतः अशी चिनी व्यक्ती होते की, जिने स्वतःच्याच लोकांचा विश्वासघात केला होता; तेसुद्धा जपान्यांबरोबर कट करून, त्यांच्याशी संगनमत करून. जपान्यांच्या विरोधात असणाऱ्या एका गटाने तर मोठ्या जाहिरातीच्या फलकावर माझे छायाचित्र लावून माझ्या चेहऱ्याभोवती वर्तुळ काढले होते. मीच ती मुख्य व्यक्ती होते, जिने शांघायमध्ये चिनी समाजाचे एवढे मोठे सामूहिक हत्याकांड आणि दंगल घडविली होती, हे त्यातून स्पष्ट होत होते. एक खुनी आणि विश्वासघातकी असा कलंक माझ्यावर लावला गेला. नव्हे, तसा प्रसारच केला गेला. या जाहिरातीच्या चित्रामुळे तर मी संपूर्ण शहराच्या ओळखीची झाले होते. "स्वतःच्या रक्ताचा आणि स्वजनांचा खून आणि विश्वासघात करणाऱ्या या खुनी स्त्रीचा धिक्कार असो!" जाहिरातीच्या फलकावरील हे शब्द

किंचाळून, ओरडून माझ्याविषयीची हकिगत उघड करीत होते; त्यामुळे मला शांघायच्या रस्त्यावरून चालणे कठीण झाले होते. जे लोक ही जाहिरात पाहत किंवा वाचत, ते जर माझ्याजवळून गेले किंवा मला कुठेही रस्त्यावर आडवे आले, तर माझ्याकडे चोरटा पण माझा धिक्कार करणारा कटाक्ष टाकत.

माझी एक जवळची मैत्रीण 'उरली' होती. ती तिच्या कुटुंबीयांच्या दबावामुळेच मला अगदी तोंडावर हे सांगून गेली की, ती आणि तिचे कुटुंब यापुढे माझ्याशी मैत्रीपूर्ण संबंध ठेवू शकत नाही; कारण मी आता चिनी समाजाच्या द्वेषाची, अविश्वासाची धनी झाले होते.

विकी म्हणाली, ''आतापर्यंतची सगळ्यात वाईट गोष्ट म्हणजे तू जरी 'योशिको कावाशिमा' हे नाव धारण केले असले, तरीही त्याऐवजी इथले बरेचसे चिनी लोक तुला चिनी वंशाची समजत होते. पण तू तर जपानी लोकांची मदत घेऊन स्वजनांचा द्वेष करतेस आणि त्यांना अशी शिक्षा करतेस की, ते मरणप्राय यातना भोगत मृत्यूला सामोरे जातात. तुझ्याबद्दल सर्वत्र हेच आणि असेच बोलले जात आहे. मी स्वत:ला अशा व्यक्तीची मैत्रीण म्हणवून घेऊ शकत नाही, जिला स्वत:ची अशी तत्त्वे नाहीत किंवा स्वत:च्या लोकांविषयी जिच्या मनात करुणा किंवा दया नाही. जिला फक्त स्वत:ची महत्त्वाकांक्षा आणि त्या संदर्भातले कोणतेही काम महत्त्वाचे वाटते.''

मी पुन्हा खांदे उडवून सगळे झटकून टाकले. आणि अगदी आलंकारिक भाषेत स्वत:चे मानसिक समाधान करून घेतले. काहीही झाले तरी मी ज्या स्त्रीवर प्रेम केले, तिला माझ्यापासून हिरावण्यात आले. जी माझे संपूर्ण जग होती, ती माझी मंचुरियन आई. माझी जपानी दत्तक आई नाटुस्को, मायी, तामुरा, मारी आणि आता ही माझी मैत्रीण विकी म्हणवणारी स्त्री! तशी ती काही माझी खूप जवळची मैत्रीण नव्हती; त्यामुळे ती जेव्हा माझ्यापासून विभक्त झाली, तेव्हा मला त्याचे फारसे काही वाटले नाही. पण काही झाले तरी ती जे बोलली, त्याचा परिणाम माझ्यावर झालाच होता. याला काहीच महत्त्व नव्हते की, मी स्वत:ला कितीही फसवण्याचा प्रयत्न केला, तरी मी त्या गोष्टी विसरू शकत नव्हते. तोपर्यंत माझ्या यावरच्या अनपेक्षित प्रतिक्षिप्त क्रियेऐवजी माझी निष्ठा आणि जपानवरील प्रेम अजूनही अचल आणि स्थिर होते. त्यात कणभरही फरक पडला नव्हता. पण त्यानंतर मी जास्तीतजास्त अफूचे डोस घेऊन वास्तवापासून दूर पळण्याचा प्रयत्न करीत होते. आणि त्याचबरोबर माझा एकटेपणा, उदासीनता, नैराश्य आणि समाजाकडून अव्हेरल्याचे दु:ख अफूच्या नशेत, धुरात जिरवायचा प्रयत्न करीत होते.

मी बहुतेक वान-जुंगप्रमाणेच स्वत:च्या सर्वनाशाच्या रस्त्यावर चालण्याचा मार्ग निवडला होता. अफूचे सेवन! या नशेत फक्त मला एकच गोष्ट आठवत होती, ती म्हणजे सतत काम करणे आणि माझी जी जपानची एक उच्च दर्जाची गुप्तहेर

म्हणून ख्याती होती, ती कायम राखणे. जर तो अमेरिकन पत्रकार जॅक स्टोन माझ्या आयुष्यात वेळेवर आला नसता, तर कदाचित मी या अफूच्या नशेच्या धुरातच पूर्णपणे बुडून गेले असते.

त्या वेळेस माझ्या मित्र-मैत्रिणींच्या मंडळात फक्त जपानी आणि पाश्चात्त्य मित्र-मैत्रिणीच उरले होते. जास्तीतजास्त चिनी मित्र-मैत्रिणी माझ्यापासून स्वत:ला निश्चितपणे दूर ठेवत. खरेतर मी त्यांच्यावर त्यांच्या जपानविरोधी वृत्तीसाठी कुठलाही आरोप लावू शकत नव्हते. कारण त्या काळातील सामाजिक स्थितीच तशी होती. अगदी माझी चिनी मोलकरीणसुद्धा माझ्याकडे काम करण्याबाबत एकदमच उदासीन होती आणि शिरजोरही झाली होती. तनाकाच्या सल्ल्याप्रमाणे मी तिला बदलून एक रशियन मुलगी कामाला ठेवली होती. तो माझा काळ काही चांगला नव्हता की, मी चिनी असूनही एखाद्या चिनी माणसावर विश्वास टाकू शकत होते किंवा एखाद्या चिनी माणसाला माझ्या घरात आणि जीवनातही प्रवेश करू देण्याची परवानगी देऊ शकत होते.

या काही चांगल्या दिवसांनंतर परत तनाका माझ्याशी अलिप्तपणे वागू लागला होता. मी बऱ्याचदा एकटीच असे. प्रत्येक रात्री आता तो चहाघरांमध्ये नवनवीन मुलींची सोबत घेऊन रात्र घालवीत असे.

एके रात्री मी थोड्या वेळाकरिता कुणी सोबतीला मिळते का हे पाहण्यासाठी पार्क विश्रामगृहाच्या वरच्या बाजूला गेले होते. तेथे बहुतांश विदेशी लोक पिण्याकरिता आणि गप्पा मारण्याकरिता जमत. हे सर्वच बहुतेक पत्रकार लोक होते. एक लाल केसांचा जरा घुम्यासारखा दिसणारा माणूस माझ्या दृष्टीस पडला. मी तर संध्याकाळीच जरा बेपर्वाईने अफूचा भरपूर डोस घेतला होता. आणि माझे डोके तसेही ताळ्यावर नव्हते. मी अफूच्या तारेत असताना ठरवले होते की, त्या वार्ताहराशी ओळख करून घ्यायची. त्याच्याबद्दल जाणून घ्यायचे. मी तरातरा चालत त्याच्याजवळ गेले. त्याला माझी ओळख करून दिली . माझ्या आजूबाजूला काय चालले आहे, याची तमा न बाळगता मी ते सर्व केले होते. शेवटी माझ्या एकटेपणाचा कडेलोट झाला होता. आधी डोळ्यांनी एकमेकांना बघायचे, मग आजूबाजूचा आढावा घ्यायचा, अशा नेहमीच्या पद्धतीचा अवलंब न करता आणि कशाचीही वाट न बघता मी त्याला माझी स्वत:ची ओळख करून दिली होती. त्या विशिष्ट रात्री मी एकतर चांगल्या विचारातच नव्हते आणि डोळ्यांचे खेळ करत दुसरा कोणी त्याची मला ओळख करून देईल का, याची वाट पाहण्याइतकाही वेळ माझ्याजवळ नव्हता.

माझ्या स्वत:हून ओळख करून देण्याचा परिणाम असा झाला की, तो लाल केसांचा पत्रकार आणि मी आम्ही दोघेही बराच वेळ एकत्र होतो. जवळजवळ चार

तास आम्ही एकत्र बोलण्यात घालवले होते. आमचा विषय होता – आमचा शांघायमधला अनुभव. मला त्याच्याविषयी कुठलीही इच्छा निर्माण झाली नाही. माझ्या नेहमीच्या सवयीप्रमाणे माझ्या अशा ओळखीचा शेवट माझ्या शयनगृहातील बिछान्यावर होत असे. पण या वेळेस असे घडले नाही. आमचे ते एकमेकांशी बोलणे म्हणजे आमच्या मताप्रमाणे फक्त रात्रीचे अवांतर बोलणे होते. म्हणूनच रात्रीसाठी शुभेच्छा देऊन मी तडक घरी आले. एका विदेशी माणसाने फक्त माझ्याशी बोलूनच माझे नैतिक धैर्य उंचावले होते. माझ्यासाठी तो सर्वस्वी अनोळखी, अपरिचित होता. नक्कीच आम्हा दोघांमध्ये एक विशिष्ट प्रकारची ऊर्जा उसळत होती, ज्यामुळे आम्ही दोघे परस्परांकडे आकर्षित झालो होतो. ही कदाचित अंत:प्रेरणेने येणारी एकमेकांविषयीची तीव्र ओढ होती. मी जॅकला खूप दिवसांपासून ओळखते आहे, असेच मला त्याच्या बाबतीत वाटत होते. खरेतर आम्ही दोघांनी फक्त एकमेकांचे हात हातात घेऊन ओळखीचा रिवाज निभावला होता. पण हे हातात हात घेणे खूपच उत्कटपणे झाले होते. असे काय होते जॅकमध्ये?

पुढचे पाच दिवस मी जॅकला पाहिलेही नव्हते. तथापि, मी त्याला माझ्या मनातून काढूच शकले नव्हते. त्याच्याबद्दलची माझी इच्छा ही मी यमागाला जसे माझ्या आयुष्यात इच्छित होते, तशीच होती. मी मग त्याला त्याच्या नेहमीच्या भेटण्याच्या जागी शोधण्याचे आणि त्याच्याविषयी चौकशी करण्याचे थांबवले होते. मला आठवले होते, फार पूर्वी जेड मला म्हणाली होती की, स्वत:ला पुरुषांपुढे फेकणे थांबवले पाहिजे; त्यामुळे पुरुष स्वत:हून आकर्षित होऊन तुझ्याकडे येतील.

''एखाद्या उच्चकुलीन गुणवान स्त्रीसारखी वाग, जर तुला तसेच कोणी वागवायला हवे असेल तर मिस आयसिन!'' जेड म्हणाली होती. ''एक गोष्ट लक्षात घे की, तू एक राजकन्या आहेस!'' कसेही करून मला जॅकसमोर एक उच्चकुलीन गुणवान राजवंशातील स्त्री म्हणूनच राहायचे होते. आणि म्हणूनच मी त्याला आपणहून माझ्याकडे येऊ देणार होते. शेवटी त्याने त्याच्या एका बरोबरीच्या पत्रकाराबरोबर माझ्या घरी असा निरोप पाठवला की, त्याला त्याच्या लेखाकरिता माझी मुलाखत हवी होती. हे सर्व लेख शांघायमधील विशिष्ट अशा प्रसिद्ध लोकांचे होते. त्याच्या या निरोपाने मी तर खूपच उत्साहित झाले होते. हा माझा उत्साह मी त्याला पुन्हा बघू शकणार होते याबद्दल होता. मी नेहमीप्रमाणे माझी वैशिष्ट्यपूर्ण तयारी करून कुठल्याही प्रसंगाला सामोरी जात असे, तशी तयार न होता साधेपणानेच बसले होते. मला हे त्याला दाखवायचे होते की, मी एक साधी सामान्य, पण जरा मनमानी करणारी जपानी स्त्री आहे. मी कोणीही शांघायमधली अतिप्रतिष्ठित, प्रसिद्ध व्यक्ती नाही. मग त्याला माझी मुलाखत का हवी होती? पण माझ्या मनाने मात्र मला एक गोष्ट सांगितली होती की, जर मी शांघायमधील प्रसिद्ध आणि खास

व्यक्ती म्हणून तो मला भेटणार असेल तर तसेच होऊन जाऊ दे. त्या निमित्ताने मला त्याला परत भेटता येणार होते.

ज्या क्षणाला मी त्याला पाहिले त्याच क्षणी मला जाणवले की, मला त्याचा वियोग खूपच जास्त जाणवत होता. जॅक हा काही माझ्या नेहमीच्या आवडणाऱ्या आणि पिळदार पुरुषांच्या पठडीतला नव्हता. तो खूप आकर्षकही नव्हता. खरेतर उंचीला तो माझ्यापेक्षाही थोडा कमीच होता. आणि खूप देखणाही नव्हता; पण त्याच्या शरीरात शक्ती आणि ऊर्जेचा असा काही चपळ स्रोत होता की, तो त्याच्या व्यक्तिमत्त्वातही झळकत असे. विशेषत: त्याच्या खोलवर घाऱ्या डोळ्यांत ते दिसत असे. मला त्याचे डोळे नेहमीच आकर्षित करत असत.

मला अजूनही ती मुलाखत आठवते. ती अनौपचारिक मुलाखत जवळपास दोन तास त्याच 'पार्क' नावाच्या विश्रामगृहात आणि त्याच बारमध्ये चालली होती, जेथे आम्ही दोघे अगदी प्रथम भेटलो होतो. जॅकने शांघायमधल्या माझ्या आयुष्याबद्दल मला प्रश्न विचारले होते आणि तो खास करून जपान्यांनी शांघायवर केलेल्या आक्रमणाविषयी रस घेऊन बोलत होता. हे आक्रमण एक 'फसवे युद्ध' होते आणि त्यात माझा कितपत आणि काय सहभाग होता? तनाकाने मला सावधगिरीचा एक इशारा दिला होता की, बहुतांश विदेशी पत्रकार हे चिनी सत्तेच्या बाजूने होते; त्यामुळे ते लक्षात घेऊन जॅकबरोबर मी या 'फसव्या युद्धा'विषयी बोलले. ते शांघायमधील जपानी समुदायाच्या सुरक्षिततेसाठी किती जरुरीचे होते, ते वाईट असले तरी त्याची त्या काळात खूपच गरज होती, हे पटवले. जपानी लोकांना अत्यंत वाईट पद्धतीने लुबाडले गेले होते. एवढेच नव्हे तर चिनी लोकांनी त्यांना त्यानंतरही फारच वाईट वागवले होते. विशेषत: माझा त्या प्रसंगात काय सहभाग होता ही गोष्ट मी जास्त स्पष्ट होऊच दिली नाही. पण जॅकने नंतर त्याची माहिती घेऊन माझा त्यातला सहभाग शोधून काढला असेलही!

"मला व्यक्तिश: युद्धाचा तिटकारा आहे, कारण त्यामुळे नासधूस आणि संहार होतो. त्यानंतर जे काही लोकांना सहन करावे लागते, ते अक्षरश: परिस्थिती त्यांना ठोसे लगावून शासन करीत असल्यासारखेच असते. हे सगळे मी वक्रोक्तीने बोलत होते. त्या वेळेससुद्धा माझ्या मनात जपानने जे 'फसवे युद्ध' जिंकले होते, तेव्हा गर्वाने फुगलेल्या स्थितीची आणि आनंदाची स्मृती स्पष्टपणे जागृत होती. अगदी जशीच्या तशी ताजी होती.

जॅकने माझ्याकडे धारदार आणि तीव्र नजरेने पाहिले होते; जसे काही तो माझ्यावर अजिबातच विश्वास ठेवू शकत नव्हता. पण त्याने स्वत:च तो विषय थांबवला आणि मला त्याने माझ्या जपानबद्दलच्या राजनिष्ठेविषयी प्रश्न विचारायला सुरुवात केली होती. मी जॅककडे पूर्ण आकर्षित झाले होते. आमच्यात अजूनही ज्या

औपचारिक भिंती होत्या, त्या तोडायला आणि त्याला माझ्या शयनगृहात जागा द्यायलाही मी तयार होते. पण तरीही माझी जपानवरची निष्ठा आणि एक हेर म्हणून जी जबाबदारी होती ती सर्वांत जास्त श्रेष्ठ होती. म्हणूनच जॅकला मी आम्हा दोघांनाही जे उघडपणे सर्वत्र माहीत होते, तेच पुन:पुन्हा सांगितले.

मुलाखतीच्या शेवटी आम्ही त्या विश्रामगृहातून निघालो आणि अतिशय सभ्यपणे वेगळे झालो. त्याने माझ्याकडे अपेक्षेच्या नजरेने पाहिलेसुद्धा नाही. किंवा त्याने मला असा कुठलाही संकेत दिला नव्हता की, तो मला पुन्हा लवकरच भेटू इच्छित होता. आणि मीसुद्धा त्याला कुठलाही संकेत न देता जाऊ दिले होते. आमच्या पुनर्भेटीच्या आधी साधारणपणे सहा आठवड्यांचा काळ निघून गेला होता.

मी जॅकच्या त्या बेसुमार बेपर्वाईच्या पकडीत आलेच नव्हते. कारण मला हे पूर्ण माहीत होते की, माझ्या सौंदर्याच्या शस्त्राने कधी ना कधी तो घायाळ होईल. तो त्यापासून अभेद्य राहू शकतच नव्हता. आणि तो वश होण्यासाठी फक्त काही दिवसांचाच प्रश्न होता. नंतर एक अशी धक्कादायक बातमी आली होती की, तनाकाला मंगोलियाला पाठवण्यात येणार होते. अगदी एका क्षणाकरिता मी सारे काही विसरूनच गेले होते. अगदी जॅकलासुद्धा! मी एकदम मानसिकरीत्या उद्‌ध्वस्त झाले होते. कारण तनाकाशिवाय शांघाय या गोष्टीची कल्पनाच मी करू शकत नव्हते. इतक्या कठीण परिस्थितीतही मी तनाकाच्या संरक्षणात त्याच्या सल्ल्याने निवांतपणे सुरक्षित आयुष्य जगत होते, भोगत होते. त्याच्याशिवाय माझ्या महागड्या सवयी, जीवनाची विलासी शैली कोण पुरवणार होते? फक्त त्यालाच माहीत होते की, मी का आणि कोणत्या उद्देशाने जगत होते. आता मी त्या माझ्या सल्लागाराशिवाय, संरक्षकाशिवाय कशी जगणार होते? काय करणार होते?

''मला क्षमा कर योशिको. मी या वेळेस जरा जास्त वेळाकरिता बाहेर राहणार आहे आणि मी तुला माझ्यासोबत नेऊ शकत नाही.'' तनाका म्हणाला. आणि मीसुद्धा त्याच्याबरोबर न जाऊ शकण्याने मला होणारे दु:ख अगदी योग्य पद्धतीने व्यक्त केले होते. मी आता कोणत्याही स्थितीत मंगोलियात जाणारच नव्हते. तर जगातील कोणतीही गोष्ट जबरदस्तीने मला मंगोलियात नेऊ शकत नव्हती. आणि मंगोलियातील कोणतीही परिस्थिती मला तेथे आकर्षित करू शकत नव्हती.

काही दिवसांनंतर तनाका शांघाय सोडून गेला. जाताना तो मला शांघायला परत येईन, असे वचन देऊन गेला होता. मात्र आम्हा दोघांनाही या गोष्टीचे स्वप्नातसुद्धा भान आले नव्हते की, तनाका शांघाय कायमसाठीच सोडत होता. मी त्याला मोठ्या जड अंत:करणाने हात हलवून निरोप दिला होता. आम्ही त्याच्या जाण्यापूर्वीच्या शेवटच्या महिन्यातसुद्धा एका घरात पण अलिप्त राहत होतो. त्याचे कारण त्याचा वारंवार बदलणारा चिडचिडा स्वभाव आणि माझे जॅककडे आकर्षित

होणे हे असले, तरी मी त्याच्यावर अजूनही फाजील आत्मविश्वासाने प्रेम करीत होते. जणू तनाकावर फक्त आणि फक्त माझाच हक्क होता. आता तनाकाच्या बऱ्याच गोष्टींना मी मुकणार होते. विशेषतः त्याचे औदार्य आणि आमच्या दोघांचे ते रंगीत क्षण. प्रेमिक म्हणून आणि विश्वासू मित्र-मैत्रीण म्हणूनसुद्धा!

तनाकानंतरचा माझा उच्च अधिकारी हा अतिशय उदास आणि दुर्मुखलेल्या चेहऱ्याचा आणि मजबूत बांध्याचा होता. त्याचे नाव होते मेजर म्युटो. तो अतिशय चिकट आणि पै अन् पै मोजणारा माणूस होता. नेमका त्याच्या आधीचा पूर्वाधिकारी उधळपट्टी करणारा होता. मेजर म्युटो माझा खर्च नेहमीच नामंजूर करीत होता. त्याच्या मते हे सारे खर्च निरुपयोगी होते आणि दुसरे म्हणजे माझ्या हेरगिरीच्या कामाच्या क्षेत्राच्या बाहेरचे होते. त्या खर्चाचा माझ्या या हेरगिरीच्या कामाशी काहीएक संबंध नव्हता. मला असे वाटते की, त्याला माझा मत्सर वाटायचा. मी रक्ताने एक चिनी स्त्री असूनही जपानच्या हेरखात्यात इतक्या उंचीवर आणि अगदी कमी वयात नुसती पोचले नव्हते तर 'मेजर'सारखी महत्त्वाची पदवी मिळवली होती, हे पचवायला त्याला फार जड जात होते. त्याने मला माझ्या चिनी नावाने 'राजकन्या आयसिन' किंवा जपानी नावाने 'मेजर योशिको कावाशिमा' बोलावण्यास पूर्ण नकार दिला. शिवाय तो माझ्याशी अतिशय कमी संबंध ठेवायचा आणि कमीतकमी बोलण्याचा सतत प्रयत्न करीत असे. त्याचे हे वागणे माझ्या पथ्यावर पडेल असेच होते. मी तर त्याचा सहज फायदा घेऊ शकत होते.

माझ्या या मेजर म्युटोशी ताणलेल्या संबंधांमुळे माझ्या हेरगिरीच्या कामाच्या उत्साहावर अजिबात पाणी पडले नव्हते. उलट, त्याशिवायसुद्धा मी माझे काम सातत्याने सुरूच ठेवले होते. बॉबीकडून मी सातत्याने आणि कसोशीने माहिती मिळवीत होते. माझे काम चालूच होते. शिवाय बॉबीच्या जाळ्यातली काही खास माणसे 'उपगुप्तहेर' म्हणून माझ्यासाठी काम करीतच होती. आणि ही माहिती मी मेजर म्युटोकडे टप्प्याटप्प्याने पाठवीत होते. जे काही त्याला माझ्याबद्दल वेगळे वाटत होते ते असे की, मी मुळात चिनी रक्ताची होते, मी स्त्री होते इत्यादी. याव्यतिरिक्त त्याला माझ्या कामाबद्दल अजिबात तक्रार नव्हती. आणि मीसुद्धा त्याबद्दल खात्री बाळगत होते. माझ्या आणि मेजर म्युटोच्या संबंधांत एक समतोल होता. तो मला अजिबात पसंत करीत नव्हता हे खरे असले, तरी मी माझ्या कामाने स्वतःची स्थिती जपानसाठी अगदी जरुरीची आणि मौल्यवान करून ठेवली होती. कारण जपानला मी सातत्याने माहिती पुरवणे कायम ठेवले होते, ज्यावर जपानचे सारे लष्करी योजनांचे कुशल इमले उभे राहत होते. आणि शेवटी मोठ्या प्रमाणावर चीनवर आक्रमण करण्यासाठी त्यांनासुद्धा खऱ्या माहितीची गरज होतीच. मी फारच लवकर स्वतःला जपानची 'एक अमूल्य संपत्ती' अशा रूपात हेरखात्यात सिद्ध केले होते. आता तेथे कुणीच मेजर म्युटो माझी अपकीर्ती

करण्याची हिंमत करू शकणार नव्हता.

शेवटी म्युटोने कुरकुरत, नाखुशीने का होईना पण मान्य केले होते की, जरी तनाकाने मला त्या बाह्यात्कारी निरुपयोगी आणि खर्चिक जीवनशैलीची सवय लावली असली, तरीही मी एक देशभक्त आणि स्वत:च्या कामाशी शंका न घेता येण्याइतकी एकनिष्ठ अशी गुप्तहेर होते. माझी ही जपानविषयीची राजनिष्ठा मला कधीच कोणत्याच कामाच्या बाबतीत कुठेही तडजोड करू देत नव्हती. मग माझे कुणाशीही आणि कितीही जवळचे संबंध का असेनात! काही दिवसांनंतर मात्र आमची कामाची गाडी झपाट्याने सुरू झाल्यावर माझ्यात आणि मेजर म्युटोमध्ये एक सहन करण्याइतपत आणि स्थिर असे तडजोडयुक्त नाते निर्माण झाले होते. आणि हे नाते 'जॅक स्टोन' दोघांच्या मध्ये येईपर्यंत टिकलेही होते.

तनाकाच्या अचानक शांघाय सोडून जाण्याच्या प्रकियेला तोंड देतादेताच माझ्या या नव्या, एकदम वेगळ्या स्वभावाच्या उच्च अधिकाऱ्याशी जबरदस्तीने आणि तडजोडीने जुळवून घेण्याच्या नादात मी जॅक स्टोनला पार विसरूनच गेले होते. पण काही आठवड्यांनंतर मी विदेशी लोकांच्या पत्रकारांच्या खाणावळीत जेवणाच्या टेबलावर माझ्या परिचित असलेल्या दोन पत्रकारांसोबत माहिती गोळा करण्याकरिता बसले होते. तेव्हा तिथे अचानक जॅक स्टोन आला आणि त्याने एकदमच माझ्याकडे बघितले होते. मी जॅकच्या नजरेत बघण्याचा प्रयत्न करीत असतानाच तो गोंधळलेला दिसला. तो माझ्याकडे खूप दुरून पाहत असल्यासारखे वाटत होते. जणू काही मी जगातील शेवटची व्यक्ती होते, जिला तो पाहत होता. या वेळेस मात्र मी खरोखरच त्याच्या या माझ्याविषयीच्या अनास्थेने कंटाळून गेले होते. माझ्यातील राजकन्येने पोलादी फणा काढला आणि मी सरळ दाराकडे चालायला लागले. मी काय इतकी गृहीत धरण्यासारखी होते का? दुसरी गोष्ट मला स्वत:ला स्वत:च्याच मनात उसळणाऱ्या त्याच्याविषयीच्या भावनेला आवर घालायचा होता, टोकायचे होते. जो माणूस हवा असेल, त्याच्याजवळ जाऊन त्याला मिळवणे, ही माझी नैसर्गिक प्रवृत्ती होती. आडवळणे न घेता सरळसरळ जवळ जाऊन भिडणे हा माझा स्वभाव होता आणि हे कोणत्याही इतर गोष्टीपेक्षा चांगलेच होते की!

जॅकच्या बाबतीत मला ही जाणीव झाली होती की, माझ्या कठोर आणि थेट जवळ जाण्याच्या वृत्तीला आता लगाम घालायला हवा. यात माझ्या सगळ्याच वृत्ती आल्या. म्हणजे हव्या असलेल्या माणसाला लागलीच माझ्या शयनगृहापर्यंत नेणे, आणि मग केव्हाही आणि कुठेही जेव्हा माझ्या मनात येईल तेथेच सुख भोगणे. पण आता ते थांबवायलाच हवे होते. त्या क्षणी जी एकच गोष्ट योग्य होती, ती म्हणजे माझ्या सर्वच वृत्तींना लगाम घालून एखाद्या उच्चकुलीन स्त्रीप्रमाणे वागायला हवे

होते.

मी त्यामुळेच दारापर्यंत जायला निघाले होते. अर्ध्या रस्त्यातच मला माझ्या एका खांद्यावर हाताची एक घट्ट पकड जाणवली आणि माझ्या अंतर्मनातून जाणवले की, ही पकड जॅकच्या हाताची होती. त्याने मला भिंतीच्या कडेला ढकलले आणि माझे इतके दीर्घ आणि कडक चुंबन घेतले की, माझा श्वासच बंद झाला. आणि एक गोडसर खूण माझ्या ओठावर जाणवली, जेथे माझ्या ओठांची त्वचा फाटली होती.

'मला हे माहीत आहे की, तू माझ्यापासून दूर राहू शकत नव्हतास,' मी मनातल्या मनात म्हणाले आणि त्याच्या चुंबनाचा प्रतिसाद मीसुद्धा तितक्याच आवगाने चुंबन घेऊन दिला.

''मी हे कितीतरी आठवड्यांपासून करू इच्छित होतो! तू मला स्वत:वरच खूप रागवायला आणि चिडायला लावलेस. कारण मी तुला माझ्या मनातून काढूच शकलो नाही, योशिको! चिनी राजकन्ये! जपानी मेजर! कोण आहेस तरी कोण तू? तू कुणीही अस; पण मी तुझ्यापासून आता दूर राहू शकत नाही.''

त्याच्या चुंबनाने माझ्या रक्तात त्याच्याविषयीच्या उकळ्या फुटायला लागल्या होत्या. पण मी स्वत:ला आवर घातला आणि तसे करताना मी त्याचे कपडे फाडले, त्याला माझ्याबरोबर पत्रकारांच्या खाणावळीच्या दारापर्यंत ढकलत नेले. जेथे अगदी दोन-तीन मीटरच्या अंतरावर तीक्ष्ण नाकाचे सतत बातमीच्या वासावर असणारे आणि बातम्यांसाठी नेहमीच भुकेलेले असे जवळपास वीस पत्रकार तरी वावरत होते.

आम्ही दोघांनी रात्रीचे जेवण एका छोट्याशा 'लिटल टोक्यो' नावाच्या जपानी उपाहारगृहात अगदी जपानी पद्धतीने घेतले. हे हॉटेल शांघायच्या निवासी भागातच होते. या उपाहारगृहातील खुर्च्या आणि लाकडी टेबल बाहेरच्या येण्या-जाण्याच्या रस्त्यातच वेडेवाकडे पडलेल्या अवस्थेत होते. आणि आम्ही बघत होतो की, गुरांच्या कळपाप्रमाणे जपानी सैनिक आत येत होते. त्यांच्यासोबत त्यांच्या चिनी मैत्रिणी होत्या नाहीतर चहाघरांतील किंवा वेश्यालयांतील भडक, टंच आणि उगीचच सतत हसणाऱ्या मुली होत्या...

ताऱ्यांनी जडलेल्या आकाशात पिवळसर रंगाचा अर्धा चंद्र तिरपा, लटकल्यासारखा वाटत होता. ती रात्र विलक्षण सुंदर होती. त्या रात्रीच्या उन्मादात माणसांच्या वासना, भ्रष्ट नीतिमत्ता आणि प्रेम करण्याची शक्ती जागृत करण्याची अजब ताकद होती. पण तुम्ही कोणाबरोबर कुठे आहात आणि कोणत्या मन:स्थितीत, लहरीत आहात, यावरसुद्धा बरेच काही अवलंबून असते.

मला आठवले होते, मारी माझ्या शांघायमधील सुरुवातीच्या दिवसांत म्हणाली होती, ''शांघायमध्ये हीच सगळ्यात जास्त भुलवणारी, मोह घालणारी गोष्ट आहे. याला अंत नाही. त्याला बंधन नाही. त्याला नीतिमत्ता नाही. म्हणूनच चीनमध्ये

शांघाय शहराशिवाय कुठे राहण्याची कल्पनासुद्धा मी करू शकत नाही.'' रात्रीच्या त्या जेवणानंतर जॅकला मी माझ्या घरी घेऊन गेले. आम्ही प्रेम केले होते, अगदी पहिल्यांदाच! जॅकच्या म्हणण्याप्रमाणे त्याने जवळपास एक महिना माझ्याभोवती फिरून स्वत:ला अनिवार्यपणे घडणाऱ्या गोष्टीपासून मोठ्या कष्टाने दूर ठेवले होते. मला त्याच्या या बोलण्याने माझ्या भावाची – गोरोची – आठवण आली. आमच्या लहानपणीच्या मंचुरियातील त्या दिवसांत गोरो मला रागाने म्हणत असे - ''मला तुझा खूपच राग येतो, आयसिन! शेवटी तुला जे पाहिजे ते तू मिळवतेसच!''

आणि आता हा जॅक. तोही नेहमीच ही गोष्ट बोलायचा, ''मला स्वत:चाच खूप राग येतोय; कारण शेवटी तू मला तेच करायला लावतेस जे तुला पाहिजे असते!''

जेव्हा हे सगळे संपले, तेव्हा आम्ही आमच्या आयुष्यावर बराच वेळ बोलत राहिलो आणि जॅकबद्दल मला बऱ्याच गोष्टी कळल्या. जॅकचे लग्न झालेले होते. तो त्याच्या बायकोपासून दूरदूर राहत होता. पण मला त्याचे काहीच वाटले नाही; कारण मीसुद्धा कधीच एका माणसाबरोबर माझे जीवन कायमचे घालविण्याचा विचार केला नव्हता. यमागाशिवाय मी कोणाही माणसाबरोबर कोणत्याही नात्यात कायम राहण्याचा विचार करू शकत नव्हते. तनाकाबरोबरचे माझे नाते हे मी ठरवून केलेले होते; त्यामुळेच हे नाते खूपच चांगल्या पद्धतीने टिकले होते.

पण जॅक स्टोनच्या बाबतीत मला लवकरच हे आढळून आले की, यमागानंतर जॅक हा एकच असा माणूस होता, ज्याला मी माझ्या इच्छेने निवडले होते आणि त्याच्याकरिता मी सगळेच मोह सोडण्याचे ठरवले होते. तो एकच माणूस असा होता, ज्याने मला खरोखरच सांगितले की, तो माझ्यावर खूप प्रेम करतो. आणि माझ्या बाजूने विचार केला, तर मी या बाबतीत खरोखरच खात्रीशीरपणे काहीच सांगू शकत नव्हते. मी त्याच्यावर प्रेम केले तरी खात्रीने माझे जपानवरील प्रेम हे नेहमीच मोठे राहणार होते. आणि मी ते कायमच निभावणार होते, हे मात्र पक्के होते!

हे सगळीकडेच माहीत होते की, जॅकची सहानुभूती चिनी लोकांकडेच होती. आणि म्हणूनच मेजर म्युटोला माझे जॅकशी असलेले संबंध अजिबातच नामंजूर होते. किंवा जॅकसारख्याच इतर 'चिनी सहानुभूती' असणाऱ्यांबरोबरचे संबंध नापसंत होते. थोडक्यात, जपानला अनुकूल नसणाऱ्या कोणत्याही व्यक्तीबरोबर संबंध ठेवणे त्याला पसंत नव्हते.....

''मेजर कावाशिमा!'' मेजर म्युटो मला म्हणाला. प्रथमच त्याने माझे नाव माझ्या हुद्द्यासह उच्चारले होते; तेसुद्धा मला समजावण्याकरिता की, मी जपानच्या गुप्तहेर खात्यातील उच्चकोटीच्या स्तरावरची मेजर पदवीने विभूषित महत्त्वाची जपानी गुप्तहेर होते. म्हणूनच मला काळजीपूर्वक वागायला हवे होते. जणू मी जपानची खासगी मालमत्ता असल्याप्रमाणेच. आणि त्या मालमत्तेवर कुणीही,

विशेषत: चिनी लोकांबद्दल सहानुभूती असणाऱ्या व्यक्तींनी कसलाही आणि थोडा वेळही हक्क दाखवायला नको होता. याची काळजीसुद्धा मीच घ्यायला हवी होती. मीच अशा लोकांचा सहवास टाळायला हवा होता. "अर्थातच मला काय म्हणायचे, ते तुला कळलेले आहे. तुझ्यासाठी एखाद्या जॅक स्टोन असे नाव असलेल्या अमेरिकन वार्ताहराशी आणि जो जपानचा कुठल्याही दृष्टिकोनातून पाठीराखा नाही अशा माणसाशी मैत्री करणे किंवा कुठलाही संबंध ठेवणे अयोग्यच आहे. आपल्या देशाची, जपानची महत्त्वाची रहस्ये जर अनवधानाने या चिनी सहानुभूती असणाऱ्या माणसाला कळली तर? म्हणूनच जपान अगदी निश्चिंतपणे तुझ्या या जवळिकीच्या संबंधांना मान्यता देत नाही. विशेषत: आपण असे म्हणू या की, या चिन्यांविषयी सहानुभूती ठेवणाऱ्या अमेरिकन वार्ताहराशी तू संबंध ठेवू नयेत. हे तुझ्याकरिता खरोखरच शहाणपणाचे राहील की, तू तुझ्या वागणुकीबद्दल पुनर्विचार करावा आणि जपान देशाच्या अपेक्षा, अग्रक्रम लक्षात घ्यावे."

माझ्या आणि जॅक स्टोनच्या संबंधांमुळे माझ्या जपानविषयीच्या हेर म्हणून असणाऱ्या प्रामाणिक निष्ठेला व सचोटीला धक्का बसतोय, माझ्या हेरगिरीच्या कारकिर्दीला त्यामुळे कुठेतरी तडजोड स्वीकारावी लागतेय, यावर माझा विश्वास बसला असता, तर मी हे संबंध तत्काळ संपवले असते. पण माझा स्वत:वर आणि माझ्या धैर्यावर पूर्ण विश्वास होता. नव्हे, मी विश्वासाने अगदी हे सांगू शकत होते की, माझी धैर्यशक्ती आणि इच्छाशक्ती इतकी जबरदस्त होती की, मी अशी कुठलीही महत्त्वाची माहिती किंवा बातमी बाहेर जाऊच देऊ शकत नव्हते. जणू काही माझी इच्छाशक्ती म्हणजे लोखंडाचा कठीण पडदाच होती; त्यामुळे मी हे ठरवू शकत होते की, मेजर म्युटोच्या इशाऱ्यांना न जुमानता मी जॅक स्टोनशी माझे संबंध तसेच चालू ठेवणार होते. आणि माझी जमेची बाजू अशी होती की, माझ्या आणि जॅकच्या संबंधांच्या अंतापर्यंत माझी जपानवरची निष्ठा अढळ राहिली. तिला अजिबातच तडा गेला नाही. आणि माझ्या हेरगिरीच्या कारकिर्दीला कुठेही तडजोड करावी लागली नाही किंवा तडजोडीचा बट्टादेखील लागला नाही.

खरेतर असे होते की, माझ्या जपानबद्दलच्या विश्वासार्हतेचा मुख्य कणा म्हणून माझ्या आणि जॅकच्या संबंधांचा उपयोग होत होता; त्यामुळे माझी व जॅकची खूप मोठी भांडणे होत.

"तू तर वंशाने आणि रक्तानेही चिनी आहेस! तुला कळत नाही का? चिनी रक्तच तुझ्या नसांमधून वाहते आहे!" जॅक माझ्याशी वाद घालताना या मुद्द्यावरून मला नामोहरम करायचा प्रयत्न करीत असे. "तुला तुझ्या देशाबद्दल, जिथे तुझा जन्म झाला त्याबद्दल, त्या मायभूमीबद्दल काहीच कसे वाटत नाही गं? आणि तू खट्याळपणे तुझ्या देशाच्या शत्रूलाच कशी काय मदत करू शकतेस? तुझ्यामुळे

तुझ्या जन्मभूमीचा अपमान होतो आहे, तिची प्रतिष्ठा कमी होते आहे, घसरते आहे, हे तुझ्या लक्षात येत नाही का, योशिको?''

पण जॅक मला कधीच जपानविरुद्ध आणि जपानच्या प्रभावाविरुद्ध वळवू शकला नाही. मी नेहमीच माझ्या जपानवरील निष्ठेबाबत प्रामाणिकपणे अविचल श्रद्धा ठेवली. मी तिला कधीच माझ्या अंत:करणापासून हद्दपार करू शकले नाही. जरी तो यमागानंतर माझ्या आयुष्यातला, खराखुरा, मला हवा असणारा माणूस असला तरीही आणि त्याच्याविषयी व त्याच्याबरोबर मला सुख आणि निवांतपणा वाटत असला, तरीही आमच्या नात्यातला हा भाग कायमच दुखरा राहिला. कारण मला हे माहीत होते की, आमच्यापैकी कोणीतरी एकाने आपला हट्ट सोडल्याशिवाय आम्ही कायमचे एकत्र येऊ शकणार नव्हतोच! आणि नेमकी तीच वेळ आमच्या नात्याचा शेवट करणारी असेल. जॅकने मला सांगितले होते की, तो अमेरिकेला जाणार होता. आणि जेव्हा ती वेळ येईल तेव्हा त्याच्याबरोबर मी अमेरिकेला जावे म्हणून तो माझी विनवणी करीत होता. पण मला हे माहीत होते की, मी कधीच त्या वेगळ्या आणि अपरिचित देशात त्याच्याबरोबर खूश राहू शकणार नव्हते. त्या देशातील माणसे माझ्याकरिता परग्रहावरील माणसांइतकीच नवखी आणि अपरिचित असणार होती. तेथील संस्कृती, जिथे मी कधीच गेले नव्हते, तिथे तर मी एक अस्तित्वहीन आणि तुटणारी कचकड्याची नाजूक बाईच ठरले असते! शिवाय मी जॅकवर पूर्णपणे अवलंबून राहणार होते.

पण दुसऱ्या बाजूने विचार केला, तर इथे खूपच विदेशी माणसे होती, ज्यांनी शांघायमध्ये आपले बस्तान बसवले होते, आपली मुळे इथेच रोवली होती. पण जॅक त्यांच्यापैकी नव्हता. त्याचे त्याच्या मायदेशाशी अगदी घट्ट नाते होते. त्याकरिता मी त्याला दोष देऊ शकत नव्हते. कारण एखाद्याची देशाकरिता एक प्रकारची आत्यंतिक निष्ठा म्हणजे काय असते, ते माझ्याइतके चांगले कोणीच समजू शकणार नव्हते. आणि याचे उत्तम उदाहरण म्हणजे माझी स्वत:ची जपानवरची राजनिष्ठा हीसुद्धा त्यातलीच होती. कधीच न संपणारी! म्हणूनच जॅककडून ही अपेक्षा मी कधीच करणार नव्हते की, त्याने त्याच्या देशाच्या निष्ठा माझ्याकरिता गुंडाळाव्यात. मग माझ्याही जपानवरच्या राजनिष्ठेला त्याने तेवढाच मान द्यावा, ही माझी अपेक्षा चुकीची होती का? माझी आणि त्याची राजनिष्ठेची प्रेरणा सारखीच होती. मग माझ्या प्रेमाकरिता त्याने ही गोष्ट शेवटी मान्य केली होती.

जॅकच्या बाबतीत ही चांगली गोष्ट होती की, एकदा माझी गोष्ट मान्य केल्यावर त्याने मला कधीच माझ्या राजनिष्ठेबद्दल तडजोड करण्यासाठी एकही शब्द सांगितला नाही. फक्त मी त्याच्याबरोबर अमेरिकेला जावे म्हणून तो माझी विनवणी करीत होता. म्हणजे आम्ही दोघेही नवीन आयुष्य सुरू करू शकणार होतो. अगदी माझा

तुसडा स्वभाव स्वीकारूनही तो माझ्यावर खूप प्रेम करीत होता. माझी सतत काळजी घेत होता. त्या पातळीपर्यंत जॅकचे माझ्यावर प्रेम होते, हे नक्कीच खरे होते!

"मला याच्याशी काहीच कर्तव्य नाही की, तू चिनी आहेस की जपानी आणि माझ्या चीन किंवा जपानबद्दल काय भावना आहेत. मी जेव्हा तुला माझ्या अमेरिकेला परत जाण्याबद्दल सांगितले होते, ते एवढ्याचकरिता की फक्त दोन शहाण्या माणसांनी एकत्र जीवन जगण्याची सुसंधी निवडली आहे एवढेच! ही फक्त तुझ्या-माझ्यातली गोष्ट आहे." त्याने मला माझ्या बुद्धीला पटेल असे कारण सांगण्याचा प्रयत्न केला.

'जर हे असे आहे ना जॅक, तर तूसुद्धा इथेच राहू शकतोस की! इथे तर कितीतरी विदेशी मंडळींनी आपले बस्तान बसवले आहे. शिवाय आपण दोघेही एकत्र राहू शकतो.' असे म्हणणे माझ्या जिभेवर आलेले होते; पण मी तसे काहीच म्हटले नाही. कारण मला हे माहीत होते की, माझ्या या म्हणण्यावर जॅकचे उत्तर काय असेल ते! आणि आमच्याजवळ एकत्र राहण्याचा तेवढाच वेळ उरला होता. जॅक नंतर अमेरिकेला जाणारच होता.

पण तरीही माझ्या जॅकला चिकटून राहण्याच्या, त्याच्यासोबत राहण्याच्या निर्णयाने माझ्या कारकिर्दीवर थोडा परिणाम केलाच होता. जॅकने मला समजावण्याचा पुरेसा प्रयत्न केला होता. इतका की, माझी हेर म्हणून जी प्रतिष्ठा होती, ती थोडी कमी झाली होती. आणि अगदी मी तडजोडीला तयार होईपर्यंत त्याने त्याचे प्रयत्न चालू ठेवले होते. मेजर म्युटोचा आता माझ्यावर विश्वास राहिला नव्हता; कारण मी शत्रूबरोबर 'झोपत होते' म्हणूनच तो मला कमी दर्जाचे काम देत होता आणि कमी महत्त्वाच्या कामावर माझी नियुक्ती करीत होता.

हे सर्व माझ्या क्षमतेपेक्षाही फारच कमी पातळीवरचे होते; शेवटी त्याने माझ्याकडून रोजची महत्त्वाची आणि परिणामकारक माहिती काढून घेण्याचे काम व्यवस्थितपणे चालू ठेवले होते. मेजर म्युटो दोन्ही बाजूंनी ढोल वाजवत होता. मला तर याचीसुद्धा खात्री होती की, माझ्या आणि जॅकच्या संबंधांबाबत त्याने तनाकाला आणि जपानच्या मुख्यालयात कळवले होते. पण तनाकाशी माझा जो पत्रव्यवहार होता, त्यात तनाकाने काहीही दर्शवले नव्हते. त्याच्या पत्रांतून अगदी पुसटशी खूणसुद्धा मला त्याबाबत संकेत देत नव्हती. पण अर्थातच तनाका शेवटी गोष्टी लपवण्यात किती हुशार होता, ते मला माहीत होते. दोईहाराच्या आणि माझ्या फक्त एकदाच घडलेल्या शरीरसंबंधाची माहिती त्याला झाली होती; पण त्याच्या माहितीचा स्रोत त्याने माझ्यापासून मोठ्या शिताफीने अळंटळं करून लपवला होता.

मी जॅकबरोबर जवळपास दोन वर्षे राहिले होते. आणि शेवटी अनिवार्यपणे

घडणारी गोष्ट घडली होती. त्याला त्याची अमेरिकेत बदली मिळाल्याची बातमी मिळाली होती. आणि आम्हा दोघांकरिता मात्र एकत्र राहण्याचा काळ बहुतकरून संपल्याची ही खूणच होती. सगळ्यात वाईट गोष्ट ही होती की, यापुढे आम्ही दोघांनी एकत्र राहायचे की नाही, या गोष्टीचा निर्णय अर्थातच माझ्यावर सोपवला गेला होता. त्यामध्येही मीच त्याग करायचा, असे जणू गृहीतच धरले गेले होते.

"हे बघ, योशिको! अशा प्रकारे आपल्या संबंधांचा शेवट व्हावा, असे मला वाटत नाही!'' जॅक मला आग्रह करीत होता. त्याला अजूनही आशा लागून राहिली होती की, मी त्याच्याबरोबर अमेरिकेला जाईन. तो म्हणाला, "तू अमेरिकेला माझ्याबरोबर ये. आपण तेथे लग्न करू. आणि तू तुझे नवीन आयुष्य माझी बायको म्हणून सुरू करू शकतेस! हे सगळे विसरून जा! तसेही शांघाय शहर त्याच्या मुळापासून अवनत होत गेले आहे. जपानने जो चुकीचा निर्णय घेतलेला आहे की, सरळ झडप मारून चीनला जिंकायचे, हा निर्णय कोणत्याही बाजूने चुकीचाच ठरणार आहे. हा निर्णय जपानच्या आणि चीनच्या सर्वच नागरिकांना मोठ्या युद्धाच्या खाईत लोटणार आहे. जेव्हा हे घडेल, तेव्हा मला तू त्यात सापडायला नको आहेस, योशिको! तुझे आयुष्य एकदम पणास लागेल! त्यापेक्षा आताच स्वेच्छेने यातून मोकळी हो. अगदी सर्वांतून नीघ! सर्व बंधने तोडून टाक! आणि माझ्यासोबत ये! शेवटी बोलून-चालून आपण दोन जीव एक आयुष्य जगणार आहोतच. तसे आपण ठरवले आहे. मग आता कुठे अडते आहे? आतापर्यंत आपण तसेच तर होतो ना?''

जॅकला बरे वाटावे म्हणून मला त्याच्या या सूचनेवर विचार करण्याकरिता वेळ दे, असे म्हणावे लागले. तथापि मला माझे उत्तर चांगलेच माहीत होते. मी स्वत:विषयीच्या कल्पना करू लागले की, मी अमेरिकेतील एका छोट्या गावात किंवा उपनगरात राहते आहे. मी जॅकची बायको बनून राहते आहे. जॅकचे घर सांभाळतेय. स्थानिक सुपरमार्केटमध्ये रोज खरेदी करतेय, तिथल्या संस्कृतीत मिसळण्यासाठी त्या वातावरणाशी रोजच झुंज घेते आहे. मात्र एखाद्या व्यक्तीवर तुम्ही अगदी पैशापासून प्रत्येक बाबतीत कसे अवलंबून राहू शकता, याचा अनुभव मला कधीच नव्हता. आणि हे मात्र मला अगदीच अशक्य कोटीतले वाटत होते. एक बाई जी जन्मत:च राजकन्या आहे; आणि तिचे आयुष्य तिने स्वत:च्या मर्जीने जपानच्या गुप्तहेर खात्यात अगदी अतिशय निंदास्पद पण अतिशय प्रसिद्ध हेर म्हणून चीनमध्ये घालवले आहे, जिने आपल्या जीवनातील सर्व आनंद आणि सुख मर्यादेबाहेर उपभोगले आहे आणि तिचे आयुष्य अजूनही तसेच चालू असताना तिला एक सामान्य गृहिणी म्हणून तिच्या नसलेल्या देशात भलत्याच विचित्र ठिकाणी मृत्यू यावा, हे कसे काय शक्य होते?

"मला नरकातसुद्धा जागा मिळणार नाही", मी जेडला लिहिलेल्या नवीन पत्रात लिहिले होते. हे पत्र मी अशी सुरुवात करून लिहिले होते की, "जेड मी हे करूच शकत नाही. जपानशी गद्दारी मला शक्यच नाही. मला जॅकबद्दल काहीही आणि कितीही वाटो, त्याला जपानपुढे काहीच महत्त्वाचे नाही."

"तू जन्मानेच स्वतंत्र आहेस. तुझे स्वातंत्र्य हे जन्मसिद्ध आहे. आणि तू कुणालाही उत्तर देण्यासाठी बांधील नाहीस!" जेडने अगदी दीर्घ श्वास घेऊन हे वाक्य मला पूर्वी जेव्हा तिचे आणि माझे दीर्घ संभाषण झाले होते, तेव्हा म्हटल्याचे आठवते. कावाशिमांच्या त्या घरात जेड म्हणाली होती, "मला हे माहीत नाही की, हे तुझ्यासाठी चांगले आहे की वाईट, आणि भविष्यकाळात तुझे काय होईल? पण राजकन्ये आयसिन, तू जशी आज आहेस तशी जन्मत:च आहेस. आणि तू तशीच राहशील. कुणीच ते बदलवू शकत नाही. म्हणूनच तुझे आयुष्यही उगीचच बदलवायचा प्रयत्न करू नकोस! नाहीतर तुझ्या आयुष्यातील खूप वर्षे तुला द्यावी लागतील. तुला ते नवे रूप घ्यायला वेळ वाया घालवावा लागेल."

मी जेडच्या त्या शब्दांचा विचार करू लागले आणि त्याच रात्री स्पष्टपणे जॅकच्या तोंडावरच मी जाहीर केले की, मी त्याच्याबरोबर अमेरिकेला जाऊ शकत नाही.

मी त्याला एकदमच अस्वस्थ झाल्याचे पाहिले. त्याच्या डोळ्यांत अश्रू चमकले. मला त्याच्या माझ्यावरील प्रेमाची जाणीव झाली. त्याच्या अस्वस्थ होण्याचा आणि त्याच्या डोळ्यांत अश्रू येण्याचा मला धक्काच बसला होता. त्याचे ते माझ्याविषयीच्या प्रेमाचे शब्द खरे होते तर! मी तर ते सहज आणि गमतीने घेतले होते. पण ते शब्द खोटे नव्हते. त्याने माझ्यावर प्रेम केले ते खरे होते. आणि त्याने माझ्याबरोबर जे प्रेमाचे क्षण घालवले होते, तेही त्याच्या दृष्टीने खरे होते. आणि मी? मला काही कळतच नव्हते!

झालेल्या गोष्टीचे अवलोकन केले, तर मला त्याचा अमेरिकेला नेण्याचा हेका आणि चिकाटीने मला संसाराची स्वप्ने दाखवण्याचा त्याचा तो अट्टाहास शेवटी माझा निश्चय तर बदलणार नव्हता ना? पण मला पुन्हा एक नवीन कामगिरी मिळाली. कामाने मला परत माझ्या दैवाने ठरवलेल्या, आखलेल्या वाटेवर ढकलले होते. हे काम शेवटी सनदी होते आणि मला ते करायलाच पाहिजे होते. मला मेजर म्युटोचे हजेरीचे फर्मान मिळाले होते. मला ताबडतोब त्याच्यासमोर दुसऱ्या दिवशी हजर व्हायचे होते. त्याच्याकडे गेल्यानंतरच मला समजले होते की, सम्राट पु-यी आणि सम्राज्ञी वान-जुंगने माझ्यासाठी जास्त दिवसांच्या मुक्कामाचे आमंत्रण पाठविले होते. मी त्यांना मंचुरियाला जाऊन भेटायचे होते. आणि जपानला मात्र मी तेथे एका खास कारणासाठी नवीन काम घेऊन ताबडतोब जायला हवे होते.

"तुला शांघाय सोडायला फक्त तीन दिवसांचा अवधी दिलेला आहे!'' मेजर म्युटोने माझ्याकडे तीव्रपणे एकटक बघत हे वाक्य उच्चारले होते. म्हणजे नक्कीच काहीतरी गडबड होती. माझा संशयी स्वभाव नैसर्गिकपणे जागृत झाला होता. मला फारच आश्चर्य वाटले होते. कदाचित मेजर म्युटोला जॅकचे अमेरिकेला जाण्याचे अगदी जवळ आलेले आहे, हे माहीत असेल म्हणूनच तो मला जॅकपासून खूप दूर करण्यासाठी एखाद्या चेंडूसारखे लांब उसळी मारून शांघायपासून खूप दूर पाठवीत होता. नव्हे, फेकत होता. मला मंचुरियाला धाडत होता. म्हणजे मला जॅकबरोबर अमेरिकेला जाण्याचा मोह झाला नसता. एकंदरीत असे होते तर! पण मी त्याचा हेतू ओळखल्याची पुसटशी शंकाही त्याला येऊ दिली नाही. मी जर त्याला त्याविषयी जास्त खोदून विचारले असते, तर त्याला संशय आला असता. शिवाय मला ते काम करायचे असल्याने मेजर म्युटोच्या मनातील हेतूबद्दल शेवटी मला काहीच देणे-घेणे नव्हते.

मात्र जॅकला जेव्हा मी तीन दिवसांत मंचुरियाला जाण्याची बातमी सांगितली, तेव्हा तो पूर्णपणे उद्ध्वस्त झाला होता. जर माझ्या मनात अजूनही जॅकसोबत अमेरिकेला जायचे किंवा नाही याबद्दलचे विचार रेंगाळत असतील, तर आता मला मिळालेले हे नवे काम म्हणजे मी या सर्व विचारांचे मुद्दे खोडून योग्य निर्णय घेण्याची वेळ होती. आता मी स्वतःला पूर्णपणे ओळखू लागले होते. मी अशा प्रकारची बाई होते, जी कधीही बाहेर जाण्यासाठी घरातील माणसाची परवानगी घेणार नव्हती. किंवा त्यासाठी त्याला विश्वासात घेणे वा त्याच्यासोबत एकमत ठेवून वागणे मला जमणार नव्हते. थोडक्यात, मी संसार करण्याच्या लायकीची बाई नव्हतेच. जेडचे म्हणणे खरोखरच बरोबर होते. मी जन्मानेच स्वतंत्र असल्याने मी माझे पंख फडफडवणे कधीच थांबवणार नव्हते. माझ्या पंखांना कुणी बांधून घातले असते, तर ते मला कधीच आवडले नसते.

"मी बहुतेक या महिन्याभरातच अमेरिकेला परततो आहे. तू माझ्यावर खरे प्रेम करत असशील तर आणि तुला माझ्याबरोबर अमेरिकेला यावेसे वाटत असेल, तर महिनाभरातच तू शांघायला परत ये! जर तू आली नाहीस तर तुझे उत्तर आणि तुझ्या माझ्याबद्दलच्या भावना मला स्पष्टपणेच कळतील. आणि मी तो तुझा अंतिम निर्णय समजून तो मान्य करेनच!'' जॅकने मला मंचुरियाला निघायच्या आदल्या रात्री ही गोष्ट सांगितली होती. "तू खरोखरच मोठी खास स्त्री आहेस योशिको; अगदी प्रत्येकच बाबतीत! आणि आता मला अंदाज आला आहे की, माझ्या इच्छेच्या विरुद्ध मी तुझ्या प्रेमात का पडलो ते!''

"तू एखाद्या दुष्टासारखी, अत्यंत वाईट, ताठर, हट्टी आणि दुराग्रही आहेस.'' तो पुढे म्हणाला. "पण माझे तुझ्यावर मनापासून प्रेम करण्याचे आणि

तुझी स्तुती करण्याचे कारण दुसरेच आहे. तू जरी माझ्या आत्म्यासाठी क्लेशदायक असलीस, तरी माझ्या मनाची पूर्ण शांती आहेस, योशिको!''

"ठीक आहे बाबा! मी एका महिन्याच्या आत शांघायला परत येईन!'' मी त्याला फक्त खूश करण्यासाठी त्या रात्री खोटे बोलले. त्या रात्री मी जॅकवर प्रेम करताना अतिशय दुःखाने पण हळुवारपणे प्रेम केले होते. त्या रात्रीच्या प्रेमात शारीरिक लालसा आणि वासनेचा लवलेशही नव्हता. कारण मला हे पक्के माहीत होते की, मी आता कधीच जॅकला परत पाहू शकणार नाही. मी एका महिन्याच्या आत शांघायला परत येऊ शकणार नव्हते; त्यामुळे आमच्या दोघांच्या नात्याची आजची शेवटची रात्र होती. नंतर तर ते संपणारच होते. पुन्हा एकदा मी दिलेले वचन मोडले होते. पुन्हा स्वप्नांची राखरांगोळी केली होती. अशा प्रकारे जॅकच्या आणि माझ्या सुंदर, सच्च्या आणि हळुवार नात्याचा अंत झाला होता.

दुसऱ्या दिवशी लष्कराच्या विमानतळावर मी मंचुरियाला जाण्यासाठी जेव्हा विमानात बसले, तेव्हा जॅक एकटाच तेथे मला निरोप देण्यासाठी आला होता. जसाजसा माझ्या विमानाने उड्डाणासाठी वेग घेतला, तसतशी मला हात हलवून निरोप देणारी जॅकची आकृती मागे मागे पडत चालली होती. आमच्यातील अंतर वाढत चालले होते. पुन्हा माझ्या एका कठोर डोक्याने निर्णय घेतला होता. माझे हृदय तर केव्हाच माझ्यापासून खूप दूर गेले होते. ते त्या माणसाजवळ होते, जो जगातला एकुलता एक माणूस होता. ज्याचे माझ्यावर खरे आणि सच्चे प्रेम होते. त्याने माझ्या वाईटासकट माझ्यावर प्रेम केले होते. माझ्या साऱ्या अयोग्य गोष्टी, नीतिमत्ता भ्रष्ट करणारा भूतकाळ, उंच आणि सखल जीवनातील बऱ्या-वाईट गोष्टींसकट स्वीकारणारा तो हितचिंतक होता. माझा सर्वेसर्वा केव्हाच माझ्यापासून खूप दूर गेला होता.

तनाकाच्या पत्रातील दोन शब्दांनी माझ्याकडे एकटकपणे पाहून मला माझा निर्णय पक्केपणाने घ्यायला मदत केली होती. हे शब्द मोठ्या ठळक अक्षरांत लिहून त्यांखाली त्याने रेघसुद्धा मारली होती. आणि त्या शब्दांनीच मला हे मंचुरियाचे आव्हान स्वीकारण्याची हिंमत दिली होती. ते शब्द होते 'कर्तव्य' आणि 'सन्मान'. आणि मी त्यांना निराश केले नव्हते; पण माझे हृदय मात्र एखाद्या शिशाच्या गोळ्यासारखे जड झाले होते. मी जसजसे शांघाय हळूहळू ढगांखाली नाहीसे होत असल्याचे पाहत होते, तसतसे माझ्या मंचुरियन आईचे शब्द माझ्या कानात घुमू लागले होते. एकदा माझी आई म्हणाली होती "उच्च कोटीचा सन्मान आणि कर्तव्ये नेहमीच खूप सारी किंमत वसूल करतात!'' ती किती बरोबर होती, ते आज मला कळले होते.

मी 'कर्तव्य' आणि 'सन्माना'लाच प्रेमाच्या ऐवजी निवडले होते आणि जॅक मला जे सामान्य सुखी जीवन देऊ पाहत होता, त्यालाही मी नाकारलेच होते. मी माझ्या स्वत:च्याच निर्णयावर ठाम होते. माझे शेवटचे अंतिम प्रेम जपान आणि प्रेमिकही जपानच होता. माझे आयुष्य सुखी की दु:खी या प्रश्नांचा ऊहापोह करण्याची गरजच नव्हती. मला हे तेव्हाच माहीत झाले होते की, हृदयाची पकड घेणारा प्रेमाचा त्याग मला जन्मभर दु:ख सहन करायला लावेल. मी जॅकवर प्रेम केले होते, भोगले होते. त्याच्याही वेदना आता माझ्या मृत्यूपर्यंत कायमच मजजवळ राहणार होत्या.

अकरा

पु-यीचा राजमहाल चँगत्सुनमध्ये होता, ज्याला जपानी लोकांनी 'हित्सिंग' हे नाव दिले होते. माझे स्वागत अक्षरश: माझ्या मेजर या पदाला शोभण्यासारखे केले गेले. मोठ्या रुबाबाने आणि आदराने. मी माझ्या त्या स्वागताने भारावून गेले होते. प्रसन्न झाले होते. माझा दबलेला उत्साह पुन्हा एकदा दुणावला होता. माझ्या मनातले दु:ख त्या स्वागताने कमी झाले होते. मी मंचुरियात हे पहिले पाऊल टाकले होते. वयाच्या आठव्या वर्षी मला मंचुरियातून जपानला पाठवण्यात आले होते. त्यानंतर मी आजच मंचुरियाला आले होते. त्याचबरोबर शांघाय सोडताना मी माझ्या प्रिय माणसाला – जॅक स्टोनला – कायमचे सोडून आले होते. या दोन्ही गोष्टींनी मला अपार दु:खच दिले होते. वयाच्या आठव्या वर्षी मंचुरिया सोडताना मी माझ्यावर सर्वस्वी प्रेम करणाऱ्या आईला कायमची मुकले होते. आणि इतक्या वर्षांनंतर परत मंचुरियात येताना माझ्यावर सर्वस्वी प्रेम करणाऱ्या जॅक स्टोनला पुन्हा कायमची मुकले होते. दोन्ही गोष्टींच्या दु:खाची संमिश्र धून माझ्या मनात राहून राहून वाजत होती. माझ्या जन्मभूमीशी माझे हे नाते कसे होते? या गोष्टीमुळेच चेहऱ्यावर अजिबात भाव न दाखवता माझ्या व्यवसायाला साजेल अशा पद्धतीने कठोर चेहरा ठेवून स्वागत स्वीकारणे माझ्यासारख्या दुराग्रही आणि वास्तवाचे भान सतत बाळगणाऱ्या 'जपानी हेर' म्हणवणाऱ्या व्यक्तीला फारच कठीण गेले होते.

आम्ही विमानतळावरून खूप लांब आलो. माझ्या सोबत दिलेला माणूस माझ्या रक्षकाची आणि सहायकाची भूमिका पार पाडत होता. तो मला जरा क्षमायाचनेच्या स्वरात म्हणाला की, शांघायच्या तुलनेत हित्सिंग जरी छोटे आणि खेडेवजा असले, तरीही त्याला खूप मोठे आणि संस्कृतीबरोबरच उत्तम रचनेचे डौलदार शहर

बनविण्याची जपानी लोकांची योजना होती. जपानी लोक त्याला पॅरिसपेक्षाही सुंदर असे शहर बनवणार असल्याची प्रौढी मिरवीत होते. हे सगळे बोलताना आम्ही मात्र सतत छोट्या छोट्या गल्ली-बोळांतून वळणे घेत, अगदी कच्च्या रस्त्यांवरून जात होतो. आजूबाजूच्या फिकट पिवळ्या आणि कंटाळवाण्या रंगाच्या एकसारख्या इमारती 'हित्सिंग'मधील रस्त्याच्या दुतर्फा होत्या. त्या ठिकाणची ती अवस्था बघून या गोष्टीवर विश्वास ठेवणे जरा कठीणच होते की, ही जागा कधी काळी त्या डौलदार पॅरिस शहरासारखी होईल! म्हणूनच एवढे मनापासून बोलणाऱ्या त्या लष्करी अधिकाऱ्याच्या बोलण्याचे मी खंडन केले नाही.

'स्वप्नं तर तशीही फुकटच असतात ना! मग स्वप्नं पाहणाऱ्यांना ती बघू दिली तर बिघडले कुठे?' मी मनातल्या मनात सदिच्छा व्यक्त करीत म्हणाले.

दोनच दिवसांत मी शोधून काढले होते की, 'हित्सिंग'मध्ये खूपच जपानी लोक राहत होते. पण हे लोक शांघायमधील जपान्यांसारखे उद्धट आणि दांभिकता व अनौपचारिकता पाळणारे नव्हते. ते साधे आणि सरळ होते. हे सर्व देशांतरित लोक नम्र तर होतेच; पण मंचुरियात आपले भवितव्य घडवण्याच्या आकांक्षेने आलेले होते. आणि नंतर हे सर्व लोक जपानमध्ये जाण्याच्या आशेत होते.

पु-यीचा हित्सिंगमधील राजवाडा घाणेरडा आणि कुरूप इमारतींत मोडणारा होता. त्याची कल्पना त्याच्यासाठी वापरलेल्या मंद रंगानेच येत होती. हा रंग उदासवाणा होता. हा राजवाडा चिनत्सिनमधील 'क्वाएट गार्डन'च्या तुलनेत प्रचंड मोठा होता. म्हणूनच राजपरिवारासाठी हा राजवाडा खूपच योग्य आणि सुखसोयींनी युक्त होता. हा राजवाडा भरपूर लांबलचक आणि छोट्या उंचीचा, उतरत्या आकाराच्या काळ्याकरड्या जपानी कौलांच्या छपरांनी बनला होता. अगदी खास चिनी पद्धतीचे वास्तुशास्त्र येथे वापरले गेले होते. या सगळ्या इमारती एकमेकींशी चक्रव्यूह पद्धतीच्या झाकलेल्या पडव्यांसारख्या बोळांनी जोडलेल्या होत्या. पण यातील सगळे रस्ते मात्र राजेशाही जांभळ्या रंगाच्या मखमली गालिच्यांनी आच्छादलेले होते. बाहेरून असलेला इमारतीचा घाणेरडा रंग इमारतीच्या या आतल्या सौंदर्याची कल्पनाच येऊ देत नव्हता. मला तर त्याची आतील सुंदर सजावट आणि शोभिवंतपणा पाहून धक्काच बसला होता; कारण इतके शोभिवंत तर 'क्वाएट गार्डन'सुद्धा नव्हते! अर्थातच राजवाड्याच्या भव्यतेवरून ही गोष्ट पण लक्षात येत होती की, सम्राट पु-यी आणि सम्राज्ञी वान-जुंगने आपला नोकरचाकरांचा ताफा अगदी भरपूर ठेवला होता.

राजवाड्याच्या सुरक्षिततेच्या नियमांप्रमाणे, माझी थोडी तपासणी होताच मला राजवाड्यात प्रवेश मिळाला. राजवाड्याच्या लष्करी खात्याने नियुक्त केलेल्या, राजाच्या सल्लागाराने माझे खास स्वागत केले. त्याचे नाव 'हायो टाडा' होते. आणि

लष्करातील भूदलाचा जनरल म्हणजे 'सेनापती' या पदवीने तो सन्मानित होता. तो उंचीने छोटा, शरीराने गोलसर आणि जाड बांध्याचा होता. त्याला टक्कल होते. पण त्याचा चेहरा खूपच हसरा आणि आनंदी होता. किंवा त्याच्या चेहऱ्याची मांडणीच आनंदी होती आणि तोही सतत हसत असे. आजपर्यंत मी असा एकही जपानी किंवा चिनी मोठ्या हुद्द्याचा 'हसरा चेहरा' पाहिला नव्हता. त्याच्या चेहऱ्यावरचे हास्य कधीच मावळत नसे. तो मला प्रसन्न ठेवण्यासाठी माझी खुशामत करीत असे. तो मला 'प्रिन्सेस कावाशिमा' या नावाने हाक मारायचा. त्याने माझी चिनी जन्मदत्त पदवी माझ्या जपानी राष्ट्रीयत्वाच्या आडनावाला जोडून जे नाव बनवले होते, ते माझ्या कानाला अतिशय आश्चर्यकारक रीतीने सुखदायी वाटले. जन्मदत्त पदवी आणि राष्ट्रीयत्व, या दोन्ही गोष्टी मोठ्या लोभसपणे त्याने मिसळल्या होत्या. माझ्या मनात एकदमच आनंदाची भावना जागृत झाली होती. या आठवड्यातला हा सगळ्यात पहिला आनंदी चेहरा मी पाहिला होता.

"तुम्ही आमच्यात आल्याबद्दल आम्ही तुमचा मोठा सन्मान करीत आहोत! प्रिन्सेस कावाशिमा, तुमचे मॉंच्युकाओत मनापासून स्वागत असो!" कर्नल टाडाच्या घशातून जणू शब्दांचा प्रवाह भडाभडा बाहेर पडत होता. "मेजर दोईहारांनी तुमचे जे वर्णन केले होते, त्याप्रमाणे तुमच्यात सर्वच काही आहे. तुम्ही सुंदर तर आहातच; पण हुशार आणि कसबी आहात. तुम्ही केलेले अद्‌भुत आणि अविस्मरणीय असे चिनत्सिनमधील काम किंवा शांघायमधील तुम्ही केलेले महत्त्वाचे काम तुम्हाला इतरांपासून वेगळे ठरवते. म्हणूनच तुमची तुलना कुणाशीच होऊ शकत नाही." असे बोलून त्याने माझ्या गुण आणि कर्तृत्वाची जणू पावतीच मला दिली होती; त्यामुळे सुरुवातीला मला थोडेसे अस्वस्थ वाटले. पण जनरल टाडाची स्वागताची पद्धत दोईहाराच्या दुसऱ्याला तिरस्कारदर्शक किंवा तुच्छ मानून आक्रसलेल्या चेहऱ्याने केलेल्या स्वागतापेक्षा केव्हाही मला 'स्वागतार्ह'च वाटली; पण तरीही एक शंका मला राहून राहून येत होती की, खरंच दोईहाराने माझ्या वर्णनाकरिता 'सुंदर' आणि 'हुशार' हे दोन शब्द वापरले असतील का? कदाचित जनरल टाडाने ते दुसऱ्याच कारणाकरिता स्वत:हूनच वापरले असतील. मला तर वाटते की, दोईहारा स्वत:लाच शाबासकी देत असेल की, त्याने मला किती धूर्तपणे आणि यशस्वीपणे शांघायमधून दुधातल्या माशीसारखे काढून लांबवर मंचुरियाला फेकले होते आणि जॅकशी माझे संबंध कायमचे संपवले होते. आणि मी त्याच क्षणी शपथ घेतली होती की, मी शांघायमध्ये परत गेल्यावर त्याला माझ्या अयोग्य आणि असहकारी मार्गाने इतका त्रास देईन की, त्याच्यासाठी अक्षरश: दु:खद परिस्थिती निर्माण होईल. त्याने घातलेल्या कायद्यांचा भंग करून त्याला मी चिनी रक्ताचा हिसका जपानी लष्कराच्या वर्दीतून दाखवून देईन!

मला असे आढळले की, जनरल टाडा हा दोईहारापेक्षा सगळ्याच बाबतींत खूपच चांगला होता. त्याला हेही कळले होते की, त्याने किंवा इतर जपानी लष्करातील माणसांनी मला माझ्या जन्मदत्त 'प्रिन्सेस' पदवीने बोलावलेले मला आवडते. एकतर तो खरोखरच गंभीरपणे माझी पदवी मानत होता आणि तो चिनी लोकांनाही माणसे समजत होता. नंतर मला तेसुद्धा कळले होते की, बायकांसाठी त्याची आवड खास चिनी मुली आणि चिनी वेश्या हीच होती. त्याला जपानी गेशा किंवा जपानी वेश्यांचे वावडे होते. हित्सिंगमध्ये आता जपानी वेश्या आणि गेशांनी नृत्यालयात नृत्य सादर करण्याचे कार्यक्रम चालू केले होते. नंतर मला टाडाबद्दल हाही शोध लागला होता की, तो त्याच्या कामात फारच चांगला होता. आणि त्याच्या जीवनात तो एक चांगला माणूस होता. माझ्यासाठी अजून बरेच काम टाडाच्या व्यक्तिमत्त्वात बदल घडवण्यासाठी उरले होते. आणि शेवटी या हित्सिंगमध्ये मला काय काम होते? तसाही जनरल टाडा मला आवडायला लागला होता. मीसुद्धा कष्टाचे काम करण्यात कधीही कुचराई केली नव्हती. मग आता टाडाचे काम करण्याशिवाय माझ्याजवळ काय उरले होते?

दुर्दैवाने राजवाड्याचा खासगी कारभारी आणि खजिनदार, पैशांचा व्यवहार बघणारा जनरल टाडाच्या अगदी विरोधात होता. अत्यंत चिक्कू आणि आंबट चेहऱ्याचा हा जपानी माणूस होता. त्याचे डोळे अतिशय लबाड आणि कावेबाज होते. त्यातून धूर्तपणा झळकत असे. त्याचे नाव 'एनोकी' होते. आणि मला माझ्या या कल्पनेनेच थरथरायला झाले होते की, समजा, माझे शांघायमधील अवास्तव खर्च मला 'कामाच्या संदर्भातील गरजेची मौज' या सदराखाली या चिकट माणसाकडे देण्याची वेळ आली तर काय होईल?

जेव्हा मला राजवाड्यातील निवासी खोल्या दाखवण्यात आल्या, तेव्हाच मी ठरवले की, या खोल्या मला देण्यात मूठ बंद ठेवणाऱ्या 'एनोकी'चीच करामत आहे. कारण माझ्या खोल्यांमध्ये नावालाच सामान होते. घाणेरडा लाकडी पलंग आणि लिखाणाचे टेबल होते. तेसुद्धा कुठूनतरी उचलून आणलेले आणि जुनाट वाटत होते. पलंगावर घाणेरड्या काळ्या गाद्या आणि उशा होत्या. दाराला तर त्यापेक्षाही काळ्याकुट्ट रंगाचे पडदे होते. एकही चांगले चित्र किंवा फुले ठेवण्यासाठी सुंदर कलाकुसरीची फुलदाणी नव्हती, ज्यामुळे माझ्या खोल्या उजळून निघतील! उजेडाची व्यवस्थासुद्धा अपुरी होती. कदाचित एनोकीने माझ्यावर जास्त वीजखर्च करू नका, अशा सूचना दिल्या असतील.

'देवा रे देवा! कसला माणूस आहे हा! कशा स्वभावाचा आहे कोण जाणे? तो काय मला नोकरांपैकी एक समजतो की काय?' या खोल्या मला तर इतक्या उदास वाटत होत्या की, जणू मी दु:ख करण्यालायक जागेत आहे असे मला

वाटतेय. या विचारानेच मी मनात एक नोंद घेतली की, मी या जागेला उजळवण्याकरिता, हिची शोभा वाढवण्याकरिता एक रंगीबेरंगी फुलांची कुंडी आणेन. आणि मी सामान लावायला सुरुवात केली.

माझ्या सामानातून माझे आणि जॅकचे हास्याने आणि सुखाने भरलेले छायाचित्र बाहेर पडले आणि माझे हृदय परत दु:खाने भरून गेले. जेव्हा ते छायाचित्र काढले होते, तेव्हाच्या खास क्षणांची मला आठवण आली. आम्ही हे छायाचित्र शांघायच्या रस्त्याच्या बांधावर काढले होते. आम्ही एका फ्रेंच उपाहारगृहात रात्रीचे सलगीचे जेवण घेऊन माझा वाढदिवस साजरा केला होता, तेव्हाचे ते छायाचित्र होते. जॅक मला माझे सामान भरण्यासाठी मदत करता करता मध्येच निघून गेला होता, कारण त्याला खूपच वाईट वाटले होते. माझ्या वियोगाची कल्पना त्याला इतकी असह्य झाली होती की, तो ती माझ्यासमोर दाखवूही शकत नव्हता. मला ते सर्व आठवल्यावर असे वाटले की, सर्व सामान फेकून पुन्हा शांघायकडे झेप घ्यावी आणि जॅकच्या मिठीत सामावून जावे!

खूप जबरदस्त प्रयत्नांनी मी स्वत:वर ताबा मिळवला होता. मी स्वत:ला जपानवरील माझे प्रेम जास्त मोठे आहे, हे बजावत राहिले. मी माझे कर्तव्य आणि सन्मान नेहमीच स्वत:पेक्षा, स्वत:च्या गरजेपेक्षा मोठा समजत होते आणि त्यालाच महत्त्व दिले. मी स्वत:ला तसे वचनच दिले होते की, मी नेहमीच कर्तव्य आणि सन्मानाला स्वत:पेक्षा उच्च समजेन. सगळ्यात महत्त्वाचे म्हणजे जॅक जपान्यांविरुद्ध असण्याची निश्चित आणि निश्चल भावना. त्यानंतर त्याचे मला दीर्घकाळ जपान्यांविरुद्ध न बोलण्याचे दिलेले वचन या गोष्टीसुद्धा आमच्यात अडचणीच्याच ठरल्या होत्या. या गोष्टींची मदत झाली आणि मग माझ्या मानसिक दुर्बलतेचा काळ नाहीसा झाला. मग मी ते चित्र अगदी निष्ठूरपणे माझ्या सामानात खूप मागे टाकून दिले. अशा ठिकाणी की, ते मला लवकर सापडू नये. मला पुन्हा जॅकच्या आणि माझ्या कोणत्याही अशा आठवणीने अस्वस्थ व्हायचे नव्हते. त्या गोष्टी माझ्या डोळ्यांसमोर येऊन मला त्याची आठवण देणार असतील, तर मी त्यांना मागे टाकणार होते; पण तरीही मला जॅकचा वियोग खूपच जाणवत होता.

माझ्या कर्तव्य आणि सन्मानाने मला फारच जास्त किंमत मागितली होती आणि मी ती द्यायलाही इच्छुक होते. पण माझी ती किंमत देणे जॅकला खूपच दुखावून गेले होते. खरेतर गोष्ट अशी होती की, मी जॅकचीच किंमत देऊन माझे सन्मान आणि कर्तव्य विकत घेतले नव्हते का? त्याला समजूच शकत नव्हते की, कर्तव्य आणि सन्मान माणसापेक्षा मोठे का आहेत? महत्त्वाचे का आहेत? तो जपानी लोकांच्या सामुराई वर्गातील नव्हता. मी मात्र मला दत्तक घेणाऱ्या कावाशिमांच्या कुटुंबामुळे त्या वर्गातली झाले होते. आणि कोणताही सामुराई स्वत:चे जीवन आणि

जीव त्याच्या कर्तव्य आणि सन्मानापेक्षा मोठे समजत नाही. जॅकचे आयुष्य जगण्याकरिता होते. माझे आयुष्य त्यागाकरिता होते. आणि आमच्या दोघांच्याही संस्कृतीत आणि जगात हाच तर खूप मोठा फरक होता. आमच्या दोन्ही संस्कृती रेल्वेच्या रुळांसारख्या समांतर धावणाऱ्या होत्या. पण त्यांचे कधीच मिलन होऊ शकणार नव्हते. कारण कोणतीही संस्कृती एकमेकींना समजून घेणारी नव्हती आणि एकमेकींसाठी पुरेशी तडजोडही करू शकणार नव्हती.

माझ्या मनात खूप दु:खद विचारांनी गर्दी केली होती. त्यांनी माझ्या शक्तीला आणि माझ्या निश्चयाला सुरुंगच लावला होता. पण वान-जुंगने स्वत:हूनच तासाभरात माझ्या भेटीला येण्याचे जाहीर केले, तेव्हा मी आनंदाने भांबावून गेले. जेव्हा ती माझ्या खोलीत आली, तेव्हा मला खूपच जोराचा धक्का बसला होता. कारण आता ती खूपच जास्त आजारी वाटत होती. पहिल्यापेक्षा जास्तच बारीक झाली होती. अशक्त दिसत होती. त्याच क्षणी जॅक आणि शांघायचे विचार माझ्या डोक्यातून थोड्या वेळासाठी तरी दूर निघून गेले होते.

सम्राज्ञी पहिल्यापासूनच एखाद्या काठीसारखी बारीक होती; पण आता मात्र अक्षरश: हाडाचा सापळा झाली होती; त्यामुळे तिच्या चेहऱ्यावरची त्वचा ताणली गेली होती. डोळे पहिल्यापेक्षाही मोठे वाटत होते, अगदी खोबणीतून बाहेर आल्यासारखे! तिची चेहऱ्यावरची त्वचा जणू उडून गेली होती. आणि फक्त हाडांवर एक पातळ असा त्वचेचा थर राहिला होता. जेव्हा ती बोलत होती, तेव्हा तिचा आवाज थरथरत होता. जणू काही तिच्यातील शक्ती तिला सोडून गेली होती किंवा तिच्यामध्ये बोलण्याची शक्तीच उरली नव्हती. त्यासाठी तिला फारच प्रयास पडत होते. आम्ही दोघींनीही एखाद्या कार्यालयीन मसुद्यात लिहिल्याप्रमाणे एकमेकींचे स्वागत केले. आणि नंतर सगळे विसरून एकमेकींना घट्ट मिठी मारली. आम्ही दोघीही आपआपल्या दु:खाने आणि अनिश्चित अशा आयुष्याच्या वजनाने दबून गेलो होते. आणि दोघींच्या भेटीचा तो क्षण त्या दु:खाला थोड्या वेळापुरता का होईना, दूर करून गेला होता.

मी जरा चिंतेतच पडले होते की, सम्राज्ञीने मी चिनत्सिनमधील तिची केलेली फसवणूक तर मनात ठेवली नाही ना? कदाचित तोच धागा मनात धरून तर ती आली नाही ना? पण सम्राज्ञीने तसे काहीच दाखवले नाही किंवा आमच्या दोघींत असे शत्रुत्वासारखे काही गैरवाजवी घडले होते, हेसुद्धा काहीच दर्शवले नाही. मी अगदी दीर्घ असा सुटकेचा श्वास घेतला. कदाचित वान-जुंगचा तो अफूच्या धुराने वेढलेला मेंदू या गोष्टीपासून अजूनही दूर होता की, मी तिच्यासोबत चिनत्सिनमध्ये काय केले?

"चिनत्सिनपेक्षा इथे आता जरा बरे आहे; कारण चिनत्सिनमध्ये पु-यीला फक्त

वाट पाहणे एवढेच काम करावे लागत होते. इथे निदान तो त्याच्या फोरबिडन शहरावरील पुन:स्थापनेच्या दिशेने एक पाऊल तरी पुढे गेला आहे. अर्थातच जपानी लोकांच्या मदतीचा हात आहे ना!'' सम्राज्ञी वान-जुंग म्हणाली. आणि तिच्या शब्दाने माझे हृदय पुन्हा जोरात ओढले गेले. एकतर माझे मन आधीच माझ्या दु:खाने फाटले होते. मुख्य म्हणजे मला हे पूर्ण माहीत होते की, जपान्यांचा हेतू फोरबिडन शहरावर पु-यीची सम्राट म्हणून पुन:स्थापना करणे हा नव्हताच आणि पुढेही कधीच असणार नाही. पण वान-जुंगला त्यातले एवढेच कळले होते की, तिचा नवरा अजूनही मंचुरियात वाट पाहत आहे. आणि वाट पाहणे म्हणजे काहीच नाही; फक्त वाट पाहणेच होते. कारण सम्राट पु-यीला जे वचन जपान्यांनी दिले होते, ते कधीच पूर्ण करण्याच्या उद्देशाने दिलेले नव्हते.

''सध्या इथे त्याची मन:स्थिती चांगली आहे. आणि तो रोजच खूप जास्त काम करतो आहे. हे काम त्याच्या पेकिंगमधील पुन:स्थापनेच्या संदर्भातील आहे.'' वान-जुंग पुढे म्हणाली, ''माझे म्हणशील तर माझे जीवन आणि माझा देव म्हणजे फक्त अफू आहे. या अफूमुळे माझे दु:ख हलके होते, नरम पडते आणि मला जीवन जगणे सुसह्य होते. आणखी एक गोष्ट म्हणजे पु-यीने एक मंचुरियन रखेल आणली आहे. मला भेटणे त्याने साफ नामंजूर केले आहे. आणि आता सार्वजनिक ठिकाणी तो मला घेऊन जात नाही; कारण त्याचे म्हणणे आहे की, मी अशी दिसते की, त्याला त्याची लाज वाटते आणि तो ओशाळवाणा होतो.''

एवढे बोलून तिने खांदे उडवले आणि आपला रत्नांनी मढवलेला अफूचा डबा काढला. त्यातून दोन छोट्या चिलमी काढल्या. त्यात अफूच्या काड्या भरून आम्ही दोघींनीही काही काळ अफूच्या धुराच्या पडद्यात स्वत:ला गुंडाळून घेतले. आणि एकमेकींच्या दु:खाला हलके होण्याची वाट करून दिली. अफूने आमचे सारे दु:ख हळूहळू दूर घालवले. अफूने दोघींवरही आपला परिणाम दाखवायला सुरुवात केली होती. आम्ही दोघीही खिदळत पु-यीच्या दुर्बल कामवासनेविषयी बोलत होतो. नंतर मी सम्राज्ञीला जॅकविषयी आणि त्याने मला किती प्रभावित केले होते, त्याविषयी सांगितले.

''तू तर खूपच भाग्यवान आहेस, योशिको!'' वान-जुंग म्हणाली. त्या गंभीर क्षणाच्या वेळी तिचा चेहरा निस्तेज असला, तरीही तो सुंदर असल्याचे मला वाटले. अफूच्या धुराच्या खळ्यात मध्येच मला तो सुंदर चंद्राप्रमाणे भासला होता. सतत असह्य ताण सहन केल्यामुळे तिच्या चेहऱ्यावरचे सारे कठीण वाटणारे कोन आणि रेषा त्या धुराने नाहीशा केल्या होत्या. ''निदान तुझ्याजवळ अखख्या जगात एक माणूस असा आहे, जो तुझ्यावर मनापासून खरे प्रेम करतो. तुझ्याबरोबर तो झोपतो. तुझ्यासाठी तो काहीही करतो. तुलाही त्याच्याबद्दल आज, आत्तासुद्धा प्रेमाची खरी

ओढ आहे. या अमेरिकन जॅकबद्दल तुझ्या मनात आजही जागा आहे. याचा विचार नको करूस की, तुझे प्रेम असे पालटल्यासारखे झाले की झाले. त्याऐवजी असा विचार कर की, तू एकदा तरी त्याच्यावर मनापासून प्रेम केलेस. तुला ती संधी मिळाली. त्या क्षणांची आठवण कर!''

''माझ्यावर तर खूप दिवसांपासून पु-यीने प्रेम केलेलेच नाही. मला तर वाटते की, त्याने माझ्यावर कधीच प्रेम केले नाही!'' सम्राज्ञी बोलत होती. ''पु-यी तर कधीपासूनच माझ्याबरोबर झोपत नाही. या गोष्टीलाही बरीच वर्षे झाली आहेत. मला तर आता पुरुषाबरोबर प्रेम कसे करतात, ते आठवतसुद्धा नाही. त्याला आता खूप दिवस होऊन गेले आहेत!''

''तू हे सगळे सोडून का देत नाहीस सम्राज्ञी? अजूनही उशीर झालेला नाहीये! तुझे दागिने घे आणि अमेरिकेला पळ काढ. नवीन साथीदार शोधून, सुंदर आणि नवीन आयुष्याला सुरुवात कर!'' मी एकदम जोर चढल्यासारखी बोलले. पुन्हा मला चिनत्सिनमध्ये मी या बाबतीत तिच्याशी जे बोलले होते, ते आठवले. त्या साऱ्या भावनांचा कल्लोळ मनात उठला होता. आणि भावनेच्या भरात मी तिला तीच सूचना परत देऊन बसले. ''हे सारे मी तुला मंचुरियाला पाठवायच्या आधीच बोलले होते. तुला माहीत आहे ना तुला न्यू यॉर्क किती आवडते? त्याविषयी तू माझ्याशी वारंवार आणि पुष्कळ बोललेली आहेस.''

''नाही, मी ते कधीच करू शकत नाही!'' वान-जुंग नकारार्थी मान हलवत म्हणाली. तेसुद्धा तिला खूप कठीण जात होते. कारण तिची हडकुळी मान तिच्या डोक्याला आधार देण्यासाठी सशक्त नव्हती.

''सम्राज्ञी ही सम्राटासाठी त्याच्या कर्तव्य आणि राज्यासाठीच असते. त्याच्यातच ती अंतर्भूत असते. म्हणूनच मी पु-यीला सोडून जात नाहीये. त्याला मी सोडूच शकत नाही; कारण माझे आणि त्याचे दैव एकच आहे. म्हणूनच त्यातून आता सुटकेचा मार्ग नाही!''

मग मी तो विषय तसाच सोडला. कारण त्या सगळ्या लोकांमध्ये मला हे चांगलेच माहीत होते की, कर्तव्य आणि त्याग काय असतो? मी स्वत:लाच त्याग आणि कर्तव्याकरिता संपवले नव्हते काय? मीसुद्धा त्याचीच तर निवड केली होती ना !

मी मंचुरियात जे दहा महिने घालवले, त्या दरम्यान आमच्या दोघींची जवळीक खूपच वाढली होती. आम्ही दोघीही वारंवार एकत्र जेवण घेत असू आणि एकमेकींशी फक्त बहिणीच्या नात्याने रात्रभर बोलत असू. आणि त्या वेळेस अफूच्या कांड्यांचे सेवन फ्रेंच सिगारेट्सबरोबर करीत असू. या फ्रेंच सिगारेट्स सम्राज्ञीने स्वत:च कुठून तरी आणल्या होत्या. अगदी माँच्युकाओतसुद्धा ती त्या मागवीत होती.

वान-जुंग कधीच राजवाड्याबाहेर जात नसे किंवा राजवाड्याच्या मैदानातील

बगिच्यातसुद्धा जात नसे. खूप वेळा तिला या बाबतीत विचारणा केल्यावर मी कशीबशी तिला दोन वेळा राजवाड्याबाहेर काढण्यात यशस्वी झाले होते. तिला मी बाहेर रस्त्यावरसुद्धा घेऊन गेले होते. या काही तासांच्या बाहेर जाण्याच्या अवधीमुळे ती तेवढा वेळ अफूमधून बाहेर आली होती. अफूपासून तेवढाच वेळ दूर राहिली होती. तेवढ्या अवधीतही तिच्या गालावर गुलाबी नैसर्गिक लाली चढली होती. ती खूपच आनंदी झाली होती. आणि पुन:पुन्हा बाहेर जाण्यासाठी खूपच उत्सुक झाली होती. तिला सामान्य माणसे आपले जीवन कसे जगतात हे बघण्याची उत्कंठाच लागली होती. आम्ही दोघीही आमच्या बाहेर जाण्याच्या योजना तयार करू लागलो होतो. आम्हाला आता जास्त वेळ बाहेर जावेसे वाटत होते.

''आठवड्यातून एकदा तरी निदान!'' मला सम्राज्ञी वान-जुंगने आग्रह केला होता.

पण सम्राट पु-यीने आमच्या भेटण्याच्या जागांचे आणि फिरण्याच्या स्थळांचे पत्ते शोधून काढलेले होते. अर्थातच राजवाड्यातील पुष्कळशा हेरांपैकी एका खासगी हेराकडूनच त्याला ही माहिती मिळाली होती. सम्राट पु-यीने तिला त्याबद्दल शिक्षा केली होती. एक सम्राज्ञी म्हणून ती अयोग्य रीतीने वागली होती. आता तिची ही वागणूक फोरबिडन शहरावरील पु-यीच्या पुन:स्थापनेच्या आड अडथळा म्हणून येऊ शकली असती. त्यानंतर मात्र सम्राज्ञी वान-जुंगने कधीच राजवाडा सोडला नाही. ती राजवाड्याच्या बगिच्यात आणि मैदानातही कधी आली नाही. मात्र या शिक्षेचा सूडात्मक प्रतिकार म्हणून ती पुन्हा अफूच्या चिलमीच्या धुरात हरवून गेली होती. आणि मी तिला बाहेर जाण्यासाठी कितीही मागे लागले, तरीही ती कधीच परत बाहेर आली नाही. त्याचे कारण तिचा या गोष्टीवर दृढ विश्वास होता की, ती तिच्या कर्तव्याने बांधलेली आहे. आणि म्हणून तिला सम्राटाची आज्ञा पाळलीच पाहिजे.

पु-यी नेहमीच त्याच्या जपानी 'सचिवां'नी घेरलेला असायचा. ते सर्व खरेतर माझ्यासारखेच जपानी हेर होते. त्यांना पु-यीभोवती त्याच्या प्रत्येक संभाषणावर नजर ठेवण्यासाठी नेमलेले होते. ते त्याचे सर्व ऐकत आणि त्याच्या प्रत्येक हालचालीवर नजर ठेवत. कोणतेही पत्र किंवा कागद या सचिवांनी त्याचे पूर्वनिरीक्षण केल्याशिवाय पु-यीपर्यंत जात नसे. त्याचे कारण फक्त 'सुरक्षितता' हेच सांगितले जात असे. पण खरी गोष्ट अशी होती की, जपानला पु-यीवर पूर्ण ताबा हवा होता; त्यामुळे पु-यी सतत त्यांच्या बंदोबस्तात राहत असे. आणि जपान्यांना माहीत झाल्याशिवाय तो एकसुद्धा पाऊल पुढे टाकू शकत नव्हता. कधी-कधी मात्र मला या गोष्टीचे अति आश्चर्य वाटत असे की, पु-यीला हे केव्हा समजेल की जपानी लोकांनी अक्षरश: त्याला रेशमी धाग्यांनी बांधून ठेवले होते. तो खरे म्हटले तर रेशमी धाग्यांनी

बांधलेला कैदी होता आणि त्याच्या लक्षात ही गोष्ट का येत नव्हती?

त्याला तसे वाटू नये तसेच त्याला तो एक महत्त्वाची आणि अति उपयुक्त व्यक्ती आहे असे भासावे म्हणून जपानी त्या सम्राटाला सतत कामात गर्क ठेवत आणि सातत्याने मूर्ख बनवीत असत. त्यासाठी सतत अंतहीन अशा 'सरकारी बैठकीं'चे आयोजन केले जाई. या बैठकी म्हणजे एक प्रकारे पु-यीचे शेवटी पेकिंगमध्ये जे पुन:स्थापन करायचे होते, त्याच्या दलालीचे काम होते. जपानी लष्कराने या गोष्टींची इतकी जोरदार आणि इतक्या चांगल्या प्रकारे जाहिरात केली होती की, पु-यी अगदी त्या सर्व सरकारी बैठकींसाठी आणि त्यांच्यासाठी सर्व कागदोपत्री तयारी करायचा. तो या सर्व गोष्टींना खरे समजून त्यांच्यावर पूर्णपणे विश्वासून बसला होता. आता तो वाटेल ती कागदपत्रे तयार करून ती सर्व वर पाठविण्याची तयारी करू लागला होता आणि त्यासाठी स्वत:च्या खासगी आयुष्यावरचे जपानी लष्कराचे अतिक्रमणही त्याला मंजूर होते. त्याला वाटत होते की, या गोष्टीही जर जरुरीच्या असतील आणि त्यांमुळेच त्याला परत त्याची पुन:स्थापना त्या वैभवशाली फोरबिडन शहरावर करून मिळणार असेल, तर त्या स्वीकारणे चूक नव्हते. शिवाय त्याचा या गोष्टीवर ठाम विश्वास होता की, जपानी लष्कर त्यांच्या ताकदीने त्याला ते मिळवूनच देणार आहे.

माझ्या कामांपैकी एक काम म्हणजे सम्राज्ञी वान-जुंगशी माझी मैत्री वाढवणे आणि तिचा भांडवल म्हणून उपयोग करून सम्राट पु-यीची जपानवर किती निष्ठा आणि विश्वास आहे याचा सतत तपास करणे, त्यात एखादी बारीकशी तरी उणीव आहे का, हे शोधून काढणे हे होते. मी पुन्हा एकदा सम्राज्ञीचा विश्वासघात करीत होते. मी तिच्याशी सतत पु-यीच्या फोरबिडन शहरावरच्या पुन:स्थापनेच्या बाबतीत मन:स्थितीला प्रोत्साहन द्यायचे. त्यातून वान-जुंग पु-यीबद्दलची जी प्रत्येक माहिती मला देत होती, ती मी ताबडतोब कर्नल टाडाकडे देत असे. खरोखरच माझ्या वाईटपणाला सीमा नव्हती. मी एक उत्तम निष्ठावान व निष्णात गुप्तहेर असताना एक व्यक्ती, एक मैत्रीण म्हणून तितकीच खोटारडी आणि विश्वासघातकी होते!

काही आठवड्यांनंतर मला तनाकाचे पत्र मिळाले होते. माझा सगळा आतून फुललेला आनंद मात्र त्यामुळे नाहीसा झाला होता. त्याला कारण त्याने पत्रात मला बातमीच तशी दिली होती. ती बातमी वाचूनच माझ्या हृदयात खोलवर जखम झाली होती. मला छातीत खंजीर खुपसल्यासारखे वाटत होते. मी या दु:खातून कधीच बाहेर येऊ शकणार नाही, असे तेव्हा मला वाटले होते. ती जखम मात्र नंतर खूपच उशिरा भरून आली होती, जेव्हा मला सत्य समजले होते. पण तोपर्यंत वेळ तर निघूनच गेली होती.

'तुझा मित्र जॅक स्टोन, अमेरिकन वार्ताहर, अमेरिकेला परत गेला आहे.' तनाकाने ही वाक्ये अशी लिहिली होती की, जणू त्याला पाहिजे होते ते मिळाले होते. माझी जॅकविषयीची भावनिक गुंतवणूक त्याला माहीत झाली होती. आणि त्याच विजयाच्या आनंदात 'मला माहीत आहे'ची घंटा त्याच्या प्रत्येक वाक्यात निनादत होती. नि:संशयच दोईहाराने ही माहिती तनाकाला तिखट-मीठ लावून पुरवली होती. दोईहाराने मलासुद्धा त्याच्या हेरगिरीतून वगळले नव्हते आणि तनाकाने माझे आणि जॅकचे जे जवळचे संबंध आणि नंतरचे वेगळे होणे या सर्व गोष्टींचे सविस्तर वर्णन केले होते, ती सारी भाषा माझ्या मनाला खूप रक्तबंबाळ करणारी होती.

'म्हणजे जॅकने आपले वचन मोडले होते. त्याने माझी महिनाभर वाट पाहिली नव्हती तर!' मी तनाकाच्या पत्राचा चोळामोळा करीत कवडवटपणे उद्‌गारले होते. रागारागाने त्या पत्राच्या कागदाचा बोळा मी सरळ खोलीबाहेर कचऱ्याच्या ढिगात भिरकावला होता. अशाच घाणेरड्या विचारांच्या कचऱ्यातून ते पत्र आले होते ना! त्याला त्याची बरोबर जागा मी दाखवली होती. बहुतकरून या महिन्यात मी परत शांघायला जाऊ शकेन की नाही, या गोष्टीला काहीच महत्त्व नव्हते. महत्त्वाचे हे होते की, जो माणूस माझ्यावर खूप आणि खूप मनापासून प्रेम करण्याचा टेंभा मिरवीत होता, तो माझी महिनाभरसुद्धा वाट पाहू शकला नाही.

जॅकने माझ्या आयुष्यावर आपला प्रभाव कायमच स्थिर केला होता. जेव्हा आम्ही दोघेही एकत्र होतो, तेव्हा मी माझ्या व्यक्तिमत्त्वातील वाईट गोष्टींवर माझ्याच व्यक्तिमत्त्वातील चांगल्या गोष्टींचा प्रभाव ठेवून त्याच्याशी वागले होते. त्या काळात मी अफूचे सेवन अगदी कमी केले होते. मी त्याच्यावर प्रेम करीत होते. म्हणूनच नेहमी मी जशी भ्रष्टपणे वागत होते ते, तसे वागणे पूर्णपणे थांबवले होते. त्याच्याशी एकनिष्ठ राहण्याचा प्रयत्न करीत होते. माझा स्वैरपणा, लाळघोटेपणा मी पूर्णपणे बंदच केला होता. जेव्हा जेव्हा आमची चीन आणि जपानवरून त्याच्या दृष्टिकोनाविषयी खडाजंगी होई, तेव्हा मीच माघार घेत असे. त्याला समजून घेत असे. आणि आता तो माझ्या आयुष्यातून एकही शब्द न बोलता निघून गेला. जणू मी त्याची कुणीच नव्हते. मला माहीत होते की, त्याचे हे जाणे माझ्या आयुष्यातून कायमचेच निघून जाणे होते. आता पुन्हा माझ्या व्यक्तिमत्त्वातील वाईट गोष्टींनी डोके वर काढले होते. त्या माझ्या स्वभावाच्या वरच्या पातळीवरच डोकावू लागल्या होत्या. आणि मी पुन्हा पहिल्यासारखी स्वैर आणि भ्रष्टाचारी बनले. जणू जॅकच्या माझ्या आयुष्यातून कायम निघून जाण्याचा तो एक सूडच होता. वाईट म्हणजे तो स्वत:शीच होता. बाकीच्यांना त्याचे काय देणे-घेणे होते? जॅकशिवाय माझे कोण होते?

जॅक माझ्या अफूच्या चिलमी आणि अफूकाड्यांची पेटी लपवून ठेवायचा. तो

मला नेहमी म्हणायचा, ''तुला स्वत:ची तब्येत खराब करणाऱ्या या सत्यानाशी आणि मनाला हरवणाऱ्या गोष्टीची गरज नाही. योशिको, तुला फक्त माझी जरूर आहे. माझ्या प्रेमाची आणि मृदूपणाची, हळुवारपणाची गरज आहे!''

आणि आता तोच मला आणि माझ्या आयुष्याला सोडून सगळे बंध तोडून निघून गेला होता. मी शक्यतोवर जास्तीतजास्त अफूचे सेवन करण्याचा प्रयत्न करीत होते. पाहिजे तितका वेळ मी अफू घेत असे. मी मृत्यूशी जवळीक शोधायला लागले होते. त्याची विनवणी करीत होते.आता माझी काळजी घेऊन मला वाचवणारे आणि थांबवणारे येथे कोण होते?

मी वान-जुंगच्या खोलीत गेले. न बोलता आम्ही दोघींनी अफूचे सेवन केले. आणि त्याच्या मधासारख्या गोड धुराने आम्हाला थोडा वेळ बेहोश करून सुन्न करणाऱ्या त्या मोहाच्या धुंदीत रमवले होते. खरोखरच अफू हे भपकेबाजपणे आपले दु:ख दूर करण्याचे एक छानसे गोड औषध तर होतेच; शिवाय विषावरचा एक प्रभावी उतारा म्हणूनही काम करणारे होते. मी कणखर नसते,तर अफूच्या या 'दु:ख दूर करण्याच्या' चिकट आमिषाला सहजच बळी पडले असते. आणि वान-जुंगसारखाच अजून एक अफूचा बळी तयार झाला असता. पण मला नेहमीच हे जाणवत होते की, मी अजून गुप्तहेर म्हणून म्हणावी तशी कामगिरी केलेलीच नाही. अजूनही माझे खूप काम बाकी होते. त्यासाठी माझ्या खांद्यावर मला खूपच कठोर आणि निश्चयी अशा मजबूत डोक्याची गरज होती. आणि केवळ त्यासाठीच मी स्वत:ला अफूच्या त्या मोहमयी जाळ्यात अडकण्यापासून, तिच्या व्यसनात पडण्यापासून दूर ठेवले होते. कसेतरी करून मी स्वत:ला पुन्हा आवरले होते. आणि अफू पिणे कमी केले होते. मी नेहमीच स्वत:ला सावरत असे.

मी जणू निश्चयाचे एक पोलादी आवरणच माझ्याभोवती उभारले होते. त्याच्या मागे जॅक स्टोनला ठेवून दिले होते. दुसऱ्याच दिवशी स्वत:ला सावरून मी पुन्हा सर्वस्वी नवीन 'योशिको' स्वत:मध्येच उभी केली. माझ्या डोक्यातून अफूच्या धुराला हलवून बाहेर टाकून देण्यासाठी मी केव्हाच एका निरुपयोगी अशा वनस्पतीच्या काढ्याचे सेवनही केले होते. येनकेनप्रकारे मी 'अफू'ला त्या क्षणी तरी माझ्या जीवनातून घालवले होते. मी पुन्हा कामाचा निश्चय केला होता. आणि जणू काहीच घडले नाही अशा थाटात झालेल्या गोष्टी पुसून टाकून पुन्हा 'हेर' म्हणून स्वत:ला कामाला जुंपून घेतले होते. अगदी कोणालाही, वान-जुंगलासुद्धा या गोष्टीची कल्पना आली नव्हती की, मी माझ्या हृदयात किती दिवसांपासून चटका लावणारे दु:ख घेऊन वावरत होते.

त्या रात्री मी कर्नल टाडाचे जेवणाचे आमंत्रण स्वीकारले होते. मी एक रेशमी आणि खांद्यावरून घसरणारा सुंदरसा शिऑग सॅमचा लांब आणि माझ्या शरीराला

उठाव देऊन वेढणारा झगा घातला होता. मला त्याच्या 'चिनी' भुकेला प्रदीप्त करायचे होते, म्हणूनच हा खटाटोप होता. मला त्या रात्री कुणाची तरी शय्यासोबत हवी होती. आणि माझ्या दृष्टीने कर्नल टाडा त्या कुणाहीपेक्षा नक्कीच बरा होता. मी त्याला वश करण्याचा निश्चय करूनच गेले होते. त्या रात्री मी त्याला कसेही करून माझ्यासोबत माझ्या बिछान्यात नेणार होतेच.

आणि जसे व्हायला हवे होते तसेच घडले. रात्री गाढ झोप यावी यासाठी आम्ही खूप शॅम्पेन प्यायलो. सकाळपर्यंत तरी आम्ही दोघे प्रेम करू शकलो नाही. टाडाच आता माझ्यासाठी योग्य माणूस होता. तो खूपच खूश आणि आनंदी माणूस होता. त्याला विनोदाची उत्तम जाण होती. तो कधीही अशुद्ध भाषा वापरत नसे आणि आनंदात कुठलाही अडथळा येऊ देत नसे. तो मला नेहमीच हसवत असे आणि माझ्या दु:खापासून मला दूर ठेवीत असे. त्याचे प्रेम करणे एकदम साधे आणि सुखद होते. त्याच्या प्रेम करण्यात अजिबात गुंतागुंत नव्हती. माझ्या पूर्वीच्या प्रेमिकांना हा प्रकार आवडत होता, त्यात अगदी जॅकसुद्धा आला. अगदी नैसर्गिक आणि साध्याच पद्धतीचे प्रेम होते ते! आणि खरेतर त्याचीच मला त्या वेळी नितांत आवश्यकता होती. मला एका साध्या आणि सरळ, स्वभावात अजिबात गुंतागुंत नसणाऱ्या जोडीदाराची गरज होती आणि टाडा या सगळ्यात बसत होता.

टाडा माझ्याशी शय्यासोबत करीत असला, तरी त्याच्या कितीतरी आधीपासूनच मी जॅक आणि माझ्या बाबतीत विचार करण्याचे सोडून दिले होते. जर जॅकला मी 'हो' म्हटले असते, तर माझे आयुष्य कदाचित कसे वेगळे झाले असते, हा विचारच मी मनातून काढून टाकला होता. जेव्हा अगदी कडाक्याच्या थंडीने मंचुरियामध्ये आपले हात-पाय पसरले, तेव्हा पु-यीचा राजवाडा पुरता गार पडला. पु-यीच्या चिनत्सिनमधील 'क्वाएट गार्डन'मध्ये जशा उबदारपणाच्या सुखसोयी होत्या, तशा शहरी संस्कृतीच्या सुखसोयी मात्र इथे नव्हत्या; त्यामुळे इथले जीवन अतिशय कठीण झाले होते. विशेषत: रात्री फारच थंड वाटत असे. पण मी टाडाबरोबर शय्यासोबत आणि वान-जुंगच्या प्रेमळ मैत्रीने माझ्या रात्री उबदार करीत असे.

मी नेहमीच आशा करीत असे की, जॅकने मला पत्र लिहावे; पण प्रत्येक वेळेस फक्त मला तनाकाकडूनच पत्रे येत होती. शेवटी मी हे स्वीकारले होते की, जॅक मला पूर्णच विसरून गेला आहे. आणि अमेरिकेतील त्याच्या आयुष्याला त्याने सुरुवातही केली होती. खरेतर त्याला तसे करण्याचा पूर्ण अधिकार होता. आणि म्हणूनच मी हळूहळू जॅकला आणि त्याच्या आठवणींना विसरण्याचा प्रयत्न करू लागले होते. त्यात जवळजवळ यशस्वीसुद्धा होत होते.

मी जितके दिवस मंचुरियात होते, तितक्या दिवसांमध्ये दोईहारा महिन्यातून एकदा मंचुरियाला भेट देई. पण ही भेटसुद्धा नीट पार पडत नसे. पु-यी त्याच्यासमोर मोठ्या खर्चिक चमचमीत जेवणाचा तुकडा अक्षरश: फेकत असे. आणि दोईहारासुद्धा त्यादरम्यान त्या दुबळ्या राजाबद्दल आणि त्याच्या व्यसनाधीन राणीबद्दल मनापासूनचा आपला तिरस्कार कसाबसा लपवायचा प्रयत्न करीत असे. जेवणाचा हा प्रकार फक्त अस्वस्थता आणि असह्य ताण निर्माण करणारा असे. हे जेवण मनाची शांती भंग करणारे आणि ताणतणावाने भरलेले असे. त्यातल्या त्यात भेटीमधला एक भाग जरा बरा होता आणि त्यासाठीच एनोकी आपला चिक्कूपणा सोडून भरपूर पैसे खर्च करीत असे. शिवाय रात्री दोईहाराच्या मनोरंजनासाठी अगदी प्रसिद्ध जपानी वेश्येला आमंत्रित केले जाई.

दोईहाराची भेट सम्राट पु-यीला खूपच अस्वस्थ करून जाई. तो अक्षरश: उदासीनतेच्या गर्तेतच फेकला जात असे. निराशा आणि अस्वस्थतेने केविलवाणा झालेला पु-यी दुसऱ्या दिवशी मला सतत प्रश्न विचारून भंडावून सोडीत असे की, त्याच्याजवळ असा काही मार्ग आहे का की, तो दोईहाराच्या हुकमाचे उल्लंघन करून त्याचा अपमान करू शकेल. खरेतर सम्राज्ञी वान-जुंगनेच त्याला अतिशय कडक शब्दांत स्पष्टपणे त्या गोष्टीची जाणीव करून दिली होती की, दोईहाराने त्याचा सम्राट म्हणूनच सन्मान केला पाहिजे. आणि त्यासाठी पु-यीने स्वत:सुद्धा आपली पत राखून स्वाभिमानाने, अधिकाराने एखादा सम्राट राहतो तसेच राहिले पाहिजे.

जेव्हा दोईहाराने पुन्हा मंचुरियाला एक धावती भेट दिली आणि त्याने जेव्हा हे जाहीर केले की, सम्राट पु-यी आणि वान-जुंगला जपानमधील राज्याला भेट देण्यासाठी आमंत्रित केले आहे, तेव्हा दोघांनाही धक्का बसला होता. सम्राट पु-यीची प्रतिक्रिया संमिश्र होती. पु-यी एकदम उदास झाला आणि जीवाच्या भीतीने अक्षरश: दु:खाच्या शेवटच्या टोकाला पोचला होता. त्याच वेळेस त्याला या भेटीच्या निमंत्रणाने त्याचा सन्मान केल्याचा आनंदही झाला होता. पण वान-जुंग मात्र खूपच अस्वस्थ झाली. तिला उन्मादवायूचा त्रास होऊ लागला. कारण तिच्या लेखी जपान अजूनही तिचा एक असाच शत्रू होता, जो तिच्या आणि सम्राटाच्या जिवावर उठला होता...

सम्राज्ञीने ही गोष्ट मानली होती की, तिला आणि सम्राट पु-यीला जे जपान भेटीचे निमंत्रण देण्यात आले होते, ती एक योजनाबद्ध चाल होती आणि ती व सम्राट जपानमधून जिवंतपणे परत येऊच शकणार नव्हते. मला तिला फारच कष्टाने समजवावे लागले. सतत पाठपुरावा करून मी वान-जुंगची भीती कमी करीत होते. नाहीतर तिची भीती अफूच्या तारेत वाढत जात असे. आणि त्यानंतर तिला

समजावणे खूपच कठीण होई. तिला ही भीती का वाटत होती, ते माझ्या लक्षात आले होते. जपानमध्ये तिच्या व्यसनांकरिता तिला पुरेशी अफू मिळणार नाही, ही भीती तिच्या मनाच्या कोपऱ्यात सतत होती. कारण जपानमध्ये अफूचा वापर कुणाला माहीतसुद्धा नव्हता.

"हा सगळा आम्हांला दोघांना देहान्त शासन करण्याचा डाव आहे. म्हणजे मग जपान्यांना पु-यीची पुन:स्थापना करून पेकिंगचा ड्रॅगनमुकुट त्याच्या डोक्यावर ठेवायला नको." वान-जुंग आग्रहाने सांगत होती; पण तिचे भराभर विस्फारणारे डोळे मला हे नकळतपणे सांगून गेले होते की, ती फक्त तिच्या व्यसनपूर्तीसाठी जपानमध्ये तिला पुरेशी अफू मिळेल की नाही, या काळजीत होती. तिला त्याचींच खरी भीती आणि काळजी होती, जी मी तिच्या डोळ्यांत पाहिली होती.

सगळ्यात शेवटी दोईहारानेच वान-जुंगला जपानच्या मोहिमेतून वगळण्याची व्यवस्था केली होती. तिला तिच्या नवऱ्याला हे आमंत्रण नाकारण्यासाठी प्रभावित करण्यापासून रोखण्यासाठीच कदाचित दोईहाराने ही गोष्ट केली असावी. त्यासाठी दोईहाराने सम्राज्ञी वान-जुंग आजारी असून प्रवासाला येऊ शकत नसल्याचे कळवले होते. आणि काही दिवसांनंतर पु-यी एकटाच जपानला जाण्यासाठी निघाला.

"मला भेटलेला हा सम्राट जगातील सगळ्यात थंड माणूस आहे!" वान-जुंग अत्यंत कडवट स्वरात म्हणाली. नंतर मात्र तिला अशक्तता वाटू लागली होती. आता नवऱ्याबद्दल तिच्या मनात फारच कमी प्रेमाची भावना उरली होती. म्हणूनच त्याच्यापासून वेगळे झाल्यावरही तिला काहीच वाटत नव्हते. "माझ्या नवऱ्याने राजनिष्ठा आणि अभिमानाबाबत बऱ्याच गोष्टी पसरवल्या आहेत. सगळी गडबड केली आहे. पण स्वत: मात्र यांपैकी एकही गोष्ट तो पाळत नाही. आणि स्वत:च्या बायकोच्या बाबतीत तर अजिबातच नाही. त्याने मला अख्ख्या आयुष्यात सन्मान आणि आदराशिवायच वागवले आहे आणि तरीही मी आजसुद्धा त्याच्या बाजूला संपूर्णपणे त्याला साथ द्यायला उभी आहे! पण आता निदान तू तरी इथे माझ्याजवळ आहेस, आयसिन! खरे सांगू का, पूर्ण आयुष्यामध्ये तुझ्याइतका मी कोणावरच विश्वास टाकलेला नाही!"

पण नशिबाने आम्हा दोघींसाठी वेगळीच योजना आखून ठेवली होती. काही दिवसांनंतरच जेव्हा दोईहाराने लिहिलेले पत्र आमच्यापर्यंत येऊन पोचले, तेव्हा वान-जुंगवर दुसरा मोठा आघात झाला. त्यात माझ्याकरिता पेकिंगमध्ये नवीन काम असल्यामुळे मला तेथे पाठवण्यात येणार होते, असा सरकारी हुकूमच होता. माझे जाणेही नेहमीप्रमाणेच ताबडतोब ठरले होते. त्या हुकमाप्रमाणे माझे सारे सामान भरून माझ्याबरोबरच पेकिंगला पाठविण्यात यावे, असे लिहिले होते.

अगदी प्रामाणिकपणे सांगायचे तर पेकिंगला झालेल्या या माझ्या बदलीने मला

खूपच आनंद झाला होता. मला मंचुरिया सोडायला मिळणार होते. कारण मंचुरियात गुप्तहेर म्हणून जे काम मला दिले गेले होते, ते खरेतर एक स्थिर काम होते आणि सतत त्याचा दर्जा घसरत होता. मला पु-यीला लहान मुलासारखे सांभाळावे लागत होते. जणू मी त्याची आयाच होते. हे काही 'स्टार' मिळालेल्या एका गुप्तहेराचे काम नव्हते. खरेतर गेल्या कित्येक आठवड्यांपासून मी थट्टामस्करीने अशाच जास्तीच्या कामाविषयी बोलत होते. या कामाची मला चीडच येत होती, पण काय करणार होते? पण त्याच क्षणी मला वान-जुंगला सोडण्याबद्दल दुःख होत होते. ती आता बरीचशी माझ्यावर अवलंबून राहत होती; पण मी या गोष्टीकरिता तिचे आभार मानते की, तिने स्वतःवर ताबा मिळवला होता. ती माझ्या नवीन कामाचा आनंद हिरावू इच्छित नव्हती. मला नवीन कामाविषयी किती उत्सुकता होती आणि नवीन आव्हानांची किती जरूर होती, हे तिला चांगलेच माहीत होते. आणि सम्राज्ञीची हीच गोष्ट मला जास्त भावत होती. मी यासाठीच तर तिला मानत होते. तिची विरोधी परिस्थितीशी झुंजण्याची क्षमता थक्क करणारी होती; त्यामुळेच खरेतर आयुष्याच्या रणांगणावर तिचे आयुष्य निग्रही झाले होते आणि तिला एक रुबाबदार शूरपणा प्राप्त करून देत होते.

"मी येथे ठीक आहे, योशिको!" वान-जुंगने मला तिच्याबाबत खात्री दिली. तिचा चेहरा तर आश्चर्यकारकपणे शांत झाला होता. "माझे आयुष्य नेहमीच असे दुरंगी राहिले आहे. एका बाजूला दुःख आणि दुसरीकडे सुख. मला या विभागणीची सवय आहे. आयसिन, तू आता इथे जराही थांबू नकोस! नाहीतर तूसुद्धा माझ्यासारखीच होशील. शेवटी अगदी निरुपयोगी आणि नकोशी! जर देवाची इच्छा असेल तर आपण परत पेकिंगमध्येच भेटू, कदाचित अगदी लवकरच! जेव्हा पु-यीची तेथे पुनःस्थापना होईल आणि मला माहीत आहे की, ती नक्की होणार आहे!"

माझ्या घशात एक मोठा आवंढा दाटून आला होता. कारण मी तिला सांगूच शकत नव्हते की, आपण पेकिंगमध्ये आता कधीच भेटू शकणार नाही. कितीतरी वर्षे वाट बघायला लावून आणि त्याच्या आशा पल्लवित करून, अंतहीन कागदपत्रांची तयारी करायला लावून, जपान्यांनी पु-यीला फक्त दीर्घकाळपर्यंत गुंतवनूच ठेवले होते. पु-यीची पुनःस्थापना पेकिंगमध्ये कधीच होणार नव्हती. तो शांत राहावा आणि जपान्यांना पु-यी आणि वान-जुंगला फसवण्याकरिता वेळ मिळावा म्हणून तर हा सगळा खेळ होता. आणि फक्त त्या 'वेळ मिळण्याच्या' खेळाचा मी एक खूप मोठा हिस्सा होते. मी तर तिला यापैकी काहीच सांगू शकत नव्हते. म्हणूनच मी तिला हा विचार करू देत होते की, ती आणि पु-यी दोघे मिळून जे एकत्रितपणे काम करत आहेत, शेवटी त्याचे फळ म्हणजे ते पेकिंगलाच येतील. तिचे हे मला परत सांगणे म्हणजे तिला वाटणारी शेवटची

आशा होती, जी तिला जिवंत ठेवत होती. आणि ती कदाचित तशीच इतके दिवस जगणार होती. तिला वाटणारी आशाच तिला जिवंत ठेवून प्रत्येक रात्रीनंतर सकाळी उठायला कारणीभूत ठरत होती.

ज्या दिवशी मी पेकिंगला जायला निघणार होते, त्या दिवशी मी वान-जुंगचे निरोपाचे चुंबन घेतले होते. माझे डोळे पाण्याने काठोकाठ भरून आले होते. तिचे ते शेवटचे शब्द अजूनही मला आठवतात, ''जा आणि पेकिंगमध्येसुद्धा चमकून ऊठ आयसिन! इतकी की, सगळ्यांचेच डोळे दिपायला हवेत. मला आता मनापासून असे वाटत आहे की, तू आणि मी कदाचित म्हाताऱ्या होणारच नाही! आपली हाडेसुद्धा म्हातारी होणार नाहीत!''

मी नंतर तिला माझ्या आयुष्यात पुन्हा कधीच पाहिले नाही. आणि काही वर्षांनंतर तर मी पेकिंगच्या क्रमांक १ च्या तुरुंगात माझ्या देहान्त शासनाची वाट बघत बसले होते. आणि मग मला ते सम्राज्ञी वान-जुंगचे दुःखी पण मर्मभेदक शब्द आठवले होते, जेव्हा मी मंचुरिया सोडून पेकिंगला निघाले होते.

''आपली हाडे कधीच म्हातारी होणार नाहीत!'' हा तिने मला तेव्हा दिलेला भविष्यातला इशारा तर नव्हता?

बारा

पेकिंगला आल्यानंतर मी माझे तात्पुरते घर 'हॉटेल-डी-पेकिंग' या आरामगृहात केले होते. ही जागा गुप्तहेर खात्यानेच मला दिली होती. मला माझ्या आयुष्याच्या शेवटाबद्दल थोडीफार कल्पना होती. पण नंतर जेव्हा मी माझ्या नेहमीच्या लहरी स्वभावानुसार आणि बंडखोर वृत्तीने माझे दैव माझ्या हातात घेतले आणि माझे आयुष्य मी त्या दैवाने ठरवलेल्या मार्गापासून जोराने वेगळे केले, तेव्हा पेकिंग हेच माझ्या आयुष्याचे शेवटचे स्थानक ठरले होते.

'हॉटेल-डी-पेकिंग' हे फोरबिडन शहर आणि गुप्तहेर खात्याचे कार्यालय यांच्या मध्यभागी अगदी थोड्या अंतरावर होते. म्हणूनच गुप्तहेर खात्याचे माझे कार्यालय माझ्या घरापासून अगदी जवळच्या अंतरावर होते. मला मात्र एका गोष्टीचे फारच आश्चर्य वाटत होते की, पेकिंग हे नवीन आणि सांस्कृतिकदृष्ट्या पुढारलेल्या शांघाय शहरापेक्षा खूपच वेगळे होते. शांघायचे जीवन आणि धर्म कायमच 'पैसा' हेच होते, पण पेकिंग शहराच्या रस्त्यावर सायकली, रिक्षा आणि बैलगाड्या या विजेवर आणि तेलावर चालणाऱ्या गाड्यांच्या खांद्याला खांदा लावून धावत होत्या. म्हणूनच पेकिंग शहराला चीनची 'प्राचीन राजधानी' असल्याचा मान का होता, ते

मला चांगलेच कळले . पेकिंग शहरामध्ये इतिहास अजूनही जिवंत होता. शांघायला मात्र चीनच्या प्राचीन इतिहासाशी काहीच देणेघेणे नव्हते. पेकिंगमधले लोक अजूनसुद्धा जुन्या परंपरा आणि रूढी पक्केपणाने पाळत होते. आणि जुन्या लोकांनी ज्या गोष्टी समाजाकरिता म्हणून ठरवल्या होत्या, त्या मनापासून पुढे चालवणारे होते.

पेकिंगमध्ये शांघायमधील मोकळेपणाचा अभाव जाणवत होता. शांघायमध्ये 'कुणालाच कुणाची आणि कशाचीही पर्वा नाही', असे जे वातावरण होते, ते पेकिंगमध्ये नव्हते. शांघायचे ते वातावरण मला फारच भावणारे आणि स्वत:चा धर्म सोडून वागणाऱ्या माझ्यासारख्या व्यक्तीला अनुकूल होते. पण त्याविरुद्ध पेकिंग मात्र खरेच खूप पारंपरिक विचारांचे,जुन्या वळणाचे व मोकळेपणाची दारे बंद ठेवणारे होते. त्यात सारेच जुने आणि नवे एकत्र होते. म्हणूनच मी वारा येईल तशी पाठ फिरवावी, असे म्हणत असे आणि वागतसुद्धा असे. जसा देश होता तसाच वेष आणि परंपरांना धरून चालणेच योग्य होते. मलाही ते तसेच वाटत होते. पेकिंगच्या बाबतीत मी एक गोष्ट नक्कीच म्हणू शकत होते की, पेकिंगच्या खडबडीत आणि मजबूत पण बाजूला पायवाट नसलेल्या रस्त्यांवर खूप गडबडीचे आणि गोंधळाचे वातावरण होते. या रस्त्यांवर सतत वर्दळ चालू असली तरीही या शहराची अजून एक वेगळीच नाडी होती. जुन्याबरोबर नवीन गोष्टींचा मनापासून स्वीकार हे प्रचंड आणि प्राचीन शहरच करू शकत होते. आणि तेही मंचुरियाचा शांतपणा जसाच्या तसा आणि कायम ठेवून!

दुसऱ्या दिवशी मी चालत दहा मिनिटांत किंवा फारच थोड्या वेळात गुप्तहेर खात्याच्या कार्यालयात माझा पेकिंगमधला साहेब कर्नल सुमिदाला भेटायला हजर झाले होते. तो माझ्या आतापर्यंतच्या सगळ्याच उच्चाधिकाऱ्यांपेक्षा वयाने मोठा आणि म्हातारा होता. तो साठीच्या घरातला पण प्रतिष्ठित वाटणारा असा माणूस होता. नंतर मी हेसुद्धा शोधून काढले होते की, सुमिदा हा काही फार हुशार नव्हता. शिवाय तो कष्टाळूही नव्हता, जसा तनाका किंवा म्युटो होता. अर्थात स्वत:च्या सगळ्याच कमतरता लपविण्यात तो खूप चतुर होता. अतिशय सभ्य आणि दांभिक मानभावी वागणुकीचा मुलामा देऊन तो स्वत:च्या उणिवा झाकत असे. साहजिकच तो स्वत:ला नेहमीच कामामध्ये गर्क असल्याचे भासवीत राही.

"तुझे पेकिंगमधील काम हेच आहे की, इथल्या अति प्रतिष्ठित आणि सत्तेवर दबाव असणाऱ्या विदेशी समाजाच्या आणि सत्ताधारी प्रतिष्ठित गर्भश्रीमंत समाजाच्या वर्तुळात स्वत:ची ओळख करून घ्यायची, त्यांचा विश्वास मिळवायचा आणि त्यांच्याशी मैत्री करून त्यांच्यातील महत्त्वाची माहिती काढून घ्यायची." सुमिदा पुढे मला म्हणाला की, "तुला हे शोधून काढावे लागेल की, चॅंग-कै-शेकला कोणकोणते

लोक पाठिंबा देतात? मगच आपण त्यांच्याशी काहीतरी व्यवहार करू शकू. हे काही फार सोपे नाही; कारण हे खास विदेशी मित्र किंवा चिनी श्रीमंत समाजाशी ज्यांचे मैत्रीचे संबंध आहेत, ते फारच हुशार आहेत. आपल्या भावना लपवण्यात तर ते फारच कुशल आहेत. अशा वेळी तुला कधीच समजणार नाही की, तुझ्यापुढे हसरा चेहरा घेऊन वावरणारी व्यक्तीच गुप्तपणे हातात खंजीर ठेवून आपल्या छातीत खुपसण्याच्या तयारीत असेल. तेव्हा नेहमीच जागरूक राहा.

''थोडक्यात, तुझे काम महत्त्वाची माहिती मिळवणे आणि ती ताबडतोब माझ्यापर्यंत पाठविणे हे आहे. मग त्यासाठी तू कोणतेही साधन वापरू शकतेस. तुला फक्त यासाठीच निवडण्यात आले आहे की, तुला इंग्रजी भाषेचे उत्तम ज्ञान आहे. आणि तुझे भाषा वापरावयाचे कौशल्यसुद्धा वादातीत आहे. तुझी कीर्तीच अशी आहे की, तू कशाही परिस्थितीत कसे वागावे या बाबतीत पूर्ण निष्णात आहेस. तुला कुणाहीपेक्षा या बाबतीत जास्त माहिती आहे. विशेषत: विदेशी लोकांचा विश्वास कसा संपादन करायचा, लोकांशी मैत्री कशी करायची आणि ती कशी टिकवायची, हे तुला चांगलेच अवगत आहे.''

त्याने माझ्या बाबतीत 'कीर्ती' या शब्दावर जरा जास्तच जोर दिला होता. मला जरा त्याचेच आश्चर्य वाटले होते. याला माझ्या आणि जॅकच्या बाबतीत माहिती असल्याची चुणूक तर तो दाखवत नव्हता ना? किंवा माझ्या विदेशी लोकांच्या बाबतीतील व्यभिचारी आणि लंपटपणाच्या स्वभावाबद्दल तर तो बोलत नव्हता ना? काही का असेना, पण माझ्या अति-खासगी गोष्टी त्याला पूर्णच माहीत होत्या हे मात्र निश्चित! अर्थात मी त्याला तसे काहीच भासू दिले नाही. आणि एवढेच म्हटले, ''माझ्या क्षमतांबद्दलचा आपला विश्वास आणि खात्रीबद्दल मी आपली खूपच आभारी आहे, कर्नल सुमिदा! आपल्यासाठी, या गुप्तहेर खात्यासाठी आणि आपल्या देशासाठी मी खरोखरच माझे कर्तव्य उत्तम रीतीने बजावेन!''

आमच्या या कार्यालयीन कामकाजाची बैठक संपायच्या थोडे आधीच कर्नल सुमिदांनी मला एक मोठी कागदपत्रांची पिशवी दिली. मेजर म्युटोच्या सचिवाने ती मला देण्याकरिता कर्नल सुमिदांच्या कार्यालयात पाठवली होती. ही कागदपत्रांची पिशवी शांघायवरून माझ्याकरिता आली होती. त्या सर्व कागदपत्रांच्या गठ्ठ्यात सगळ्यात शेवटच्या पाकिटावर जॅकचे छायाचित्र होते. त्यात त्याने मला खूप आवडणारा त्याचा निळ्या रंगाचा पोषाख घातला होता आणि पाकिटात माझ्यासाठी त्याने दिलेले एक पत्र होते.

अतिशय थरथरणाऱ्या बोटांनी मी तो जॅकच्या पत्राचा लिफाफा फाडून उघडला आणि त्यावरची तारीख प्रथम पाहिली. तेव्हा लक्षात आले की, मी शांघाय सोडल्यावर केवळ दोनच आठवड्यांनी त्याने हे पत्र मला लिहिलेले होते.

"माझ्या राजकन्ये!" जॅकने पुढे लिहिले होते, "मला आत्ताच माझे वडील आजारी असल्याची बातमी कळली आहे. म्हणूनच मी अमेरिकेला ताबडतोब निघत आहे. जवळपास दोन आठवडे आधीच म्हण ना! मी तुझ्यावर प्रेम करतो, योशिको! आणि अजूनही तू माझ्याबरोबर यावे, असेच मला वाटते आहे!"

मी अमेरिकेत पोचावे म्हणून त्याने मला त्यात त्याचा अमेरिकेचा पत्ता दिलेला होता आणि त्याच्या त्या कार्यालयातील दुसऱ्या वार्ताहराचे, जो शांघायमध्ये होता, त्याचे नाव व त्याच्याशी संपर्क साधण्याचा पत्तासुद्धा दिला होता. जर मला अमेरिकेला जायचे असेल, तर मला तेथून पैशाचीही मदत मिळणार होती.

पत्र संपवताना त्याने लिहिले होते, "चीनला सोडून माझ्याकडे ये, योशिको! येथे अमेरिकेत ये! येथे तू सुरक्षित तर राहशीलच आणि बघ तरी येथे किती सुंदर आयुष्य तुझ्यासाठी वाट बघत आहे! तू त्याच्यावरही मनापासून प्रेम करशील!

"मला हे माहीत आहे की, जपान कधीही पूर्णपणे चीनला, चीनच्या भूमीला जिंकू शकत नाही. पादाक्रांत करू शकत नाही. सर्व जगाचा दबाव सगळीकडून आल्यावर कदाचित जपानचा दारुण पराभव होईल! मग तुझे काय होईल योशिको? एक त्यांच्याच रक्ताची, वंशाची चिनी व्यक्ती त्यांच्याच विरुद्ध त्यांच्या शत्रूसाठी हेरगिरी करणारी असली, तर त्या व्यक्तीचे वेगळे भविष्य सांगायची काहीच गरज नाही. आणि तुझ्यासाठी हे मुळीच चांगले नाही. मी जेव्हा प्रत्येक वेळेस हा विचार करतो की, जेव्हा तुला तुझेच चिनी लोक जपानच्या पराभवानंतर चीनमध्ये पकडतील तेव्हा काय होईल? मला तर तुझी खूपच काळजी वाटते आणि तुझ्या भयानक भविष्याची कल्पना करूनच खूप भीती वाटते योशिको!

"तुला हे माहीत आहे का, एखाद्यावर मनापासून प्रेम करणे म्हणजे काय असते? तू जर माझ्यावर तसेच प्रेम केलेले असेल, तर येथे अमेरिकेला माझ्याकडे ये! तू चीनमध्ये अजिबातच सुरक्षित नाहीस, योशिको. तुझ्या काही लक्षात तरी येतंय का? समजतंय का?"

आता मात्र मी जोरजोरात हुंदके देऊन रडायला सुरुवात केली होती. मी जेव्हा जॅकचे पत्र पूर्ण वाचले, तेव्हा मी स्वतःचेच आभार मानले की, माझे हे पत्र मी माझ्या खासगी जागेत वाचावे, अशी बुद्धी मला झाली होती, ते किती बरोबर होते! या वेळेस माझ्या डोळ्यांतील अश्रू हे आनंदाचे होते. आणि पत्रावरून हे तर नक्कीच होते की, जॅक मला सोडून गेला नव्हता, तर केवळ त्याच्या वडिलांच्या आजारपणाच्या परिस्थितीने त्याला तेथून जायला भाग पाडले होते. जॅकने मला धोका दिला नव्हता तर! मला मेजर म्युटोचा खून करावा, असे वाटू लागले होते. त्याने जाणूनबुजूनच ते पत्र माझ्याकडे वेळेच्या आत पाठविले नव्हते आणि त्यामुळेच तर गेले कित्येक महिने मी मंचुरियात दुःखात बुडालेली होते आणि स्वतःच्या सर्वस्वाच्या सत्यानाशाची

तयारी केवळ जॅकवरील रागामुळे सूड म्हणून करून बसले होते. जर कदाचित जॅकबद्दल मी ही खरी बातमी ऐकली असती, तर त्या वेळेस माझ्या आयुष्याने नवीन वळण घेतले असते. पण असे घडायचे नव्हते. जवळपास एका वर्षानंतर म्हणजे फारच उशिरा मला हे सर्व कळले होते. मी खूपच पुढे आले होते. आणि कदाचित जॅकनेसुद्धा आता कोणाबरोबर तरी आपले नवे जीवन सुरू केले असेल. त्याला आता मी त्रास देणे किंबहुना त्याच्या आयुष्याला धक्का देणे तर मुळीच योग्य नव्हते. आम्ही दोघेही वेगळ्या वाटेने खूपच पुढे निघून गेलो होतो.

माझे हृदय खूपच जड झाले होते. मी पुन:पुन्हा जॅकचे पत्र वाचत होते. खरे कारण हेच होते की, काहीही बदललेले नव्हते. या एका वर्षानंतरसुद्धा सगळे अगदी तसेच होते. जपान माझ्या आणि जॅकच्या मध्ये उभे होते. आणि त्याचे कारण म्हणजे जॅकला पक्का विश्वास होता की, जपानचा पराभव होऊन जपान हरणार आहे. नेमके त्याविरुद्ध मला असे वाटत होते की, जपान विजयी होऊन जगातील एक महासत्ता बनणार आहे. अशी महासत्ता की, सारे जग तिच्यावर विश्वास ठेवेल. या अशा दोन परस्परविरोधी भासणाऱ्या दृष्टिकोनांमुळे, तेही अशा देशाच्या बाबतीत ज्याच्यावर माझे खूपच मनापासून प्रेम होते आणि त्यामुळेच, आम्हा दोघांतला दुरावा असाच कायम राहणार होता.

मी माझे अश्रू ताब्यात ठेवण्याचा प्रयत्न करीत होते. त्याकरिता मी कागद आणि पेन काढले आणि त्याच्या पत्राला एक उत्तर लिहिले, ''तू जर माझ्यावर खरे प्रेम करत असशील ना जॅक, तर परत ये. येथे चीनमध्ये, माझ्याजवळ!''

माझ्या पत्राच्या उत्तराची जॅककडून मला काही दिवस तरी अपेक्षा नव्हती. पण कधीतरी त्याने उत्तर द्यावे, असे मला वाटत होते. शेवटी मीसुद्धा एक मानवी जीव होते. आणि जॅक माझ्याकडे चीनमध्ये कायमचा परत आलेला आहे असे आवडते कल्पनारम्य स्वप्न पाहण्यापासून स्वत:ला रोखणे कठीणच होते. म्हणूनच मी जॅकचे ते पत्र परत परत शंभर वेळा तरी वाचले होते.

शेवटी अपेक्षेप्रमाणेच मी जपान आणि जॅकमधून जपानचीच निवड निश्चित केली होती. जॅकला डावलून केलेल्या या निवडीमुळे माझे हृदय कमालीचे घायाळ आणि जड झाले होते. इतके की, मला गुप्तहेर खात्याकडून गुप्त बातम्या काढण्याचे जे काम दिले गेले होते, त्यात मी स्वत:ला अगदी गळ्यापर्यंत बुडवून टाकले होते, जरी मी स्वत:ला अशा प्रकारे माझ्या कामात गुंतवून घेतले असले, तरी माझ्या कल्पनेप्रमाणे माझ्या अंत:करणाच्या तळाशी जॅकची चीनला परत माझ्याकडे येण्याची आशा ताजी होती आणि तिला मी कधीच माझ्या मनातून अखेरपर्यंत काढू शकले नव्हते.

कर्नल सुमिदाने जे काम मला मिळवून दिले होते, ते खरोखरच योग्य होते

आणि माझ्यासाठी तर उत्तमच होते. कारण काही काळापुरता तरी जॅकचा विषय माझ्यासाठी बाजूला पडला होता. कर्नल सुमिदाने माझी ओळख एका फारच महत्त्वाच्या मध्यस्थाशी करून दिली होती. हा मध्यस्थ चीनमधील श्रीमंत माणसांच्या आणि विदेशी लोकांच्या सामाजिक वर्तुळातील माहिती मिळवून ती गुप्तहेर खात्याकडे पाठवायचे काम करीत होता. मीसुद्धा तेच काम त्याच्याबरोबर करायचे होते. त्याचे नाव 'ली-चुंगयु' होते. आणि त्याचे व माझे नाते रक्ताने लांबच्या भावा-बहिणीचे होते. ''ली हा खरोखरच आपला अनमोल असा मित्र आहे, जो या मोठ्या श्रीमंत आणि सत्ताधारी लोकांच्या वर्तुळात सहजपणे जाण्यासाठी मदत करतो. शिवाय तो जपानचा पक्का पाठीराखा आहे. तो तुझी ओळख या उच्च वर्तुळातील अशा लोकांशी करून देईल, जे महत्त्वाचे आणि आपल्या कामाचे लोक आहेत.'' सुमिदा पुढे म्हणाला, ''तो तुला मदत करेलच, शिवाय योगायोगाने तो तुझा लांबच्या नात्यातला भाऊ आहे.''

माझ्या या लांबच्या भावाचे दर्शन मला झाले. त्याचे व्यक्तिमत्त्व अगदी खासच होते. त्याचे केस अगदी कोळशासारखे काळे होते आणि तो अगदी गोरापान होता. त्याचे केस आणि त्वचा यांचे रंग अगदी परस्परविरुद्ध आणि उठावदार होते. तो एखाद्या केशिजियन वंशातील माणसासारखा दिसत असे. आणि त्याहून कमाल म्हणजे त्याचे डोळे अक्षरश: वाटोळे, गोल होते. इतके गोल डोळे मी आजपर्यंत कुठल्याही चिनी माणसाच्या चेहऱ्यावर पाहिले नव्हते. त्याचे डोळे घडवताना परमेश्वराला जणू इतकी घाई झाली होती की, त्याने त्याचे सगळे चेहऱ्यावरचे अवयव एकदमच हातात घेतले होते आणि त्यांची जुळवणी करताना त्याच्या हातून ज्या चुका झालेल्या होत्या त्या चुका म्हणजे 'ली-चुंगयु' होता. जेव्हा लीने आपले मोठ्या बाहुलीसारखे वाटोळे डोळे माझ्यावर रोखले, तेव्हा मीसुद्धा कचरले होते. त्याच्या दिसण्यापेक्षा त्याची जपानवरील निष्ठा फारच मोठी आणि पूर्ण होती. अगदी माझ्यासारखी! त्याच्या निष्ठेच्या बाबतीत कुठलाच सौदा होऊ शकत नव्हता. ती इतकी होती आणि असे वाटत होते की, देवाने त्याला जपानी घडवता घडवता चुकून चायनीज घडवले होते. देवाने त्याच्या वंशाच्या आणि जन्माच्या बाबतीत मोठी चूक केली होती. अशा प्रकारे मी माझ्या त्या दूरच्या भावाला भेटले होते. ली-चुंगयुची आणि माझी भेट झाली, तेव्हा असेच सगळे भरभर घडले होते.

''मी तुझा नातेवाईक असल्याचा मला खूप अभिमान वाटतो, योशिको!'' लीची आणि माझी अशी अनौपचारिक ओळख झाल्यानंतर तो पहिल्यांदा हे बोलला होता. ''तुझे वडील राजकुमार स्यू फार मोठी आसामी होती. त्यांच्याजवळ भविष्याचा वेध घेण्याची अचूक क्षमता होती, एक शहाणपणाने भरलेली नजर होती. आणि

अशा माणसाची तू मुलगी असल्याने खात्रीनेच तुझ्याकडे ते उत्तम गुण आणि चांगल्या गोष्टी रक्तातच आल्या असणार, हे उघडच आहे. मी त्या पाहातच आहे. तुझी जी कीर्ती तुझ्या मागे आहे, ती तुझ्याबाबत न्याय करीत नाही; कारण त्यापेक्षा कितीतरी जास्त बुद्धिमत्ता आणि सौंदर्याबरोबरच चारित्र्याची शक्ती तुझ्याजवळ आहे. तू माझी बहीण आहेस, याचा मला खूप आनंद होतो आहे!''

ली दिसायला खरंच देखणा होता. पण मी माझे नेहमीचे सगळे तंत्र आणि पद्धती वापरून लीबद्दलची सर्व माहिती गोळा केली होती. आणि मला जी माहिती मिळाली होती ती अशी की, लीचे लग्न एका उच्चकुलीन मुलीशी झालेले होते. तिचे नाव 'पर्ल'. पण लीला इतर पुरुषांबरोबर शय्यासोबत करणे आवडत असे. पर्लला मात्र लीच्या या आवडीशी काहीच देणे-घेणे नव्हते. ती या बाबतीत लीची पर्वा करत नव्हती. कारण तिचा अगदी खूप वर्षांपासून एक प्रेमिक होता. आणि पेकिंगमध्ये तिच्या या प्रियकराचे खूप मोठे स्थान होते. ली आणि पर्ल दोघांचीही स्थिती एकसारखीच असल्याने त्यांचे जीवन एकमेकांबरोबर शांतपणे व्यतीत होत होते. ते दोघेही एकमेकांचे सच्चे आणि चांगले मित्र होते. त्या दोघांनी – ली आणि पर्लने – आयोजित केलेले रात्रीचे समारंभ नेहमीच चमकदार होत असत. अक्षरश: हे प्रसंग विदेशी आणि उच्चवर्णीय सामाजिक वर्तुळातील लोकांसाठी अनोखेच ठरत. शहरातील कोणत्या ना कोणत्या ठिकाणी उच्च अधिकारी असलेली व्यक्ती आणि जपानच्या राजघराण्यातील लोकांना भेट देणाऱ्या राजेशाही पाहुण्यांनासुद्धा या आकर्षक समारंभांना हजेरी लावल्याशिवाय चैन पडत नसे, इतके ते देखणे आणि मनाला मोह घालणारे खर्चिक पद्धतीचे समारंभ असत.

कर्नल सुमिदासुद्धा त्याच्या वैयक्तिक जीवनात रंगेल स्वभावाचा माणूस होता. त्याचे लग्न एका आज्ञाधारक जपानी स्त्रीशी झाले होते. तिला तो जपानमध्येच ठेवून आला होता. जोपर्यंत तो पेकिंगमध्ये राहणार होता, तोपर्यंत त्याने एक चिनी बाई ठेवली होती. तिचे नाव किमी-यी होते. तिच्याबरोबर तो राहत होता. ती खूप देखणी आणि अनुपम सौंदर्याची जणू खाण होती. तिच्या त्या सौंदर्याने मी स्त्री असूनसुद्धा माझा वरचा श्वास वर आणि खालचा श्वास खालीच राहिला होता. तिला बघताक्षणीच आम्ही एकमेकींकडे आकर्षित झालो होतो. आणि पेकिंगमध्ये मला पुन्हा एक फार छान मैत्रीण मिळाली होती. शांघायबद्दल मला जेवढी आस्था आणि प्रेम होते आणि त्या शहराला मी जेवढे आपले मानत होते, तेवढे पेकिंगबद्दल मला आकर्षण नव्हते. किमी-यीसारख्या देखण्या स्त्रीशी माझी मैत्री झाली; त्यामुळेच मला खूप मदत झाली; कारण त्यानंतर माझे आयुष्य मला कधीच बेरंगी आणि उदास वाटले नाही. ते नेहमीच आनंदाने आणि उत्साहाने भरलेले राहिले.

पेकिंगविषयी माझ्या मनात अगदी पूर्वीपासूनच राग भरलेला होता तो म्हणजे

जेव्हा मी प्रथम पेकिंगमध्ये पोचले, तेव्हा मला स्वतःला एका खूप मोठ्या डबक्यातील अगदी छोटीशी मासोळी असल्यासारखे वाटले होते. मी इथे कुणी खास आणि महत्त्वाची किंवा लक्षात राहण्यासारखी व्यक्ती नव्हते. मला शांघायमध्ये मान होता. पेकिंगमध्ये मला कोणी हिंग लावूनही विचारत नव्हते. आणि मग खूप मोठ्या प्रमाणात माझ्या अहंकाराला धक्का बसल्यासारखे झाले होते. कारण इतक्या अल्प प्रमाणात मला संपूर्ण चीनमध्ये कुणीच ओळखत नव्हते. शिवाय मी दुसऱ्या किंवा तिसऱ्या स्थानावर कधीच कुठे राहिले नव्हते. प्रत्येक ठिकाणी मला असेच काम मिळत गेले की, मी नेहमीच महत्त्वाची राहिले होते. मी दुसऱ्या किंवा तिसऱ्या क्रमांकावरचे काम कधीच केले नव्हते. मी महत्त्वहीन तर कधीच नव्हते. सर्वच ठिकाणी माझ्या सौंदर्याची, सत्तेवर असलेल्या माझ्या प्रभावाची आणि त्या त्या ठिकाणी असलेल्या नवीन राहणीमानाच्या मी विनासंशय स्वीकारलेल्या पद्धतीची तारीफ केली जात होती. पण पेकिंगमध्ये मी कुणीच नव्हते. जणू एका मोठ्या जनसागरात काम करणारी इतर लोकांसारखी एक सामान्य नागरिक होते. आणि म्हणूनच मला एकतरी मोठी बातमी बनवायलाच हवी होती. कारण मला असे साध्या माणसासारखे गर्दीत उभे राहून काम करणे कधीच आवडले नसते. मला समोर न ठेवता माझ्याकडून सर्व काम हुशारीने करून घेण्यात येत होते. हे माझा कुणीतरी उपयोग करून घेतल्यासारखेच होते.

मी किमीशी माझे मैत्रीचे संबंध वाढवले आणि एक दिवस जेव्हा मी तिला जॅकबद्दल सांगितले, तेव्हा माझ्याही आश्चर्याला पारावार राहिला नाही. माझ्या साहेबाची ही रखेल मला सरळच म्हणाली की, मी हे सगळे सोडून देऊन ताबडतोब जॅककडे जायला पाहिजे. मला तर ती अशी बाई वाटत नव्हती की, जी एखाद्या बाईला असे सांगू शकेल की, तिने आपले आयुष्य एखाद्या माणसासाठी त्यागावे. पण तरीही तिच्या त्या बोलण्याने माझ्या मनात दबलेल्या भावनांना एक मोकळी वाट मिळून गेली होती. आणि काही प्रमाणात तरी माझे एकटेपणाचे ओझे उतरले होते. माझ्या दुःखात ती सहभागी झाल्यामुळे जी शांती मला मिळाली होती, ती अनुपम होती.

"तुझ्या हृदयाची साद ऐक, योशिको! खरेच ऐक. शेवटी आपल्याला जगण्याकरिता एकच आयुष्य तर मिळते." किमीने जेव्हा हे म्हटले, तेव्हा मला खरेच आश्चर्य वाटले. कारण ती तर अगदी धूर्त आणि रस्त्यावरून आलेली बाई होती. "मी तुला जॅकवर प्रेम करताना पाहू शकतेय आणि तू तुझी जपानवरील निष्ठा आणि त्याविषयीच्या कर्तव्याला प्राधान्य दिले आहेस. पण तुझ्या हृदयाला मात्र तू या आयुष्यासाठी सोडून दिलेस. खरेतर हा क्षण आता धरून ठेवायला हवा. कारण तुला नवे आयुष्य सुरू करायला अजूनही फार मोठी आणि चांगली संधी मिळेल.

जा त्या माणसाबरोबर, जो तुझ्यासाठी आयुष्यातील सर्व चांगल्या गोष्टी आणू शकतो, योशिको! लक्षात ठेव, हा क्षण आयुष्यात पुन्हा कधीच येणार नाही.

"एखाद्या देशावरील निष्ठा वर्तवणे जगातील लाखो लोक करतात; मग तुझ्यामध्ये असे काय वेगळे आहे की, तू काहीतरी वेगळे करते आहेस?" ती पुढे म्हणाली, "पण लक्षात ठेव की, आपल्या हृदयावर राज्य करणारा एकच माणूस जगात असतो. म्हणूनच हृदयाचे ऐक आणि जॅककडे परत जा योशिको! तुला त्याच्याकडे तोपर्यंतच जाता येईल योशिको, जोपर्यंत अमेरिका, जपान आणि चीन एकमेकांचे शत्रू आहेत आणि युद्धाच्या ठिणगीची वाट पाहत आहेत; त्यामुळे एकदा तुझी ही संधी हिरावली गेली की, कायमचीच जाईल!"

तिच्या आवाजाचा सूर अगदी जॅकने जे मला शेवटचे पत्र लिहिले होते त्याच्या सुराशी मिळताजुळता होता. "योशिको, हे सगळ्यांनाच माहीत आहे की, तू चिनी वंशातील असूनसुद्धा जपानी गुप्तहेर खात्यात काम करतेस! ते फक्त जपानच्या पराभवाची वाट बघताहेत आणि त्याचे सगळे खापर तुझ्याच माथ्यावर फुटेल. मग तू कितीही ओरडून आणि जीव तोडून सांगितलेस की, तू जपानी आहेस, तुझे सारेच आयुष्य आणि श्वाससुद्धा जपानकरिता वेचले आहेस, तरी इथले लोक मात्र तुझे कर्तव्य आणि त्याग बघणार नाहीत. ते तुझ्या नसांमध्ये वाहणारे चिनी रक्तच मोजतील, तुला विश्वासघातकी चिनी म्हणून शिक्षा देतील!"

मी किमीचे बोलणे ऐकायला पाहिजे होते. मी जॅककडेच जायला पाहिजे होते. त्या क्षणाला माझे दैव मी माझ्या हातात घ्यायला पाहिजे होते. पण मी यांतले काहीच केले नाही. त्याऐवजी मी माझ्या कामात स्वत:ला इतके गुंतवून घेतले की, कुत्रा जसा त्याला मिळालेले हाड ज्या त्वेषाने तोंडात धरून उचकटतो, त्याला चावतो, चघळतो, तसेच तितक्याच वेगाने आणि कमालीच्या आक्रमकतेने मी स्वत:ला कामात गुंतवून घेतले होते. या कामाकरिता माझे आयुष्य धोक्यात घालण्याचीही मी पर्वा केली नाही. पेकिंगच्या त्या लालबत्तीच्या गल्ल्यांमध्ये जर एखादी महत्त्वाची माहिती असल्याचे मला कळले तर, ती तेथून परिश्रमपूर्वक शोधून काढण्यासाठी अगदी रात्रीसुद्धा वेड्यासारखी मी हिंडत होते.

त्याच वेळेस मी पेकिंगच्या उच्चवर्गीय समाजाच्या वर्तुळातसुद्धा पूर्णपणे मिसळून गेले होते. मी अगदी योग्य संबंध जोडले होते, ज्यांतून मला माहितीचे भरपूर वैभव प्राप्त होत होते. आणि ते मी नियमितपणे सुमिदाच्या कार्यालयात पोचवीत होते. हा श्रीमंत आणि मोठेपणाचा फसवा डौल मिरवणारा चिनी लोकांचा समाजातील सर्वांत वरचा थर स्वत:ला जपानच्या सत्ताधारी लोकांशी जुळवू पाहत होता. हे सर्व सत्ताधारी तेच होते, ज्यांनी आता त्यांची जागा सत्तेत घेतली होती. माझ्या रूपाने त्यांच्यासाठी जपानी सत्ताधाऱ्यांपर्यंत जाण्यासाठी एक मार्ग मोकळा

झाला होता. आणि त्यामुळेच मला या श्रीमंत वर्गाच्या सायीसारख्या वरच्या थरातूनसुद्धा केव्हाही फायद्याची व महत्त्वाची माहिती मिळवता येत होती. म्हणूनच रात्रीच्या जेवणाच्या समारंभांना आणि इतरही प्रसंगांना माझ्यासाठी सतत आमंत्रणे येत असत. शेवटी ते आणि मी परस्परपूरक झालो होतो ना! थोडक्यात, माझे सामाजिक जीवन अक्षरश: खूपच व्यस्त झालेले होते. पण मला स्वत:साठी त्यातून काहीच मिळत नव्हते. मी त्या रात्र-समारंभांना न चुकता हजेरी लावत असे आणि माझे काम साधून घेत असे. तसेच मी वेळोवेळी किमीबरोबर नाटक आणि सिनेमालासुद्धा जात असे. आमच्यासाठी नेहमीच उत्तम राखीव जागा असे, जी जागा जपानच्या उच्च दर्जाच्या लष्करी अधिकाऱ्यांसाठी राखीव असे तेथेच आम्ही बसत होतो आणि त्या कलाकृतींचा आस्वाद घेत होतो. तसे वरवर पाहिले, तर माझे आयुष्य पेकिंगमध्ये मोठ्या चैनीत आणि मजेत जात आहे असे वाटत होते आणि अशा कुठल्याही प्रकारचे चिन्ह तेव्हातरी दिसत नव्हते की, सगळी परिस्थिती लवकरच विपरीत होईल आणि जपान सर्वनाशाकडे झुकेल!

पण जेव्हा रात्र होत असे आणि शेवटच्या प्रहरात सारे दिवे बंद होत, आमच्या रात्रीपासून सुरू असलेल्या समारंभाचा अंत होई. कधी-कधी तर मला तिथून निघायला पहाट होत असे. कारण माझे तिथून निघणे मी कोणत्या कामात अडकले आहे, यावरच अवलंबून असे. ते काहीही असो; पण जेव्हा सारे जग निद्रेच्या कुशीत असायचे, तेव्हा माझ्या मनात माझ्या आयुष्याचा हिशेब सुरू होई. मी काय कमावले आणि जॅकबद्दल मी किती मोठे गमावले होते?

मला माहीत होते की, जॅक पेकिंगला परत कधीच येणार नाही. तरी तेव्हाही मी एका आशेवर जगत होते की, एक ना एक दिवस माझ्या आरामगृहाच्या कोपऱ्यावर एक कार वळण घेईल, त्यातून जॅक उतरेल आणि तो धावतच माझ्याकडे येईल. हे खूपच सुंदर स्वप्न होते. हे स्वप्न कधीच संपू नये असे मला वाटत होते; कारण मला जॅकजवळ राहायचे होते. आणि प्रत्यक्षात ते जमत नसले, तरी माझ्या स्मृतींमध्ये मी त्याच्यासोबत राहू शकत होते. त्याने माझ्यावर केलेले प्रेमसुद्धा मला तेव्हा आठवत होते. मी आणि जॅक दोघेही एका सामान्य जोडप्याप्रमाणेच राहिलो असतो; जशी मी एके काळी यमागाच्या बरोबर राहण्याची कल्पना करीत होते मग ही तात्पुरत्या सुखासाठी शोधलेली इतर माणसे माझ्या आयुष्यामध्ये कधीच आली नसती. मी त्याच स्वप्नात राहण्याचा जास्तीतजास्त प्रयत्न करीत होते. त्यात मला पुन:पुन्हा जॅक सापडत होता. माझी चांगली बाजू सतत उजळवत होता. तिला खतपाणी घालीत होता. आणि वाईट गोष्टींपासून मला रोखत होता. माझ्या आयुष्यातल्या वाईट भूतकाळामुळे माझे डोके पिंजल्यासारखे होत असे. त्यापासून तो मला दूर ठेवत होता. अफूच्या व्यसनापासून आणि उसळणाऱ्या

शारीरिक भुकेच्या कामासक्तीपासून दूर ठेवत होता. थोडक्यात, तो मला स्त्रीत्वाच्या कसोटीवर आणत होता.

पेकिंगमध्ये लाल बत्तीच्या अंधाऱ्या गल्ल्यांमध्ये माझ्या जिवाच्या विशेष करमणुकीसाठी मी रात्रीची हिंडत असे. त्या गोष्टीचे मला फार पूर्वीपासूनच आकर्षण होते. एखादी रात्र मी अफूच्या अड्ड्यातच पूर्ण घालवत असे किंवा मग जिथे माझ्या शारीरिक भुकेची पूर्तता होईल अशा अंधाऱ्या आणि सावल्यांनी भरलेल्या त्या घरांमध्ये घालवत असे; त्यामुळे माझ्यातल्या त्या वाईट व्यक्तिमत्त्वाला अपार सुखाची जाणीव होई.

या माझ्या एकटीनेच केलेल्या रात्रीच्या सहलींचा फायदा असा होता की, मी एका खूपच मोठ्या माणसाबद्दल माहिती गोळा करण्यात यशस्वी झाले होते. हा माणूस म्हणजे पूर्ण लालबत्ती विभागाचा सर्वोच्च दादा होता. मानवी शरीराचा आणि वासनांचा पेकिंगमधील सारा व्यापार याच्याच हातात होता. तो दिसायला एकदमच भयानक होता. आणि जाडच्या जाड अवाढव्य असा माणूस होता. त्याचे नाव होते 'जीन.' पेकिंगमधल्या सगळ्याच गुंडांचा तो बादशहा होता. त्यांच्यावर जो राज्य करीत होता. त्याच्या हातात अफाट ताकद होती. तो हातानेच एका क्षणात कुणाचीही मान मोडून टाकत असे. सुदैवाने जीनला मी खूपच आवडत असल्याने माझ्या सुरक्षिततेबद्दल मला पेकिंगमधल्या सगळ्यात क्रूर गुंडांमध्ये असतानासुद्धा पूर्ण खात्री होती. कारण त्या लालबत्ती भागात कुणाचीही एवढी छाती नव्हती की, जी व्यक्ती जीनच्या पूर्ण संरक्षणाखाली असेल त्या व्यक्तीला त्रास देणे किंवा छेडणे. तो तिथला सर्वोच्च गुन्हाच होता, पर्यायाने जीनच्या साम्राज्याला आव्हानच होते. आणि ते कुणीही देऊ धजत नव्हते.

सुमिदाने माझे 'रात्रीच्या सहलीं'चे रहस्य शोधून काढले होते. आणि मी अर्थातच या सर्व गोष्टी थांबवण्यासाठी स्वच्छ नकार दिला होता. म्हणून त्याने मला माझ्या संरक्षणासाठी शरीररक्षक ठेवण्याचा आग्रह केला; त्यामुळे माझे संरक्षण झाले असते. आणि त्यासाठी त्याने मला शरीररक्षक भत्तासुद्धा देऊ केला होता. तसेच सुमिदाने माझ्यासमोर शरीररक्षक म्हणून सक्षम असणाऱ्या कितीतरी लोकांची रांग लावली होती; पण मी त्यांच्यापैकी कोणाचीच निवड केली नाही. त्यांच्याऐवजी दणकट शरीराचे आणि हातांचे, असे दोन दादाच मी शरीररक्षक म्हणून निवडले होते. त्यांचे हात एका झटक्यात कोणाचीही मान मुरगळू शकत होते.

हे दोघेही लालबत्ती भागातले होते. दोघे दणकट होतेच; पण अगदी खरे सांगायचे तर ते जरासे माजलेलेच वाटत होते. मी ज्या लोकांबरोबर वावरत होते, त्या लोकांपेक्षा ते एकदमच वेगळे होते. अगदी आमच्या सामाजिक वर्तुळाच्या बाहेरचे होते. काही का असेना, मी त्यांची निवड एका वेगळ्याच कारणासाठी केली

होती. मला असा दांडगा विश्वास होता की, ते दोघेही बंधू माझे उत्तम शरीररक्षक होऊ शकतील. म्हणूनच जेव्हा सुमिदा आणि किमीने माझ्या या शरीररक्षकांच्या निवडीबद्दल आक्षेप घेतला, तेव्हा मी माझ्या मतांवर ठाम राहिले होते. त्या दोघांच्या मते हे दोघे गुंड आणि मवाली तर होतेच, पण त्यांच्यासोबत सतत त्यांची जी अपकीर्ती होती, तिचा मलासुद्धा त्रास झाला असता. पण मी त्या दोघांचे न ऐकता माझ्याच मतावर ठाम राहिले होते.

"मला असे शरीररक्षक हवे आहेत, ते जरा भयानक दिसतील; त्यामुळे त्यांना पाहूनच मला नको असणारे लोक माझ्यापर्यंत येणार नाहीत. तुम्ही निवडलेले हे निष्णात पण अतिशय सभ्य दिसणारे, उत्तम बोलणारे सुटाबुटातील शरीररक्षक, ज्यांची कवायत गेल्या आठवडाभरापासून तुम्ही माझ्यासमोर मांडली आहे, ते माझ्या काहीच कामाचे नाहीत." माझे त्यांच्या निवडीबद्दलचे स्पष्टीकरण मी सुमिदा आणि किमीला दिले होते.

मी माझ्या या दोन्ही शरीररक्षकांना हॅरी आणि हेन्री या पाश्चात्त्य नावांनी बोलावत असे. ते दोघेही सतत माझ्याबरोबर असत. आम्ही तिघेही आपापसात डोळ्यांच्या खुणांची भाषा बोलत असू आणि ती भाषा मला आवडत होती. त्या दोघांच्या माझ्याबरोबर सतत राहण्याने जपानमधील उच्चवर्गीय आणि उत्तम संस्कारांमध्ये वाढलेल्या बायकासुद्धा माझ्या या गुप्त शरीररक्षकांच्या नजरेच्या आतच असत. आणि त्यांची बाजू नेहमीच दहशत वाटण्यासारख्या या दोन रक्षकांमुळे सांभाळली जात असे, अर्थातच त्याबद्दल त्या बायकांना शंका वाटत असे. पण उघडपणे कुणीही बोलत नसे.

हे दोघेही भाऊ एका अतिशय मोडकळीस आलेल्या खोपटात नदीच्या काठावर राहत. ही नदी चिखलाने भरलेली आणि जमिनीतून वाफा सोडणारी, थोडक्यात जास्त दलदलीची होती. हा भाग शहराबाहेर होता; त्यामुळे त्यांना जपानच्या गुप्तहेर खात्यातर्फे माझ्याच आरामगृहात माझ्याच जागेच्या बाजूला राहण्यासाठी जागा देण्यात आली होती. ती त्यांच्या कोणत्याही घरापेक्षा चांगली होती. पण लोकांना नेहमीच त्या गोष्टीची ओढ किंवा अपेक्षा असते, ज्या गोष्टीचा वापर ते सतत लहानपणापासून करत आलेले असतात. हे दोघेही भाऊ त्याला अपवाद नव्हते; त्यामुळे रात्री सर्व काम संपले की, ते त्यांच्या खोपटाला भेट द्यायला जात आणि त्यांना त्यातूनच खूप आनंद मिळत असे. जरी त्यांनी मला खूपदा त्यांच्या त्या घराला भेट देण्याचे किंवा त्यांच्याबरोबर त्यांच्या घरापर्यंत चलण्याचे आमंत्रण दिलेले असले, तरी काही ना काही कारण काढून मी नेहमीच शिताफीने ते टाळत असे. पण का कुणास ठाऊक, मला असे अगदी आतून वाटत असे की, माझ्या नशिबात माझ्या सुरक्षारक्षकांच्या घरी जाण्याचे नक्कीच आहे. पण कसे आणि का

ते मात्र ठाऊक नव्हते. आपोआपच त्या कल्पना माझ्या मनात येत असत. आणि असेही मनात येत होते की, अवघ्या काही महिन्यांच्या अवधीनंतरच मी त्यांच्याकडे जाणार आहे.

किमीला मात्र हे दोघेही सुरक्षारक्षक अजिबात आवडत नसत. तिने मला बऱ्याचदा विनवणी केली होती की, मी त्यांना काढून टाकावे. ही विनवणी ती मला खूपच चांगल्या शैलीदार भाषेत करीत असे. तिच्या मते अशा प्रकारचे गुंड लोक माझ्या आवतीभोवती सतत वावरणे माझ्या प्रतिष्ठेला साजेसे नव्हते; आणि कदाचित हेही खरे होते की, आता त्यांच्यापासूनच माझ्या शरीराचे रक्षण करण्याकरिता मला दुसरे शरीररक्षक ठेवावे लागणार होते.

''मला तर अगदी मनापासून त्यांची शिरशिरी येते योशिको की, हे दोघे भाऊ तुझ्यासाठी मुळीच चांगले नाहीत.'' ती म्हणाली. ''कृपा करून तुझ्या सोबत वावरणारी ही घाण काढून फेक! मी तुला खात्री देते की, मी तुझ्यासाठी उत्तम आणि खात्रीचे शरीररक्षक शोधून देईन. यांचे सतत तुझ्या आवतीभोवती घोटाळणे भयंकरच वाईट दिसते, योशिको!''

किमी नेहमीच उत्तम सल्ला देत असे. तिचे भाकीत आणि दूरदृष्टी नेहमीच अचूक ठरत असे, म्हणूनच मी तिचे ऐकून घेत असे. पण हॅरी आणि हेन्रीला काढून टाकण्याविषयी तिच्या सल्ल्यास मी हट्टाने विरोध करीत होते. खरे कारण हे होते की, अफूच्या अड्ड्यांवर जाण्यासाठी त्या दोघांची रात्री मला खूपच मदत होत असे. तेव्हा मला त्यांच्यामुळे तेथे सुरक्षित वाटत होते. रात्रीच्या माझ्या या गुप्त सहली आमच्या गुप्तहेर खात्यापासूनही मी लपवल्या होत्या. त्या रात्र सहलींमुळे माझ्या शरीराला आणि दुखऱ्या मनाला तात्पुरता आराम मिळत होता. माझ्या वैयक्तिक आयुष्यातील दुःख अजूनही मला हताश आणि विकल करीत होते. माझ्या या निर्णयाचा, हॅरी आणि हेन्रीला शरीररक्षक म्हणून ठेवण्याचा नंतर मला खूपच पश्चात्ताप झाला होता. पण तेव्हा सगळीच वेळ निघून गेली होती. आणि माझ्या आयुष्यात केलेली ही भयंकर वाईट आणि मोठी घोडचूक मला माझ्या वैयक्तिक जीवनात कधीच निस्तरता आली नव्हती. एकतर मी वासनांच्या आणि व्यसनांच्या आहारी गेले होते आणि त्याला हे दोघे शरीररक्षक पुष्टी देणारेच असल्याने त्यांच्याविषयी मला मोह झाला होता. माझ्या या दोन्ही वाईट आणि मूर्खपणाच्या चुकांनी माझा घात केला होता.

शेवटी किमीने माझ्याभोवती असणाऱ्या माझ्या शरीररक्षकांच्या निवडीबद्दल कटकट करण्याचे सोडून दिले होते आणि माझा निर्णय स्वीकारला होता. किमीच्या सर्व चांगल्या गोष्टींपैकी ही एक विशेष चांगली गोष्ट होती. ती कधीच माझ्या निर्णयांबद्दल बोलत नसे किंवा त्यांची तुलनासुद्धा करत नसे. माझ्या जीवनशैलीविषयी

जरी तिला ती पटत नसली तरीही, ती ते माझ्यासाठी मान्य करीत असे. त्याविषयी एकही वेगळा शब्द ती बोलत नव्हती. मी जशी होते – स्वैराचारी, डागाळलेली, जखमी, दुःखी आणि हट्टी – तशीच तिने मला मनापासून स्वीकारले होते. जेव्हा अगदी शेवटी मी मृत्यूला सामोरी गेले, तेव्हा किमी – माझ्या मित्र आणि मैत्रिणींच्या मोठ्या वर्तुळातली एकच व्यक्ती – स्वतःची सुरक्षा धोक्यात घालून माझा जीव वाचवण्याकरिता आली होती.

जपानची चीनवरील पकड घट्ट होऊनही बरेच दिवस झाले होते आणि मी सत्तेच्या पायऱ्या एका सावकाश वेगाने चढत अशा उच्च स्थानावर पोचले होते की, ते स्थान फक्त प्रतिष्ठेचेच नव्हते, तर मला त्याने जणू सर्वोच्च पदच बहाल केले होते. असे पद, जे चीनच्या सोन्याच्या खाणीच्या अध्यक्षांचे असते किंवा मंचुरियातील, पेकिंगमधील सर्वांत वरच्या वरिष्ठ अधिकाऱ्याच्या अधिकारांसारखे असते. या सर्वोच्च जागेने माझ्यासाठी खूप सारे दरवाजे आपोआपच उघडले गेले होते. आणि याचा माझ्या गुप्त हेरगिरीला खूप मोठा फायदा होणार होता.

पण जेव्हापासून जॅक माझ्या जीवनात आला, तेव्हापासून माझी आक्रमक वृत्ती कमी होऊन मी जरा नरम स्वभावाची झाले होते. आणि फक्त स्वतःपुरते जगण्याची माझी इच्छा कमी झाली होती. ज्या निश्चयाने मी फक्त स्वतःला आणि स्वतःच्या भावनांना महत्त्व देत होते, स्वतःच्या सुखाला आणि इच्छांना भाव देत होते, तो आता पूर्वीपेक्षा फार कमी झाला होता. थोडक्यात, माझा स्वार्थीपणा कमी झाला होता. माझ्या शरीरामध्ये जे बदल होत होते, त्यांचाही मी आता स्वीकार करू लागले होते. माझी जी जीवनशैली होती, तीसुद्धा पहिल्याइतकी सुखासीनतेने भरलेली नव्हती. किंबहुना मी जास्तच साधेपणाने राहण्याचा प्रयत्न करीत होते. मी लोकांच्या गरजांबद्दल आणि भावनांबद्दल जास्तच विचार करायला लागले होते. माझ्या भावना आणि विचार मागे टाकून मी आपोआपच त्यांचा विचार करायला शिकले होते. माझ्यात झालेले हे मुख्य बदल होते. अर्थात असे बदल मी सहजासहजी स्वीकारू शकले नव्हते, त्यांचे स्वागत करू शकले नव्हते; कारण दुसऱ्यांच्या भावना किंवा विचार समजून घेण्यापेक्षा फक्त स्वतःचा विचार करणे आणि स्वतःसाठी जगणे जास्त सोपे होते.

सन १९४०मध्ये मी वयाची ३३ वर्षे पूर्ण केली होती आणि माझी सतत काहीतरी नवीन आणि वेगळे करण्याची आंतरिक इच्छा किंवा आवड कमी झाली होती. नवीन आणि जुन्या पद्धतींचा सुवर्णमध्य साधून त्यानुसार जगण्याची माझी नवतारुण्यातील जी कल्पना होती, ती आता फार कमी झाली होती. अफूच्या अड्ड्यांवर मला अफूच्या धुरामध्ये सापडणारी मधाची गोडीसुद्धा अलीकडे कमी वाटत होती. खरेतर अफूने माझ्या तरुण आणि समजूतदार वयातील दुःखांना

स्वत:च्या उन्मादक धुराने अगदी गुळगुळीत केले होते. आता माझ्या शरीरावर रात्रीतूनच ज्या सुरकुत्या पडायला लागल्या होत्या, त्याने माझ्या सौंदर्यविषयक काळजीत भरच पडली होती. शिवाय मला 'म्हातारी' होण्याची भीती आणि सौंदर्य संपण्याची भीती मला ग्रासू लागली होती. कारण 'सौंदर्य' हासुद्धा माझ्या कीर्तीचा एक फार मोठा भाग होता. अद्याप माझ्या शारीरिक गरजा संपल्या नव्हत्या. आणि त्यासाठी प्रसंगानुसार मी माझ्या गरजा भागवीत होते. गरजेनुसार माझे प्रेमिक माझ्यासाठी तयार होते. पण मला आता त्यातही गोडी उरली नव्हती. थोडक्यात काय, तर अजूनही मला आयुष्यात कुठलेच स्थैर्य मिळालेले नसताना मी वाढत्या वयाच्या भीतीने, म्हातारी होण्याच्या दहशतीने दिवसेंदिवस अशक्त आणि निरुपयोगी होत होते.

आमच्या दोघींपैकी अर्थात किमी आणि मी यांत किमी खूपच धूर्त होती आणि चाणाक्षपणाने सर्व गोष्टींचे विश्लेषण करण्यात वस्ताद होती. ती म्हणाली होती की, प्रत्येकाला एक वाईट आणि एक चांगली बाजू असते. मी फार लहानपणापासूनच वाईट पद्धतीने स्वत:चे लाड करायला सुरुवात केली होती. आणि वयाची तिशी येईपर्यंत मी असेच स्वत:चे लाड पुरवले होते. आतापर्यंत मी अतिवाईट आयुष्यच जगत आले होते, आता माझ्यातील फक्त चांगली बाजूच वर यायची राहिली होती.

"शेवटी मी तुला इतकेच सांगू शकते; मला माहीत नाही की, तुला हे किती कठीण जाईल; पण तुला स्वत:ला या वाईटातून बाहेर येऊन चांगले जगावे लागेलच!'' ती म्हणाली. "तू एक स्त्री आहेस; त्यामुळेच योशिको, तुला वय वाढण्याची, सौंदर्य संपण्याची, एकटेच राहावे लागण्याची, तेही आयुष्यातील स्थैर्याशिवाय राहण्याची, प्रेमाशिवाय राहण्याची भीती वाटणे शक्य आहे. फक्त जॅकच तुला या सर्वांतून बाहेर काढू शकतो. म्हणूनच मी अजूनही तुझ्या बाबतीत हाच विचार करते आहे की, तू जॅककडे परत जावेस!''

"तुला काहीच समजत नाही किमी!'' मी पुन्हा तिच्याशी यावर वाद घातला होता. "जॅक जपानचा मनापासून द्वेष करतो आणि मी तर जपानचे मूल आहे. म्हणूनच आमच्या दोघांतील समांतर रेषा कधीच मिळू शकणार नाहीत. आम्ही दोघे कोणतीही तडजोड किंवा समझोता करायला तयार नव्हतो. म्हणूनच भेटल्यानंतरसुद्धा अर्ध्यातूनच नाही का परतलो आम्ही दोघे? आणि आता कोणतीच गोष्ट यासाठी कामी येऊ शकत नाही किमी!''

"अगं योशिको, तू जपानला आणि त्याविषयीच्या सगळ्या गोष्टींना विसरून जा बघू! आणि तू तुझ्या या एकुलत्या एका आयुष्याबद्दल विचार कर, जे तुला आणखी जगायचे आहे.'' किमी भिंतीला कान लावून चोरून ऐकण्यात हुशार होती; त्यामुळे ती जवळजवळ माझ्यावर ओरडलीच. "मी स्वत:च्या कानानेच ऐकले

आहे. या सर्व लष्करी अधिकाऱ्यांच्या जेवणाच्या खोलीतच ऐकले आहे, योशिको की जपानची चीनवरची पकड पूर्वीइतकी पक्की राहिलेली नाही. आणि तुला वाटतंय तसं खरंच नाहीये योशिको. अगदी कालच सुमिदा मला सांगत होता की, तो खूपच काळजीत आहे. त्याचे कारण मंचुरियातसुद्धा बंडखोरी उसळली आहे आणि या बंडखोरीमुळे जपानची चीनवरची उत्तरपूर्वेकडील भागातील पकड पूर्णपणे सैल झालेली आहे. जर जपानचा चीनवरचा सगळाच अधिकार नाहीसा झाला, तर काय होईल योशिको? तुझ्यासोबत काय होईल योशिको, याचा विचार केलास का? प्रत्येकालाच तुझ्या गुप्त हेरगिरीच्या कामाबद्दल हे माहीत आहे की, तू चीनमध्येच राहून जपानसाठी हेरगिरीचे काम करते आहेस. मग तर तुझे आयुष्य धोक्याच्या थडग्यातच संपून जाईल ना?''

तिने माझे हात स्वत:च्या हातात घेतले आणि म्हणाली, ''योशिको, मला वचन दे. ज्या क्षणाला तुला वाटेल की, जपानच्या अधिकाराचा पडदा दूर झाला आहे आणि बाजी उलटते आहे, त्या क्षणाला तू चीन सोडशील आणि जपानमध्ये परतशील, जेथे तुझ्या आयुष्याला धोका नसेल!''

''मी तुला वचन देते किमी!'' मी तिला नकळत वचन दिले. कारण माझे मन या गोष्टीची कल्पनाच करू शकत नव्हते की, जपानचा पराभव होईल. मी जर त्या मुद्द्याला धरून माझा विचार केला असता तर!

पण मी खरोखरच आंधळी झाले होते. माझी इच्छा आणि वेड्यासारखी जपानवरची निष्ठा इतकी अतर्क्य होती की, जपानचा कधीच पराभव होणार नाही ही समजूत जबरदस्तीने मला परत त्याच त्या विचारापर्यंत नेत होती; त्यामुळेच कुणी जपानच्या पराभवाची गोष्ट केली किंवा कुणाकडून मी असे काही ऐकले की, सरळ ते नाकारतच असे.

त्यानंतर ७ डिसेंबर १९४१च्या सकाळी जपानने अचानकच अमेरिकेवर घातपाती हल्ला केला होता. तोसुद्धा अमेरिकन नौदलाच्या 'पर्ल हर्बर' नावाच्या केंद्रावर. हा हवाई हल्ला होता. आणि आता युद्ध सुरू झाले होते. वेग हळू असला तरी निश्चितपणे जपानचा शेवटचा तुकडा पडेपर्यंत युद्ध जोरात सुरू राहणार होते.

त्या रात्री मी झोपण्यापूर्वी अतिशय अस्वस्थ झाले होते. डोक्यावर येऊन ठेपलेल्या पराभवाचे किमीचे ते अभद्र आणि अनिष्टसूचक शब्द माझ्या कानांत घुमत होते. आणि त्या प्रत्येकच शब्दाबरोबर मी गादीवर या कुशीवरून त्या कुशीवर वळत होते. सतत उठून बसत होते. अद्याप मी या गोष्टीवर विश्वास ठेवायला तयार नव्हते की, असे काही घडलेले होते; पण किमीसारख्या हुशार आणि चाणाक्ष बाईकडून हे ऐकल्यावर मला ते नाकारण्याची हिंमत झाली नव्हती. मग तर मी खूपच अस्वस्थ झाले होते.

नंतर पेकिंगमध्येच दुसरे 'पर्ल हर्बर' शंभराहून अधिक जपान्यांसोबत घडले होते. मी माझे तोंड माझ्या हातांच्या तळव्यांत लपवले होते. आणि जपानच्या या मूर्खपणाच्या निर्णयामुळे मी अक्षरश: दु:खाने विव्हळले होते. अमेरिकेवर हल्ला करून जपानने अतिशय अविचारीपणाने त्या महासत्तेला डिवचले होते. तेसुद्धा फार मोठ्या प्रमाणावर केले होते. आणि सगळ्या जपानमधील निष्पाप नागरिकांना युद्धाच्या भयंकर खाईत लोटले होते!

वरवर पाहता आम्ही जपानचा विजय साजरा केला होता. पण खरी गोष्ट अशी होती की – सुमिदा, म्युटो, तनाका आणि मीसुद्धा – आम्ही सगळेच घडलेल्या घटनेने हादरून गेलो होतो. आम्ही खूपच काळजीत पडलो होतो. आणि आता चिंतेचे ढग जमू लागलेले होते.

"ही अत्यंत मूर्खपणाने केली गेलेली गोष्ट आहे." सुमिदा अक्षरश: कण्हत कण्हत म्हणाला. खरे म्हणजे सुमिदाने माझ्या मनातील भावनांचे प्रतिध्वनी जसेच्या तसे शब्दांमध्ये उच्चारले होते. पर्ल हर्बरवरील हल्ल्याची बातमी येताच आम्ही सारेच गडबडलो होतो. काळजीने त्रस्त झालो होतो. "जपानच्या लष्कराला काय वाटते? स्वत:ला हे लोक समजतात तरी कोण? चीनवर हल्ला करणे ही वेगळी गोष्ट आहे; पण अमेरिकेवर हल्ला करून तिला चिडवणे, तेसुद्धा एवढ्या मोठ्या प्रमाणावर? या दोन्ही गोष्टी खूपच वेगळ्या आहेत. आणि अमेरिका हे कधीच खपवून घेणार नाही. या गोष्टीचे फार गंभीर परिणाम आपल्याला लवकरच पाहायला मिळणार आहेत."

सुमिदा म्हणाला होता ते बरोबर होते. अगदी दुसऱ्याच दिवशी बातमी आली की, अमेरिकेने जपानबरोबर युद्ध जाहीर केले होते आणि माझ्या हेही लक्षात आले की, आता आमचे दिवस भरले होते. आमच्याजवळ आता फारच थोडे दिवस उरलेले होते.

पर्ल हर्बरवरच्या हल्ल्याने जपानला जगाच्या नकाशावर आणून ठेवले होते. आणि अचानकपणे सर्व जगाच्या लक्षात आले की, जपान हा लष्कराने प्रबल असलेला देश आहे. त्याची लष्करी सत्ता दिवसेंदिवस वाढत आहे. जग आम्हाला असे या कारणासाठी ओळखू लागले होते आणि चीनमध्ये असलेल्या आमच्यासारख्या जपानी लष्करी अधिकाऱ्यांना मात्र काळजी वाटू लागली होती. आमच्या हे लक्षातच येत नव्हते की, हे आमच्यासाठी चांगले आहे की वाईट आहे? आमच्या मनात एक संभ्रम निर्माण झाला होता.

वैयक्तिक पातळीवर माझ्यासाठी पर्ल हर्बवरचा हल्ला हा एक खूप जोराचा आणि फारच मोठ्या प्रमाणावर अचानकपणे बसलेला धक्का होता. तो मला पूर्णपणे जखमी करून गेला होता. कारण हा हल्ला माझ्या जॅकच्या देशावरच अधिकृतरीत्या

ठरवूनच केला गेला होता आणि माझ्यावर तर युद्धप्रसंगच ओढवल्यासारखे झाले होते. मी पूर्णपणे उद्ध्वस्त झाले होते. आता तर मला खात्री होती की, जॅक आता कधीच चीनला परत माझ्यासाठी, मला घेऊन जाण्यासाठी येणार नाही. जॅककडे अमेरिकेला जाण्याची संधी मी कायमचीच हुकवून बसले होते.

आता सगळे खरेच माझ्यासाठी आणि त्याच्यासाठी संपले होते. आता मी माझे ते लाडके स्वप्न पाहणे सोडून दिले होते की, एक कार कोपऱ्यावरून वळेल आणि त्यातून जॅक उतरेल आणि माझ्याकडे धावत येईल!

तेरा

अशा प्रकारे जॅकला 'गमावून' बसल्यावर मी निराशेच्या खोल गर्तेत बुडून गेले होते आणि मग त्यातून वर येण्यासाठी माझे काम मी अधिक हुशारीने करू लागले. पण त्याचबरोबर माझ्या अफूच्या अड्ड्यांवरच्या वाऱ्या आणखी वाढल्या आणि ज्याला आम्ही 'हनी' हे नाव दिले होते, त्या गुंगीच्या औषधाचे सेवनही मी करू लागले होते.

माझी साहसाची आंतरिक ऊर्मी केव्हाच संपली होती, हरवली होती. ही ऊर्मीच माझी सामाजिक जीवन जगण्याची इच्छा जिवंत ठेवत होती. समाजजीवनात त्या काळात ज्या गोष्टी तऱ्हेवाईक समजल्या जात होत्या, त्याच गोष्टी करून मी स्वतःला सामाजिक जीवनात सतत प्रकाशात ठेवले होते आणि आतापर्यंत तशीच जगले होते. उदाहरणार्थ, पुरुषी कपडे वापरणे आणि प्रत्येकच सुख हवे तेव्हा हवे तसे लुटणे. खरेतर तेव्हा तऱ्हेवाईक पद्धतीने जगणे हाच माझा जीवन जगण्याचा मार्ग झाला होता. पण माझ्याजवळ मनाची शांती कणभरसुद्धा नव्हती. आंतरिक आनंदाचा ठेवा मी केव्हाच गमावला होता. माझे मन आतून उदास अशी पोकळी झाले होते. ही पोकळी मात्र स्थिर होती. तिच्या अस्तित्वाने मला माझ्या आयुष्यात नीट जगायला लावले होते. माझ्या आणि जॅकच्या विणलेल्या आणि तुटलेल्या नात्यांनीच ही पोकळी बनली होती. त्याच्याशिवाय मी मात्र दोरी तुटलेल्या पतंगासारखी वाहत गेले होते. आणि माझ्या आयुष्याला चैनीची, व्यसनांची, सुखासीनतेची चटक लागली. इतकी की, मला गुप्तहेर खात्यातून मिळणारा पैसा आणि पगार पुरेनासा झाला होता. माझ्या उधळ्या व्यसनी जीवनशैलीने लवकरच मला कर्जाच्या खाईत पूर्णपणे बुडवून टाकले होते. आणि आज येथे कुणीही तनाका माझ्या उधळ्या जीवनशैलीचे समर्थन करायला खंबीरपणे उभा नव्हता आणि पैसे देऊन माझी जामिनावर मुक्ततासुद्धा करणार नव्हता.

अशे म्हणतात ना की, अविचारीपणा माणसाला नेहमीच कोणत्या ना कोणत्या कर्जात बुडवतो आणि कर्ज चुकवण्यासाठी माणूस पुन्हा उधार घेतो, भीक मागतो किंवा चोऱ्या तरी करतो. नाहीतर मग आणखी जास्त पैसे मिळवायचे नवनवीन मार्ग शोधतो. मी शेवटचा पर्याय निवडला होता. माझी ती पहिली अशी वेळ होती की, माझ्या पदाचा दुरुपयोग करून मी टेबलाखालून लाच घेतली होती. चिनी कैद्यांना जपानी लष्कराने पकडले होते. त्यांना मी सोडवून आणत असे. हे कैदी कधी खऱ्या तर कधी खोट्या आरोपाखाली पकडले गेलेले होते. हे पैसे खरंच मला खूप होते; कारण कैद्याचे पूर्ण कुटुंब किंवा त्याचे आई-वडील त्याला सोडवण्यासाठी काहीही द्यायला तयार होत असत. अगदी सोन्याच्या छोट्या लगडीसुद्धा! यात लहान मुलांपासून मोठ्यांपर्यंत सगळेच कैदी होते आणि जपान्यांच्या कैदेतून मुक्तता हा त्यांच्या कुटुंबाचा ध्यास असे. उपरोधाने म्हणाल, तर हे सर्व मी माझी चैन आणि व्यसनांच्या पूर्ततेसाठीच करत होते आणि त्यामुळे झालेले कर्ज चुकवणेही सुरू होते; पण अनवधानाने का होईना, मी त्या कैद्यांच्या कुटुंबात आनंद पसरवला होता. त्यांच्या आवडत्या माणसाला त्यांच्याकडे सुरक्षितपणे परत पाठवून माझ्या गुन्ह्यांची तीव्रता काही प्रमाणात का होईना कमी केली होती. आणि हीच गोष्ट माझ्या अस्वस्थ मनाला थोडी सुखाची जाणीव करून देत होती. मनात आनंद भरत होती. मी अशा तऱ्हेने पुष्कळच लोकांचे आयुष्य 'वाचवले' होते; त्यामुळे खरेतर मी एक जीवनदात्री ठरले होते आणि 'स्वत:च्या सुखाची संधी शोधणारी बाई' यापेक्षा ही स्थिती मला खूपच छान वाटली होती.

पेकिंगमधले आयुष्य आता तणावपूर्ण झाले होते. जॅकला गमावण्याचे दु:ख तर माझ्याबरोबर होतेच. त्याशिवाय माझ्या माहिती मिळवण्याच्या अनेक स्रोतांकडून मला जी माहिती मिळत होती, ती सतत मला अस्वस्थ करणारीच होती. चिनी बंडखोरांच्या छोट्या छोट्या टोळ्या जिथे जिथे जपानी होते, त्या जागी त्यांच्याविरुद्ध काम करायला तयार झाल्या होत्या. संपूर्ण पेकिंगभरच या बंडखोराच्या टोळ्यांचे जाळे पसरले होते. अगदी पेकिंगच्या बाहेरसुद्धा संपूर्ण चीनभर त्यांच्या यंत्रणा कार्यरत होत्या. चीनच्या समाजजीवनात आतल्या आत तिरस्कार आणि संतापाचे वारे जोराने वाहू लागले होते. त्याने अतिशय उग्र रूप धारण केले होते. त्याचा केव्हाही स्फोट होऊ शकत होता. आता चिनी लोक उघडपणे जपान्यांचा द्वेष करत होते. द्वेष लपवण्याचा प्रयत्न न करता जास्त तीव्रतेने तो उघड होत होता.

"पर्ल हर्बरवर जो हल्ला करण्यात आला होता, त्याचाच एक सूडात्मक प्रतिसाद म्हणून हे सगळे असे घडते आहे. मला वाटतच होते की, असे काहीतरी घडणार आहे. आता चिनी लोकांना जास्त उत्साह आणि जोर येईल. ते जपानी लोकांविरुद्ध आपले विरोधी गट तयार करतील. कारण त्यांना हे कळले आहे की,

अमेरिका तिची सुसज्ज लष्करी सामग्री आणि संपूर्ण तांत्रिक कौशल्यासह चीनला जपानच्या मगरमिठीतून सोडवून तिचे उट्टे काढील!'' कर्नल सुमिदा दीर्घ श्वास सोडत म्हणाला. ''मी येथे सुरक्षिततेसाठी आणखी जास्त सैनिक मागवलेले आहेत आणि आपल्या सर्वांसाठीसुद्धा जास्तीची कुमक मागवली आहे, योशिको! आपल्याला आता बंडखोर टोळ्यांची माहिती मिळेल. म्हणजे मग आपण त्यांना ते हाताबाहेर जाण्याच्या आधीच आवरू शकू.''

सुमिदाच्या या शब्दांनी माझ्या काळजात एक जोरदार कळ उठली. आणि मला किमीचे ते शब्द आठवले होते. ''प्रत्येकालाच तुझ्या गुप्त कामगिरीबद्दल माहीत आहे, योशिको! तू जपान्यांसाठी काम करणारी चिनी वंशाची व्यक्ती आहेस; त्यामुळे तुझे आयुष्य कायमच धोक्याने भरलेले राहील, लक्षात ठेव! इतर जपान्यांसारखे तुला ते विचारात घेणार नाहीत. तर तुला ते चिनीच समजतील. तू चिनी लोकांचा विश्वासघात केला आहेस आणि ही गोष्ट माफ करण्यासारखी तर मुळीच नाही. यासाठी तुला सगळ्यात मोठी आणि भयंकर अशी शिक्षा मिळेल, योशिको! कदाचित तुला यासाठी मृत्यूचीही शिक्षा होईल; म्हणूनच म्हणते, मला असे वाटते की, हे सर्व सोडून तू लवकरात लवकर चीनमधून निघून जा!''

सगळे आजूबाजूचे जग जणू पाण्यातल्या भोवऱ्यासारखे गरगर फिरत होते. पण मी विचार केला की, आम्ही सगळेजण जपानच्या पराभवाची जी गोष्ट नाकारत होतो, ती म्हणजे मूर्खपणाने, आंधळेपणाने एखाद्या गोष्टीचा व्यर्थ पाठपुरावा करण्यासारखीच होती. आमचे म्हणजे जपानचे लष्करी पण बचावात्मक शैलीचे तत्त्व होते, ते आम्हाला त्यावर पूर्ण विश्वास ठेवायला सांगत होते की, जपान एक अजिंक्य आणि अजेय देश आहे. आम्ही चीनवर विजय मिळवला आहे. आणि जपानचा कधीच पराभव होऊ शकत नाही.

''आमचे विरोधक? बंडखोर! अरे, एखाद-दुसरे असे प्रसंग घडतातच आणि हे असे प्रसंग तर आपले लष्कर अगदी पटकन चिरडून टाकेल! आहे काय त्यात?'' आम्ही सगळेच अधिकारी असे वागत होतो की, जणू काही घडलेच नव्हते. आम्ही अजिंक्य अर्थात अजेय असल्यासारखे वागत होतो आणि स्वत:लाही हे वारंवार बजावत होतो. आमचे रात्रसमारंभ चालूच होते. आम्ही स्वत:ला तसेच समजत होतो. दिवसेंदिवस जोरजोरात वाजणारे युद्धाचे पडघम माझ्यापर्यंत येतच नव्हते कारण मी जणू कान आणि डोळे बंद करून बसले होते. माझ्या आयुष्यात असे काही विपरीत घडलेच नाही, असे समजून मी माझे काम चालूच ठेवले होते.

पण माझ्या अंतर्मनाची जी शक्ती होती, तिने मला या बाबतीत कसे सावध केले नाही, हे मात्र मला समजले नव्हते. माझा या गोष्टीवर विश्वासच बसला नव्हता की, माझ्यातील जी जीवन जगण्याची ऊर्जा होती, तिनेसुद्धा या घडणाऱ्या गोष्टी

लक्षात घेऊन मला चीनमधून लवकरात लवकर पळून जाण्यासाठी सर्व तयारी करण्याची आणि माझे जीवन सुरक्षित करण्याची पूर्वसूचना दिली नाही. कदाचित हेच माझे प्रायश्चित्त होते. मी चिनत्सिनमध्ये कितीतरी महिने सम्राट पु-यी आणि सम्राज्ञी वान-जुंगला फक्त त्यांच्या फोरबिडन शहरावरील पुन:स्थापनेचे आमिष दाखवत होते. मात्र ते दोघेही माझ्यावर शंभर टक्के विश्वास टाकून निर्धास्त जगत होते. त्यांना मी भ्रमात ठेवले होते. आणि आता माझ्या डोक्यावर येऊन बसलेला धोका अगदी माझ्या समोर उभा ठाकला – जणूकाही भिंतीवर स्पष्टपणे लिहिलेले असावे इतका तो धोका स्पष्ट होता – तरीही मी स्वत: अजूनही या भ्रमात वावरत होते की, जपान कधीच पराभूत होणार नाही आणि मी चीनमध्ये कायमच सुरक्षित राहीन. माझ्या या मूर्खासारख्या भ्रमानेच मला शेवटी पेकिंगमधील क्रमांक एकच्या तुरुंगात मृत्यूची शिक्षा झालेल्या कैद्यांच्या रांगेत आणून बसवले होते आणि माझ्याकडे हा भ्रम जणू एकटक असा बघत होता की, मी जपानसाठी माझे संपूर्ण आयुष्य कसे पणाला लावले होते.

माझ्या सर्वच ओळखीच्या लोकांचे आणि माझ्याबरोबर काम करणाऱ्या सर्वांचेच आयुष्य आता फार वेगाने आणि एकाच वेळी बदलायला सुरुवात झाली होती. कर्नल सुमिदा अजूनही आमचे सर्वोच्च अधिकारी होते. पण जोपर्यंत त्यांना त्यांच्या मुलाची बातमी समजली नव्हती, तोपर्यंतच ते मनापासून काम करत होते. आणि ती बातमी म्हणजे 'कामीकाजे' या आत्मघातकी वैमानिक पथकाच्या हातून त्यांचा मुलगा मारला गेला होता; त्यामुळे सुमिदाच्या हृदयाचे जणू तुकडे तुकडे झाले होते. आणि त्याच्या मनाचा समतोल कायमचाच ढळला होता. मला आठवते की, मी तेव्हा अतिशय दुष्टपणे असा विचार केला होता की, त्या वेळी जर त्याचा मुलगाच स्वत: त्या आत्मघातकी पथकात एक वैमानिक असता, तर त्याचा मृत्यू अटळच होता. आणि सुमिदाला मग कदाचित एवढा जबर धक्का बसला नसता. शेवटी कुठल्याही 'कामीकाजे' आत्मघातकी पथकाचा वैमानिक मृत्यूचा धोका पत्करूनच विमान उडवतो; परत येऊन जगण्यासाठी नाही.

नंतर 'कामीकाजे' या आत्मघातकी वैमानिकांची आणि त्यांनी ठरवलेल्या त्यांच्या ध्येयपूर्तीची लाटच आली. ही लाट नुसती दूरवर पसरत नव्हती, तर सगळ्यांना आकर्षित करणारी होती. आणि ही लाट चीनमध्ये आम्हा सगळ्यांना हादरवून गेली होती.

ही 'आत्मघातकी वैमानिकां'ची कल्पना आम्हाला खरोखरच खूप अभिमान आणि उत्साहच देऊन गेली कारण आमचे देशबंधू इतके सक्षम होते की, ते आपल्या देशाकरिता स्वत:चा जीव आणि जीवन कस्पटासमान मानून देशाला अर्पण करीत होते. पण हे अतिआत्मघातकी अविचारी कृत्य किंवा पर्याय जपानने निवडल्यावर

जगाला जपानची दुर्बल आणि लंगडी बाजूच दिसली होती. अमेरिकेसारख्या बलाढ्य आणि तंत्रज्ञानात प्रगत देशापुढे जपान म्हणजे कस्पटच होते. आणि या कस्पटाने मूर्खासारखा सगळ्याच बाबतींत प्रगत असलेल्या देशावर – अमेरिकेवर – स्वत:च्या गर्वोन्मादातच लष्करी हल्ला केला होता. मुलाच्या मृत्यूनंतर सुमिदाचे चित्त तर कामावरून पूर्णपणे उडाले होते. शिवाय त्याचे कारण म्हणजे जसजसे युद्ध पुढे सरकत होते, तसतशी जपानची सर्व आघाड्यांवर पीछेहाटच होत होती आणि चीनमध्ये असलेल्या आम्हा अधिकाऱ्यांना कुणी वालीच उरला नव्हता. आम्ही अक्षरश: जगाच्या एका कोपऱ्यात फेकले गेलो होतो. आणि सारे जग मात्र अमेरिकेच्या मागे उभे होते.

नेहमीच सावधपणे आणि हुशारीने वागणाऱ्या आणि स्वत:च्या सुरक्षेसाठी सतत वेगवेगळ्या योजना आखणाऱ्या किमीने अशा अतिशय प्रतिकूल परिस्थितीतसुद्धा आपला अमेरिकेच्या नागरिकत्वासाठी केलेला अर्ज परत नूतनीकरणासाठी पाठवला होता. तिचा अर्ज अर्थातच नाकारला गेला होता. त्यात आश्चर्य वाटण्यासारखे फार काहीच नव्हते. किमी सुमिदाची रखेल होती हे तर सर्वश्रुतच होते आणि सुमिदा जपानच्या गुप्तहेर खात्यातीलच एक उच्च अधिकारी होता. सर्वोच्च पदावरचा माणूस होता. मग अशा व्यक्तीचा नागरिकत्वाचा अर्ज अमेरिका कसा काय मान्य करणार होती?

तथापि किमी मात्र तिचा अर्ज नाकारला गेल्यामुळे खूपच उद्ध्वस्त झाली होती. आणि आणखी एक मोठी चूक करून बसली होती. तिने या सर्व गोष्टी सुमिदाला सांगितल्या होत्या. मग सुमिदाने ताबडतोब तिच्याशी असलेले आपले सर्व संबंध तोडून टाकले होते. सुमिदाबरोबर संबंध संपल्याने किमीच्या जीवनात काही फारसा फरक पडला नव्हता. तीसुद्धा सुमिदाच्या सतत अस्थिर असणाऱ्या मन:स्थितीमुळे आणि निरुत्साही वृत्तीमुळे कंटाळून गेली होती. त्याच्या बाबतीत तर उदासीनच झाली होती. आता कोणताही प्रसंग जपानी लष्करासाठी जणू वाईट वेळच होती. पूर्वी जपानी लष्करी अधिकारी जितके त्यांनी ठेवलेल्या बाईच्या सहवासात आढळत असत, त्यापेक्षा त्यांची संख्या एकदमच कमी झाली होती. अगदी लालबत्तीसुद्धा सावध झाली होती तर!

हे सर्व कमी होते म्हणून की काय, जॅकचा एक रशियन वार्ताहर मित्र, ज्याचे नाव 'मिशा' होते तो पेकिंगला आला होता. पण मला आता जॅकच्या आठवणी अगदी खरेच नको होत्या; म्हणून मिशाला भेटण्याचे मी टाळले होते. पण सुमिदाने माझे काहीएक ऐकले नाही. आणि त्यानेच मिशाला भेटून आमच्या जुन्या मैत्रीला उजाळा देऊन, त्याला हे जाणून घेण्यासाठी पाठविले की, जपान रशियाबरोबर काही संबंध जुळवू शकतो का? आणि हे सर्वच माझ्या कामाशी संबंधित असल्याने मी

या गोष्टीला नकार देऊ शकले नाही. माझ्या वरिष्ठांचा हुकूम मी टाळू शकले नाही. आणि अनिच्छेनेच मी परत त्या जुन्या आठवणींना – विसरलेल्या आठवणींना – ताजे केले होते. त्या सुंदर सोनेरी दिवसांचा आणि जॅकबरोबर घालवलेल्या रात्रींच्या सहवासाच्या आठवणींना, जॅकच्या गडबड करणाऱ्या, गोंधळ घालणाऱ्या सर्व वार्ताहर मित्रांच्या – जे नेहमीच पेकिंगमध्ये जपानच्या सर्वोच्चतेमागे दडलेल्या कमकुवतपणाची चर्चा करीत असत – आठवणींना, त्यांच्या सर्वच गोष्टींना पुन्हा एकदा उजाळा दिला.

मिशा मात्र या सर्वांत माझ्याबरोबर कधीच नव्हता. आणि बहुधा मला त्याच्या या 'नसण्याचा' याकरिताच संशय आला की, मी इतके सगळे बोलल्यावरदेखील त्याने कशातच रस दाखवला नव्हता. पण बहुतेक या सर्व आठवणींना उजाळा देण्यामुळे माझ्या चेहऱ्यावर जे माझे आंतरिक दुःख उमटले होते, ते कदाचित त्याने वाचले असावे. त्याने मला सर्व काही उत्साहाने सांगायला सुरुवात केली. त्याने सांगितले की, जॅक चीनमध्ये होता. कारण त्याला चँग-कै-शेकतर्फे त्याच्या बायकोची – सौ. चँग-कै-शेकची – मुलाखत घेण्यासाठी चीनमध्ये आमंत्रित करण्यात आले होते.

"जॅक चीनमध्येच आहे?" मी कुजबुजले.

"होय!" मिशा उत्तरला. "पण तो तुला भेटण्यासाठी येऊ शकणार नाही. जर त्याने तसे काही केले, तर चिनी लष्कर त्याला पकडूनच ठेवेल. त्याचे कारण त्याने आपला वेळ शत्रुपक्षाच्या स्त्री-गुप्तहेराबरोबर घालवला, असा त्याच्यावर ठपका येईल. आणि तूसुद्धा तसा काही प्रयत्न केला नाहीस तर बरे होईल; कारण या तुझ्या प्रयत्नांमुळे तुम्हा दोघांचेही आयुष्य धोक्यात येईल, हे लक्षात ठेव. तुमच्या दोघांचेही देश आता औपचारिकरीत्या परस्परांचे शत्रू झालेले आहेत, परस्परांविरुद्ध युद्धात गुंतलेले आहेत.

"काहीही असो!" मिशा पुढे द्वेषाने म्हणाला, "कदाचित त्याला तुला पहायचेसुद्धा नसेल. जरी त्याने ठरवले असते तरी तसे घडले नसतेच. जॅकच्या मनाला ही गोष्ट तर खूपच लागली की, त्याच्याऐवजी तू जपानची निवड केलीस. त्याने खरेतर आपले हृदय तुला देऊ केले होते. आणि मला आता आणखी एक गोष्ट तुला सांगायची आहे की, कोणताही पुरुष जी गोष्ट कधीच सहजासहजी करत नाही आणि केलेल्या गोष्टी विसरतसुद्धा नाही."

जर त्याचे प्रेम खरे असेल तर तो हे सर्व परत करेल! अर्थात मी हा विचार मनातच केला होता. मी त्यावर उघडपणे काहीच बोलले नव्हते. माझ्या चेहऱ्यावरून तरी मिशाला त्याने माझ्या हृदयात किती खोलवर आणि किती बाण खुपसले आहेत, ते तरी कळेल. कदाचित मी त्या दुःखाची शिक्षा मिळण्यासाठी योग्यच

होते. आजपर्यंत मी फक्त स्वत:चा स्वार्थ आणि सुखासाठी निर्दयपणे कितीतरी निर्णय घेतले होते. हे निर्णय घेताना माझ्या आयुष्यात मी कितीतरी लोकांची मने दुखावली आणि त्यांची काळजी घेण्याविषयी जराही पर्वा केली नव्हती. माझी मंचुरियन आई नेहमीच म्हणत असे, 'आपण आपले जीवन नेहमीच आपल्या कर्माने आणि त्याबद्दलच्या पश्चात्तापाने जगत असतो.'

त्या रात्री मी इतकी प्यायले होते की, स्वत:ला माझ्याच दु:खात जणू बुडवून घेतले होते. आता माझे दु:ख यासाठी होते की, जॅक चीनमध्येच होता. तो अगदी काहीशे मैलच दूर होता. तो अजूनही त्याचे काम त्याच उत्साहाने करीत होता. आणि माझ्यापर्यंत येण्यासाठी त्याला कुठलाच सागर पार करायचा नव्हता किंवा कुठलाच उंच पर्वत ओलांडायचा नव्हता. तो मला मी जपानवर प्रेम केल्याबद्दल कधीच क्षमा करणार नव्हता आणि त्याच्याजवळच्या छायाचित्रात असणारी सुंदर निळ्या रंगाचा पोषाख परिधान केलेली ती मोहक मुलगी त्याची शत्रू झाली होती. आणि खरोखरच त्याच्या पकडीतून कायमची दूर गेली होती.

नंतर सुमिदाच्या हुकमावरून मी मिशाला चार - पाच वेळा परत भेटले होते. पण या भेटींमध्ये कर्तव्य म्हणून न भेटता मला त्याला बघायचे होते म्हणून मी त्याच्याकडे गेले होते. मी त्याला कुठलीही खोटी माहिती दिली नव्हती. खरेतर तसे करण्यासाठी मला सांगण्यात आले होते. ही कदाचित माझी पहिली आणि शेवटची वेळ होती की, गुप्तहेर म्हणून मी माझ्या कर्तव्यात चूक केली होती. जपानची गुप्तहेर असूनही जपानचा हुकूम मी पाळलाच नव्हता.

मिशा पेकिंग सोडून गेल्यावर जॅकलाही माझ्या आयुष्यातून दूर लोटण्यासाठी मी माझ्या कामात सातत्य ठेवले होते. काम करताना आणि जगताना मला या गोष्टीचा अगदी जरासुद्धा अंदाज आला नव्हता की, माझ्या आयुष्यातील खूप मोठे वादळ क्षितिजावर लपून बसले आहे आणि ते स्फोट होण्याची वाट पाहत आहे; ते आम्हा सर्वांना नष्ट करू शकणार होते. अगदी मलासुद्धा पूर्णपणे उद्ध्वस्त करणार होते. मी मात्र अजूनही त्या गोष्टीकडे दुर्लक्ष करीत होते.

त्यानंतर ६ ऑगस्ट आणि ९ ऑगस्टला माणूस कल्पनासुद्धा करू शकणार नाही, अशी अतर्क्य घटना घडली. अमेरिकेने माझ्या लाडक्या जपानच्या हिरोशिमा आणि नागासाकी या दोन शहरांवर अणुबॉम्ब टाकले आणि अक्षरश: नरक जिथे कुठे असेल तो पूर्ण तुटून त्या दोन शहरांतच सामावला गेला. आम्ही सगळे फक्त रडत होतो. कण्हत होतो. शोक करीत होतो. कारण आमचे कितीतरी निष्पाप जपानी बांधव या दोन शहरांत प्राणास मुकले होते. सगळीकडे फक्त विध्वंसच दिसत होता. आणि यातल्या बऱ्याचजणांचा युद्धाशी अर्थाअर्थी काही संबंध नव्हता. मी जेव्हा ही अणुस्फोटाची बातमी ऐकली, तेव्हा तीन प्रकारच्या भावना मला अंतर्बाह्य हलवून

गेल्या. या अणुस्फोटाने माझ्या मनात रागाची, भीतीची आणि गुन्ह्याची भावना निर्माण झाली होती. याचे मुख्य कारण हेच होते की, माझी हेरगिरीच आज माझ्या देशाला संपूर्णपणे नष्ट करण्यास कारणीभूत ठरली होती. माझा देश बुडवण्याकरिता माझ्या हेरगिरीनेच तर मोठा हातभार लावला होता ना?

हजारो मैल दूर चीनमध्ये आम्हा सर्व जपानी लोकांच्या आयुष्याचे लाखो तुकडे झाले आणि त्यांचे विघटन इतक्या वेगाने झाले की, आम्ही सर्वच लोक घाबरून भांबावून गेलो होतो. मला स्वत:बद्दल तर असे वाटत होते की, मी एका पत्त्याच्या घरात आहे. आणि एकामागोमाग एक पत्त्यांची रांग कोसळण्याची वाट बघत उभी आहे. या कोसळणाऱ्या घराने मला साऱ्या जगासमोर अक्षरश: उघडे पाडले आहे. आणि मला आता सहजपणे कुणीही काहीही करू शकत होते; इतकी मी अशक्त आणि शक्तिहीन झाले आहे. आम्ही आमचे श्वास रोखून वाट बघत होतो की, आता जपानची प्रतिक्रिया काय असेल? अद्याप तरी या सगळ्या कठीण परिस्थितीतही जपानची सत्ता आमच्या ताब्यात होती. आणि आम्हाला थोडीतरी आशा होती. पण जपानच्या सम्राटाने विनाअट अशी शरणागती जाहीर केली की, तेव्हा तर आम्हा सगळ्यांच्या विशेषत: माझ्या पायाखालची वाळू सरकली होती.

एका रात्रीत सगळ्याच गोष्टी झपाट्याने बदलल्या आणि हे सगळे बदल स्वीकारणे अतिशय कठीण गेले होते. कालपर्यंत जे चिनी लोक आमच्यासमोर आदराने झुकत होते, ते आता आमच्या तोंडावरच आमचा तिरस्कार करू लागले होते. एवढेच नव्हे तर आम्हाला मारायला, कापायला आणि टाकाऊ म्हणून फेकायलासुद्धा तयार झाले होते. त्यांचा उर्मटपणा आणि अनादर सहन न करण्यापलीकडचा होता. ज्या लोकांबरोबर आम्ही रात्र-समारंभांत सलगीने वागत होतो, त्या सर्व उच्चवर्गीय चिनी समाजाने आमच्यापासून स्वत:ला अतिशय चपळाईने रातोरात दूर केले होते. हे त्यांचे वागणे त्यांना शोभणारे होते पण सरळ साधेपणाचे नव्हते. आणि आता खरोखरच भयंकर घातक वेळ आली होती; त्यामुळे फक्त स्वत:च्या जिवाचा बचाव ही एक आणि एकमेव गोष्ट नैसर्गिकपणे पुढे आली होती.

पण मी अगदीच मूर्ख होते. मी अजूनही सत्यता नाकारत होते. खरेतर हे वास्तव अक्षरश: माझ्यावर जोराने येऊन आदळले होते. पुढे काही दिवसांनंतर सकाळी किमी माझ्या खोलीवर येत होती आणि अतिशय विसंगत पद्धतीने वागत होती. तिच्या त्या भावनेने भरलेल्या वागण्याची मला वारंवार भीती वाटली. पण मी सावध मात्र झाले नाही.

"योशिको! आपण साफ बुडालो! खलास झालो! सुमिदा – तो हलकट – जपानला पळून गेला आणि सर्व गोष्टींना तोंड देण्यासाठी मला इथे ठेवून गेला आहे. कारण मी जपान्यांची रखेल होते. आणि त्यांच्यातच राहत होते!" ती हुंदके देऊन

रडायला लागली होती. "मला हे माहीत होते योशिको की, आम्ही वेगळे झालो आहोत; पण गेली कितीतरी वर्षे आम्ही एकत्र राहत होतो. निदान त्याने मला पळून जाण्याच्या मार्गाचा नकाशा तरी द्यायला हवा होता आणि माझ्याबाबत येथे काय घडेल, याची काळजी तरी घ्यायला हवी होती!"

"शूऽऽऽ! किमी, आधी शांत हो!" मी तिचे सांत्वन करण्याचा प्रयत्न करीत होते. पण माझे हृदय मात्र एका अनामिक भीतीने धडधडत होते. "अगं काही गोष्टी इतक्या वेगाने वाईटाकडे जात नाहीत. कदाचित तुझी काळजी उगीचच असेल!"

"योशिको!" किमी उन्माद झाल्यासारखी माझ्यावर ओरडली होती. म्हणाली, "मूर्खासारखी वागू नकोस! आयुष्यात निदान एकदा तरी वास्तवाला सामोरी जा. रेडिओवर जोरजोरात आणि स्पष्टपणे हे जाहीर केले जातेय की, जपानच्या सम्राटाने अमेरिकेसमोर औपचारिकपणे पूर्ण शरणागती स्वीकारली आहे! तुला समजतंय का हे सर्व? सगळे संपले आहे, योशिको! तू आता एक जपानी असून, शत्रूच्या देशात आहेस. आणि मी एक अशी चिनी स्त्री आहे की, जी एका जपानी लष्करी अधिकाऱ्याची रखेल होती. आणि चिनी लोक आपल्याबरोबर याचा बदला घेतल्याशिवाय राहणार नाहीत, हे निश्चित!"

ती थोडी शांत व्हावी म्हणून थरथर कापणाऱ्या हातांनी तिच्यासाठी एका ग्लासमध्ये भरपूर ब्रँडी ओतून मी तिला दिली; त्यामुळे ती थोडी शांत झाली आणि म्हणाली, "आता माझ्याजवळ माझी 'ब' योजना तयार आहे. 'अ' योजना तर बारगळली. पण अशा प्रसंगासाठी मी ही योजना तयार केली होती. आणि आता ती योजना अमलात आणण्याची वेळ आली आहे. आपण दोघींनी आता शक्य तितक्या लवकर लपून बसण्याची जागा शोधली पाहिजे. पराभवाच्या या क्षणी सूड घेण्याची तहान जास्त तीव्र होते. आणि चिनी लोक तर आपले रक्त आणि आपल्या शिरांसाठी हपापलेले आहेत. आणि आता लवकरच त्यांचे हात आपल्यापर्यंत पोहोचतील. तू मला वचन दे योशिको, तू तुझ्या साऱ्या वस्तू गोळा करून एका ठिकाणी लपून बस! जोपर्यंत मी माझी 'ब' योजना कार्यान्वित करत नाही तोपर्यंत तरी! नंतर या योजनेमुळे आपण दोघीही या दुष्ट ठिकाणापासून दूर जाऊ. मात्र हे ताबडतोब कर योशिको! आता आपल्याजवळ थरथरायलासुद्धा वेळ शिल्लक उरलेला नाहीये! तुला ऐकू येतेय ना, मी काय बोलते आहे ते?"

मी तिला एका धुंदीतच वचन दिले होते. नंतर एक घट्ट मिठी मारून मी किमीला निरोप दिला. मी तडक लष्करी अधिकाऱ्यांच्या खाणावळीतील जेवणाच्या मोठ्या खोलीत पोचले. तेथे सद्य:परिस्थितीबद्दल माहिती घेऊन त्यातून मला मार्ग काढायचा होता. पण तेथे पोचल्यावर बघते तर काय, तेथे चिटपाखरूदेखील अस्तित्वात नव्हते. माझ्या हृदयात भीतीची एक थंड लहर उठली आणि माझ्या

छातीत एक जोरदार कळ आली. जेवणघर एखाद्या स्मशानासारखे भकास आणि शांत होते. नेहमीसारखा भांड्यांचा खणखणाट आणि माणसांच्या आवाजाचा लवलेशही तिथे जाणवत नव्हता. अरे देवा, मी कोणत्या धुंदीत होते? कोणत्या चुकीच्या समजुतीने मी माझे वाटोळे करून घेतले होते? मी एक अतिशय उद्धट आणि मूर्ख मुलगी ठरले होते. मी सापळ्यात अडकले होते तर!

'नाही! नाही! असे काहीच घडू शकत नाही. आणि इतक्या लवकर तर मुळीच नाही. अगदी परवाच तर आम्ही सर्वजण इथे एकत्र होतो ना! सगळे एकत्र काम करीत होतो.' मी विचार करीत होते. वेड्यासारखी मी त्या उपाहारगृहाच्या प्रत्येक खोलीमधून धावत सुटले. आणि या आशेवर धावत होते की, थोडेबहुत तरी जपानी लष्करी अधिकारी मला आढळतील. पण तिथे कुणीच नव्हते. फक्त खिडक्यांच्या काही फुटलेल्या काचांमधून जोराचा वारा इतस्तत: वाहत होता. तेथे जमिनीवर सगळीकडे बातम्यांचे कागद आणि वर्तमानपत्रे पसरली होती. जणू काही प्रत्येकजण फारच घाईत ती जागा रिकामी करून गेला होता!

जेव्हा जपानच्या सम्राटाने शरणागती पत्करली, तेव्हा जपानी लष्कराला परत त्यांच्या जुन्या ठिकाणीच जायला सांगितले गेले. पूर्ण लष्कर त्यांच्या लष्करी खंदकांत आणि ज़ागेत परतले होते. जोपर्यंत त्यांना चीनमधून निघण्याचा आदेश मिळणार नव्हता, तोपर्यंत तरी ते तेथेच राहणार होते. मी किती मूर्ख होते? त्यांच्याबरोबर जाण्याचा विचारसुद्धा माझ्या मनात आला नव्हता. जर मी त्यांच्याबरोबर गेले असते आणि जपानच्या गुप्तहेर खात्याची मेजर म्हणून संरक्षण मिळवण्याचा प्रयत्न केला असता तर? शिवाय त्यांना विनंती करून ही जागा रिकामी करून मला त्यांच्यासोबत जपानला जाता आले असते. त्याऐवजी मी माझा संपूर्ण बहुमोल वेळ मूर्खासारखा पेकिंगमध्ये फिरण्यात घालवला होता. सुमिदाच्या घरी गेले होते. आणि तेथून ली आणि पर्लच्याही घरी मी गेले होते. दोघांचीही घरे पूर्ण रिकामी होती. तेथे कुणीच नव्हते. सगळेजण मला एकटीला येथे सोडून जपानला निघून गेले होते. आणि फक्त एकाच दिवसात! तसेच ली आणि पर्लच्या घरात फक्त त्यांची मोलकरीण ही एकमेव व्यक्ती मला आढळली होती. तिला जपानच्या पराभवाने फारच आनंद झाला होता. तिच्यात जणू चैतन्याचे वारे भरले होते. मला पाहताच तिला एकदम रागाचा झटका आला होता. माझ्या तोंडावर धाडकन दार बंद करीत ती पुटपुटली होती, ''यापुढे या घरात कुठल्याही जपान्याचे स्वागत केले जाणार नाही! कळले का?''

जपानच्या पराभवाच्या भयानक दडपणाने माझे हृदय विदीर्ण झाले होते; माझे चैतन्य आणि उत्साह मला केव्हाच सोडून गेले होते. एका क्षणाकरिता जणू माझा श्वासच पूर्ण थांबला होता. मी स्वत:ला लीच्या घराच्या दगडी भिंतीवर झोकून दिले

आणि तेथेच मटकन खाली बसले. मनातल्या मनात मी या गोष्टीचे खूप आश्चर्य करीत राहिले की, कसे काय प्रत्येकजण मला आणि पेकिंगला इतक्या लवकर सोडून गेला? त्यांच्यातील एकालाही माझी जरासुद्धा काळजी वाटत नव्हती? माझ्या सुरक्षिततेविषयी कुणाच्याही मनात काहीच कसे आले नाही? फक्त किमी एकटीच माझ्या सुरक्षिततेची काळजी करणारी व्यक्ती ठरली होती. तिनेसुद्धा त्यांच्यासाठी खूप काही केले होते; पण तिच्याविषयीसुद्धा त्यांना काहीच वाटले नव्हते. ना सुरक्षितता, ना काळजी! जपानला रातोरात पलायन करून फक्त स्वतःची कातडी वाचवण्याचा उद्योग त्यांनी चांगल्या रीतीने पार पाडला होता. कुणीही मला किंवा किमीला – आम्हाला दोघींनाही – त्यांच्याबरोबर चलतेस का म्हणून विचारायला आले नव्हते. बहुधा त्यांना या पळापळीच्या प्रकरणात जास्त वेळ वाया घालवायचा नसेल. कदाचित आम्हाला विचारण्यात त्यांचा फार वेळ गेला असता ना!

त्यांनी मला या भ्रमात ठेवले होते की, जपान हा अजिंक्यच आहे; त्यामुळे त्याचा कधीच पराभव होणार नाही. आणि मला नेमक्या अशाच भ्रमात ठेवून ते पळून गेले होते. आणि मी मूर्ख! आता तर पुरतीच संकटात सापडले होते. तेसुद्धा शत्रूच्या देशात! माझे पूर्ण जीवन धोक्यात घालून मला अडकवले गेले होते. सुमिदा माझ्याबरोबर असे कसे वागू शकत होता? म्युटो, तनाका, दोईहारा यांपैकी कुणीच कसे मला त्यांच्याबरोबर जपानला नेले नाही? माझ्यासोबत असे का घडले होते? खरंच मी त्यांची कुणीच नव्हते?

त्यांनी माझ्याकडून सगळे कबूल करून घेतले होते. सगळे महत्त्वाचे काम काढून घेतले होते. इतकी वर्षे निष्ठेने मी त्यांची सेवा करीत होते. आणि आता अति दुःखाने मी रडत होते. तिथल्या दगडी फरशीवर माझे पाय आपटत राहिले. निराशेच्या भरात मी तिथल्या फुलांच्या कुंड्या लाथेने उडवल्या. जणू काही ते सारे तनाका, दोईहारा, म्युटो, सुमिदा होते. दाराच्या बाजूला असलेल्या कुंड्या माझ्या लाथेने फुटल्या आणि त्यातील मातीचा ढीग माझ्या चेहऱ्यापर्यंत उसळला. तो जणू मला वाकुल्या दाखवीत होता. माझ्या मूर्खपणाने केलेली ती फजिती होती. पण आता तिथे माझ्यासाठी काहीच उरले नव्हते. मला माझ्या संपूर्ण आयुष्यात इतकी भीती आणि एकाकीपणा कधीच वाटला नव्हता!

'जर चँग-कै-शेकच्या माणसांनी तुला शोधले, तर ते ताबडतोब तुझे डोके उडवतील. तुझ्यावर ते तू विश्वासघातकी आहेस असा आरोप लावतील. नव्हे, लावलाच जाईल. तू काय सांगतेस याच्याशी त्यांना काहीच देणे-घेणे नाही, कारण त्यांच्या दृष्टीने तू एक अशी चिनी व्यक्ती आहेस, जिने शत्रूशी हातमिळवणी करून स्वजनांचाच घात केला.' किमीचे हे शब्द लीच्या त्या शांत घराच्या दगडी पडवीमध्ये घुमत माझ्या डोक्यात घुसले आणि त्यांनीच मला पुढची हालचाल

करण्यासाठी भाग पाडले.

किमी अगदी बरोबर होती. चँगच्या माणसांनी मला धरण्याआधीच मी ताबडतोब कुठेतरी लपून बसायला हवे होते. माझे आयुष्य खरोखरच धोक्यात होते तर!

माझे हृदय वेगाने धडधडत होते, जेव्हा माझे शरीररक्षक मला माझ्या गाडीतून विमानतळाकडे नेत होते. कदाचित तेथे एखादे विमान असण्याची शक्यता होती. जे मला जपानला घेऊन गेले असते. नेहमीचा गजबजलेला विमानतळ आज खूपच शांत शांत होता आणि मुख्य म्हणजे पूर्णच रिकामा होता. फक्त जपानी लष्कराचे एकच विमान तिथे उभे होते. त्यात जपानी लष्कराचे सर्व सामान म्हणजे कागदपत्रांचे मोठे खोके आणि शस्त्रसामग्रीची खोकी भरली जात होती. त्या वैमानिकांनी मला त्यांच्यासोबत घेऊन जावे म्हणून मी त्यांची मनधरणी केली; पण त्यांनी त्यासाठी मला स्पष्ट नकार दिला. ते म्हणाले, ''त्यांना कुठल्याही जपानी नागरिकाला त्यांच्यासोबत नेता येण्याचा अधिकारच नव्हता.''

''मी सामान्य शहरी नागरिक नाही.'' मी त्याला उत्तर दिले. ''जपानी लष्करातील मेजर पदावर काम करते आणि गुप्तहेर खात्यातही काम करते. हे बघ, ही सारी माझी शिफारसपत्रे आहेत. कर्नल सुमिदा हे माझे सर्वोच्च अधिकारी आहेत.''

''कर्नल सुमिदा इथे नाहीत, नाहीतर त्यांनी आम्हाला हुकूम दिला असता की, तुम्हाला येथून विमानात बसवून जपानला घेऊन जा. मग आम्ही तुम्हाला नेले असते. पण आता फक्त तुमचा शब्द आम्ही प्रमाण कसा मानायचा? बाईसाहेब, खरेतर सध्या असे आहे की, खूप सारे लोक येथे येऊन अशा प्रकारे हक्क सांगतात आणि विनंती करतात की, ते जपानी लष्करात काम करीत होते; त्यामुळे त्यांना आम्ही जपानला सोडायला हवे.'' आणि ते सगळेजण हसू लागले. त्यांनी साधी माझे ओळखपत्र बघण्याची तसदीसुद्धा घेतली नव्हती. मी त्यांना ते दाखवत होते; पण त्यांना त्याचे काहीच वाटत नव्हते. त्याचे कारण मला लवकरच कळले. तो म्हणाला, ''जपानी लष्कराच्या सेवेतल्या प्रत्येक माणसाच्या नावाची औपचारिक यादी कार्यालयातून येथे पाठवली गेली आहे आणि जपानलासुद्धा गेली आहे. आणि तुम्हाला जर जपानला येण्याबद्दल विचारले नसेल, तर त्याचा अर्थ असा आहे की, तुमचे नाव त्या यादीत नाही. ओळखपत्राचे म्हणाल तर असे आहे की, बरेच लोक खोटी ओळखपत्रे बनवतात. म्हणूनच आम्ही कुणालाच हुकमाशिवाय नेत नाही. मी तुम्हाला फक्त तेव्हाच घेऊन जाऊ शकेन, जर कर्नल सुमिदा मला स्वत: वैयक्तिकरीत्या तशा प्रकारचा हुकूम देतील. पण अजूनपर्यंत तसा काही हुकूम त्यांच्याकडून आम्हाला मिळालेलाच नाही.''

''कर्नल सुमिदा माझे शिफारसपत्र वैयक्तिकरीत्या तपासू शकणार नाहीत; कारण ते तर आता जपानला गेले आहेत.'' मी जवळजवळ रडतच म्हटले. ''जर

ते येथे असते तर त्यांनी तुला बंदुकीच्या गोळीसारखा हुकूम दिला असता की, तू मला जपानला घेऊन जा!''

वैमानिक परत त्याच्या विमानात सामान भरायच्या कामात गुंतून गेला आणि त्याने माझ्या सांगण्याकडे पूर्ण दुर्लक्षच केले. जणू मी तेथे नव्हतेच आणि त्याच्याशी काही बोलतही नव्हते.

सोन्याची चकाकी आणि पैशाची लालूचसुद्धा निकामी ठरली होती आणि त्याच क्षणी माझ्या मनात एक विचित्र विचार आला आणि त्या विचाराच्या कल्पनेतच मी इतकी रमले की, आपण त्या विमानात जाऊन बसावे आणि आतून त्याचे दार लावून ते विमान स्वतःच उडवावे. चीनच्या बाहेर घेऊन जावे. कारण माझ्याजवळ वैमानिकाचाही परवाना होताच की!

ती वेळच अशी होती की, मी अजिबात मागेपुढे पाहिले नसते. पण शेवटी गोष्ट अशी होती की, विमान उड्डाणासाठी तयार नव्हतेच. मी विमानाचा अपघातच घडवून आणला असता आणि त्या विमान-अपघातातच मेले असते. तसेच एक सामान्य गुन्हेगार म्हणून मरण्यापेक्षा अपघाती मृत्यू बराच होता. त्या क्षणानंतर मी विमानतळावरून चालत पुन्हा जेथे हेन्री आणि हॅरी उभे होते, तेथे आले. त्यातही मला या गोष्टीचा आनंद झाला की, ते दोघे विमानतळावर झालेल्या माझ्या अपमानाचे साक्षीदार नव्हते. अजूनही त्यांच्याकडून मिळणाऱ्या आदराची मला गरज होती. आणि आता तर तशा आदराची मला पहिल्यापेक्षा जास्तच आवश्यकता होती. कारण ते दोघेही मी अजूनही अधिकारपदावर आहे, असाच विचार करीत होते.

मी त्या दोघांना मला सुमिदाच्या कार्यालयात घेऊन जाण्याविषयी हुकूम केला. त्या वेळी मी माझा आवाज शक्यतो स्थिर ठेवण्याचा प्रयत्न केला होता. त्यावेळी गाडीच्या खिडकीतून पेकिंग शहराचे तेच ओळखीचे रस्ते आता मला खूपच गुंग आणि चकित करीत होते. रस्ते न्याहाळताना मी विचार करीत होते की, एका रात्रीत मी जपान आणि चीन या दोन्ही देशांकडून होणारे माझे संरक्षण कसे काय गमावून बसले होते? माझी गणना आता त्या देश सोडून पळणाऱ्या लोकांमध्ये, निर्वासितांमध्ये झाली होती. असे निर्वासित की, ज्यांची शिकार करायला एक सोडून दोन परस्परवैरी देश हात धुऊन मागे लागले होते. आणि मी एखाद्या निर्वासितासारखी पळत सुटले होते. नाही! सुमिदा आणि जपानला अशी माझ्याकडे पाठ वळवण्याचा काहीही हक्क नव्हता आणि मी हे एवढे सगळे त्यांच्याकरिता केल्यावर तर मुळीच नव्हता. मी हे ठरवूनच गेले होते की, मी सुमिदाच्या कार्यालयातील रेडिओवरून त्याच्याशी बोलणार होते आणि त्याला सांगणार होते की, मला ताबडतोब चीनमधून जपानला घेऊन जा! मी त्या लोकांवर पूर्ण विश्वास ठेवला होता. माझे दैव आणि आयुष्य त्यांच्या हातात सोपवले होते आणि मला त्यांच्याबद्दल हा विश्वास होता की, जेव्हा

चीन सोडायची वेळ येईल, तेव्हा जपानकडे जाणाऱ्या विमानात बसणारी पहिली व्यक्ती मीच असेन. त्याऐवजी त्या सगळ्यांनी मला चांगलाच धोका दिला होता. ते सगळे एखाद्या भुरट्या चोरासारखे पळून गेले होते आणि त्यांनी इथे केलेल्या सर्वच गुप्त हेरगिरीच्या कारवायांसाठी जबाबदार म्हणून चिडलेल्या चिन्यांपुढे मला बेवारस सोडून दिले होते. मला जणू त्यांनी त्याग करण्यास म्हणजे जपानचा बळी होण्यासाठी मागे ठेवले होते. त्याचे कारण असे होते की, चिनी लोकांना त्या गुप्त हेरगिरीच्या कारवायांबद्दल राग काढायला एक बळीचा बकरा हवा होता. कारण या सर्व कारवायांमध्येच तर जपानने त्यांच्यावर अचानक तो हल्ला केला होता. त्यांची भूमी पादाक्रांत केली होती. आणि आता माझा बळी देऊन जपानी लष्कर चिन्यांचे सांत्वन करत होते. केवढे विदारक सत्य माझ्यापुढे होते. मी अगदी निरागसपणे आणि विश्वासाने त्यांना जे काही दिले होते, त्यातून आता मला मिळणारे दुःख आणि पश्चात्ताप स्वीकारण्याशिवाय माझ्यासमोर पर्याय नव्हता.

निराशेतून निर्माण झालेल्या दुःखामुळे खरोखरच एक प्रकारची भीती माझ्या मनाची पकड घेऊ लागली होती. आम्ही जपानी गुप्तहेर खात्याचे जे कधीकाळी केंद्र होते त्या गुप्तचर कार्यालयात गेलो. सुमिदाचे कार्यालय आणि आमचे गुप्तहेर खात्याचे मुख्यालय एकच होते. पण तेथे गेल्यावर जणू माझे रक्तच गोठले होते. कारण तेसुद्धा पूर्ण रिकामे होते आणि तिथला अठ्ठेचाळीस तासांपूर्वी सारखा वाजत असणारा आणि दोन्ही देशांतील संभाषणाचे आदानप्रदान करणारा रेडिओ आता शांत आणि बंद झाला होता. संभाषणाच्या प्रत्येकच मार्गाचे संपर्क तोडून टाकण्यात आले होते. मी आता सुमिदाला किंवा जपानमधील कुणालाही माझ्या मदतीकरिता या रेडिओवर बोलावू शकत नव्हते. आता मी पूर्णपणे माझ्या स्वतःच्याच जबाबदारीवर होते. मी शत्रुदेशात चीनमध्ये संकटात सापडले होते. मी केलेल्या राजद्रोहासाठी, जन्मदेशाच्या द्रोहासाठी खूप मोठी किंमत द्यावी लागणार होती. आणि माझ्या गुन्ह्यासाठी मृत्युदंडाचीच शिक्षा योग्य होती.

मी सुमिदाच्या कार्यालयाचे दरवाजे आतून लावून घेतले. हे सर्व दरवाजे ध्वनिरोधक आणि भक्कम होते; त्यामुळे कुठलेही महत्त्वाचे कार्यालयीन संभाषण चोरून ऐकता येत नसे. मी खूप जोरजोरात किंचाळू लागले. आणि जोपर्यंत माझ्या मनातील सारे दुःख आणि राग बाहेर निघाला नाही तोपर्यंत मी किंचाळत होते. दहा मिनिटांनंतर मी सुमिदाच्या कार्यालयातून बाहेर पडले. मी पुन्हा एकदा निर्भय आणि शांत अशी योशिको कावाशिमा बनून माझ्या दैवाला तोंड देण्यासाठी सज्ज होऊन आले होते; पण मी असा निश्चयच केला होता की, चांगली झुंज दिल्याशिवाय मी मृत्यू पत्करणार नव्हतेच! आणि हे पक्के होते!

चौदा

या सगळ्या गोंधळामध्येही मी माझ्या मनाची शांतता कायम राखली होती आणि नंतर माझ्या उपाहारगृहाच्या खोलीत परतले होते. पुढे काय करायचे ते मी तेथेच ठरवणार होते. मला सांगतानाही वाईट वाटतेय की, ही वेळ मैत्रीची परीक्षा पाहणारी होती. पण त्या परीक्षेचा शेवट मात्र दुःखद झाला. मी परीक्षेत पूर्णपणे नापास झाले होते. आणि माझी एकच एक मैत्रीण या कसोटीत पूर्ण पास झाली होती, ती म्हणजे 'किमी'. ती माझ्यामागे शेवटपर्यंत आणि त्याच्याही पलीकडे उभी राहिली होती. मला तिच्यात माझ्यावरील प्रेम निभावण्याची आणि मला कायम पाठिंबा देण्याची शक्ती आढळली होती. शेवटी पुरुषमित्रांपेक्षाही माझी ही मैत्रीणच माझ्या कामी आली होती.

सुमिदाचे कार्यालय सोडल्यानंतर मी माझ्या इतर अनेक मित्र-मैत्रिणींकडे व इतर सहकारी आणि ओळखीच्या लोकांकडे गेले होते. मी जेव्हा जपानच्या हेरखात्यात उच्चपदावर होते, तेव्हा या लोकांना मी खूपच मदत केली होती. ही मदत माझे हेरखात्यातील स्थान आणि माझ्या उच्चपदाचा वापर करून त्यांचे भले करण्यासाठीच केली होती. आता मला त्यांच्याकडून तात्पुरता का होईना, पण आश्रय मिळू शकेल असे वाटत होते. मात्र त्या सर्वच लोकांच्या घराची दारे माझ्यासाठी बंद होती. आणि अशी स्वतःच्या घराची दारे बंद करताना त्यांनी माझी क्षमाही मागितली होती. त्या गोष्टीकरिता त्यांनी मला हेच स्पष्टीकरण दिले होते की, तत्कालीन परिस्थितीत मला आश्रय देणे धोक्याचेच होते; कारण माझ्याबरोबर त्यांनाही मृत्युदंडाचीच शिक्षा मिळाली असती. त्यांनी माझ्यासारख्या सरकारी गुन्हेगार असणाऱ्या आश्रिताला त्यांच्या घरात जागा देणे हाही गुन्हाच ठरला असता. म्हणून त्यांनी या गोष्टीची माझ्याकडेच याचना केली होती की, मी त्यांची केविलवाणी स्थिती समजून त्यांना माफ करावे. कारण त्यांनी त्या अस्थिर परिस्थितीत योग्यच निर्णय घेतला होता. मला हे सगळे समजले असले, तरीही त्यांचा नकार मला आतून खूपच दुखावून गेला होता. त्यांच्या त्या निर्णयाने मला जास्तच एकटे वाटू लागले.

माझ्या आयुष्यातला हा सगळ्यात दुर्दैवी असा क्षण होता की, इतक्या भयंकर दैवदुर्विलासाला तोंड द्यायला मला एकटीलाच येथे ठेवण्यात आले होते. आणि आता मी या स्थितीतून सुटका करण्यासाठी आणि थोडा वेळ मेंदूला आराम देण्यासाठी माझ्या अफूच्या अड्ड्यावर जाऊ शकले नसते; कारण आता तेथेही चिनी सैनिकांची गर्दी झालेली होती. मी तेथे जाऊन माझा चेहरा दाखवणे म्हणजे आत्महत्या करण्यासारखेच होते.

किमी परत माझ्या भेटीला आली होती. मी ती जागा सोडावी आणि कुठेतरी लपावे यासाठी ती अक्षरश: मनापासून माझी विनवणी करीत होती.

"जा योशिको! आजच्या रात्रीच ही जागा सोडून जा. कारण येणाऱ्या उद्याच्या स्थितीत चिनी लष्कर येथेही छापा टाकू शकेल. कदाचित ते तुलासुद्धा पकडतील! चँग-कै-शेकची माणसे आता सगळीकडे पसरली आहेत."

तिने मला विनंती केली. म्हणाली, "मी मोठा धोका पत्करून आज तुझ्या भेटीला आले आहे. तुला हे सांगण्यासाठी आले आहे की, एकदा का चिनी सैन्य इथे आले – आणि ते कोणत्याही क्षणी येथे येईल – तुला येथून कोठेच जाता येणार नाही. मग तू कोणतेही सोंग घेतलेस तरी ते तुला ओळखणारच. कृपा करून जरा माझे ऐक, योशिको! जसा अंधार पडेल तशीच येथून निघून कोणत्याही सुरक्षित ठिकाणी जा!"

"पण मग तुझे काय किमी? तूसुद्धा माझ्याबरोबर ये ना! कारण तू सुमिदाबरोबर राहत होतीस म्हणून ते लोक तुलाही पकडतीलच की!"

किमीने आपले डोके हलवले. ती म्हणाली, "मी ठीक आहे. माझ्याजवळ माझी योजना 'ब' आहे. आणि ती काम करतेय. मी सुरक्षित आहे. तू फक्त माझी वाट बघ. मी तुला येथून बाहेर काढीनच, योशिको. आपण दोघींनी एकत्र लपण्याने काम होणार नाही. मग आपण एकमेकींना मदत करू शकणार नाही!

"परवाच एका विश्वासू माणसाकडून कळले आहे की, चिनी लष्कर तुला पकडणार आहे. त्यांनी तुला पकडण्यासाठी बक्षिसाची रक्कम लावली आहे. म्हणूनच कृपा कर योशिको! तू तुझे रूप जेवढे बदलता येईल तेवढे बदलून टाक आणि रात्रीच्या अंधारात ही जागा सोडून निघून जा! एवढे माझे जरा ऐक! कृपा कर आणि लक्षात घे की, येथे राहणे आता खूपच धोक्याचे आहे!"

लवकरच मला किमीच्या 'ब' योजनेचा पत्ता लागला. आता किमी एका खूपच उच्चपदस्थ चिनी अधिकाऱ्याची रखेल होती; ज्याला तिने भुलवले होते त्याने तिला आपल्या संरक्षणाखाली घेतले होते; त्यामुळे आता तिला चिनी सैनिक हात लावायची हिंमत करू शकणार नव्हते. किमीची ही खेळी या घटकेला फारच चातुर्याची ठरली होती. आणि तिच्याजवळ खरेतर या पर्यायाशिवाय दुसरा कोणता मार्ग होता? मला या गोष्टीचे दु:ख होते की, जपानने माझ्यासारखीच तिच्याकडेसुद्धा पाठ फिरवली होती. आणि मी फक्त एवढीच आशा करू शकत होते की, किमीला तिचा नवा प्रियकर सुखकारक ठरो! पण शेवटी ती आता सुरक्षित होती, हेच जास्त महत्त्वाचे होते.

नंतरचे काही तास मी पुन्हा आणखी काही मर्यादित पर्यायांची निवड करण्यात घालवले . माझ्यासाठी लपण्याच्या जागा शोधण्याचा हा प्रयत्नही निष्फळ ठरला.

शेवटी हेन्री आणि हॅरीने मला त्यांच्या नदीकाठच्या झोपडीत आश्रय देऊ केला होता. या क्षणापर्यंत ती कल्पना मला अजिबातच आवडत नव्हती. कारण मला त्यांच्यासोबत तेथे राहावे लागले असते. पण आता तो पर्याय स्वीकारण्याशिवाय माझ्याजवळ काही मार्गच उरला नव्हता. मी हॉटेल डी-पेकिंगमधून बाहेर पडायला आणि चिनी लष्कराच्या उद्धट सैनिकांनी भरलेले ट्रक आतमध्ये घुसायला अगदी एकच गाठ पडली होती. त्यावेळी मी अक्षरश: आजपर्यंत माझ्यावर केलेल्या कृपेबद्दल ईश्वराला धन्यवाद दिले होते आणि त्या क्षणी तरी निदान मी किमीचा सल्ला मानण्यासाठी आणि तो अमलात आणण्यासाठी जराही उशीर केला नव्हता.

माझ्या नवीन घरात मला एकदम कडक आणि कापसाला बुरशीचा वास येत असणारी अरुंद गादी मिळाली होती. पेकिंगमधल्या झुळझुळीत रेशमी आणि मंद सुवासिक वासाच्या चादरी आणि उश्यांपेक्षा हे सर्व कितीतरी खूपच भिन्न होते. निदान रात्रतरी सुखात जावी म्हणून दोघाही भावांना मी नवीन उश्या आणि चादरी आणायला बाजारात पाठवले होते. मला तो सडलेल्या गादीचा, बुरशीचा वास जराही सहन होत नव्हता. माझ्या समयसुचकतेला दादच द्यायला पाहिजे होती कारण मी भरपूर पैसे, दागिने आणि सोन्याच्या छोट्या लगडी घेऊन आले होते. येताना थोडे ताजे मांस, फळे आणि भाज्याही बरोबर घेतल्या होत्या. आणि हे मला आता काही दिवस पुरणार होते. मुख्य म्हणजे ते माशांची जी अत्यंत बेचव लापशी बनवीत होते, त्यापासून काही दिवस तरी परिणामकारकपणे माझी सुटका होणार होती. अर्थात ते त्यांचे रोजचेच जेवण होते.

हेन्री आणि हॅरी माझ्याशी नीट वागत होते, जसे ते आधी माझ्याशी वागत तसेच; पण आता खरेतर परिस्थिती बदलली होती. उलट झाली होती. आता मला त्यांची जास्त गरज होती. ते अजूनही माझ्याशी आदराने वागत होते. आणि अजूनही त्यांचे वर्तन मला आधारभूत वाटेल असेच होते. पण हे सगळे जोपर्यंत माझ्याजवळ भरपूर पैसा आणि अतिशय उत्तम गोष्टी होत्या तोपर्यंतच. मी त्यांना कधी-कधी अफू आणायलासुद्धा पाठवीत असे. अफूच्या नशेमुळे त्या माझ्या शरीररक्षकांच्या उदास खोपटातील भयाण दिवस आणि रात्र तसेच तिथले घाणेरडे वास मला थोडेतरी सुसह्य होत असत. आणि माझ्या या किळसवाण्या जीवनशैलीकडे मला जरा दुर्लक्ष करता येत होते. मी माझ्या बऱ्याच रात्री त्या दोन भावांच्या गडगडाटी आवाजातील अर्थहीन बडबड ऐकण्यात घालवीत असे. ते बोलताना मध्ये-मध्ये दारू पित असत. त्यांच्या गोष्टींमुळे माझ्या मनाला मग कुणी पश्चात्ताप करण्यापासून रोखू शकत नव्हते. खरोखरच मी किती दुर्लक्ष केले होते! वास्तविक जेव्हा ती 'पर्ल हर्बर'ची घटना घडली तेव्हाच मी चीनमधून ताबडतोब जपानला निघून जायला हवे होते, पण मी काय विचार करीत होते जाणे?

कधी-कधी ते दोघेही स्वस्तातली चिनी बियर आणि व्हिस्की पित आणि नंतर दंगा करीत. अशा बियर आणि व्हिस्कीची नशा त्यांना बेभान करीत असे. आणि मग मला अशी अस्वस्थता येत असे की, मी खरोखरच किती एकटी पडले आहे. मी अशा दोन बेबंद आणि उलट्या काळजाच्या गुंडांबरोबर राहत होते की, ज्यांचे हात खूपच मजबूत होते. मी कोणत्याच माणसाचे इतके मजबूत हात असलेले पाहिले नव्हते. जर प्यायलेल्या अवस्थेत त्यांनी माझा सूड घ्यायचे ठरवले असते, तर मी त्यांच्याशी अजिबातच लढू शकले नसते.

रोज रात्री मी दरवाजाला मेज आणि खुर्ची लावून झोपत होते. कारण तो दरवाजा आणि त्याची कडी इतकी फुसकी होती की, लाथेच्या एका दणक्यानेच दरवाजा उघडा पडत होता. खरेतर हे माझ्या सुरक्षिततेचे खोटे अवसान होते. पण माझ्याजवळ तेच आणि तेवढेच करण्यासारखे होते. दिवसा मात्र मी त्या दोघाही भावांना शक्य तितकी टाळत असे आणि खरोखर गरज असेल तेव्हाच आणि अगदी मोजक्याच शब्दांमध्ये माझे म्हणणे सांगत असे किंवा तशी वागत असे. आणि यामुळेच ते दोघेही भाऊ मनातून माझा तिरस्कारच करीत. अर्थात ती गोष्ट माझ्या पथ्यावरच पडली होती. मला या गोष्टीची पक्की खात्री होती की, ते मला कधीही हात लावणार नाहीत. अगदी त्यांच्या नशेत असलेल्या अवस्थेतसुद्धा आणि जरी मी पृथ्वीवरची शेवटची स्त्री असले तरीसुद्धा!

माझी त्या घरातील आनंदाची घटना ही होती की, किमीने मला एक चिठ्ठी पाठवली होती. त्यात तिने लिहिले होते की, तिची योजना 'ब' खूपच चांगल्या पद्धतीने काम करीत आहे. तिने मला अगदी गुपचूपपणे लपून राहायला सांगितले होते. ती मला इथून बाहेर काढणार होती. त्यासाठी मला वाट बघायलासुद्धा सांगितले होते. त्या चिठ्ठीला मी अगदी हृदयाशी धरून ठेवले होते. शेवटी ती चिठ्ठी म्हणजे जणू माझ्याकरिता तर दुसरे जीवनच होते. तोच तर माझ्या जीवनाचा आणि बाहेरच्या जगाशी जुळणारा एकुलता एक धागा होता. अशा जगाशी जुळणारा धागा, ज्या जगाने मला स्वतःपासून दूर लोटले होते. मला बाहेरून मिळणाऱ्या बातम्या म्हणजे माझे माझ्या शरीररक्षकांशी ज्या पद्धतीचे संभाषण होत असे त्यातून मला जे काही अर्धवट असे समजत होते, त्याच होत्या. म्हणूनच मी त्यांना माझ्यासाठी छोटा रेडिओ विकत आणायला लावला होता. पण रेडिओवरील बातम्या म्हणजे चँग-कै-शेकचे गुणगानच होते. सतत त्याचाच प्रचार होत होता. आणि जपानविरुद्ध आलंकारिक भाषेतील प्रचार असा काही परिणामकारक होता की, शेवटी मी कंटाळून रेडिओ ऐकणेच बंद केले होते.

"योशिको, शांत राहा!" किमीने आपल्या चिठ्ठीमध्ये शेवटी लिहिले होते. "आणि हे संपवू नकोस. तू आणि मी जन्मजात लढाऊ वृत्तीच्या आहोत. आणि

कुठल्याही परिस्थितीत जगणे आपल्याला माहीत आहे. जेव्हा सर्व गोष्टी माझ्या मताप्रमाणे स्थिरस्थावर होतील, तेव्हा मी लवकरात लवकर तुला यातून बाहेर काढीन. आणि हे माझे तुला वचन आहे!''

असे म्हटले जाते की, बुडत्याला काडीचा आधार असतो. बुडणारा माणूस छोटीशी काडी पकडूनसुद्धा तरंगायचा प्रयत्न करतो. आणि मी खूपच भाग्यवान होते की, माझी ती 'विश्वासू' काडी म्हणजे किमी होती, जिला मी मोठ्या विश्वासानेच आपले म्हटले होते. किमीने दिलेल्या वचनांवर पूर्ण विश्वास ठेवल्यानेच त्या वाईट दिवसांत मी वाचले होते. मला माझ्या गोष्टींकडे लक्ष द्यायला जरा वेळ मिळाला होता. विशेषतः तेव्हा, जेव्हा माझ्याकडचे सगळे पैसे संपले आणि मी माझ्या शरीरक्षकांना एक एक करून माझे दागिने विकायला दिले होते.

जसजसे माझ्याजवळचे जगण्याचे साधन कमी होत आले, तसतसे हॅरी आणि हेन्री जास्तच उदास दिसू लागले होते. आजकाल ते माझा आदरही करीनासे झाले होते. माझे हुकूम तर हल्ली पाळतच नव्हते. पण जेव्हा मी त्यांना एखादा दागिना विकायला देई आणि जेव्हा तो दागिना विकून ते परत येत, तेव्हा त्यांनी प्यायलेल्या दारूचा उग्र दर्प येत असे. माझ्या विकलेल्या दागिन्याचे त्याच्या मूळ किंमतीच्या मानाने फारच थोडे पैसे ते दोघे मला देत. आता तर मला त्यांचा असा संशय येत होता की, ते दोघेही बऱ्याच दिवसांपासून मला फसवीत होते. पण तेव्हा मी काय करू शकणार होते? चिनी राज्यकर्त्यांनी मला पकडण्यासाठी बक्षीस लावले होते आणि त्या क्षणाला जर मी माझा चेहरा लोकांना दाखवला असता, तर त्यांनी मला तेव्हाच पकडले असते. म्हणूनच मी तेव्हा हेन्री आणि हॅरीवर पूर्ण भरवसा ठेवत होते. नव्हे, तो मला ठेवावा लागतच होता आणि ते मला जे देतील, तो व्यवहार मला स्वीकारावा लागत होता.

मी दिवसामागून दिवस विचारच करत होते. कोणे एके काळी मी अतिशय प्रसिद्ध, खूप देखणी व आनंदी योशिको कावाशिमा होते. मी रात्र-समारंभांची चेतना आणि चैतन्य होते. अशी मी, जिचा शोध खूप श्रीमंत आणि प्रसिद्ध माणसे घेत असत, आज मात्र ती दुःखदायी आणि करुणाजनक अवस्थेत, अंगाला घाण वास येणाऱ्या, कुप्रसिद्ध चिनी गुंड असणाऱ्या भावांच्या जोडीवर पूर्णपणे अवलंबून होती! इतकी कशी काय मी खालच्या पातळीवर येऊन पोचले होते?

मी आता आरशात बघणे सोडून दिले होते आणि मला खात्री होती की, माझे रोजचे चेहऱ्याला लावायचे महागडे लेप, सुवासिक अत्तराप्रमाणे असणारी सुगंधी द्रव्ये आणि अतिशय खर्चिक असे चेहऱ्याच्या रंगरंगोटीचे साहित्य संपले होते. तसेच केसांची निगा राखण्याचे सामानही माझ्याजवळ नव्हते, त्याच्या अभावी मी एखाद्या म्हाताऱ्या बाईसारखी दिसत होते आणि वाटतही होते. मला नेमकी याच

गोष्टीची तर भीती वाटत होती. एके काळी माझ्या सौंदर्याची जादू सगळ्यांवर पसरली होती. त्या सौंदर्याचा उपयोग मी निर्लज्जपणे कोणत्याही माणसाचा वापर करण्याकरिता आणि गुप्त माहिती काढण्याकरिता वाटेल तसा केला होता. आज तेच सौंदर्य सुरकुत्या पडल्याने निस्तेज झाले होते आणि मी एखाद्या खप्पड चेहऱ्याच्या म्हाताऱ्या स्त्रीसारखी वाटत होते. मला माझ्या चेहऱ्याला हात लावणेसुद्धा जड जात होते आणि भीती वाटत होती.

माझा बराचसा वेळ मी माझ्या लपून राहण्याच्या जागेत स्वत:ला कोंडून घेऊनच घालवीत असे. आणि सकाळी मी या आशेने उठत असे की, किमीकडून एखादी तरी बातमी येईल. कधी-कधी मी अगदी खोल अशा निराशेच्या गर्तेत जाऊन विचार करीत असे की, किमी मला विसरून गेली आहे आणि ज्या मोठ्या सुटकेची मी वाट पाहत होते, तो फक्त एक भ्रम होता. अशा वेळी मी नदीपर्यंत चालत जात असे. तेथे जाऊन बसत असे आणि मनातल्या मनात आश्चर्याने या गोष्टीचा विचार करत असे की, माझ्या आयुष्यात असे काय चुकीचे घडले होते?

एकदा किंवा दोनदा मी माझ्याच मनापासून दुरावले होते आणि आयुष्य संपवायचा विचार माझ्या मनात आला होता. आणि मी स्वत:लाच असे म्हणाले होते की, मी जर त्या घाणेरड्या दलदलीच्या, चिखलाच्या पाण्यात उतरले, तर माझ्या सगळ्या काळज्या, चिंता आणि दु:ख संपून जाईल. कदाचित मला, माझ्या जिवाला कायमची शांती आणि स्थिरता मिळेल; जी माझ्यापासून वयाच्या आठव्या वर्षीच माझ्या मंचुरियाच्या घरातून मला बाहेर काढून आणि माझ्या कुटुंबीयांपासून तोडून निसटून गेली होती. त्यानंतर तिने मला आयुष्यात फक्त इकडून तिकडे फेकण्याचेच काम केले होते. कारण मीच तिच्या शोधात फिरत होते.

पण मला अजिबातच तसे करण्याचे धैर्य झाले नव्हते आणि मी परत चालत माझ्या त्या झोपडीत गेले होते. त्यानंतरची रात्र मी त्या दोन भावांबरोबर पैशांवरून झालेल्या वाग्युद्धात घालवली. मी माझा उरलेला दागिना त्यांना विकायला दिला, त्यातून मिळालेले पैसे फारच कमी होते. त्यावरूनच हे भांडण झाले होते.

असे भांडण नेहमीच हॅरी आणि हेन्रीच्या बेदकारपणात संपत असे. खांदे उडवून आणि माझ्याकडे पूर्ण दुर्लक्ष करून ते म्हणायचे, ''जर तुम्हाला असे वाटत असेल की, आम्ही तुम्हाला पाहिजे तेवढे पैसे देत नाही, तर तुम्ही स्वत:च तुमचे दागिने का विकून येत नाही?'' त्यांना हे तर पूर्ण माहीत होते की, मी माझा चेहरा पेकिंगमधील रस्त्यावर दाखवू शकत नाही. माझ्यासाठी सरकारने इनाम लावले होते आणि त्या गोष्टीची मला ते सतत आठवण करून देत असत. तेसुद्धा एका ठरावीक काळानंतर; कारण ते दोघेही आता एक भावी फायदेशीर असे सरकारी माहीतगार बनू शकत होते. माझ्यावरील इनामाच्या वाढणाऱ्या

किंमतीबरोबर माझी माहितीही मोलाची झाली होती. आणि ते दोघे केव्हाही त्याचा फायदा घेऊ शकत होते.

दिवस कसेतरी, ओढल्यासारखे जात होते. तीन महिन्यांपेक्षाही जास्त काळानंतर मला किमीकडून एक चिठ्ठी आली होती. त्या दोघा भावांपैकी एकाने ती मला दिली होती. हे तीन महिने जणू मी नरकातच काढले होते. माझा धीर सुटत चालला होता. मला किमीकडून कोणताही निरोप आला नव्हता. आणि मी सगळ्याच आशा सोडल्या होत्या. एका धूसर निराशाजनक छायेने मला घेरले होते. मला या गोष्टीचे आता आश्चर्य आणि भीती वाटत होती की, शेवटचा दागिना विकल्यावर माझी काय अवस्था होईल? तेव्हा माझ्याकडे असलेली पेटी तपासल्यावर त्या पेटीत फक्त चारच दागिने उरले होते.

"जर एखाद्या व्यक्तीचे आयुष्यच कोणी चोरून घेतले, तर ती व्यक्ती कशी जगू शकेल?" मी जेडला लिहिलेल्या पत्रात हे लिहिले आणि माझ्या लिखाणाची अनमोल पेटी दूर सारली. मी जेडचा आवाज ऐकू लागले. तिचा निग्रही आवाज मला सांगत होता की, "लक्षात ठेव, तू एक राजकन्या आहेस. एका खूप मोठ्या राजकुमाराची, राजकुमार स्युची मुलगी आणि राजरक्तातील धैर्य आणि प्रतिष्ठा तू नेहमीच उच्च राखल्या पाहिजेस.

"संपून जाणे, संपणे, संपवणे, आत्महत्येचा प्रयत्न करणे, पराभव स्वीकारणे या सर्व गोष्टी एका धैर्यशील राजाच्या, राजकुमार स्युच्या मुलीला शोभणाऱ्या नाहीत, आयसीन! तुला हे शोभत नाही!" माझ्या विश्वासू आयाचा आवाज इतक्या वर्षांनंतरसुद्धा मला जसाच्या तसा ऐकू येत होता. मी जपानहून मंगोलियाला जाताना, तिला शेवटची मिठी मारताना आणि तिचा निरोप घेताना मला माहीत होते की, मी कुठल्यातरी अज्ञात भविष्यामध्ये फेकली जाणार आहे. आता काहीही झाले तरी शेवटपर्यंत लढायचे असे मी ठरवले होते. मी माझ्या दैवाला मोठ्या धैर्याने आणि माझ्या प्रतिष्ठेला साजेल अशा रीतीनेच तोंड देणार होते. राजकुमारीचा दर्जा आणि राजकुमार स्युची मुलगी म्हणून मी माझी प्रतिष्ठा राखणार होते.

जणू काही जेडच्या – माझ्या आयाच्या – आत्म्याने किमीला आग्रह केला होता की, तिने माझ्यासाठी काहीतरी कृती करावी. त्याचप्रमाणे दुसऱ्या दिवशी किमीची एक चिठ्ठी माझ्याकडे आली आणि मला खूपच आनंद झाला.

"मला क्षमा कर की, मी तुला यापूर्वी चिठ्ठी पाठवू शकले नाही. तू किती काळजीत असशील, हे मला माहीत आहे. पण शेवटी सतत प्रयत्न करून मी काही व्यवस्था करू शकले. मी एक मार्ग शोधला आहे." किमीने पुढे फारच भावुकतेने लिहिले होते, "तू तुझ्या त्या दोन्ही शरीररक्षकांना तुला त्या जागेतून संध्याकाळी लवकरात लवकर चुपचाप बाहेर काढायला सांग. येत्या शुक्रवारी अंधाराचा फायदा

घेऊन तू तेथून निघ. मी त्यांना तुला कुठे आणायचे याविषयी सूचना दिलेल्या आहेत. मी तिथे तुझी वाट बघत तयार राहणार आहे. तिथे जवळच विमान उतरवण्यासाठी एक छोटी जागा आहे आणि एका तरुण वैमानिकाला मी तुला तेथून नेण्यासाठी पैसे देऊन ठेवलेले आहेत. तेथून तू चीनच्या बाहेर कुठेही तुला जिथे जायचे आहे, तिथे जाऊ शकतेस.''

माझे हृदय आनंदाने गाणे गाऊ लागले होते. मला त्या चिठ्ठीने खूपच हायसे वाटले होते. गेले काही महिने मी भीती आणि काळजीच्या छायेत वावरत होते. ती आता संपली होती. आणि माझ्या डोळ्यांतून अश्रू वाहू लागले. ते अश्रू किमीच्या चिठ्ठीवर पडून त्यावर डाग पडू लागले. शेवटी मी चीनच्या बाहेर पडणार होते! अर्थातच मला जपानला परत जायचे होते. किमीने त्याबद्दल काय विचार केला होता? माझे दुःख संपल्यानंतरच मला किमीच्या चिठ्ठीतले वास्तव लक्षात आले होते. तिने जपानबद्दल त्या चिठ्ठीत एक अक्षरही लिहिलेले नव्हते. जपान ही एकच अशी जागा होती की, जेथे मी आपोआप परत जाणार होते. पण तिने लिहिले होते – ''तुला जिथे कुठे जायचे असेल तिथे जा!'' हे तिचे शब्द म्हणजे तिला जपानने नाकारल्यावर किती मनस्वी दुःख झाले होते, त्याचेच प्रतीक होते. जपानने आम्हा दोघींचाही सारखाच विश्वासघात केला होता. पण मला तिच्या त्या भावनांमध्ये सामील होता आले नव्हते, कारण बालवयापासूनच मला नकाराची सवय होती आणि मला अजूनही माझे उरलेले आयुष्य अगदी सगळें अपमान आणि आकसासह जपानमध्येच घालवायचे होते. आता गुरुवार आणि शुक्रवारच्या दिवसापर्यंत वेळ काढणे फारच कठीण झाले होते. मी तर अक्षरशः तासामागून तास, मिनिटामागून मिनिटे आणि सेकंदामागून सेकंद मोजत होते. शेवटी माझ्या त्या योजनेप्रमाणे मी तिथून निघून जाणार होते......

पण नशिबाने माझ्यासाठी वेगळीच योजना आखली होती. आणि इतक्या सहजासहजी माझी सुटका व्हावी, असा काही त्याचा हेतू नव्हता. मला वाटते की, माझ्या सुटकेच्या नाटकात इतिहासाला आणखी रंग भरून ते नाटक रंगतदार करायचे होते. माझे नाव इतिहासात वेगळ्या आणि अवघड पद्धतीने सुटकेच्या रंगात रंगवायचे होते. म्हणूनच किमीने माझ्यासाठी जो सोपा मार्ग शोधला होता, तो माझ्या दैवाला आवडला नाही. कारण काहीही असू देत, पण शुक्रवारच्या त्या दुपारी मी अचानकपणे खूपच आजारी पडले होते. तसेच माझ्याजवळचे सगळेच पैसे संपले होते. आणि मग नाइलाजाने मला त्या दोन भावांनी मासळी घालून बनवलेल्या घाणेरड्या वासाची पेज त्यांच्या आग्रहाखातर त्यांच्यासोबतच खावी लागली होती. मला ती संपूर्ण रात्र वेदनेने तडफडत घालवावी लागली होती. शुक्रवारची संध्याकाळ आणि रात्र त्या तीव्र वेदनांनी मी इतकी हैराण झाले होते की, किमीकडे जाणे मला

शक्यच झाले नाही. मी हॅरी आणि हेन्रीला मला किमीकडे नेण्याची विनंती केली, पण दोघेही ठामपणे नाही म्हणाले होते. त्याचे कारण मी इतकी आजारी होते की, मला नेतानेता वाटेतच मी मेले असते. पण माझ्याजवळ त्यांना द्यायला पुरेसे पैसे असते, तर त्यांनी मला पृथ्वीच्या शेवटच्या टोकापर्यंत उचलून नेले असते. पण त्या दिवशी ते शक्यच नव्हते.

मग मी किमीला एक चिठ्ठी पाठवली होती. त्या चिठ्ठीत मी तिची फारच अगतिकपणे क्षमा मागितली होती. कारण तिने माझ्यासाठी इतके प्रयत्न केल्यावरही मी तेथे पोचू शकले नव्हते. मला हे माहीत होते की, तिला या गोष्टीची व्यवस्था करण्यासाठी खूपच त्रास पडला होता. एवढे झाल्यानंतरही मी परत दुसऱ्यांदा सुटकेचे प्रयत्न करण्याची तिला गळ घातली. तसेच ही संधी जरा लवकर मिळावी म्हणून तिला विनवणी केली होती. मी न येण्याचे कारण म्हणजे मृत्यूजवळ जाण्यासारख्या तीव्र आजाराने मला रोखून धरले होते आणि हेही मी तिला लिहिले होते.

"ठीक आहे योशिको! तू अजिबात काळजी करू नकोस! जरी त्या गोष्टीची मदत झाली नाही, तरीही समजा तू तसे केले असतेस, तर आता तू चीनच्या बाहेर कोठेतरी असतीस. मी रात्री निवांतपणे तुझ्या काळजीविना झोपले असते." किमीने पुढे चिठ्ठीत लिहिले होते, "जर ईश्वराची इच्छा असेल, तर मी आता पुन्हा अधिक जोमाने प्रयत्न करून लवकरच दुसरी संधी शोधेन आणि तुला सुरक्षितपणे बाहेर काढेन. निदान आतातरी स्वत:ची जास्त काळजी घे. बाहेरच्या लोकांना तुझा चेहरा दिसणार नाही अशी राहा. कुणावरही विश्वास ठेवू नकोस. कारण आता सर्वच चिनी लष्करी अधिकारी मोठ्या उत्साहाने तुझा शोध घेत आहेत. तुझ्यावरील इनाम आता दुप्पट झाले आहे. म्हणूनच जास्त वेगाने तुझा शोध सुरू आहे. मी लवकरच तुझ्या संपर्कात येण्याचा प्रयत्न करणार आहे."

किमीच्या चिठ्ठीतील शब्दांनी माझ्या शरीरामध्ये भीतीची थंड लहर उमटली होती. त्या रात्री मी झोपूच शकले नव्हते. माझी स्थिती भयानक झाली होती. त्या दोन भावांना खूश करण्याकरिता आता माझ्याजवळ फारच थोडे पैसे शिल्लक होते. मग आता ते किती दिवस मला त्यांच्या झोपडीत लपू देतील? जर त्यांनी मला त्यांच्या झोपडीबाहेर काढले, तर मी कुठे जाणार होते? पेकिंगच्या रस्त्याशिवाय माझ्याजवळ कुठे जागा होती? आणि त्यानंतर मी सरळच चँग-कै-शेकच्या माणसांच्या हातात सापडणार होते, जे गेले कित्येक दिवस शिकारी कुत्र्याप्रमाणे माझा शोध घेत होते.

मी पूर्वीपेक्षा जास्त संशयी झाले होते. मी सतत या भीतीच्या छायेखाली वावरत असे की, झोपडीच्या दाराला केव्हाही जोरात धडक बसेल आणि चिनी सैन्य

पाण्याच्या प्रवाहासारखे आत घुसून मला अटक करेल. आता दोघेही भाऊ माझ्याशी अगदी उघडउघड उद्धटपणे वागत होते. आता माझ्याजवळ एकही पैसा उरला नव्हता. एक प्रकारे मी त्यांच्यावर पूर्णपणे अवलंबून होते. आणि मला या गोष्टीची पूर्ण खात्री होती की, ते लवकरच मला त्यांच्या झोपडीबाहेर फेकून देणार होते. जर मी त्यांना प्रत्यक्ष स्वरूपात काही लाच दिली नाही, तर हे नक्कीच घडणार होते.

''आता मी काय करू जेड?'' मी जवळजवळ रडायलाच लागले होते. मी रडत होते; पण जेड पुन्हा एकदा गप्प झाली होती. अगदी तेव्हासुद्धा जेड गप्प झाली होती, जेव्हा दोन्ही भावांनी मला पुन:पुन्हा कळत आणि नकळतपणे असे इशारे द्यायला सुरुवात केली होती की, येणाऱ्या दिवसांत पैशाशिवाय कदाचित मला तेथून निघून जावे लागेल, ते मला आश्रय देऊ शकणार नाहीत. नि:संदिग्धपणे ते मला हाकलणारच होते, आणि ते जे काही करणार होते त्यामागचे कारणही ते बघणार नव्हते.

त्यांचे म्हणणे असे होते की, आता संकट पार दाराजवळ येऊन ठेपले आहे. एखाद्या महापुराप्रमाणे जोरात त्याचा तडाखा बसणार होता. पुराच्या पाण्याने नदीवरील धरणाची दारे उघडली जाणार होती. आणि नदीच्या काठावरची प्रत्येक गोष्ट अगदी धुऊन साफ करीपर्यंत ते पाणी वाहणार होते.

शेवटी मी असे ठरवले होते की, मीच धाडसीपणे माझ्या पलायनाची तयारी करायला हवी. त्यासाठी आधी वेषांतर करून मी स्वत:ला पेकिंगमध्ये लपवणार होते. कसेही करून एखाद्या जपानला जाणाऱ्या किंवा जपानी सैनिकांच्या माघारी जाणाऱ्या गटात स्वत:चा शिरकाव करून घेणार होते. त्यानंतर माझ्या घराचा, जपानचा रस्ता मी शोधणार होते. मी अशा विचारात असतानाच समोरच्या दारावर अगदी जोरात टकटक सुरू झाली. आणि नंतर ती टकटक थांबून जोरजोरात धडका मारणे सुरू झाले होते.

झोपडीच्या आधीच अरुंद असलेल्या आणि पडीक झालेल्या भिंती या जोरदार दरवाजा ठोठावण्याने थरथरायला लागल्या होत्या. आणि त्या भिंती खाली पडायच्या आधीच मला पत्ता लागला होता की, चिनी लष्कराने मला शोधून काढले होते. मी एक कोपरा पकडून बसले होते. आता तेथून पळून जाण्याचा काहीच मार्ग नव्हता. मग मी शांत राहायचे ठरवले होते. त्यांनी मला योग्य पद्धतीने तेथून न्यावे, असे मला वाटत होते.

त्या क्षणीही मला सातत्याने जेडने दिलेली 'स्व'ची जाणीव माझ्या कानात रुंजी घालत होती. ''लक्षात ठेवा मिस आयसिन! तुमच्या पूर्वजांचे राजरक्त तुमच्या नसानसांमधून खेळते आहे आणि कोणत्याही प्रसंगात ते तुमच्याकडून धर्म आणि

राजेशाही दर्जाची अपेक्षा ठेवते आहे.''

माझ्या आयाच्या त्या साध्या शब्दांनीही माझे मनोधैर्य खूपच उंचावले होते. जेव्हा चँग-कै-शेकचे सहा सैनिक तीरासारखे माझ्या खोलीमध्ये घुसले, तेव्हा मी माझ्या गादीवर दोन्ही हात दुमडून ते मांडीवर ठेवून शांतपणे त्यांची वाट पाहत बसले होते.

''आयसिन गिओरो, तुला जपान्यांतर्फे आपल्या देशाविरुद्ध हेरगिरी करण्याच्या आरोपात पकडण्यात येत आहे.'' त्यांच्यापैकी एकजण माझ्यावर मोठ्याने ओरडला होता. त्याने माझे केस जोरात पकडून मला माझ्या गादीवरून उठवले होते आणि माझ्या हातांत इतक्या वाईट पद्धतीने घाईघाईत बेड्या घातल्या होत्या की, त्या लोखंडी बेडीच्या काचाने माझ्या मनगटावर जखम झाली होती. मनगट कापले गेले होते. आणि त्यातून रक्त येत होते; त्यामुळें होणाऱ्या वेदनेने मी दचकले होते. ते दु:ख माझ्या दंडापर्यंत पोचले होते. मी माझे ओठ दाबून माझे रडणे आवरण्याचा प्रयत्न करीत होते. त्या लोखंडी बेड्यांचे वजन इतके जास्त होते की, मला सरळ उभे राहण्यासाठी खूप प्रयास करावे लागत होते. माझ्या पायांतही त्यांनी बेड्या घातल्या होत्या. ते लोक मला लष्कराच्या गाडीकडे रेटत नेत होते.

जाताजाता रस्त्यातच मला दिसले होते की, ते दोघेही भाऊ एका लष्करी अधिकाऱ्याशी अगदी हलक्या आवाजात बोलत उभे होते. आणि तेव्हाच माझ्या डोक्यात प्रकाश पडला होता. शेवटी माझ्या स्वत:च्या शरीररक्षकांकडूनच माझा विश्वासघात झाला होता. आणि माशांच्या जेवणाच्या आग्रहाची गोष्ट माझ्या लक्षात आली होती. माझ्याजवळच्या सगळ्या मौल्यवान चीजवस्तू आणि पैसे संपल्यावर त्यांनी मला माझ्यावर लावलेल्या इनामाच्या रकमेकरिता चिनी लष्कराला विकून टाकले होते तर!

माझ्या या कार्यक्षेत्रामध्ये प्रत्येक काम जणू 'विश्वासघात' या एकाच पायावर उभे होते; त्यामुळे त्या दोघा भावांनी माझ्यासोबत जे केले, त्याचे मला जराही आश्चर्य वाटले नाही. कारण विश्वासघाताचा हा कचरा अगदी प्राचीन काळापासून मानवी वंशाच्या रस्त्यात पसरलेलाच आहे. जसे मी सम्राट पु-यी आणि सम्राज्ञी वान-जुंगबरोबर केले होते. त्याआधी मी कितीतरी लोकांबरोबर हे केले होते. आणि त्यानंतरसुद्धा मी अनेकजणांबरोबर तशीच वागत आले होते. मग नियमाप्रमाणे मलासुद्धा तेच मिळायला हवे होते. आणि म्हणूनच माझी अशी इच्छा होती की, माझा विश्वासघात जरा जास्तच आदराने आणि प्रतिष्ठितपणे व्हायला हवा होता. त्याऐवजी माझे केस पकडून, ओढून मला खोलीतून हातांत आणि पायांत बेड्या घालून फरफटत लष्करी गाडीपर्यंत रेटत नेण्यात आले होते.

''अतिसामान्य विश्वासघातकी गुप्तहेर!'' हेन्री अतिशय द्वेषपूर्ण रीतीने माझ्याकडे

पाहत म्हणाला.

''नालायक गुप्तहेर! चिनी लोकांच्या चेहऱ्याला काळीमा फासणारी!'' हॅरीनेही त्याचीच री ओढली. त्या दोघांजवळून चिनी लष्कराची माणसे मला फरफटत त्यांच्या गाडीजवळ नेत होती, तेव्हा ते बडबडत होते.

जेव्हा मला त्या दोघा भावांची त्यांच्या मनातील माझ्याविषयी तिटकाऱ्याची भावना कळली, तेव्हा माझ्या अंगावर सरसरून काटा आला होता. आणि खरोखरच आश्चर्याची गोष्ट अशी होती की, त्या दोन भावांनी या चार महिन्यांत माझा गळा चिरला नव्हता. खरेतर मी त्यांच्या झोपडीत त्यांच्यासोबत राहत होते. कदाचित माझ्यावर लावलेल्या इनामाच्या रकमेनेच मला वाचवले असावे.

नंतर मला जमिनीवरून उचलल्याचा भास झाला होता. दोन चिनी लष्करी अधिकाऱ्यांनी एकाएकी, अचानक मला उचलले आणि अक्षरशः एखाद्या निर्जीव वस्तूसारखे त्या गाडीच्या मागच्या भागात फेकले होते आणि अगदी माझ्या तोंडावरच धाडकन त्या गाडीचे दार लावून घेतले होते. तेव्हा मला एवढेच कळले होते की, माझे दैव आता चँग-कै-शेकच्या माणसांच्या हातांत होते.

''फंदफितुरी, विश्वासघात करणाऱ्या माणसाला फक्त मृत्यूची सजा मिळते!'' किमीचे शब्द माझ्या कानात घुमत होते. मला आत फेकल्याबरोबर ड्रायव्हरने जोरात गाडीच्या इंजिनाचा वेग वाढवला होता आणि तो खड्ड्यांच्या रस्त्यांवरूनही अतिशय जोरात गाडी चालवीत होता; त्यामुळे बसणाऱ्या धक्क्यांनी माझे अंग चांगलेच ठेचले जात होते. त्याचबरोबर गाडीच्या मागच्या भागात असलेल्या कडक लोखंडी पत्र्यांचेही खूप जोरदार धक्के मला बसत होते.

त्यांनी 'योशिको कावाशिमा'ची शिकार करून तिला पकडले होते. चिनी लोकांसाठी मी अतिशय द्वेषजनक आणि विश्वासघातकी हेर होते, जी जपान्यांसाठी त्यांच्या देशाविरुद्ध काम करणारी एक राजवंशीय चिनी स्त्री होती. म्हणूनच त्यांनी मला दया दाखवावी अशी माझी मुळीच अपेक्षा नव्हती. आणि त्यानंतर दया हा शब्द जणू माझ्यासाठी नव्हताच.

पंधरा

पेकिंगच्या तुरुंग क्रमांक एकपर्यंतची माझी ही सफर जरी खडबडीत आणि फारच थोड्या वेळाकरिता असली, तरी मला असे वाटत होते की, ही सफर मला दुसऱ्या जन्मापर्यंत पुरेल इतकी दीर्घ होती. गाडीच्या मागच्या भागात खूप जोरात बसणाऱ्या दणक्यांनी माझे शरीर सगळीकडून चेचून निघाले होते. गाडीत मागे अंधार

तर होताच; पण हवा येण्यासाठीसुद्धा जागा नव्हती. रस्त्याच्या प्रत्येक खड्ड्यावरून जणू मला खालीवर फेकण्यासाठी ते चिनी लष्करी वाहन वाटेल त्या वेगाने धावत होते. एका क्षणी तर पळून जाण्यासाठी मी ते दार उघडण्याचा प्रयत्न केला होता. माझ्या हातांनी ते दार हललेसुद्धा नाही, इतके ते दणकट आणि मोठमोठ्या कुलपांनी बंद केले होते. त्यात जरासुद्धा फट पडत नव्हती.

तुरुंगात नेल्यानंतर माझी अपमानास्पद रीतीने तपासणी करण्यात आली. नंतर पहाटे एका छोट्याशा अंधाऱ्या खोलीत मला ठेवण्यात आले होते. रात्रभर अतिशय क्रूरपणे माझ्यावर वेगवेगळ्या प्रश्नांची सरबत्ती करण्यात आली होती. तेथे मला पुन:पुन्हा बजावून सांगण्यात आले होते की, मी एक बदनाम आणि फितूर अशी गुप्तहेर आहे, जिने जपान्यांबरोबर संगनमत करून स्वत:च्या बांधवांशी गद्दारी केलेली होती म्हणूनच मी फक्त मृत्यूच्या शिक्षेसाठीच पात्र होते. कुणीही माझी बचावाची गोष्ट ऐकण्यास तयार नव्हते. पण मी खरोखरच जपानी होते. माझे नाव 'योशिको कावाशिमा' होते म्हणून मी चिनी फितूर ठरूच शकत नव्हते. चीन हा माझा देश नव्हताच मुळी!

"तू जपानी नाहीसच! तू तर एक निर्लज्ज चिनी आहेस, जिने आपल्या देशाशीच गद्दारी केली आहे; देशाचा विश्वासघात केला आहे आणि आपल्या हजारो देशबांधवांच्या मृत्यूला तू कारणीभूत ठरली आहेस. या शहरातील कितीतरी नागरिकांचाही तू घात केला आहेस.'' मला प्रश्न विचारणाऱ्या त्या माणसाने मला असे खूप टोमणे मारले होते. तो सतत पुन:पुन्हा तेच बोलत होता. आणि मी स्वेच्छेने हा फितुरीचा गुन्हा केला आहे असे कबूल करावे, यासाठीच तर हे सारे चालले होते. जरी मी खूप थकले असले, तरीही मी माझ्या मतांवर ठाम राहिले होते आणि मीसुद्धा परत परत तेच आग्रहाने सांगत होते की, ''मी जपानी आहे.'' शेवटी त्यांनी मला अक्षरश: उबग आणणाऱ्या, त्या किळसवाण्या, अंधाऱ्या अशा निर्जन आणि भयाण खोलीमध्ये ढकलून दिले होते. आणि अखेर ही भयाण खोलीच पुढे काही वर्षांकरिता जणू माझे घर बनली होती.

जेव्हा त्यांनी त्या जाड लोखंडी जाळीची दारे अगदी माझ्या तोंडावर जोरात बंद केली, तेव्हा तीव्र दु:खाची लहर माझ्या शरीरातून सळसळत गेली होती; त्यामुळे तरी मी मला सोडण्याकरिता ज्या निरुपयोगी सबबी सांगत होते, त्या थांबाव्यात अशी त्यांची इच्छा होती. मी त्या दाराच्या लोखंडी गजांना अगदी करकचून पकडले होते. इतके की, माझ्या तळहाताची आणि बोटांची त्वचा फाटल्याची जाणीव मला झाली होती.

दुसऱ्या दिवशीही सातत्याने माझ्याकडून गुन्हा कबूल करून घेण्यासाठी त्यांचे प्रयत्न चालूच होते. 'मी चिनी गुप्तहेर असून, माझी हेरगिरी मी जपान्यांसाठी आणि

चीनच्या विरोधात वापरली होती. पर्यायाने स्वत:च्या देशाच्या विरोधात वापरली होती', एवढेच त्या कबुलीचे सार होते.

त्यासाठी त्यांनी माझे झोपणे, खाणे, पिणे सारे थांबवले होते. माझ्या नैसर्गिक गरजा भागवणेही मला कठीण जात होते; तरीसुद्धा मी माझ्या मतांवर ठाम राहिले होते. अगदी माझा घसा पाण्याविना सुकला होता आणि कोरडी पडलेली जीभ फुगून टाळ्याला चिकटली होती, तरीही मी माझ्या मदतीकरिता किंचाळत राहिले होते. उभे राहूनराहून माझे पाय पूर्णपणे सुजले आणि एखाद्या मुरंब्यासारखे विसविशीत आणि नरम झाले होते. त्यांना माझ्या शरीराचा भार पेलवत नव्हता इतके ते अशक्त झाले होते.

मला तुरुंग क्रमांक एकमध्येच ठेवण्यात आले होते. जवळपास एक वर्षभर मी या तुरुंगात होते. माझ्यावर लावलेल्या हेरगिरी, देशद्रोहाच्या आणि राजद्रोहाच्या आरोपांवरून मला चँग-कै-शेकच्या लष्करी न्यायसभेत आणण्यापूर्वीसुद्धा मी तुरुंग क्रमांक एकमध्येच होते. हा तुरुंग मृत्यूची शिक्षा झालेल्या कैद्यांसाठी होता आणि माझ्यावरचे आरोप खोटे तर होतेच; पण ते सिद्धसुद्धा व्हायचे होते. एखाद्या पिंजऱ्यात बंद असलेल्या पक्ष्याप्रमाणे मी त्या तुरुंगात एक वर्षभर दीर्घ काळ वास्तव्य केले होते. या वास्तव्यादरम्यान मी अक्षरश: कपट, विश्वासघात आणि नकाराच्या नागमोडी चक्रव्यूहातून गेले होते. कधी राग तर कधी अविश्वास आणि कधी चुपचाप नको असलेल्या गोष्टी सहन करण्याच्या स्थितीतून मी जात होते. या सगळ्या गोष्टींनीच तर मला तुरुंगामध्ये अतिशय दयनीय अवस्थेत आणून टाकले होते. माझ्या जाणिवा जागृत ठेवण्यासाठी मी खूप प्रयत्न केले होते. अगदी मनोमन अंत:करणपूर्वक परमेश्वराला स्मरून सतत त्याची प्रार्थना करीत होते. करुणा भाकत होते. म्हणत होते, 'बाबारे! असा एखादा चमत्कार कर की, यातून मी सुरक्षितपणे सुटेन!' माझ्याजवळ आता जे काही थोडेबहुत उरले होते, त्यापैकी तुरुंगाच्या रक्षकाला लाच देऊन मी त्याला माझ्याकरिता सिगारेट आणायला लावत असे. कधी-कधी एखाद्या प्रसंगी तो रक्षकच माझ्याकरिता सिगारेट आणत असे; त्यामुळे माझे तुरुंगातील आयुष्य थोडेतरी सुसह्य झाले होते. मला आता रोजरोजच्या त्या ठरावीक दिनक्रमाची सवय होऊन गेली होती. मी रोज सकाळी उठत असे आणि त्या छोट्याशा खोलीच्या भिंतीच्या आत शतपावली घालत असल्यासारखी चालत राही. चालताना माझे वाट बघणे, विचार करणे आणि काळजी करणे चालूच असे. त्यात मुख्यत: माझ्या सुटकेविषयीचे विचार असत. हे सारे रात्री झोपेची वेळ होईपर्यंत चालूच असे.

पण त्या तुरुंगात एक गोष्ट मला कधीच मिळाली नाही, ती म्हणजे 'अफू'. हे 'अफू'चे सेवन अचानकच थांबल्याने सुरुवातीला मला त्याचा खूपच त्रास झाला.

ती स्थिती सहन न होण्यासारखी होती; त्यामुळे मी थंडगार पडत असे. माझे शरीर अफूअभावी थरथरत होते. माझ्या संपूर्ण शरीरात पेटके येत, कारण त्याला त्या वेळेस अफूची नितांत गरज असे. माझे शरीर काम करण्याकरिता अतिशय तीव्रपणे अफूच्या त्या धुंद 'हनी' नामक पदार्थाची मागणी करीत होते. अफूच्या त्या हिरावल्या जाण्याच्या कठोर स्थितीने मी अक्षरश: तुकड्यांमध्ये विभागली गेले आहे, असा भास मला होत होता. कारण अफूशिवाय मी माझे मानसिक दु:ख लपवू शकत नव्हते. खरेतर मी ते दु:ख लपविण्यासाठी असमर्थच होते. अफूच्या त्या गोड धुंद करणाऱ्या नशेत मला ते सहज शक्य होते. पण त्या वेळी मात्र अफूशिवाय मी दु:ख सहन न करण्याच्या स्थितीत होते. मी खूप रडायची आणि लांबत जाणाऱ्या शिक्षेमुळे, शिक्षेच्या वेळेमुळे तर मला जास्तच त्रास होत होता. मी अतिशय दु:खी व्हावे म्हणून तर ही शिक्षा अतिशय क्रूरपणे जास्तच लांबवली जात होती.

तुरुंगातील अन्न म्हणजे बहुतकरून फक्त पाणचट अशी पातळसर लापशी असायची. त्यात भाज्या टाकलेल्या असत किंवा कधी-कधी ती लोणच्याबरोबरही देण्यात येत असे. क्वचित प्रसंगी त्यात मांसाचा छोटासा तुकडा किंवा मासळीचा तुकडा अथवा अंडे टाकले जाई. जर मला पकडणाऱ्या लोकांचा मला अशा प्रकारे कमी आणि सकस नसलेले अन्न देऊन त्रास द्यायचा हेतू होता, तर त्यात ते यशस्वी झाले नव्हते. कारण त्या दोन भावांनी बनवलेली मासळी घातलेली घाणेरड्या वासाची लापशी मी खाल्ली होती. त्या मानाने तुरुंगातील ही लापशी फारच चांगली होती. उबग आणणाऱ्या, हवा नसलेल्या अंधाऱ्या खोलीत अनिश्चिततेने आणि भीतीच्या दडपणाखाली राहत असतानाही मला त्या लापशीवर मिळवलेला छोटाशा विजय खूप सुखावून जात होता.

मला आठवते, पूर्वी माझी आया जेड अतिशय आलंकारिक भाषा वापरून मला खूपच प्रभावित करीत असे. ती म्हणायची, 'शेवटी आपण सगळे जगण्यासाठीच या पृथ्वीवर आलेलो आहोत; त्यामुळे कोणतीही परिस्थिती – मग ती कितीही वाईट असो – कदाचित गैरसोयीची असेल पण आपण ती स्वीकारली पाहिजे.' म्हणूनच तुरुंगातील सुरुवातीचे असह्य दिवस मी फक्त तिच्या त्या शहाणपणाच्या शब्दांवर विसंबून काढले होते. अगदी प्रत्येक दिवस मोजत असताना तर हे सारे आठवत राही. जेव्हा माझ्याजवळचे सगळे किंमती दागिने आणि पैसे संपले आणि मला सिगारेट विकत घेणेही अशक्य झाले होते, तेव्हा प्रत्येक दिवस मी जेडच्या याच शब्दांवर विश्वास ठेवून ढकलला होता. मला तेव्हा असे वाटत असे की, मी आता पूर्णपणे संपले आहे. मी तुकड्यातुकड्यांत विभागली गेले आहे. कदाचित त्या तीव्र संतापाच्या भरात मी सगळ्यांना चावून चावून मारून टाकण्याचेसुद्धा ठरवले असेल; पण तसे काहीच घडले नाही. तुरुंगातील माझ्यासारख्या इतर कैद्यांप्रमाणे,

त्यांच्यासारखीच मीही पाणचट आणि कधीतरी भाजी घातलेल्या लापशीवर कसे जगायचे हे शिकले होते. जेडच्या भाषणाने प्रभावित होऊन जगण्यासाठी मी बऱ्याच गोष्टी स्वीकारल्या होत्या. तुरुंगात जर एखाद्याने त्या जेवणाला विरोध दर्शवला, तर त्या कैद्याला जेवणापासूनसुद्धा वंचित व्हावे लागत होते. आणि त्यासाठीसुद्धा आम्ही सारे गप्प बसायला शिकलो होतो. आणि आम्हाला दिले जाणारे मांसाचे कढण आणि भाजी घातलेली लापशी मुकाट्याने गिळत होतो.

माझ्या संपूर्ण आयुष्यात मी कितीही वाईट परिस्थितीत असले, तरीही मला वाचवणारा कोणी ना कोणी नेहमीच तयार असायचा, हा मला मिळालेला खूपच मोठा आशीर्वाद होता. जेड नेहमीच म्हणायची, 'तुला प्रत्येक प्रसंगात वाचवणारा हा देवदूत तुझ्या आईनेच या मुलीला नीटपणे बघण्यासाठी पाठवलेला आहे.' कारण मी नेहमीच वयाला न शोभणाऱ्या पद्धतीने वागायची आणि मग त्रास पदरात पाडून घ्यायची. तुरुंग क्रमांक एकमध्येसुद्धा मला माझा असा एक देवदूत सापडला होता. तो तुरुंगरक्षकच होता. फारच उत्साही आणि तरतरीत; चष्मा लावणारा हा तरुण मला मदत करायला नेहमीच तत्पर असायचा. मी त्याला 'जीन' या नावाने बोलावत असे. माझ्याबद्दल त्याच्या मनात सहानुभूती होती. तो मला तुरुंगरक्षकाच्या खाणावळीतून वारंवार सिगारेट आणि ब्रँडी माझ्या खोलीत आणून देत असे. त्याची ही सहृदयी कृती मला सूर्याच्या एका छोट्या किरणाप्रमाणे माझ्या आयुष्यात आशेचा प्रकाश आणणारी वाटत होती.

कधी-कधी जेव्हा इतर तुरुंगरक्षक माझ्या खोलीभोवती नसत, तेव्हा ते त्याला माझ्या खोलीवर नजर ठेवण्यास सांगत. त्या वेळी जीन तेथे माझ्या खोलीभोवती जास्त काळ रेंगाळत असे. आणि माझ्याशी बोलत राही. त्या वेळी तो तुरुंगरक्षकाऐवजी एक हुशार, अभ्यासू मुलगा वाटत असे. मला नेहमीच या गोष्टीचे आश्चर्य वाटत असे की, हा या दुष्ट आणि गर्विष्ठ चिनी लष्करी अधिकाऱ्यांसोबत आणि तुरुंगाच्या इतर सर्व कर्मचारीवर्गाबरोबर तेथे काय करीत होता?

"मला माहीत आहे की, तुम्ही जपानी आहात; चिनी नाही. चिनी लष्कराचे अधिकारी तुम्हाला जबरदस्तीने चिनी ठरवण्याचा प्रयत्न करताहेत आणि याच कारणामुळे मी तुमच्याकडे ओढला गेलो." तो पुढे म्हणाला, "कृपा करून मला वचन द्या की, मी हे तुमच्याशी बोललो आहे, हे कुणालाही सांगणार नाही. नाहीतर ते मला येथून काढून टाकतील किंवा मी जपानी गुप्तहेर असल्याचा ठपका ठेवून, संशय घेऊन मलाच कैदेत टाकतील. पण खरेतर मी एका जपानी मुलीचा प्रेमिक आहे. आम्ही पेकिंगमध्येच युद्धाच्या आधी भेटलो होतो. ती पेकिंग विद्यापीठात चिनी भाषा शिकण्यासाठी आली होती. आणि आम्ही दोघे एकमेकांच्या प्रेमात आकंठ बुडालो होतो. जेव्हा परिस्थिती अस्थिर होऊ लागली, तेव्हा मी तिला – युकोला –

आधी जपानला परत जा असे सांगितले होते. आणि तिच्यानंतर मी तेथे जाणार होतो. कारण मला इथल्या काही गोष्टी स्थिरस्थावर करायच्या होत्या. कारण युकोने चीन सोडल्यानंतर सर्व गोष्टी इतक्या वेगाने घडतील या गोष्टीचा विचार माझ्या स्वप्नातसुद्धा आला नव्हता. आणि मला काही कळायच्या आतच हे सर्व झाले होते. जे जे लोक या देशात राहत होते, ते येथेच जेरबंद झाले. आणि जो जपानी नाही त्याला इथून जपानला जाणे अशक्य होऊन बसले होते.

"आता अशी तीन वर्षे निघून गेली आहेत. आणि मी अजूनही येथेच अडकलो आहे. आम्ही दोघे रोजच एकमेकांच्या आठवणींमध्ये झुरतो आहोत." जीनने दुःखाने एक दीर्घ उसासा टाकला. "मी ही नोकरी पगाराकरिता करत नाही. येथे राहिल्याने मला मुख्यतः जपानला जाण्याविषयीची माहिती मिळते. आणि मी त्याच संधीची, खिडकी उघडण्याची वाट पाहतो आहे. म्हणजे मला चीनमधून जपानमध्ये पळून जाता येईल. मला हे माहीत आहे की, या गोष्टीसाठी कितीही काळ लागला, तरी युको आणि मी पुन्हा कधीतरी एकत्र येणारच आहोत.

"मला हे माहीत नाही की, तुम्हाला याआधी कधीकाळी कोणावर तरी जीवापाड प्रेम करण्याची गुलाबी आणि सुंदर संधी मिळाली होती की नाही. पण तुम्ही जर खरोखरच कोणावर प्रेम करीत असाल, तर त्या व्यक्तीचा देश कोणता आहे, याविषयी तुम्हाला काहीच कर्तव्य नसते. मी हेसुद्धा पाहिले नव्हते की, युको चिनी आहे की जपानी? ती फक्त जगातील एक सुंदर अशी व्यक्ती आहे, जिच्यावर मी खूप मनापासून प्रेम करतो."

"ओ जीन! ही खूपच सुंदर प्रेमकहाणी आहे. पण चीन आणि जपानच्या अविचारीपणामुळे सुरू झालेल्या युद्धाने तुम्ही दोघे इच्छा नसताना वेगळे झालात हे तर खूपच वाईट आहे!" मी उत्तरले. जीनची प्रेमकहाणी अशी होती की, जिने माझ्या हृदयाचा ताबा घेतला. या कहाणीत मी मला आणि जॅकलाच बघत होते. या कहाणीतील प्रेम आणि वियोगाचे दुःख मी अतिशय तीव्रपणे भोगले होते. आता मला समजले की, जीनला माझ्याबद्दल इतकी सहानुभूती का होती? आणि इतक्या कठीण परिस्थितीत तो माझे आयुष्य सुसह्य करण्याचा प्रयत्न का करीत होता? मी त्याला त्याची प्रेयसी 'युको'ची आठवण करून देत होते का? मला नेहमीच आश्चर्य वाटे की, तो आपल्या नोकरीची जोखीम किंवा कदाचित जिवाचीसुद्धा जोखीम घेऊन माझ्याशी खूप चांगला वागत होता. आम्ही दोघेही अशा वातावरणात होतो की, जेथे आम्हा दोघांना कुणी थोड्या वेळाकरिताही एकत्र पाहिले असते, तर जीनवर जपानी किंवा माझ्यासारख्या फितूर स्त्रीबरोबर संगनमत केल्याचा आरोप लावला गेला असता. आणि जीन जपान्यांना सहानुभूती दाखवतो म्हणून त्याला फारच कठोरपणे वागवले गेले असते.

जीनच्या मर्मभेदक आणि दुर्दैवी प्रेमकहाणीने ताबडतोब मीही त्याला जॅकच्या आणि माझ्या प्रेमकहाणीबद्दल सांगावे असे मला वाटले. खरेतर त्या वेळी माझ्याकडे तशी संधीही होती की, मी अमेरिकेला जाऊन नवीन जीवन जगू शकत होते. पण मी त्याकडे पाठ फिरवून जपानलाच प्राधान्य दिले होते. कारण जपान हे माझे सर्वस्व होते. पहिले प्रेम होते. जीनपेक्षा वेगळ्या पद्धतीने मी प्रेम केले होते. मी माझ्या देशासाठी माझ्या प्रेमाचा बळी दिला होता. अर्थात त्या बलिदानाने मात्र मला काहीही दिले नव्हते. त्याऐवजी माझे आजचे तुरुंगातील असह्य जीवन आणि मृत्यूची टांगती तलवार माझ्या डोक्यावर बक्षीस म्हणून लटकवली गेली होती. पण मीसुद्धा किती मूर्ख होते! मी खरोखरच एखाद्या सतत घाणेरड्या शिव्या देणाऱ्या आणि इजा होईपर्यंत मारणाऱ्या नवऱ्याच्या मूर्ख बायकोसारखी होते, जी पुन:पुन्हा आपल्या सतत शिविगाळ आणि मारहाण करणाऱ्या नवऱ्याकडे जाते, तशी मी परपरत जपानकडे आकर्षिली जात होते.

"म्हणजे आपण दोघेही जण संधी गमावलेली मुले आहोत." जीनने माझी गोष्ट ऐकल्याबरोबर एक मोठा सुस्कारा सोडून ते वाक्य म्हटले होते. तो पुढे म्हणाला, "कधी-कधी मी स्वत:लाच दोष देत, प्रश्न विचारतो की, त्या वेळीच मी सगळे फेकून आणि तटातट सारे बंध तोडून युको जेव्हा जपानला परतत होती, तेव्हा तिच्या बरोबरच का नाही गेलो? मला आजही आणि अजूनही हे कळत नाहीये की, मी तेव्हा कशाची वाट बघत होतो?"

मी त्या परमेश्वराचे आभार मानले होते की, त्याने मला माझ्यासाठी जीनच्या रूपाने एक देवदूत दिला होता. हा देवदूत मला माझे शहाणपण जागृत ठेवायला मदत करीत होता. मी जेव्हा जेव्हा त्या भयावह आणि उदास अशा अंधाऱ्या खोलीत जाई, तेव्हा बाहेर जीनची सोबत परमेश्वराने तयार ठेवलेली होती. तो मला फक्त एक बौद्धिक पातळीवरचा मित्र म्हणून मदत करीत नव्हता, तर माणुसकीच्या दृष्टिकोनातूनही माझ्यासाठी त्याची मदत सुखावह परिस्थिती निर्माण करत होती. जीन माझा तिरस्कार करीत नव्हता. मला तो माणूस समजत होता. जीन मला बाहेरच्या जगाशी जोडणारा एकुलता एक दुवा होता. बाहेरच्या जगाशी जुळणारी ती एक तार होती. तुरुंगातील परिसर आणि तुरुंगाबाहेरील चीनशी 'जीन' हे माध्यम वापरून मला कितीतरी गोष्टी कळत होत्या. कुठल्याही पद्धतीने रेडिओ ऐकता येत नसताना किंवा कोणत्याही पद्धतीने बातम्या आमच्यापर्यंत पोचत नसताना मी पूर्णपणे जीनवरच अवलंबून राहत होते. जीन मला तुरुंगाबाहेरील चीन आणि जपानमधील गडबडगोंधळाच्या घटनांचे निवेदन करीत होता.

मला त्याच्याकडूनच कळले होते की, मी तुरुंगात असताना रशियाने मॉनच्युकोवर आक्रमण केले होते. आणि सम्राट पु-यीला पकडून सैबेरियात पाठवून दिले होते.

गरीब बिचारी वान-जुंग पुन्हा एकटीच पडली होती. आणि मला या गोष्टीची कल्पना आली होती की, ती किती घाबरलेली असेल. पण मला तिची काळजी वाटली नाही; कारण मला खात्री होती की, तिचे आयुष्य सुरक्षित राहील. शेवटी रशियाचा हेतू अफूच्या व्यसनाने ग्रस्त असलेल्या आणि कुणालाही धमकी न देणाऱ्या सम्राज्ञीला मारून पूर्ण होणार नव्हता. एवीतेवी ती तिच्या अफूच्या व्यसनाने मरणारच होती. मात्र मी पु-यीसाठी प्रार्थना केली होती की, त्यालासुद्धा आयुष्य मिळू दे; कारण बऱ्याच गोष्टींमुळे हे घडले होते. पण मला या गोष्टीचे दुःख होते की, पु-यीबाबत परिस्थिती अशी पालटली होती. या विशाल साम्राज्याच्या शेवटच्या सम्राटाला, ज्याच्या पाठिंब्याने आणि प्रोत्साहनाने जपानला खूप काही मिळाले होते. पण जपानने जे वचन या सम्राटाला दिले होते, त्यापैकी काहीही पाळले नाही. सम्राटाला काहीच मिळाले नव्हते. ना त्याला त्याचे ते वैभवी राज्य मिळाले ना फोरबिडनची गादी!

अखेर बऱ्याच प्रतीक्षेनंतर मला चौकशीसाठी चँग-कै-शेकच्या लष्करी न्यायसभेसमोर नेण्यात आले होते. आणि माझ्यावर स्वतःच्या देशाविरुद्ध – चीनविरुद्ध – हेरगिरी केल्याचा आरोप ठेवण्यात आला होता. तपशिलात शिरायचे म्हटले तर माझ्या चौकशीच्या त्या प्रसंगातून एकच गोष्ट बाहेर आली होती; ती म्हणजे फिर्यादी पक्षाने माझ्याविरुद्ध सर्वच न्यायाधीशांना आधीच चिथावले होते. माझ्या चिनी देशबांधवांवर जपान्यांनी जे निर्घृण अत्याचार केले होते, त्याला मी पूर्णपणे माफी दिली असे दर्शवण्यात आले होते. त्या लष्करी न्यायसभेसमोर असे सांगण्यात आले होते की, ती सामूहिक कत्तल, कापाकापीचे ते प्रसंग आणि भयानक वाताहत तसेच विध्वंस हे सारे मी अतिशय समाधानाने व अभिमानाने पाहत होते. जपानच्या शांघायवरील आक्रमणानंतर तर मी स्वतःच्या सुरक्षिततेसाठी जपानी लष्कराच्या विमानात बसून आकाशातून शांघाय शहराचा हवाई दौरा केला होता.

"एक भित्री, फितूर विश्वासघातकी हेर!" वकिलाने अतिशय तिरस्काराने जाहीर केले आणि तो सरळच न्यायाधीशांकडे वळला. माझ्याविरुद्ध त्याचे बोलणे सुरूच होते. "आयसिन गिओरो त्स्यिनयु, तू आपल्याच देशबांधवांची कत्तल आणि विध्वंस आणि त्यांच्यावरचे अत्याचार अतिशय सुरक्षितपणे जपानी लष्कराच्या विमानात बसून बघितलेस. तिने हा विजय हवाई सफरीद्वारे साजरा केला होता. तिने या अत्याचारांसाठी जपानी लोकांना सर्व तऱ्हेच्या सोयी आणि मदत उपलब्ध करून दिली होती. तिच्या अशा राजद्रोही आणि विश्वासघातकी कृत्याकरिता केवळ मृत्यू हीच शिक्षा योग्य आहे."

मी मात्र पुन्हा सांगण्याचा प्रयत्न केला की, माझे राष्ट्रीयत्व जपानी असल्यामुळे माझ्यावरचा हा खटला – विशेषतः राजद्रोहाचा खटला – उभाच राहू शकत नाही.

मी चिनी जनतेविरुद्ध कुठलाही गुन्हा केलेला नाही. पण माझे कोणीही ऐकायला तयार नव्हते. त्याचे कारण म्हणजे त्यांनी अगोदरच त्यांची अशी समजूत करून घेतली होती की, मी दोषी आहे आणि मला मृत्यूची शिक्षा झालीच पाहिजे.

माझ्या अपेक्षेप्रमाणेच मी दोषी असल्याचा निकाल पंचांनी दिला आणि मला ताबडतोब मृत्यूची शिक्षा फर्मावली गेली होती. खरेतर हे सारे आधीच ठरलेले होते. मी फक्त बघत होते आणि माझ्या चौकशीच्या सुनावणीमध्ये भाग घेत होते. माझ्यावरचे दोषारोप ऐकत होते. आणि अखेरचा निकाल ही गोष्ट मला एखाद्या स्वप्नासारखीच वाटत होती. जणू दुसऱ्याच कुणालातरी मृत्यूची शिक्षा फर्मावली गेली आहे आणि मी फक्त प्रेक्षक बनून ती ऐकत आहे.

पण जेव्हा मी माझ्या तुरुंगातील खोलीत परत आले, तेव्हा मात्र मी खरोखरच मृत्यूच्या कल्पनेमध्ये बुडून गेले होते. आणि मग मला जाणीव झाली की, जर मला माझा विनंतीचा अर्ज वरच्या अधिकाऱ्यांपर्यंत पोचवायचा असेल, तर माझ्या प्रयत्नांमध्ये जराही कसूर न करता यश मिळवण्याशिवाय मला गत्यंतर नव्हते. नाहीतर माझा शिरच्छेद ठरलेलाच होता. आणि हे स्वप्न नव्हे, वास्तव होते. आता वधस्तंभापासून दूर जाण्याचा फक्त एकच मार्ग माझ्यासमोर होता आणि तो म्हणजे मी राष्ट्रीयत्वाने जपानी होते हे सिद्ध करणे. मी चिनी नव्हते, म्हणून मी राजद्रोही आणि विश्वासघात व हेरगिरीच्या आरोपाखाली दोषी ठरूच शकत नव्हते. पण हे सगळे जमून येणे कठीणच होते; कारण आता चँगच्या माणसांकडे सर्वाधिकार होते. ते सर्वजण कुणा ना कुणाला फासावर चढवण्याकरिता अगदी आतुर झालेले होते. त्यातही जर कुणी जपानी सम्राटाच्या अथवा जपानी सम्राज्ञीच्या किंवा जपानी लोकांच्या संपर्कातील असेल, तर मग विचारायलाच नको. अशा प्रकारे माझी हेरगिरी राहिली एका बाजूला आणि माझी जवळीक विशेषत: सम्राज्ञी वांन-जुंगशी माझे नाते सर्वश्रुतच होते आणि फक्त त्या एका नात्याकरिता ते माझा गळा चिरायला उद्युक्त झाले होते. पण अशा कितीही अडचणींचे ढीग माझ्यासमोर उभे ठाकले आणि माझ्याविरुद्ध काहीही उठले, तरीही मी खात्रीने माझ्या शिरच्छेदासाठी किंवा फाशीच्या शिक्षेसाठी अगदी अटीतटीचा सामना केल्याशिवाय तयार होणार नव्हते. मी शेवटच्या क्षणापर्यंत लढायचे ठरवले होते. जेड तर नेहमीच म्हणत असे की, मी राजकुमार स्युची मुलगी म्हणून उगीचच जन्माला आले नव्हते. माझ्यात काहीतरी खास होते!

मग मी अतिशय घाईगडबडीने माझे विनंती अर्जासंबंधीचे काम सुरू केले होते आणि लवकरच मला हे कळून चुकले की, माझ्या दत्तक बापाकडे – कावाशिमाकडे – माझी जी कागदपत्रे होती, त्यांनीच फक्त माझ्या जपानी राष्ट्रीयत्वाची खात्री होऊ शकत होती. जीनच्या मदतीने त्याला एक पत्र पाठविण्यात मी यशस्वी झाले होते.

त्यात मी त्याला पत्र लिहिण्याचे कारण देताना माझ्या सध्याच्या वाईट अवस्थेचे वर्णन केले होते की, हा माझ्या जीवन-मरणाचा प्रश्न आहे; म्हणूनच माझ्याकडे जपानी राष्ट्रीयत्व असल्याची खात्री करणे गरजेचे होते. हे महत्त्वाचे काम फक्त त्या कागदपत्रांनीच सिद्ध होऊ शकत होते. मला फार आशा होती की, कावाशिमा ती कागदपत्रे देताना जरासुद्धा काकू करणार नाही आणि तो मला माझे जपानी राष्ट्रीयत्व सिद्ध करायला मदतच करील. आणि हे सत्यच तर होते; त्यामुळे जेव्हा त्याच्याकडून मला प्रत्युत्तराचे पत्र आले, तेव्हा मला अत्यानंद झाला होता. पण हा आनंद मी पत्रातील मजकूर वाचेपर्यंत पार अविश्वासात बदलला होता.

कावाशिमा! माझा दत्तक बाप आणि जगातील एकुलता एक माणूस, जो मला वाचवू शकत होता; तो मला सांगत होता की, मला कधीही औपचारिकरीत्या दत्तक घेतले गेलेच नव्हते. त्याच्या कुटुंबपुस्तिकेत माझे नाव नव्हतेच; त्यामुळेच मला कधीही जपानी राष्ट्रीयत्व मिळू शकत नव्हते.

''खोटारडा, अगदी साफ खोटारडा!'' मी जोरात किंचाळले, ''मला चांगलेच आठवते आहे, तेव्हा तू मला सांगितले होतेस की, मी पूर्णपणे कावाशिमा कुटुंबात सामावले गेले होते. मी आता जपानची मुलगी होते आणि ज्या दिवशी तू हे जाहीर केलेस, त्या दिवशी कुटुंबामध्ये माझ्या येण्याचा एक छोटासा समारंभसुद्धा साजरा केला गेला होता.''

दुसऱ्या पत्रात कावाशिमाला आठवण देण्याकरिता मी या सर्वच गोष्टी लिहिल्या होत्या. माझ्या दत्तक बापाला मी ते पत्र पाठवले होते. पण त्याने वाचण्याचा त्राससुद्धा न घेता ते कचऱ्याच्या टोपलीत फेकले असेल; कारण त्याने मला त्यावर काहीही प्रत्युत्तर पाठवले नव्हते. पण मला नकळतपणे त्याने एका खोल आणि अंधाऱ्या निराशेच्या गर्तेत ढकलून दिले होते.

कावाशिमाकडील कागदपत्रांशिवाय मी हे सिद्धच करू शकत नव्हते की, मी जपानी राष्ट्रीयत्व घेतलेले होते. आणि मी खरोखरच दुर्दैवी होते. अतिशय जड अंत:करणाने मी स्वत:च या लढाईतून माघार घेतली होती. आता मी माझा शिरच्छेद होण्याच्या दिवसाची वाट पाहण्याशिवाय काय करू शकत होते? तरी मी किमीला एक चिठ्ठी लिहिण्याचे काम करू शकले होते. त्यामध्ये माझ्यासोबत काय घडले, ते सर्वच मी तिला सांगितले होते. मी तिला हेसुद्धा लिहिले होते की, मी तिच्यावर खूप प्रेम करते. हे सांगण्याचे कारण एवढेच की, कदाचित मी तिला यानंतर पुन्हा पाहू शकणार नाही.

''तू आता पुढे जा किमी! आणि परमेश्वराने दिलेले हे सुंदर आयुष्य जग! नेहमीच आनंदी राहण्याचा प्रयत्न कर किमी!'' मी पुढे लिहिले होते, ''जेव्हा माझी 'ती' वेळ येईल, तू माझ्यासाठी रडण्यात तुझा वेळ घालवू नकोस. मला जसे पाहिजे

होते तसेच आयुष्य मी जगलेले आहे आणि आपण काही उत्तम वर्षे एकत्र घालवलेली आहेत. आपला तो सुखाचा काळ आठवून निदान माझ्यासाठी तरी तू खूप वर्षे आनंदाने जग!''

मला किमीकडून माझ्या चिठ्ठीचे उत्तर येईल ही अपेक्षा नव्हतीच. पण दोन आठवड्यांनंतर जीनने हळूच एक चिठ्ठी माझ्या खोलीत सरकवली. ही चिठ्ठी किमीकडून आली होती. तिची चिठ्ठी उघडताना माझे हात खूपच थरथर कापत होते. त्यातील मजकूर मी पुन:पुन्हा वाचत राहिले होते.

''तू कधीच अशा रीतीने मृत्यूच्या दारात जाणार नाहीस, योशिको! या गोष्टीची मला खात्री आहे; कारण माझ्याजवळ एक योजना आहे आणि या वेळी ही योजना फसणार नाही.'' तिने मला जे लिहिले होते, ते वाचून स्वत:विषयीच वैषम्य वाटून मी स्वत:वरच हसण्याचा प्रयत्न करू लागले.

प्रिय किमी! तिच्याजवळ माझ्यासाठी, मला वाचवण्यासाठी नेहमीच कुठली ना कुठली योजना तयार असायची. मी विचार केला. तिने लिहिलेली ती चिठ्ठी मी माझ्या चेहऱ्याजवळ नेली आणि एक दीर्घ श्वास घेतला. एक छान मंदसा चमेलीचा सुगंध माझ्या नाकात दरवळला होता. हा सुगंध म्हणजे किमीच्या मोहक आणि प्रसन्न व्यक्तिमत्त्वाची खूण होती. ती नेहमी ताजीतवानी आणि सुंदर दिसत असे. पण या वेळी मला जगातील कुठलेही आश्चर्य वाचवू शकणार नव्हते. तथापि मला हे माहीत होते की, किमी कधीही माझ्या सुटकेचे प्रयत्न सोडणार नाही. पण आता सगळेच संपले होते आणि आता माझ्या मृत्युशय्येवरच ती मला अखेरचे बघणार होती!

किमीचे पत्र वाचून संपल्यावर माझ्या डोळ्यांतून घळाघळा अश्रू वाहू लागले होते आणि आता एक सत्य मला कळून चुकले होते की, जवळपास दहा वर्षांच्या वर मी जपानच्या गुप्तहेर खात्यात अतिशय निष्ठेने आणि प्रामाणिकपणे काम केले होते. पण फक्त किमीच – जिचा या गोष्टींशी काहीही संबंध नव्हता – अशी मैत्रीण उरली होती, जी माझ्या पाठीशी शेवटपर्यंत उभी होती. नुसती उभी नव्हती, तर तिच्या नाजूक परिस्थितीतसुद्धा ती फार मोठा धोका पत्करून या अटीतटीच्या काळातसुद्धा मला वाचवण्याचा प्रयत्न करीत होती.

''आता आणखी प्रयत्न करू नकोस किमी! आणि तुझे आयुष्यही आणखी जोखमीत टाकू नकोस, जर तुला माझ्याबरोबर सहकार्य करायचे असेल तर...'' मी पुढे लिहिले होते, ''मी एक दुर्दैवी स्त्री आहे आणि एका मोठ्या तुरुंगामध्ये अतिशय कडेकोट संरक्षणात मी माझ्या मृत्यूच्या शिक्षेची वाट पाहत आहे. मला आता माझ्यासाठी कुणीही काहीही करायला नको आहे. पण तुला तुझे आयुष्य जगायची संधी मिळते आहे आणि यापुढील काळात चीनमध्ये जे बदल होतील, ते तू चांगलेच

पाहू शकशील! पण माझा विश्वास आहे की, चँग-कै-शेकचे सरकार जास्त दिवस टिकणार नाही. यापुढे तू आपल्या दोघींसाठी जग किमी आणि कृपा करून आता तरी माझ्यासाठी आपले आयुष्य वारंवार धोक्यात घालायचे थांबव! म्हणजे मग मीसुद्धा हे युद्ध संपल्यानंतर चीन आणि जपानमधले भविष्यातील बदल तुझ्या डोळ्यांतून मुक्तपणे पाहू शकेन!''

किमीने नंतर मला सांगितले की, जेव्हा तिने हे माझे पत्र वाचले, तेव्हा ती बरेच दिवस रडत होती. अगदी कमांडर चेंगकडून मिळालेल्या महागड्या भेटीनेसुद्धा तिचा आनंद आणि उत्साह परत आला नव्हता. पण मग लवकरच तिने आपली निराशा झटकून टाकली. त्यातून ती बाहेर आली होती. पुन्हा ती पूर्वीसारखीच सुंदर आणि प्रसन्न झाली. पुन्हा तिच्या प्रेमिकाला रोमांचित करायला तयार झाली होती; त्यामुळे तो तिला कंटाळणार नव्हता. कारण तिचे जीवन जगणे आणि जिवंत राहणे हेसुद्धा कमांडर चेंगच्या आनंदी असण्यावरच अवलंबून होते. जर ती त्याला खूश ठेवू शकली, तर अत्यंत कठीण प्रसंगातही तिला त्याच्यामुळे संरक्षण मिळू शकणार होते.

मृत्यूची शिक्षा ठोठावल्यावर त्यांनी मला क्रमांक एकच्या तुरुंगात कोंडून ठेवले होते. जवळपास दोन वर्षे मी त्या तुरुंगामध्ये राहिले होते. माझा रोजचा दिनक्रम जणू ठरलेलाच होता जसे की, रोज सकाळी उठायचे आणि नंतर दिवसभर हाच विचार करायचा की, कदाचित आजच सूर्य बघण्याचा माझा शेवटचा दिवस असेल. माझ्या मते माझ्या वधासाठी उशीर करण्याचे कारण हेच होते की, मला पकडणाऱ्या लोकांना हा माझा छळ करण्याचा उत्तम मार्ग सापडला होता. अशी तळमळत मी माझ्याच मृत्यूची वाट बघायची आणि रोज हजारो वेळा असे मरायची.

निकृष्ट भाज्यांचे पाणचट सार आणि मूठभर भात हे आमचे रोजचे अन्न होते. दर एक दिवसाआड लापशी मिळत असे. पण हे कधीही बदलत नव्हते. मी जीनला या बाबतीत सांगितले होते की, हे जे जाडेभरडे, साधे आणि अपुरे अन्न मला दिले जाते, त्याने माझे पोट भरत नसल्यामुळे पोटात कळा येतात; आम्हा फाशीच्या कैद्यांसाठी आणि जे मृत्यूच्या रांगेत होते त्यांच्यासाठीच असे होते की तुरुंगात जे इतरही कैदी होते, त्यांनाही हेच जेवण मिळत होते? जीनने मला सांगितले की, हे असेच जेवण सर्व कैद्यांना सरसकटच दिले जात होते. तेव्हा माझे समाधान झाले होते. पण त्याचबरोबर मी अस्वस्थही झाले होते; कारण त्या क्षणाला मी असा विचार करत होते की, आम्हा फाशीच्या कैद्यांनाच मुद्दाम असे साधे जाडेभरडे आणि अपूर्ण जेवण देण्यात येत होते; कारण एवीतेवी आम्ही मरणारच होतो; त्यामुळे हे सत्ताधारी आमच्यावर अन्नासाठी जास्त खर्च करू इच्छित नव्हते. कारण युद्धामुळे सगळीकडेच अन्नाची टंचाई झाली होती. आणि अन्न मिळवण्याचे सगळे मार्गसुद्धा बंद झालेले होते.

एकदा माझ्या मृत्यूच्या शिक्षेच्या पहिल्या धक्क्यातून सावरल्यानंतर मी जरा माझ्या मृत्यूच्या बाबतीत शांतपणे आणि एखाद्या तत्त्वज्ञाप्रमाणे विचार करू लागले होते. मला मरायचे नाही हे एवढेच म्हणणे पुरेसे नव्हते. खरेतर आता मला मृत्यूची भीतीच वाटत नव्हती. कधी-कधी जेव्हा पहाटेची गाढ झोप आणि अर्धवट जागृतीच्या अवस्थेत मी संधिप्रकाशाच्या दुनियेत जात असे, तेव्हा मला मी आणि वान-जुंग जेव्हा वेगळ्या होत होतो, तेव्हाचे तिचे शब्द आठवत असत – "तू आणि मी आपण दोघीही कधीच म्हातारपण बघणार नाही; कारण म्हातारी हाडे आणि वय हे आपल्यासाठी नाहीच मुळी!"

मग मी स्वत:शीच म्हटले होते की, माझ्या मनात अगदी खूप आधीपासूनच म्हातारपण येऊन कुरूप होण्याची भीती होती; त्यामुळे कदाचित तरुणपणात सुंदर अवस्थेत मेलेलेच बरे, असा विचार मी तेव्हा केला असण्याची शक्यता होती. पण आता माझे हृदय सारखे तो विचार नाकारत होते. आणि ते सारखे अशा कल्पनेने धडकत होते की, मी खूप म्हातारी होऊन, सगळे व्यवहार पूर्ण करूनच मरणार होते. माझे हृदयच मला सांगत होते की, मी म्हातारी होऊनच मरणार आहे.

जीनने माझ्याकरिता तुरुंगाधिकाऱ्याच्या खोलीतून कोऱ्या करकरीत कागदांचा गठ्ठा आणि दोन-तीन लेखण्या चोरून मला खोलीत आणून दिल्या होत्या; त्यामुळे मी आता रोज रात्री जेडला पत्र लिहू शकणार होते.

"आता माझ्याजवळ करण्यासाठी काहीही उरले नाही जेड! आणि माझ्याकडे वेळ मात्र भरपूर आहे. मी आता जरा माझ्या पूर्वायुष्याकडे वळून बघू शकते. कधी-कधी जेव्हा मी झोपण्याचा प्रयत्न करते, तेव्हा गतायुष्यातील आठवणी माझ्या डोळ्यांसमोर तरळून जातात. मी माझे आयुष्य मला पाहिजे तसे निर्णय घेऊन जगले. हे सारे निर्णय आणि त्याचे परिणाम आणि ते आयुष्य एखाद्या शोभादर्शकासारखे, त्यातील चित्रविचित्र तुकड्यांप्रमाणे आहे, जे एकमेकांचा समतोल साधून सुंदर चित्र तयार करीत, तसे दिसत होते. मी कितीतरी चुका केल्या आणि कितीतरी चुकीचे निर्णय घेतले होते; पण हे सर्व निर्णय मी माझ्या तत्कालीन सुखासाठीच घेतलेले होते. माझ्या साऱ्या इच्छा, माझी सारी शारीरिक सुखे, माझ्या स्वार्थी महत्त्वाकांक्षा हे कोणतीही किंमत मोजून मी विकत घेतले होते. हे सगळे माझा उद्धटपणा आणि मला मार्गदर्शकांनी दिलेल्या चुकीच्या सल्ल्यांमुळे, तसेच माझ्या चुकीच्या निष्ठांमुळे घडले होते. यदाकदाचित मी शिकण्याचा प्रयत्न केला असता, तू मला जी तत्त्वे शिकवण्याचा प्रयत्न करीत होतीस, त्याकडे जरा जास्त लक्ष दिले असते तर कदाचित जेड, मी रात्रीच्या या भयानक स्वप्नांसारख्या स्थितीत अडकलेच नसते. जेड, तुला कल्पनाच येणार नाही की, मी प्रत्येक दिवस कसा घालवतेय ते! प्रत्येक दिवसातून मी कशी जाते आहे, प्रत्येक दिवस मी मृत्यूची वाट पाहते आहे आणि

तो मला हुलकावणी देतो आहे. हे वाट पाहणे जीवघेणे आहे. मृत्यूपेक्षाही भयंकर आहे. मृत्यू मला त्याची वाट बघायला लावतो, ही कल्पनाच किती भीतीदायक आहे. कधी-कधी मला वाटत असे की, त्यांनी लवकरच हे संपवावे आणि मला चटकन मृत्यू यावा. एरवी मी रोज देवाजवळ काही दिवसांचे, काही आठवड्यांचे, काही महिन्यांचे किंवा काही वर्षांचेही आयुष्य मागतेच आहे.

"भूतकाळात जे लोक माझ्यासोबत होते, ते आता जिवंत असतील किंवा मेलेले; पण आता ते मला दिसत राहतात. माझे अतिशय मजबूत आणि गुणवान वडील राजकुमार स्यू, माझी आई, तिचे माझ्यासाठी असलेले नाजूक हळुवार पण आत्मविश्वास नसलेले प्रेम, माझे खूप सारे सावत्र बहीण-भाऊ, जे खूप गोंधळ घालीत आणि माझा द्वेषही करीत. मला इतर लोकही दिसतात. प्रेमळ, नि:स्वार्थी मायी, जिचा मी विश्वासघात केला होता. सम्राज्ञी वान-जुंग, हेरगिरीतील कामासाठी मी जिचा भरवसा गमावला होता. तसेच ती दोन माणसे, यमागा आणि जॅक; ज्यांच्यावर मी खूप प्रेम केले आणि त्यांना कायमची हरवून बसले होते. आणि शेवटची पण खूपच महत्त्वाची व्यक्ती तू आहेस जेड!" माझ्या जेडला लिहिलेल्या पत्रांच्या ढिगाला मी ही शेवटची चिठ्ठी जोडली होती.

"अजूनही मला जॅकचा वियोग अतिशय असह्य होतो आहे. पण मला एका गोष्टीचा अतिशय आनंदही होतो आहे की, जॅकने मला आताच्या परिस्थितीत पाहिले नाही. अगदी कनिष्ठ पातळीवर, अपमानित झालेली आणि कुरूप योशिको. जिच्यात आता सौंदर्य आणि उत्साह नावालाही उरलेले नव्हते, जिच्यावर जॅक मनापासून प्रेम करीत होता. मी माझ्या सौंदर्याकरिता आणि उच्चकुलीनतेबद्दलच त्याच्या लक्षात राहिले पाहिजे. बरे झाले, ही मनाने अक्षरश: तुटून गेलेली निरुपयोगी असलेली योशिको त्याने पाहिली नाही.

"जेड, येथे आता करण्यासारखे काहीच उरलेले नाही. फक्त एकच विचार करीत राहायचे की, नानाविध प्रकारे झालेल्या चुकांबद्दल पश्चात्ताप करून, त्या गोष्टी मी किती चांगल्या पद्धतीने करू शकले असते, ज्यामुळे कदाचित माझे आयुष्यही चांगले झाले असते. पण मी तसे काहीच केले नव्हते. मी तासन् तास अशाच एका गोष्टीची कल्पना करण्यात घालवले की, जर मी जास्त शूर असते, तर न्यूयॉर्कसारख्या नवीन जगात जाण्यासाठी तामुराबरोबरच मुसंडी मारली असती. तामुराच्या मागोमाग न्यूयॉर्कलाही पोचले असते. पण मग मी जॅकला भेटू शकले नसते. आणि मला हे कधीच कळले नसते की, मला यमागाबद्दल जे वाटत होते, त्यापेक्षाही प्रेम ही किती उच्च दर्जाची गोष्ट असते. हा सगळा दैवाचाच भाग आहे नाही का जेड? आणि तू तर मला नेहमीच याबद्दल सांगत आली होतीस!

"खरेतर माझ्याजवळ ते जॅकच्या रूपातच होते जेड. पण तुला काय सांगू गं?

मीच त्याच्याकडे पाठ फिरवली होती. आजपर्यंतच्या माझ्या आयुष्यातले ते एकच प्रेम अगदी खरे प्रेम होते, हे मला माहीत होते. मी त्याला स्पष्टपणे सांगितले होते, जपान माझ्यासाठी जास्त महत्त्वाचा आहे. नंतर त्याने मला विनंती केली होती, अक्षरश: माझी मनधरणी केली होती की, मी त्याच्याबरोबर अमेरिकेला जावे आणि सुरक्षित राहावे. आता तर मी ते सगळेच गमावले आहे जेड! आणि आता इथे बसून मी माझ्या आयुष्याबद्दल कल्पना करते आहे की, जर जॅकला हो म्हटले असते तर माझे आयुष्य आज कसे असते? मी फक्त अंदाजच करू शकतेय. खरे तर मला हे कधीच कळणार नाहीये. कारण जॅक माझ्या आयुष्यातून निघून गेला आहे. आणि मीसुद्धा आता लवकरच मरणाच्या वाटेवर जाणार आहे.

''तुला लिहिलेले हे माझे शेवटचे पत्र आहे जेड. जर माझ्या मृत्यूनंतरही तू चांगली जगलीस आणि सम्राज्ञी वान-जुंगच्या मतानुसार खूप म्हातारी होईपर्यंत तुझी हाडे मजबूत राखलीस, तर माझी ही पत्रे कधीतरी नक्कीच तुझ्यापर्यंत पोचविली जातील. मी माझी लिखाणाची ही पेटी माझ्या मृत्युदंडाच्या शिक्षेआधी जीनकडे सुपूर्द करणार आहे. पण समजा, तू माझ्याही आधी गेलीस तर माझ्यासाठी तेथे वाट पाहा जेड. ती अशी जागा आहे, जेथे कुणी राजकुमारी नसते, कुणी तिची आया नसते. आणि आपल्या दोघींना तेथे एकत्रितपणे शांती मिळेल. आयुष्यातील साराच त्रास आणि वेदनांपासून मुक्ती मिळेल. तुला माझा मनापासून नमस्कार जेड! आपण परत लवकरच भेटू!''

दुसऱ्याच दिवशी मी ती अनमोल लिखाणाची पेटी जीनला दिली. आणि त्याला अशी सूचनाही दिली की, ही सारी पत्रे जेडच्या शेवटच्या माहीत असलेल्या पत्त्यावर पाठवावीत. जर कधी तो युकोकडे जपानला परत गेला, तर त्याने हे महत्त्वाचे काम आवर्जून करावे. जेडचा पत्ता शोधून तिला ही पत्रे द्यावीत. मला तेव्हा खात्री होती की, मी आता परत लिहू शकणार नव्हते. जेडला पत्र लिहिण्याची माझी वेळ आता संपली होती. आणि माझी पत्रेही संपली होती. माझ्याकडे आता लिहिण्यासारखे काही उरलेसुद्धा नव्हते. मी माझ्या मृत्युदंडाच्या शिक्षेला अतिशय धैर्याने तोंड देण्याचे ठरवले होते. मला हे कळले होते की, माझी वेळ आता आली आहे. कारण जीन माझ्या खोलीमध्ये आला तेव्हा त्याचे डोळे अश्रूंनी भरले होते. माझ्या मृत्युदंडाच्या शिक्षेची तारीख फक्त एका आठवड्यानंतरची होती. मी स्वत:लाच माझ्या मृत्यूसाठी तयार करीत होते. मी अतिशय शांतपणे माझा मृत्यू स्वीकारणार होते. मी आता अशी अपेक्षा करत होते की, मला आतून काहीही वाटो; पण या सगळ्या तुरुंगरक्षकांनी मात्र मला डोळ्यांतून अश्रू गाळताना पाहू नये किंवा माझ्या चेहऱ्यावर त्यांनी भीतीसुद्धा पाहू नये. शेवटी माझ्या रक्तात एका राजघराण्याची गुणसूत्रे होती. एका राणीची आणि एका राजाची गुणसूत्रे! म्हणूनच मी माझ्या

मृत्यूला एखाद्या राजकन्येसारखेच सामोरे जायला पाहिजे होते. माझ्यावर प्रेम करणारी जेड ही एकच व्यक्ती होती. तिला मी नेहमीच एखाद्या राजकन्येसारखे वागावे, असे फार वाटत असे. म्हणूनच मी आता एखाद्या राजकन्येप्रमाणेच धैर्याने वागणार होते आणि त्याबद्दल जेडला माझ्याविषयी फार अभिमान वाटला असता.

पण मला एक गोष्ट माहीत नव्हती आणि ती अशी की, जीन हा गुप्तपणे किमीच्या संपर्कात राहिला होता. त्याने किमीला माझ्या मृत्युदंडाची तारीख २५ मार्च असल्याचे सांगितले होते. आणि चुकून का होईना, पण या शेवटच्या काही तासांच्या काळात माझ्यासाठी काही करता येईल का, मला वाचवता येईल का, हे बघण्यासाठी किमी आणि जीन प्रयत्न करणार होते. मी आता पूर्णपणे धार्मिक बनले होते. जसे बरेच लोक करतात की, डोक्यावर मृत्यू येऊन ठेपला म्हणजे धर्मोपासना करतात, त्याप्रमाणेच मी करत होते. मी जेव्हा प्रार्थना करीत होते, तेव्हाच जीन माझ्याजवळ आला होता. तो माझ्या खोलीत येऊन हलकेच कुजबुजला की, किमीजवळ मला वाचवण्यासाठी एक योजना आहे. ती मला सोडवणार आहे आणि ही योजना माझ्या मृत्युदंडाच्या शिक्षेच्या एक दिवस आधी राबवण्यात येणार होती.

माझ्या मनाने आशेने कोलांटी उडीच मारली होती. अगदी त्या शेवटच्या क्षणी धक्कादायक दुर्दैवापासून किमी आणि जीन मला वाचवणार होते. माझ्या मृत्युला जणू स्थगिती मिळणार होती. पण नंतर मी स्वत:लाच सांगू लागले की, हा सगळा भ्रम आहे. कारण त्या कडेकोट सुरक्षा असणाऱ्या तुरुंगात क्षणभरासाठी सुटकेचा विचार किंवा प्रयत्नसुद्धा अशक्यच होता. कारण एकतर मृत्यूची सजा भोगणाऱ्या कैद्यांच्याच खोल्यांची रांग तिथे होती. आणि मग मला हे कळून चुकले की, कदाचित मला जास्त वाईट वाटू नये म्हणून जीन माझ्या आशा उंचावत होता; त्यामुळे मला बरे वाटणार होते आणि मृत्यूच्या वेळी मला जरा कमी भीती वाटणार होती. निदान माझ्यावर गोळ्या झाडणाऱ्या त्या पलटणीला मी धीराने तोंड देऊ शकणार होते. आणि अठ्ठेचाळीस तासांनंतर मला खरोखरच त्या प्रसंगाला सामोरे जायचे होते. माझ्या डोळ्यांत तरळणारी अनिश्चितता जीनने बघितली होती. आणि आपले डोके हलवून तोंडातल्या तोंडात तो पुटपुटला, ''नाही, नाही! मी जे सांगतो आहे, ते सर्व खरेच आहे!''

घडले असे होते की, जेव्हा किमीने माझ्या मृत्यूदंडाची तारीख ऐकली होती, तेव्हाच ती वेगाने कामाला लागली होती. तिने ती योजना आधीच तयार करून ठेवली होती आणि मला संदेश द्यायला तिने जीनला सांगितले होते. जीनने मला तोंडीच हा संदेश दिला होता. कारण जर तिने मला चिठ्ठी पाठवली असती, तर

कदाचित ही गोष्ट फुटण्याचीच जास्त शक्यता होती.

किमीने मला सांगितले होते की, तिला एक अतिशय गरीब कुटुंब आढळले होते. त्या कुटुंबात क्षयाने मरणासन्न झालेली एक मुलगी होती. ती मुलगी दिसायला जवळपास माझ्यासारखीच होती आणि तिचे वयसुद्धा माझ्याएवढेच होते. ही मुलगी खूप पैसे घेऊन माझ्याऐवजी गोळ्या झाडणाऱ्या पलटणीला तोंड द्यायला तयार झाली होती. किमीने कमांडर चेंगकडून खूप सारे पैसे उधार घेतले होते. त्याशिवाय स्वत:जवळचे पैसे आणि सोन्याच्या छोट्या लगडी, तसेच मंचुरियामधून माझ्या कुटुंबाकडून सोन्याच्या लगडी मागवून त्यासुद्धा त्या गरीब कुटुंबाला देण्यात येणार होत्या. ती मुलगी माझा मृत्यू स्वत:वर ओढवून घेऊन आपल्या कुटुंबाला आर्थिक मदत करू इच्छित होती.

किमीच्या या हिंमतबाज पण भीतिदायक योजनेने मला जबरदस्त धक्का बसला होता. किमीच्या या थरारक योजनेने मी घाबरून खोलीच्या थंडगार फरशीवरच कोसळले होते. आणि हळूहळू रडू लागले. ''कसे? कसे काय आपण हे सर्व करू शकू, जीन? अरे! इथे चारही दिशांना तुरुंगरक्षक सदैव जागरूक असतात. त्यांना तू यामध्ये गुंतल्याचा साधा संशय आला, तरी ते तुला आणि मला गोळ्या घालतील. तू किमीला सांग की, मला विसरून जा! हे खरोखरच फार वाईट आहे. मी मरून जाईन, पण तुझे आयुष्य धोक्यात घालू शकत नाही जीन! कृपा कर माझ्यावर आणि इथून निघून जा! मला एकटीलाच सोडून निघून जा जीन!''

''तुम्ही आता चर्चेमध्ये तुमचा वेळ घालवू नका. हे कार्य खरोखरच भयंकर धोकादायक आहे. आणि हे सगळे अगदी सुरुवातीपासून योजनापूर्वक ठरवलेले आहे. त्यात वेळेचा विचार करूनच तुमची आणि त्या मुलीची अदलाबदल करायचे ठरले आहे!'' जीन परत माझ्याजवळ येऊन कुजबुजला. माझ्यापुढे वाकताना तो जणू काही कागदपत्रे नीट करण्याचा बहाणा करीत होता. त्याने ती कागदपत्रे माझ्यासाठी आणली होती. ती मी वाचायला पाहिजे होती; कारण ती माझ्या मृत्युदंडाच्या शिक्षेबाबत होती. ''आणखी एका तुरुंगाच्या रक्षकाला खूप मोठी लाच देण्यात आली आहे. तो तिला येथे तुमची बहीण म्हणूनच घेऊन येणार आहे. ही तुमची बहीण मंचुरियाहून तुम्हाला भेटण्यासाठी येणार आहे!''

मला त्याविषयी काही बोलायला, अगदी त्याविषयी विचार करायलासुद्धा अजिबात वेळ न देता जीन हळू आवाजात बोलत होता. ''ही जीवदान मिळण्याची तुमची शेवटची, अगदी शेवटचीच संधी आहे. जर तुम्ही ती गमावलीत, तर तुम्हाला गोळ्या झाडणाऱ्या सैनिकांच्या पलटणीला परवा सकाळीच तोंड द्यावे लागेल. आणि जर तुम्हाला याविषयी फारच खेद होत असेल, तर वाईट वाटून घेऊ

नका. फक्त एकाच गोष्टीचा विचार करा की, सगळा पैसा आणि सोने जे इकडून तिकडून गोळा केलेले आहे, त्याची त्या गरीब कुटुंबाला मदत होणारच आहे. तशीही आणि तुमच्याऐवजी तुमच्या जागी ती गेली नाही तरीही; एवीतेवी नैसर्गिकपणे त्या रोगाने ती मरणारच आहे. कारण तिच्या रोगाची स्थितीही अगदी शेवटचीच आहे. काही दिवसांत निश्चितच तिचा मृत्यू होणार आहे. खरेतर तुम्ही त्या मुलीला तिच्या कुटुंबाकरिता काहीतरी करण्याकरिता संधी देत आहात आणि या गोष्टीचा असाच विचार करा.

"आता मी येथे जास्त वेळ रेंगाळू शकत नाही तसेच इथे आजूबाजूला जे तुरुंगरक्षक तुमच्या खोलीभोवती घोटाळत आहेत, त्यांच्या नजरेत मी संशय निर्माण करू इच्छित नाही. कारण आता तुमच्या शिक्षेची वेळ जवळजवळ येत चालली आहे.'' जीन म्हणाला आणि तो जणू सगळी कागदपत्रे गोळा करून जाण्याकरिता निघाला होता. "उद्याकरिता तयार राहा. जर आपण आता हे असेच पुढे नेले नाही, तर सगळेच संपून जाईल. आणि मग आपल्याकरिता कुठलीच संधी उपलब्ध असणार नाही.''

त्यानंतर जीन जरा मोठ्या आवाजात बोलू लागला, तो एवढ्यासाठीच की, माझ्या खोलीबाहेर उभ्या असणाऱ्या रक्षकांनी तो ऐकावा. ते खोलीच्या बाहेर थंडीत कुडकुडत उभे होते. आता तो अतिशय भावनाशून्य आणि कोरड्या आवाजात ओरडत म्हणाला, "उद्या संध्याकाळी तुमची बहीण मंचुरियाहून तुम्हाला भेटण्याकरिता येणार आहे. आणि तुमच्या भेटीची वेळ फक्त वीस मिनिटांचीच असणार आहे. नंतर तुम्हाला एकट्यालाच दुसऱ्या दिवशीचा सूर्य उगवेपर्यंत ठेवण्यात येणार आहे. त्या दिवसानंतर पंचवीस मार्चला तुम्हाला तुमच्या खोलीतून बाहेर काढण्यात येईल आणि गोळ्या घालणाऱ्या पलटणीसमोर उभे करण्यात येईल. आम्ही एका बुद्ध भिक्षूला तुमच्या आत्म्यासाठी प्रार्थना करण्याकरिता पाठवून देणार आहोत!''

जेव्हा जीन तेथून गेला, तेव्हा मी स्वतःच स्वतःला सावरले आणि सावध झाले होते; कारण माझ्या खोलीबाहेर उभे असलेले तुरुंगरक्षक शंकास्पद नजरेने माझ्याकडे पाहत होते. मी पटकन तेथे पडलेली एक बुद्ध जपमाळ उचलली. जणू माझ्यासाठीच कुणीतरी ती तेथेच सोडून गेले होते. मग मी ती माळ हातात धरून जप आणि प्रार्थना करण्याचा बहाणा करू लागले. थोड्या वेळाने तुरुंगरक्षकांच्या मनातील संशय निवळल्यावर ते एकदम शांत आणि जरा शिथिल झाले. मग तेथून ते त्यांच्या नेहमीच्या जागी आवडीचे काम करायला निघून गेले. कारण तेवढेच काम ते चांगले करू शकत होते. त्या बर्फासारख्या थंडगार रात्री उभ्याउभ्याच ते हलके हलके डुलक्या घेऊ लागले.

माझ्या खोलीत उजेड असा नव्हताच. बाहेरच्या अरुंद व्हरांड्यात एकच विजेचा दिवा लावलेला होता. त्या दिव्याचा प्रकाश जेमतेम त्या व्हरांड्यात पसरत असे. आणि त्या प्रकाशाचा काही भाग फक्त माझ्या खोलीत डोकावत होता. गेली तीन वर्षे मी त्याच अपुऱ्या प्रकाशात राहत होते. हा प्रकाश मला सतत निराश, उदास करीत असे. कारण एवढ्या अंधूक उजेडात मी लिहू किंवा वाचू शकत नव्हते; त्यामुळे रोजच ती प्रदीर्घ मिट्ट काळोखी रात्र संपून पहाटेचा उजेड पसरायची मला वाट पाहावी लागत असे. सकाळ होताच रात्रभर टोचत राहणारी त्रासदायक चटई मी गुंडाळून ठेवत असे. आणि पुन्हा माझ्या भूतकाळातील जीवनाबद्दल विचार करीत बसे.

पण त्या दिवशी अंधाराबद्दल मी जरा कृतज्ञच होते. कारण हा अंधार इतरांपासून माझा कमकुवतपणा लपवायला उपयोगी ठरणार होता. माझ्या डोळ्यांतून वाहणारे अश्रू माझ्या चपट्या गालांवरून ओघळताना, मला पकडणाऱ्या लोकांच्या शोधक नजरांनाही त्या अंधारात माझे अश्रू कधीच दिसले नसते. माझ्यासाठी किमीने खूप काही केले होते. त्याचबरोबर, मंचुरियातील माझ्या कुटुंबानेही माझ्यासाठी बरेच केले होते. खरेतर त्यांच्याशी मी माझ्या आयुष्यात काहीही संबंध ठेवला नव्हता; पण या कुटुंबाने अखेरच्या क्षणी तरी माझी काळजी घेतली होती. जीनने तर मला वाचवण्यासाठी आपले आयुष्यच पणाला लावले होते. याचा मी विचार करीत होते, तेव्हा अश्रूंना जणू आपोआप डोळ्यांतून बाहेर येण्याची वाट सापडली होती. मी माझी बोटे माझ्या पोटात इतकी घट्ट रुतवली की, त्यामुळे पोटाच्या त्वचेवर रक्ताचे थेंब उभे राहिले होते. असे करण्यामागे माझ्या तोंडून आपोआप निघणाऱ्या किंकाळ्यांना काहीसा आवर घालण्याचा माझा उद्देश होता.

गेली तीन वर्षे मी तुरुंगात कैदी होते आणि त्यामुळे आलेल्या नैराश्याने अनावरपणे अशा किंकाळ्या उठत. दुसरे, मला असे वाटत होते की, किमी, जीन आणि माझ्या मंचुरियन कुटुंबाने मला जे दिले होते, त्याऐवजी माझी त्यांच्याशी असलेली वागणूक आठवूनही मला असे होत असावे.

"माझ्या भरभराटीच्या, सहजसुंदर दिवसांपासून ते या उदास आणि उतरणीकडे जायला लावणाऱ्या दिवसापर्यंत माझ्यात खूपच बदल झाला होता. माझा स्वार्थीपणा, दुसऱ्याला अगदी गृहीत धरणे आणि सतत हांजी हांजी करीत माझ्याभोवती फिरणारे लोक जेव्हा एकदम कमी झाले, तेव्हा माझ्या हृदयाची धडधड आपोआप थांबली होती. आता माझ्यातील चांगुलपणा जणू आधीच्या वाईट वृत्तीवर मात करून डोके वर काढत होता. आणि या क्षणी जर मी या चांगल्या वृत्तीचे हे आव्हान पेलले, तर मी उत्तम व्यक्ती बनू शकणार होते." ही माझी प्रतिज्ञा झाली होती. आणि रोजच्या, सततच्या चमत्कारांकरिता मी करीत असलेल्या प्रार्थनांमध्ये ही प्रतिज्ञाही सामावली

होती. मी ‘वचन’ या शब्दाऐवजी ‘प्रतिज्ञा’ हा शब्द वापरला होता. कारण माझा असा दृढ विश्वास होता की, ‘वचन’ नेहमी मोडण्यासाठीच देतात. पण ‘प्रतिज्ञा’ ही पवित्र असते म्हणून ती सत्यात उतरतेच. आणि म्हणूनच ‘प्रतिज्ञा’ या शब्दाला माझ्या लेखी फार महत्त्व होते.

लोकांकरिता मनात दया किंवा करुणेची जी वृत्ती माझ्यात निर्माण झाल्याचे मला दिसत होते, त्या वृत्तीनेच मला प्रश्न विचारायला सुरुवात केली होती. खरोखरच नैतिकतेच्या दृष्टीने हे बरोबर होते का की, माझ्याऐवजी एखाद्या निष्पाप मुलीचा त्या गोळ्या झाडणाऱ्या सैनिकांसमोर बळी द्यायचा? मी या प्रश्नांच्या भोवऱ्यामध्ये सापडले होते. एका बाजूने मला अगदी मनापासून जगावेसे वाटत होते. तर दुसऱ्या बाजूला माझ्या आयुष्यात निदान एकदा तरी खूप चांगले काहीतरी करायचे होते. आणि ते चांगले म्हणजे त्या क्षयाने ग्रस्त मुलीला माझ्याऐवजी मृत्यूची शिक्षा भोगायला न लावणे तसेच किमीला मात्र त्या गरीब कुटुंबाला पैसे द्यायला सांगायचे किंवा त्यासाठी तिच्या मागे लागायचे.

‘मूर्खासारखे वागू नकोस! ती मुलगी तशीही मरणारच आहे!’ माझ्या आतल्या आवाजाने मला सांगितले होते. ‘खरेतर तू स्वत:ऐवजी तिला गोळ्या झेलण्यासाठी पाठवून तिला तिच्या कुटुंबाकरिता काही चांगले करण्यासाठी संधी देत आहेस. तिच्या मृत्यूनंतर तिच्या कुटुंबाला जर एवढे सारे मिळणार असेल, तर हे केल्यामुळे मृत्युच्या दारात जातानासुद्धा तिला समाधान वाटेल.

‘शिवाय जर तू तिला परवानगी दिली नाहीस तर तिच्या कुटुंबाला एकही पैसा मिळणार नाही. आणि किमीकडून अशी अपेक्षा तू कशी काय करू शकतेस?

‘किमीच्या या इतक्या चांगल्या कामाला नकार देणे म्हणजे तिच्या तुझ्यावरच्या मनापासूनच्या प्रेमाला जोरदार चपराक देण्यासारखेच आहे. आणि तू तिला जेव्हा हे करायला नाही म्हणशील, तेव्हा तू जॅकला जसे नाही म्हटले होते तसेच हे नसेल, हे लक्षात ठेव!’

एकूण असे सगळे आवाज माझ्या अगदी डोक्यात गेले होते. संपूर्ण रात्रभर मला त्या आवाजांनी अतिशय सतावले होते. आणि बघताबघता सकाळ झाली. सकाळचे पहिले सूर्यकिरण त्या छोट्या चौकोनी खिडकीतून, जी गेली तीन वर्षे माझ्यासाठी बाहेरच्या जगाशी संपर्काचे एक साधन होती, आत घुसले. मी माझे मन त्या बाबतीत घट्ट केले आणि तयार झाले.

‘तुझेच बरोबर आहे!’ अखेर मी माझ्या जीवनात लुडबुड करणाऱ्या आणि अतिशय अधिकारयुक्त अशा आतल्या आवाजाला शरण गेले होते. ‘नाहीतरी एवीतेवी ती मुलगी मरणारच आहे ना...!’

सोळा

२५ मार्च १९४८ या दिवशी माझा मृत्यू - एका राजद्रोह्याचा अपमानास्पद मृत्यू - गोळीबार करणाऱ्या सैनिकांच्या पलटणीसमोर ठरवला गेला होता; त्यामुळे त्याआधीचा माझा दिवस एक बुद्ध भिक्षू माझ्या भेटीला येण्याने सुरू झाला होता. अर्थात हे नेहमीसारखेच होते. ज्यांना मृत्यूची सजा फर्माविण्यात येई, तेथे आदल्या दिवशी हे बुद्ध भिक्षू अशी भेट देत असत. त्या बुद्ध भिक्षूने मला भेटण्याची इच्छा दर्शवली होती. आणि एका पवित्र व पूजनीय माणसाला, त्याच्या विनंतीला नकार देण्याचे काहीच कारण नसल्याने सामान्यपणे त्याची विनंती अधिकाऱ्यांकडून नाकारली गेली नव्हती.

त्या बुद्ध भिक्षूने लाकडी मण्यांची जपमाळ आणली होती. त्याने माझ्याकरिता प्रार्थना केली. आणि मला माझा मृत्यू शांतपणे आणि मनात क्षमेची भावना धरून स्वीकारण्यास सांगितले. माझ्या मृत्यूसाठी मी गोळीबार करणाऱ्या सैनिकांना दोषी ठरवू नये; कारण ते फक्त त्यांचे कर्तव्य पार पाडीत होते. त्याने मला माझ्या सर्व पापांविषयी पश्चात्ताप करण्यास सांगितले होते; त्यामुळे माझा आत्मा निर्मळ होणार होता. ही स्वच्छता माझ्या पुढच्या परलोकातील प्रवासाची तयारी होती. पण माझे चित्त अजिबातच थाऱ्यावर नव्हते. बुद्ध भिक्षूच्या 'पुढच्या जीवनासाठीच्या स्वच्छतेच्या' मंत्रांचा माझ्या मनावर परिणाम होत नव्हता. मी माझे लक्ष त्याच्या बोलण्यावर केंद्रित करू शकत नव्हते. कारण माझे मन पुढे घडणाऱ्या धोकादायक पण विलक्षण अशा प्रसंगात अडकले होते. आणि संध्याकाळी उशिरा होणारी ही घटना माझ्या त्या तुरुंगरक्षकांच्या नाकासमोर, अगदी त्यांच्या सुरक्षिततेमध्येच घडणार होती. 'आम्ही ते करू शकू का? पुढे नेऊ शकू का? इतक्या कडक बंदोबस्तात खरोखरच आम्हांला हे पूर्ण यशस्वी करण्याची कितपत संधी होती? आणि जर आम्ही ते करू शकलो नाही तर?' मी स्वतःचेच सांत्वन करून घेतले होते की, जर खूपच आधीपासून जीन आणि किमीने ही धोकादायक खेळी खेळायची तयारी केलीच नसती आणि यात स्वतःला गुंतवून घेतले नसते, तरीही मी आणि ती क्षयरुग्ण मुलगी मरणारच होतो ना? आमचे मरण तर निश्चितच होते; त्यामुळे समजा, आम्ही जर या योजनेत यशस्वी झालो नाही, तर त्यामध्ये काही फरक पडणारच नव्हता. शेवटी मरण तर निश्चितच होते. माझे आणि त्या क्षयग्रस्त मुलीचेही!

मला आता खरोखरच जाणवले की, माझ्या स्वभावात खूपच फरक पडला होता. कारण कधीकाळी मी फक्त स्वतःचाच विचार करणारी होते. आज केवळ

स्वत:चाच विचार न करता किमी, जीन आणि त्याची गोड प्रेमिका युकोचा विचार करीत होते. जेव्हा बुद्ध भिक्षू माझ्यासाठी प्रार्थना करीत होते, तेव्हा मी सर्वात प्रथम हीच प्रार्थना केली की, फक्त जीन आणि युको लवकरात लवकर एकत्र येऊन दोघेही म्हातारे होऊन मरोत.

२४ मार्च १९४८ हा दिवस मी यापुढे कधीच विसरणार नव्हते. त्या दिवशी पहाटे भयंकर थंडी पडली होती. सर्वत्र धुके दाटले होते आणि ते जणू संध्याकाळी यापेक्षा गडद बर्फाचे धुके पसरण्याची सूचना देत होते. मला आठवते की, मी स्वत:ला जुन्यापुराण्या पातळ घोंगडीत जास्तीतजास्त झाकायचा प्रयत्न करीत होते. मी खूप थरथर कापत होते. अर्थात मी माझ्या बर्फासारख्या थंड आणि ती गरम करण्याची काहीही सोय नसलेल्या खोलीमध्ये थंडीने कुडकुडत नव्हते; तर एका अज्ञात आणि हालहाल करू शकणाऱ्या भीतीने मला कापरे भरले होते. अशी भीती यापूर्वी मी कधीच अनुभवली नव्हती. मी तो संध्याकाळी घडणारा प्रसंग आणि त्यातील माझी भूमिका स्वत:च्या डोळ्यांसमोरच बघत होते. माझा पळून जाण्याचा प्रसंग यशस्वी होईल का? असा प्रश्न मी वारंवार स्वत:लाच विचारत होते. आणि मनात त्या प्रसंगाची सतत उजळणी करीत होते. त्यातील जोखीम आणि त्या प्रसंगाच्या अपयशानंतरच्या जबर भीतीनेच मला घेरले होते आणि ती भीती इतकी होती की, मी एकदम आजारीच पडले. आणि माझ्या खोलीतल्या त्या पत्र्याच्या तसराळ्यात मी बऱ्याच वेळा ओकले.

बुद्ध भिक्षूंनी माझे घाबरणे, थरथर कापणे आणि मळमळणे या सगळ्या गोष्टींचा एक वेगळाच अर्थ लावला होता. त्यांना वाटले होते की, मरणाच्या भीतीने मला हे सारे होते आहे. कारण मला दुसऱ्याच दिवशी त्याला तोंड द्यायचे होते; त्यामुळे त्यांनी खूप जोरजोरात मंत्र म्हणायला सुरुवात केली होती. भिक्षू मला म्हणाले, "घाबरू नकोस माझ्या लेकरा! मृत्यू हा एका आयुष्यातून दुसऱ्या चांगल्या अशा आयुष्यात जाण्याचा मार्ग आहे. ही नवीन जागा खूपच चांगली आणि प्रकाशमान आहे. जेथे नाशवंत प्राण्यांच्या दु:ख आणि वेदनांना अजिबातच थारा नाही. तेथे फक्त शांती आणि स्वस्थता आहे."

दुपारपर्यंतसुद्धा बुद्ध भिक्षूंचे बस्तान हलण्याचे चिन्ह दिसेना, तेव्हा मात्र मला खरोखरच भीती वाटू लागली होती. मी कल्पना करू लागले की, जर येथे दिवसभर थांबण्याचा त्यांचा हेतू असेल आणि ते तसे थांबले तर त्यांच्यासमोर मला आणि त्या क्षयाने ग्रस्त मुलीला एकमेकींची अदलाबदल करणे शक्यच होणार नव्हते. ही मला वाटणारी भीती माझ्या गात्रागात्रांतून झिरपतेय, असा भास होऊ लागला होता. माझ्या शरीरातील त्वचेच्या प्रत्येक रंध्रातून घामाचे थेंब बाहेर येऊ लागले होते. आणि या सर्व गोष्टी मला सतत जाणीव करून देत होत्या की, जगण्याकरिता मी

किती उत्सुक होते! आसुसलेली होते!

''माझ्यासाठी केलेल्या सर्व प्रार्थनांकरिता मी आपल्याला धन्यवाद देते. आपण फार पूजनीय आहात; त्यामुळेच तुमच्या प्रार्थनेने माझ्या आत्म्याला एक प्रकारची शांती दिली आहे. आता उद्या मी माझ्या हृदयात शांती घेऊनच मृत्यूला सामोरी जाईन.'' शेवटी मला अगदीच राहवेना तेव्हा त्या बुद्ध भिक्षूंना मी म्हणाले. ''आता मी पूर्णपणे स्वस्थ आहे. विशेषत: माझी बहीण मंचुरियावरून मला भेटण्यासाठी येथे येत आहे. तिची भेट घेण्याची परवानगी मला मिळालेली आहे. ती आता कोणत्याही क्षणी येथे येऊ शकेल आणि आम्हाला निवांतपणाची फारच गरज आहे. कारण आम्हाला भेटीसाठी फक्त वीसच मिनिटे मिळालेली आहेत.''

आणि जेव्हा मी त्या बुद्ध भिक्षूंना त्यांचे सर्व सामान गोळा करताना पाहिले, तेव्हा सुटकेचा नि:श्वास टाकला. भिक्षूंनी आपली माळ आणि पवित्र धर्मग्रंथ उचलला आणि मला म्हणाले, ''अर्थात तू तुझे शेवटचे क्षण तुझ्या बहिणीसोबत एकटीनेच घालवू शकतेस. मी आता तुझ्यासाठी हे धार्मिक पुस्तक येथेच ठेवून जात आहे. हे पुस्तक तुला भगवान बुद्धचरणी समर्पित होण्यासाठी मार्गदर्शकच ठरेल. उद्या तुझ्या मृत्यूला तू शांतपणे सामोरी जा, माझ्या लेकरा!''

ते बुद्ध भिक्षू तेथून गेले आणि जाताना आपल्याबरोबर ते सर्व उदास करणारे मंत्रही घेऊन गेले. कारण प्रत्येक मिनिटाला ते मंत्र मला मृत्यू किती जवळ आला आहे याची आठवण करून देत होते. आता मला माझ्या डोक्यावरून जणू मणामणाचे ओझे उतरल्यासारखे वाटत होते. मग मी शांतपणे माझ्या 'येणाऱ्या बहिणीची' वाट पाहू लागले. माझ्या खोलीच्या बाहेर एक फार मोठे जुने-पुराणे घड्याळ होते. ज्याची सेकंदासेकंदाला, क्षणाक्षणाला होणारी जोराची टिकटिक मला या अस्वस्थ करणाऱ्या वातावरणातही एक प्रकारचे सुख देऊन गेली होती. गेल्या तीन वर्षांपासून त्या घड्याळाच्या त्रासदायक टिकटिकीने मला कितीतरी रात्री जागवले होते. माझ्या त्या छोट्याशा अरुंद लाकडी बाकावर मी अनेक वेळा रात्रभर कूस बदलणे, उठून बसणे, पालथे झोपणे, उताणे झोपणे असे प्रकार करीत असे. पण आज त्याची ती टिकटिक मला मधुर संगीतासारखी वाटत होती. मी तिचे स्वागत केले. कारण रात्रीच्या शांत वेळी होणारा तो आवाज त्या दुःखद आणि बर्फासारख्या थंड मृत्यूच्या कल्पनेला छेदून जात होता.

पण जसजशी दुपार टळू लागली आणि संध्याकाळचा प्रहर सुरू होण्याची वेळ आली, तेव्हा मी क्षुब्ध झाले होते. मला आता थंड घाम सुटायला लागला होता. काहीतरी घडायला हवे होते. आणि मग वाटले, आमची योजना बारगळली तर नाही ना? कारण अजूनही माझी 'बहीण' मला भेटायला आलीच नव्हती. जर ती खूपच उशिरा आली तर? कदाचित तिला मला भेटू देण्याचे नाकारण्यात येऊ शकत होते.

आणि त्यानंतर सगळेच संपणार होते. हा तोच क्षण होता, जेव्हा मी खरोखरच मृत्यूला तोंड देत होते. आणि त्याच क्षणाने मला याची जाणीव दिली की, मला किती मनापासून जगायचे होते! जिवंत राहायचे होते!

हे परमेश्वरा, मला वाचव! थरथरणारे हात जोडून मी देवाची प्रार्थना करू लागले होते. आणि माझे हात इतके थरथरत होते की, माझ्या हातून प्रार्थनेची जपमाळ निसटली होती आणि माझ्या बाकाला असलेल्या लोखंडी काठांना लागून मोठा आवाज करीत खाली पडली होती. 'मला मरायचे नाही; मला हेही सिद्ध करायचे आहे की, सम्राज्ञी वान-जुंग चुकीचे बोलली होती आणि मी म्हातारी होणार आहे. मला वाचव. कारण मी अजूनही मरणासाठी तयार नाही रे देवा!'

परमेश्वराने जणू माझे म्हणणे ऐकले होते. कारण माझ्या या प्रार्थनेनंतर अचानक तुरुंगातील स्मशानशांतता भंग पावली होती. माझ्या कडेकोट सुरक्षा असलेल्या तुरुंगाच्या पहिल्या दाराच्या साखळ्या उघडल्याच्या छोट्याशा गोंधळासारख्या आवाजाने ही शांतता भंगली होती. आता माझे हृदय फार जोरजोरात धडधडत होते. इतके की, मी माझा श्वास आतल्या आत कोंडून घेतला आणि वाट पाहू लागले. मी एकदमच स्तब्ध झाले होते. अति उत्सुकतेने मी जागची हलूही शकत नव्हते. आमची ती धोकादायक खेळी खेळण्याची वेळ आली होती तर! की तुरुंगाचे अधिकारी मुद्दाम मला गोंधळात पाडण्यासाठी हा खेळ करत होते? कदाचित मला माझ्या मृत्युदंडाच्या शिक्षेची वेळ आणि तारीख चुकीची सांगितली गेली असेल आणि ती स्थगित होण्याऐवजी पुढे आल्याने ताबडतोब शिक्षा देण्यासाठी हे तुरुंगाधिकारी आता माझ्या खोलीकडे येत आहेत.

मी हळूहळू भीतीने कण्हायला लागले होते. त्याच वेळी माझ्या अंतर्मनातला आवाज मला ओरडून म्हणत होता, 'धैर्यहीन, भित्री, पळपुटी! मला वाटले होते की, तू तुझ्या मृत्युदंडाच्या शिक्षेला अतिशय शांतपणे आणि धीराने तोंड देशील!

'तू बंदुकीच्या गोळ्या एखाद्या निष्ठावान सैनिकासारख्या छातीवर झेलायला पाहिजेस. शेवटी तू एक मेजर आहेस. जेव्हा शांघायवरील आक्रमणाच्या वेळी जपानी सैनिकांनी चिनी रहिवाशांवर बंदुका रोखल्या होत्या, तेव्हा तू मोठ्या गर्वाने ते सारे पाहत होतीस; कारण ही आक्रमणाची योजना तूच तयार केली होतीस ना? मग आता तुला नक्कीच कळले असेल की, आपल्यावर जेव्हा भरलेली बंदूक रोखली जाते, तेव्हा कसे वाटते? आज जे घडते आहे, तो सारा प्रायश्चित्ताचा भाग आहे. आता तो तुला भोगावाच लागेल. लोक म्हणतात ते खरेच आहे!'

दाट सावलीसारख्या काही आकृत्या हळूहळू उगम पावल्यासारख्या त्या लोखंडी दरवाजांतून पुढे पुढे यायला लागल्या होत्या. नंतर त्या लोकांच्या मागे जोरात दरवाजा लावल्याचा आवाज आला आणि मला भेटायला येणाऱ्या माणसांचे

ते आवाज ऐकून मी उडीच मारली. नंतर मी जीनचा आवाज ऐकला होता. आणि माझे हृदय पुन्हा जोरजोराने धडधडायला लागले होते आणि अशा प्रकारे हृदय धडधडण्याशी माझी ओळख होती. मला माहीत होते हे काय होते? तो माझ्या अंत:स्रावी ग्रंथीच्या आनंदाचा भर होता. आणि मी तो कित्येकदा अनुभवलेला होता. मी जेव्हा हेरगिरी करीत असे आणि मला जेव्हा हेरगिरीकरिता नवीन काम मिळत असे, तेव्हा मला हे असेच होत होते.

नंतर पुसटशा अंधारात मला जीनची ओळखीची आकृती दिसली. जीन माझ्या खोलीच्या दरवाजाच्या कुलपांशी झटापट करीत होता. आणि ते मोठे लोखंडाचे दार कुरकुरत उघडण्याआधीच एक पातळशी सावलीसारखी आकृती माझ्या खोलीत शिरली होती. आणि मी जीनचा आवाज ऐकला –"तुमच्याजवळ फक्त वीस मिनिटे आहेत हे लक्षात ठेवा, मिस कावाशिमा!"

नंतर लोखंड एकावर एक घासल्यासारखा करकर आवाज करीत दरवाजा जोरात बंद झाला होता. मी जीनसोबत अन्य दोन आकृत्याही पाहिल्या होत्या. त्या माझ्या खोलीच्या बाहेरच उभ्या होत्या. ते दोघे तुरुंगरक्षक होते आणि ते आमच्याकडे खूप बारकाईने पाहत होते. खरेतर ती हिवाळ्यातली संध्याकाळची वेळ होती याबद्दल आभारच मानायला पाहिजे होते. माझ्या बहिणीने खूप जाड आणि लांब असा उबदार कोट घातला होता. आणि तिने डोक्याला बांधलेल्या मोठ्या रुमालात तिचे अर्धे तोंड व चेहरा झाकला गेला होता. तिच्या चेहऱ्यावर त्या रुमालाची सावली येत होती. मला तो कोट घालायला आणि तो रुमाल डोक्याभोवती गुंडाळायला हवा होता. पण हे सारे एका क्षणाच्या आतच व्हायला हवे होते, तेही तेव्हा, जेव्हा जीन त्या दोन तुरुंगरक्षकांचे लक्ष दुसरीकडे वेधणार होता. त्या मुलीला तिच्या अंगावरील गरम आणि लांब कोटाच्या आत माझ्यासारखेच कपडे घालायला दिले गेले होते; त्यामुळे तिला फक्त माझ्या जागेवर यायचे होते आणि मी तो तुरुंग सोडल्यानंतर स्वत:ला त्या तुरुंगातील पातळ जीर्ण घोंगडीत झाकून घ्यायचे होते. सगळे काही व्यवस्थित ठरलेले होते.

ती एकदम मला खेटूनच उभी होती. मला तिचा तो घरघरीत क्षयाचा श्वासोच्छ्वास खूपच कर्कश वाटत होता. मी भित्री होते; त्यामुळे मी त्या मुलीच्या तोंडाकडे पाहिलेही नाही. नव्हे, मला ते धैर्यच झाले नाही. आणि त्या मुलीच्या अंगात इतके धैर्य होते की, स्वत:च्या कुटुंबाकरिता ती माझ्या जागी त्या बंदुकीच्या गोळ्या स्वत:च्या छातीवर झेलायला तयार झाली होती. ती खरीखुरी एक धैर्यशाली, शूर आणि वीरांगना होती. मी तशी कुणीच नव्हते तर एक भित्री, जीवनाच्या ओढीने भारलेली स्त्री होते. मी इतकी जीवनासक्त होते की, त्याकरिता दुसऱ्याचा जीवसुद्धा घेत होते आणि मृत्यूच्या भीतीने दूरदूर पळत होते. मी मृत्यूला तोंड देऊ शकत

नव्हते. आम्ही दोघी 'बहिणी' म्हणून एकमेकींना घट्ट मिठी मारली होती. हे सगळे अशाकरिता होते की, आम्हाला बघणाऱ्या तुरुंगरक्षकांना खरोखरच आम्ही दोघी एकमेकींच्या बहिणी आहोत असे वाटले पाहिजे. तिने जेव्हा मला मिठी मारली, तेव्हा मी एकदम आतल्या आत आकसून गेले होते. कारण तिच्या शरीराचा तो स्पर्श एकदम गरम होता. तिच्या हडकुळ्या अशक्त दंडांनी तिने मला घट्ट धरले होते. जणू त्या स्पर्शातून ती मला सांगू इच्छित होती की, तिलासुद्धा मृत्यूची खूप भीती वाटते आहे. मला या क्षणी अगदी घट्ट धरणारे ते जीवनाच्या आसक्तीने भरलेले दंड उद्या मृत्यूनंतर थंडगार आणि कडक होणार होते. मी मनातल्या मनात शहारले होते. पण हेच शरीर उद्या माझे जीवन वाचवणार होते.

"धन्यवाद! तुला माझे खूप खूप धन्यवाद की, तू माझ्यासाठी इतके केलेस!" मी तिच्या कानांमध्ये कुजबुजले. मी तिला पुन:पुन्हा तेच सांगत होते. ती काहीच बोलत नव्हती. आणि आम्ही दोघी आपसात काहीतरी बोलतोय हे दाखवण्यासाठी मी तिच्याशी तेच वाक्य बोलून बाहेरच्या तुरुंगरक्षकांसमोर फक्त बोलण्याचा आभास निर्माण करत होते. खरेतर माझ्याजवळ या वाक्याव्यतिरिक्त बोलण्यासारखे काहीच नव्हते. एकतर ती मुलगी मला सर्वस्वी अनोळखी होती. ऐन तारुण्यात दुर्दैवाने तिचे आयुष्य एका विचित्र आणि दु:खी वळणावर येऊन उभे होते आणि अतिशय विलक्षण पद्धतीने माझ्याही दुर्दैवी आयुष्याशी मृत्यूच्या कडीने गुंफले गेले होते.

तिला मिठीत घेऊन उभी असतानाही माझे डोळे माझ्या तुरुंगाच्या खोलीच्या गजांच्या दरवाजावरच खिळलेले होते. कारण मला तो सूचक शब्द किंवा त्या गुप्त सूचनेची वाट पाहायची होती, ज्याविषयी मी आणि जीन आधीच बोललो होतो. आणि माझ्या बहिणीला येऊन दहा मिनिटे झाल्यावर ती परवलीच्या आवाजाची खूण मी ऐकली. जीन जोरजोरात खोकत होता. मी पाहिले होते की, जीनने इतर दोन्ही तुरुंगरक्षकांना माझ्याजवळ असलेल्या शेवटच्या फ्रेंच सिगारेट्स दिल्या होत्या. आणि दोन्ही तुरुंगरक्षक त्या सिगारेटी शिलगावण्यात गुंतले होते. याच क्षणी मी त्यांच्या बेसावधपणाचा फायदा घ्यावा म्हणून, जीनने मला खूण केली होती. अक्षरश: विजेच्या वेगाने त्या मुलीने आपला रुमाल आणि कोट काढून मला दिला. आणि ते तुरुंगरक्षक त्या कडक थंडीमध्ये त्या फ्रेंच सिगारेट हाताने झाकून घेत पेटवून, तोंडात ठेवून स्वत:चे तोंड पुन्हा तुरुंगातील माझ्या खोलीच्या गजाच्या दरवाजाकडे करेपर्यंत, मी आणि त्या मुलीने चपळाईनेच आपआपल्या जागा बदलल्या होत्या. त्या दरम्यान मी तो कोट अंगावर चढवून रुमालही डोक्याला गुंडाळला होता. आणि आम्ही दोघी दु:खावेगाने एकमेकींना मिठी मारून रडण्याचे नाटक करीत होतो.

जवळपास पाच मिनिटे ती मुलगी आणि मी त्याच अवस्थेत होतो. पण मला तुरुंगातील ती शेवटची पाच मिनिटे अतिशय दीर्घ काळासारखी वाटत होती. कारण जोपर्यंत मी माझ्या त्या तुरुंगाच्या खोलीत आणि तुरुंगरक्षकांच्या सावध नजरेसमोर होते, तोपर्यंत काही ना काही घडू शकले असते. मी माझा श्वास रोखून धरला; कारण मला माझ्या खोलीचे दार उघडल्याचा आवाज आला होता. ''वेळ संपली आहे आणि तुमच्या बहिणीने आता परतायला हवे मॅडम कावाशिमा!'' जीन नेहमीप्रमाणे आपल्या भावनाशून्य आवाजात ओरडत म्हणाला.

जीन दरवाजातच अतिशय सावधपणे आणि ताठ उभा होता. आम्ही दोघींनी रडतरडतच एकमेकींची परवानगी घेतली. आणि एकमेकींना नमस्कार केला. आमच्या दोघींच्या डोळ्यांतून घळाघळा अश्रू वाहत होते. तुरुंगरक्षकांनी ते पाहिले होते आणि निर्विकारपणे ते पुन्हा त्या फ्रेंच सिगारेटमध्ये गुंतले, पण माझे अश्रू मात्र खरे होते. मी त्या किडकिडीत आणि क्षयाच्या शेवटच्या पायरीवर असणाऱ्या मुलीला खरोखरच अखेरचा निरोप देत होते. जिला मी आजपर्यंत, नव्हे, अगदी वीस मिनिटे आधीपर्यंत पाहिलेही नव्हते, कधीच भेटले नव्हते; पण जिने माझ्यासाठी असे काही अतिशय सलगीने आणि जिव्हाळ्याने समजून घेतले होते की, एखादा जिवलगच ते करू शकत होता. माझ्या मृत्यूच्या बदल्यात तिने मला आपले आयुष्य दिले होते आणि या सगळ्या प्रकारात मला तिचे नावसुद्धा माहीत झाले नव्हते.

''मला क्षमा कर की, माझ्यासाठी तुला हे सर्व करावे लागले!'' मी परत तिच्या कानांमध्ये कुजबुजले; पण तिने त्यालाही काही प्रत्युत्तर दिले नव्हते. आता तिचा हात माझ्या दंडावर होता. तिने माझा दंड घट्ट पकडला होता. मला माहीत होते की, त्या स्पर्शातून ती मला निरोपाचा नमस्कार करीत होती आणि सांगत होती की, मी तिचे आयुष्य तिच्यासाठी जगावे; जसे कधीकाळी मी किमीला ही गोष्ट सांगितली होती.

मी कधीच माझ्या आयुष्यातील तो मर्मभेदक स्पष्ट तरीही प्रेक्षणीय असा क्षण विसरू शकत नाही, जेव्हा एक जीवन जात होते तेव्हाच दुसरे वाचवले जात होते. तेसुद्धा अत्यंत पाषाणहृदयी असणाऱ्या आणि आत्यंतिक द्वेष करणाऱ्या शत्रूच्या सुरक्षित कैदेत त्यांच्या डोळ्यांदेखत हे घडत होते.

''माफ करा! मला वाईट वाटते आहे, पण आता मात्र तुम्हाला जायलाच पाहिजे!'' जीन पुन्हा म्हणाला. या वेळेस त्याचा आवाज जरा जास्तच तीव्र आणि तिखट झाला होता. मला तो घाई करण्याचा आग्रह करीत होता. त्याच्या घाईतून नकळत त्याने असा संकेत दिला होता की, त्या दोन तुरुंगरक्षकांना माझ्या फ्रेंच सिगारेटचा कंटाळा यायच्या आतच मी तेथून सटकायला हवे होते. नाहीतर परत जाताना त्यांनी माझ्या बहिणीची नक्कीच तपासणी केली असती! कारण ते तर त्यांचे

रोजचेच काम होते ना!

मी त्या क्षणांचे वर्णन कसे करू? तेव्हा मी माझ्या तुरुंगातील त्या खोलीतून कुणाच्याही विरोधाशिवाय, सहजपणे अगदी प्रथमच तीन वर्षांनंतर बाहेर निघाले होते! मी त्या तुरुंगाच्या दरवाजाच्या बाहेर स्वातंत्र्याचा पहिला श्वास घेतला होता; तोसुद्धा न गुदमरता! त्या श्वासाचे वर्णन मी कसे करू?

जीन मला तुरुंगाच्या दरवाजापर्यंत सोडायला आला होता. तो कुजबुजला - ''येथून अगदी सर्वसाधारण माणसाप्रमाणे चालत जा! धावू नकोस! किंवा चालताना खूप घाई करू नकोस; त्यामुळे इतर तुरुंगरक्षकांच्या मनात संशयाला जागा होईल. जशी तू कोपऱ्यावर वळशील, एक गाडी तुझी वाट पाहताना तुला दिसेल. नमस्कार योशिको! मला आशा आहे, आपण पुन्हा भेटू एखाद्या दिवशी. कधीतरी नक्कीच, आणि जास्त करून जपानमध्येच भेटू. आता या जागेतून ताबडतोब बाहेर जा!''

आणि मला अगदी स्वाभाविकपणे अशी ऊर्मी आली होती की, मी आता धावत सुटावे, जितक्या जोरात मला धावता येईल तितक्या जोरात आणि या तुरुंग क्रमांक एकपासून खूप दूर, जितके जास्त दूर जाता येईल तितके आणि तेवढे दूर. पण अजूनही तुरुंगातील इतर रक्षक बारकाईने माझ्याकडे बघत होते; त्यामुळे मी स्वतःवर नियंत्रण ठेवून हळूहळू चालत होते. मी माझा कोट माझ्या शरीराभोवती आणखी घट्ट आवळून घेण्याचा प्रयत्न करीत कडक थंडीत जरा शरीर झुकवूनच चालत होते. शेवटी ती कडाक्याची थंडी आणि धुक्यात कोणाही सामान्य माणसाने असाच शरीर आकसून घेत चालण्याचा प्रयत्न केला असता!

मी कोपऱ्यावर वळले तेव्हा काळ्या रंगाची एक गाडी मला दिसली आणि ती गाडी हळूहळू माझ्याकडे माझ्या भेटीला येत होती. मी पुन्हा एकदा मागे वळून तुरुंगाच्या त्या खिन्न, उदास काळपट रंगाची बांधणी असणाऱ्या तुरुंग क्रमांक 'एक'कडे शेवटचे बघून घेतले. मला हे चांगलेच कळले होते की, जर मला माझी हाडे म्हातारी करायची असतील, तर मी माझे आयुष्य पुन्हा कशासाठीही गृहीत धरायला नको होते.

अजून तरी सगळे काही संपले नव्हते. कारण तुरुंगाचे अधिकारी त्या अल्पशा वेळातसुद्धा आमचे धोकादायक डावपेच शोधून काढू शकत होते. आणि माझ्या मागे तर ते आलेच असते. म्हणूनच मी माझ्यात आणि पेकिंगच्या त्या तुरुंग क्रमांक एकमध्ये त्या वेळात जेवढे जास्त अंतर ठेवू शकले असते, तेवढे माझ्याकरिता चांगले होते. मी श्वास रोखून धरत त्या गाडीत जवळजवळ उडीच मारली होती. आणि पुन्हा दुसरा श्वास घेण्याची हिंमत तेव्हाच केली, जेव्हा गाडीने जोराचा वेग घेतला होता.

मार्च २५, १९८४

एक म्हातारी बाई एका सुबकशा घराच्या खिडकीत बसून बाहेर पडणाऱ्या बर्फकणांचा पाऊस निरखीत होती. तो अतिशय कडक हिवाळा होता. प्रत्येक वर्षी या दिवशी ती आपली सगळी कामे बाजूला ठेवून सुगंधी वासाची एक जाडसर उदबत्ती सकाळच्या वेळी जाळत असे. तिच्या आयुष्यात घडलेल्या एका मोठ्या चमत्कारासाठी दरवर्षी याच तारखेला ती सकाळी अशी सुगंधी उदबत्ती अगदी आवर्जून जाळत असे. जोपर्यंत ती जिवंत होती, तोपर्यंत तिचा हा नेम अव्याहत चालू होता. आजची तिची ३९वी उदबत्ती होती.

"शेवटी मी म्हातारी झाले तर!" शेवटची उदबत्ती चहादाणीसारख्या आकाराच्या सोनेरी उदबत्तीघरात खोचताना ती हळुवार आवाजात पुटपुटली होती. तिची बोटेसुद्धा आता संधिवाताने तसेच बाहेरच्या बर्फाळ आणि हिवाळ्यातील तीव्र अशा बोचऱ्या थंडीने एकदम कडक झाली होती. ती खरंच खूपच म्हातारी झाली होती!

समारोप

शिगेओ युनो गेले कित्येक महिने त्याच्या दूरदर्शन केंद्राकरिता दुसऱ्या महायुद्धातील 'युद्धकथां'वर काम करीत होता. त्याच्याकडे एका रहस्यपूर्ण असणाऱ्या अशा जपानी स्त्री-हेर, जिचे नाव योशिको कावाशिमा होते आणि कोड नाव 'जपानी पिओनी' होते, तिचा विषय आला होता. आणि या विषयावर शिगेओला असे संशोधन करायचे होते की, 'खरोखरच योशिको कावाशिमाला २५ मार्च १९४८ रोजी मृत्युदंड दिला गेला होता का?' कारण हा प्रश्न अजूनही अनुत्तरितच होता. इतिहासाप्रमाणे – अर्थात चिनी इतिहासाप्रमाणे – तिला मृत्युदंड दिला गेला होता. पण तिच्या मृत्यूबाबतचे वास्तव खरे तर गूढ रहस्य जागोजागी डोकावत होते, ते वेगळेच काहीतरी सांगत होते. मग नक्की खरे काय होते? ती पळून जाण्यात यशस्वी झाली होती आणि वयाने खूप म्हातारी होऊन मेली, हे खरे होते का?

शिगेओ आणि त्याच्या सहकाऱ्यांनी सर्व ठिकाणी हे सत्य शोधायचा प्रयत्न केला होता. जपानपासून ते चीनपर्यंत आणि पुन्हा परत येऊन त्यांनी दुसऱ्यांदा शोधाला सुरुवात केली होती. आणि तरीही कावाशिमाच्या मृत्यूच्या बाबतीतला संशय अजूनही गेलेला नव्हता. शिगेओ मात्र हे रहस्य उलगडण्यासाठी पछाडला गेला होता. काय झाले होते योशिको कावाशिमाचे?

काही महिन्यांनंतर या शोधकार्यात काहीशी शिथिलता येऊ लागली. तेव्हा शिगेओच्या दूरदर्शन केंद्राने असा निर्णय घेतला की, ही 'युद्धकथा' बंद करून दुसऱ्या महायुद्धातील न सुटलेल्या रहस्याप्रमाणे ती तशीच ठेवून द्यायची. पण शिगेओ फारच जिद्दी आणि चिकाटीचा माणूस होता. त्याने ही गोष्ट इतक्या सहजासहजी संपवण्याचा निर्णय घेतला नाही.

"मला अजून कमीतकमी एक महिन्याचा अवधी द्या!" त्याने परत त्याच्या

निर्मात्याला कळकळीची विनंती केली होती. "मला ही गोष्ट चांगलीच माहीत आहे की, २५ मार्च १९४८ रोजी जी व्यक्ती चिनी लष्कराच्या बंदुकीच्या गोळ्यांना बळी पडली, ती योशिको कावाशिमा नव्हतीच. चिनी सत्ताधारी आता या सर्व गोष्टीवर पडदा टाकण्याचा प्रयत्न करीत आहेत. पण कुठेतरी पाणी मुरते आहे. तोच धागा पकडून मला आपल्या सर्वांसाठी पुन्हा या कहाणीचा वेध घ्यायचा आहे."

अतिशय नाखुशीनेच त्या दूरदर्शन केंद्राने त्याची विनंती मान्य केली होती. पण शिगेओला त्या विषयाकरिता दिलेल्या अनुदानात मात्र मोठ्या प्रमाणात कपात केली होती. हे प्रकरण अर्ध्यावर आल्यावर त्याच्या आधीच कमी असणाऱ्या पगारालासुद्धा कात्री लागल्यामुळे तो अगदी निराश आणि उदास झाला होता. शिवाय अजूनही या प्रकरणाचा काहीच धागादोरा हाती लागलेला नव्हता. म्हणूनही शिगेओची अवस्था फार वाईट झाली होती. कदाचित योशिकोच्या कहाणीतील काही अंदाज त्याने जास्त विपर्यास करून गृहीत धरले असण्याची शक्यताच जास्त होती. कारण शिगेओ योशिकोच्या कहाणीपायी अक्षरश: वेडा झाला होता. खरे तर योशिकोने वेगळे असे काय केले होते? तिला जे करायचे होते, ती ते करून चुकली होती. तिच्या आयुष्यात तिने जे काही केले होते, त्यात बऱ्याच प्रतिष्ठित आणि समाजात आपल्या कार्याने परिणाम घडवून आणणाऱ्या माणसांचा समावेश होता. त्यांचे चित्त तिने आपल्याकडे आकर्षून घेतले होते. आणि तिच्यात गुंतल्यावर त्यांना तसेच सोडून ती अलगदपणे बाजूला होत असे.

शिगेओच्या भ्रमणध्वनीवर तेच चित्ताकर्षक आणि कानाला गोड वाटणारे गाणे वाजू लागले होते. शिगेओने ते गाणे जरा वेळ तसेच वाजू दिले. भ्रमणध्वनीवर प्रत्युत्तर देण्यापूर्वी त्याला ते गाणे ऐकायचे होते. त्या दिवशी त्याची तब्येत जरा नरमगरमच होती आणि त्याला ते गाणे ऐकून आपले गोंधळलेले चित्त जणू थाऱ्यावर आणायचे होते; त्यामुळे त्याच्या मनाने पुढच्या कामात उत्साहाने उडी घेतली असती.

भ्रमणध्वनी त्याच्यासाठी स्वतंत्रपणे बातम्या गोळा करणाऱ्या बातमीदाराचा होता. हे सगळे त्याचे संपर्कातील बातमीदार होते. हा फोन नोगावाचा होता. शिगेओने फोन घेतला आणि नोगावाला खिजवण्यासाठी आणि स्वत:चे नैराश्य बाहेर काढण्यासाठी टोमणा मारला, "मला माहितीये, माहितीये की, तुला ती कुप्रसिद्ध बाई कावाशिमा सापडली. खरे आहे ना?

"तुला माहितीये का? पण खरंच शिगेओ, मला असं वाटतंय की, कदाचित ती मला सापडली आहे किंवा कमीतकमी मला तिच्या बाबतीतला एक धागातरी मिळालेला आहे." त्याच्या टोमण्याचे काहीसे होकारार्थी उत्तर नोगावाने दिले होते.

"हे बघ, या बाबतीत कुठलीच गंमत मला खपणार नाही." शिगेओ पुढे

म्हणाला, "तुला हे नक्कीच माहीत आहे की, मला मिळालेले हे काम, ही योजना किती महत्त्वपूर्ण आहे ते. आणि माझ्यासाठी तर हे फारच महत्त्वाचे आहे. माझ्या हातात आता फक्त दोनच आठवडे उरले आहेत. आणि एवढ्या वेळात काहीतरी मिळायलाच हवे. माझ्या केंद्राला काही ना काही बातमी तर दिलीच पाहिजे."

"शिगेओ, तुला कधीपासून असे वाटायला लागले की, कामाच्या बाबतीत मी गंमत करतो म्हणून? मी अगदी मद्याच्या धुंदीत असलो, तरीही असे कधीच करत नाही!" नोगावा म्हणाला. आणि शिगेओला आपले हृदय फार जोरात धडधडत असल्याचा भास होऊ लागला. स्वत:ला आवरून तो शांतपणे म्हणाला, "ठीक आहे तर मग. चल, जे काय आहे, ते एकदाचे बाहेर काढ बघू. सांगून टाक तुला जे काय मिळाले असेल ते!"

"दोन दिवसांपूर्वीच माझ्या अगदी खात्रीच्या चिनी संपर्कातून मला हे कळले आहे. त्याने माझ्या संगणकावर पत्र पाठवले होते. त्याने असे ऐकले होते की, उत्तरपूर्व चीनमध्ये ज्या जागेला जपानी लोक पूर्वी मंचुरिया किंवा मॉंच्युकाओ असे संबोधत असत, त्या जागेत कुठेतरी एक बुद्धमंदिर आहे. त्या बुद्धमंदिरामध्ये एक थडगे आहे. हे थडगे एका वयस्कर म्हाताऱ्या बाईचे थडगे समजले जाते; जी १९८० च्या दशकात गेली. आणि अंदाज तरी कर! त्या बाईच्या नावाबाबत अशी एक अफवा आहे की, तिचे नाव 'योशिको कावाशिमा' होते." नागोवा म्हणाला. हे बोलताना आवाजातील अमाप उत्सुकता त्याला लपवता येत नव्हती.

"कोणत्या बाबीवर विश्वास ठेवून लोक म्हणतात की, ते म्हाताऱ्या बाईचे थडगे योशिको कावाशिमाचेच आहे?" शिगेओने विचारले. हे विचारतानाही तो जाणीवपूर्वक शांत राहण्याचा प्रयत्न करीत होता. आपल्या अपेक्षा जास्त वाढू न देण्याचा त्याचा हा केविलवाणा प्रयत्न होता. पण त्याचे हृदय जोरजोरात धडधडत होते आणि रक्ताचा प्रवाह सगळ्या शरीरात पसरवून जणू आपला आनंद व्यक्त करीत होते. ते सांगत होते, नोगावाने दिलेली बातमी खात्रीची आणि सत्यच आहे.

"त्या थडग्यावर त्या बाईचे चित्र लावलेले आहे. आणि ते चित्र म्हणजे एक फाटलेली किंवा अर्धवट फाडलेली अशी योशिको कावाशिमाचीच प्रतिकृती असलेल्या बाईचा फोटो आहे." नोगावाने प्रत्युत्तर दिले. "जोपर्यंत आपण स्वत: त्या ठिकाणी बुद्धमंदिरात जाऊन ती जागा बघणार नाही, तोपर्यंत तरी आपण या गोष्टीच्या मुळाशी जाऊ शकत नाही."

शिगेओ बराच वेळ गप्प होता. नंतर मात्र त्याने स्वत:च्या मनाला तेथे जाण्यासाठी तयार केले. "तुझे म्हणणे बरोबर आहे नोगावा. चल तर मग आपण चीनमध्ये त्या जागी जाऊ या. तू केव्हा निघतो आहेस, उद्या?" शिगेओने विचारले.

त्यानंतर २४ तासांच्या आतच दोन पत्रकार आणि कॅमेरा सांभाळणारा एक

माणूस असे पथक चीनला रवाना झाले. पत्रकारांमध्ये शिगेओ आणि नोगावा हे दोघे होते. ते तिघेही विमानात बसून चीनच्या उत्तरपूर्व दिशेला असणाऱ्या लिओनिंग या शहराकडे जाऊ लागले. हेच शहर पूर्वी योशिकोच्या काळात मंचुरिया म्हणून ओळखले जात होते. विमानातून उतरल्यावर ते तिघेही एकांडे शिलेदार सरळ बुद्धमंदिराकडेच निघाले होते. तिथल्या आरामगृहात सामान ठेवण्याची साधी तसदीसुद्धा त्यांनी घेतली नव्हती.

हाच तो क्षण होता, जेव्हा शिगेओ अगदी खरोखरच त्या अनाकर्षक आणि ओबडधोबड थडग्यासमोर उभा होता. हे थडगे छोट्या बुद्धमंदिराच्या मागे शहराच्या बाहेरच्या सीमेवर असणाऱ्या छोट्या टेकडीवर बांधलेले होते. आणि त्या थडग्याकडे बघून शिगेओला आपण खरेच काय शोधून काढले आहे, त्याची जाणीव झाली होती. जे अस्पष्टसे फाटके चित्र त्या थडग्याच्या मुख्य मधल्या दगडावर ठेवले होते, ते अगदी निश्चितपणे योशिको कावाशिमाचेच होते. त्याबद्दल संशयाला जरासुद्धा जागा नव्हती. त्याने योशिको कावाशिमाची खूप सारी चित्रे बघितली होती. कारण त्याला तिला समजून घ्यायचे होते आणि थडग्याच्या मध्यभागावर असलेले ते चित्र त्याला सांगत होते, ''होय! होय! ती योशिको कावाशिमाच होती.'' ते तिचेच थडगे होते, अगदी निःसंशय!

''अरे परमेश्वरा!'' शिगेओ कुजबुजला. ''म्हणजे तिच्याबद्दल उठलेल्या अफवा खऱ्याच होत्या तर! योशिकोला १९४८ मध्ये मृत्युदंड देण्यात आलाच नव्हता तर! आणि ती इथे निवांतपणे विश्रांती घेत होती!''

एक बुद्ध भिक्षू कुठूनसा लांब लांब पावले टाकीत त्यांच्या जवळ येऊन थांबला होता. शिगेओने त्याला विचारले, ''इथे कुणाला पुरले आहे?''

''ओ! तिथे होय? ती तर चीनच्या इतिहासातील प्रसिद्ध स्त्री होती. आणि तिचे नाव जीन बिहयुई होते.'' बुद्ध भिक्षूने त्या चित्राखाली जिथे तिचे नाव कोरले होते त्या जागेवरची माती हाताने बाजूला केली होती. तिचे ते कोरलेले नाव स्पष्ट व्हावे, हा त्याचा हेतू होता.

''जीन बिहयुई!'' नोगावा अतिशय हळुवारपणे म्हणाला, ''हे तर योशिको कावाशिमाचेच चिनी नाव आहे. व्वा! आपण जिंकलो!''

''युकिओ! कॅमेरा आण आणि याचे फोटो काढ!'' शिगेओने युकिओला बोलावले होते. युकिओने फोटो काढण्यास सुरुवात केली. तेवढ्यात तो बुद्ध भिक्षू त्या थडग्यासमोर उभा राहिला होता. तो म्हणाला, ''नाही, नाही! फोटो काढायचे नाहीत, कृपा करून हे थांबवा! आम्हाला सांगण्यात आले आहे की, इथे कुणालाही फोटो काढण्याची परवानगी देण्यात येऊ नये.''

''फक्त एकच फोटो घेऊ द्या प्लीज़! आम्हाला फक्त एक फोटो काढू द्या. हे

आमच्या आठवणीकरिता आहे. आम्ही जपानहून इतक्या लांबून केवळ तेवढ्यासाठीच आलो आहोत.'' शिगेओने मनापासून विनंती केली होती. कारण जर ते 'जीन बिहयुई'च्या थडग्याचे अस्तित्व निश्चितपणाने सिद्ध करू शकले नाहीत, तर काहीच उपयोग नव्हता. आणि त्यांची सफर पूर्णपणे वाया जाणार होती.

पण बुद्ध भिक्षूने अतिशय उद्धटपणे मान हलवली होती. आणि तो अजूनही थडग्यासमोरच उभा होता. ''नाही. मी याला परवानगी देणे शक्यच नाही. पण जर तुम्ही उद्या आलात तर मठाचे मुख्य अधिकारी भिक्षू येथे असतील. तुम्ही त्यांना या गोष्टीसाठी परवानगी मागू शकता!'' तो म्हणाला. ''त्यांच्या परवानगीशिवाय कोणीही येथे फोटो काढू शकत नाही.''

''ठीक आहे. आम्ही उद्या येथे परत येऊ.'' शिगेओने भिक्षूच्या म्हणण्याला जरा नाखुशीनेच संमती दर्शवली होती. कारण त्याने त्या क्षणीच ओळखले होते की, त्या भिक्षूशी वाद घालण्यात काहीच अर्थ नव्हता. तो भिक्षू फक्त त्याला दिलेल्या सूचना इमानेइतबारे पाळत होता.

त्या रात्री शिगेओ झोपू शकला नव्हता. तो सकाळच्या पहिल्या किरणाची वाट पाहत होता. सकाळच्या वेळी धावतपळत त्या बुद्ध मंदिरात जाऊन, काहीही करून तो विवादास्पद थडग्याचे फोटो काढणारच होता. पण का कुणास ठाऊक, त्याला आधीपासूनच असे वाटत होते की, जर ते बुद्ध भिक्षू उठायच्या आत आपण तेथे पोचलो नाही, घाई केली नाही, तर त्या 'जीन बिहयुई'च्या थडग्याचे नक्कीच काहीतरी वेडेवाकडे होणार होते आणि या भविष्यसूचक तरी अनामिक नकारात्मक जाणिवेने शिगेओ रात्रभर बिछान्यात तळमळत होता.

शिगेओ पहाटे चार वाजता उठला. त्याने युकिओ आणि नोगावाला उठवले. त्या दोघांनाही सांगितले की, तो पुन्हा त्या बुद्धमंदिरात जात आहे. तसेच बुद्ध भिक्षू उठण्याच्या आधीच तो त्या जागेचे आणि योशिकोच्या थडग्याचे फोटो काढणार आहे. कारण शिगेओच्या मताप्रमाणे भिक्षूंचा मुख्य अधिकारी त्यांना त्या थडग्याचे फोटो काढण्याची परवानगी देणार नव्हता.

''आम्ही पण तुझ्यासोबत येतो.'' युकिओ म्हणाला. त्याने आपले पांघरूण फेकून फक्त सगळ्यात छोटा असणारा कॅमेरा बरोबर घेतला; कारण तो कपड्यात लपवायला सोपा जाणार होता.

जेव्हा सूर्याचे पहिले किरण आकाशात पसरायला सुरुवात झाली, तेव्हा ते तिघेही त्या बुद्धमंदिरात पोचले होते. ते घाईघाईने बुद्ध मंदिराच्या मागच्या भागात गेले होते. त्यांना पटापट त्या थडग्याचे फोटो काढून तो कॅमेरा लवकरात लवकर लपवायचा होता. समजा, एखाद्या बुद्ध भिक्षूने पाहिलेच तर त्याला काहीच सापडायला नको. थोड्याच अंतरावर बुद्ध भिक्षूंच्या सुस्वर मंत्रांचे स्वर त्यांच्या कानावर पडू

लागले होते. या सगळ्याच पहाटेच्या प्रार्थना होत्या; त्यामुळे त्या ऐकताच शिगेओने एक निवांतपणाचा श्वास घेतला होता. निदान थोडा वेळ तरी त्या ठिकाणी कोणीच फिरकणार नव्हते. कमीतकमी या वेळी तरी कुणीही बुद्ध भिक्षू त्यांची पहाटेची प्रार्थना सोडून तेथे येण्याचा प्रश्नच नव्हता; कारण तशी पद्धतच नव्हती.

तेवढ्यात त्याने नोगावाचा आवाज ऐकला. तो थोडासा जास्तच पुढे गेला होता. आणि धापा टाकत होता. नोगावाने त्याच्याकडील छोट्या दिव्याचा प्रकाश त्या जागेवर टाकला, जेथे काल त्यांनी योशिकोचे थडगे पाहिले होते.

"मला तर काहीच समजत नाहीये गड्या!" नोगावा स्पष्टपणे कुजबुजला. "अरे ते थडगे काल तर येथे होते ना? जीन बिहयुईचे थडगे, तिच्या फोटोबरोबरच तर काल इथे बघितले होते. तू पण पाहिले होतेस ना? खरेतर आपण सर्वांनीच ते पाहिले होते. बघा, आता येथे काहीही नाहीये! कोणीतरी ते सगळे बेमालूमपणे येथून काढून टाकले आहे. आपण काल येथून निघून गेल्यावर योशिकोचे थडगेच येथून नाहीसे करण्याचा प्रकार घडलेला आहे!"

जेव्हा ते परतण्यासाठी वळले, तेवढ्यात काल ज्या बुद्ध भिक्षूबरोबर ते बोलले होते, तोच झाडाच्या सावलीतून बारकाईने त्यांच्याकडे बघत असलेला त्यांना दिसला.

"जीन बिहयुईचे थडगे कोठे आहे? कालच तर आम्ही ते येथे पाहिले होते. आणि तुम्ही काल आम्हाला त्याचे फोटो काढण्याची परवानगी नाकारली होती, आठवतंय ना?" शिगेओने त्या बुद्ध भिक्षूला विचारले. त्याच्या आवाजात संताप भरलेला होता. "आम्ही आज तुमच्या त्या मुख्य भिक्षू अधिकाऱ्याची परवानगी घेण्यासाठी येथे आलो आहोत महाराज!"

आता तो भिक्षू त्या झाडाच्या सावलीतून पुढे आला होता. त्याचा चेहरा एकदमच भावनाशून्य दिसत होता. त्याने अगदी रुक्ष, कोरड्या स्वरात उत्तर दिले – "कोणते थडगे? इथे तर कधीच कुणाचे थडगे नव्हते. तुमचा काहीतरी गैरसमज होतो आहे महाशय!"

शिगेओचे काळीज निराशेने भरून गेले, पण त्याला त्याचे उत्तर मिळाले होते. सत्ताधारी! आणि हे असे सत्ताधारी होते की, जे एक ऐतिहासिक सत्य, जे वारंवार वर येत होते, त्याला ते दडपून टाकू पाहत होते. वास्तविक सत्य हेच होते की, शेवटी योशिको कावाशिमाला हे सत्ताधारी मृत्युदंड देऊच शकले नव्हते. योशिकोने त्यांचासुद्धा अगदी केविलवाणा पराभव केला होता. योशिको खरोखरच जबरदस्त होती. स्वतःची केविलवाणी फजिती लपविण्यासाठी त्यांनी योशिकोचे शेवटचे अवशेषसुद्धा तिच्या मृत्यूच्या थडग्यातून त्याच्यासह नाहीसे केले होते. योशिकोचा तुरुंगातून पळाल्यानंतरचा ३९ वर्षांचा जीवनप्रवास अशा तऱ्हेने अज्ञात ठेवला गेला

होता. जगापासून ही गोष्ट लपवण्यात सत्ताधारी यशस्वी झाले होते की, योशिको कावाशिमा म्हातारी होऊन मेली!

आणि मग सत्ताधाऱ्यांनी जगाला विचार करायला, तसेच योशिकोच्या जीवन-मरणाच्या प्रश्नावर वाद घालण्यासाठी अनंत काळाकरिता सोडून दिले होते. कदाचित हे योशिकोच्या खोचक विनोदबुद्धीला मानवणारे, आवडणारे असेच होते. नेहमी गोंधळ उत्पन्न करणे आणि मग मोठे नाटक करून हवे असेल तेच मिळवणे, हेच सातत्याने योशिकोच्या आयुष्यात घडत आले होते.

कदाचित असा गोंधळ घालून मोठे नाटक केल्याशिवाय तिला मृत्यूसुद्धा यायचा नव्हता. तिचे आयुष्यसुद्धा असेच गेले नव्हते का? तिचे जीवन नेहमीच वादग्रत तरी आगळेवेगळे ठरले होते. योशिको अशीच होती. संपूर्ण आयुष्यभर कधी प्रसिद्धी तर कधी कुप्रसिद्धीच्या झोतात चमकदार ताऱ्यासारखे मिरवण्यासाठी तिने स्वत:भोवती गूढतेच्या वलयाचे एक कडे उभारले होते.

आजही जगाला खिजवण्याकरिता तुरुंगातून पलायनानंतरच्या तिच्या ३९ वर्षांच्या जिवंत आयुष्याचे दाखले अधूनमधून ती देत असते. पण अजूनही योशिकोच्या भोवतीचे रहस्यमय धुक्याचे गडद पडदे विरलेले नाहीत, हेच खरे!

* * *